Ina Heumann, Holger Stoecker, Mareike Vennen

VIPANDE VYA DINOSARIA

HISTORIA YA MSAFARA WA KIPALEONTOLOJIA KWENDA TENDAGURU TANZANIA 1906–2018

MKUKI NA NYOTA
DAR – ES – SALAAM

VIPANDE VYA DINOSARIA

HISTORIA YA MSAFARA WA KIPALEONTOLOJIA KWENDA TENDAGURU TANZANIA 1906 –2018

Kitabu hiki ni matokeo ya mradi wa pamoja uliopewa jina la "Dinosaria katika Berlin, *Brachiosaurus brancai* kama Sanamu Takatifu la Siasa, Sayansi na Utamaduni Pendwa". Mradi ulifanywa kwa ushirika baina ya Jumba la Makumbusho ya Historia ya Asili, Berlin; Chuo Kikuu cha Humboldt, Berlin na Chuo Kikuu cha Ufundi, Berlin, kuanzia mwaka 2015 mpaka 2018.

Umefadhiliwa na Wizara ya Elimu na Utafiti ya Serikali ya Shrikisho la Ujerumani.

Picha za jalada:

Jalada la mbele: Picha ya kihistoria ya mwaka 1937, ya kiunzi cha dinosaria: *Brachiosaurus brancai*. MfN, HBSB, Pal. Mus. BIII 132.

Jalada la nyuma: Hati mwaka 1911, ya Usafirishaji Mizigo ya Msafara wa Tendaguru, Chanzo: MfN, HBSB, Pal. Mus. S II, Tendaguru-Expedition 6.4, u.k. 240

Uratibu: Yvonne Reimers
Tafsiri kutoka Kijerumani kuwa Kiswahili: Sura zote zimetafsiriwa na Jasmin Mahazi isipokuwa zifuatazo: Sura za: 'Vita vya Maji-Maji na Madini' na 'Kuhusu Michango na Ufadhili' zimetafsiriwa na Reinhard Christopher Muhende; Sura za: 'Mifupa ya Kolageni' na 'Tani 225 za Visukuku' zimetafsiriwa na Tomedes Translation.
Uhariri/Usomaji wa prufu: William E. Mkufya
Wazo la Usanifu: Thomas Schmid-Dankward
Mpangilio wa kitabu/upangaji chapa: Martina Gerber
Picha zilizopigwa kwenye Jumba la Makumbusho ya Historia ya Asili, Berlin: Hwa Ja Götz, Carola Radke
Fonti: Trade Gothik na Sabon

ISBN: 978-9987-08-419-7

YALIYOMO

KUTOKA TENDAGURU HADI BERLIN

HISTORIA YA MSAFARA WA UCHIMBUAJI NA NYARA ZAKE

Ina Heumann, Holger Stoecker na Mareike Vennen

Kitabu hiki kinasimulia historia ya msafara wa uvumbuzi wa kisayansi kwenda Tendaguru na nyara zilizopatikana huko. Masimulizi yanaanzia mwanzoni mwa karne ya ishirini katika Kilima cha Tendaguru, kusini mwa lililokuwa koloni la Ujerumani, Afrika Mashariki, ilipo nchi ya Tanzania kwa sasa. Masimulizi haya yatagusia tangu enzi hizo hadi leo.

Kunako mwaka 1907, taarifa za kusisimua kuhusu uvumbuzi wa mifupa ya kale huko Tendaguru, ziliufikia Ufalme wa Ujerumani na baadaye kufahamika hadi kwenye Jumba la Makumbusho ya Historia ya Asili la Berlin. Mara moja ilifahamika waziwazi kwamba hii ilikuwa mifupa ya kale ya dinosaria wakubwa mno ambao hawajawahi kufahamika, waliokuwapo zama za miaka milioni 150 iliyopita na sasa waliokwisha kutoweka duniani. Habari zilileta msisimko mkubwa kote nchini Ujerumani. Mara moja maandalizi yalifanyika kuanzisha msafara wa kitafiti na kuupatia nyenzo kwenda Tendaguru. Kampeni kubwa ya uchangishaji ilianzishwa nchini Ujerumani kutafuta rasilimali fedha kwa msafara huo, ikiongozwa na sekta binafsi. Mnamo mwaka 1909, Mamlaka ya Jumba la Makumbusho ya Historia ya Asili la Berlin hatimaye iliweza kutuma wanapaleontolojia wawili kwenda mahali hapo palipokuwa katika koloni la mbali.

Kwa maelekezo ya hao wanapaleontolojia wawili, Werner Janensch na Edwin Hennig, kisha baadaye wakaja kupokewa kwa muda mfupi hapo machimboni na Hans Reck[1] na Hans von Staff na pia Walter Furtwangler – zaidi ya tani 225 za visukuku zilipatikana na kusafirishwa kwenda Berlin kati ya mwezi Aprili 1909 na Januari 1913. Baada ya hapo machimbo mapya yaliendelea kugunduliwa mwaka hadi mwaka, na kulifanya eneo la uchimbuaji kupanuka hadi kufikia kilometa za mraba 80 km^2. Kazi ngumu – tangu kuangusha miti na visiki, kuchimbua visukuku, kuandika taarifa za kazi, kuwinda nyama ya vitoweo na kupika, kuandaa visukuku na kuvifungasha kisha kuvisafirisha; zikitajwa baadhi tu ya shughuli hizo, zingeweza kutendeka tu kwa msaada wa watu, wake kwa waume, kutoka maeneo ya jirani na ya mbali (picha 1).

Usafirishaji wa mifupa hiyo iliyokwisha kugeuka mawe, yenye uzito uliofikia hadi kilo mia kwa mfupa mmoja, kutoka kwenye eneo la uchimbuaji hadi kwenye pwani, ilipokuwa bandari, hii yenyewe, ilikuwa kazi ngumu isiyoelezeka yote hapa. Kila wiki, kikundi cha wapagazi kilitumwa kutoka Tendaguru, bara iliyoko nyuma ya pwani ya Lindi, kusafiri hadi kwenye mji huo wa bandari, umbali wa takriban

Picha 1 upande wa kushoto: Buheti bin Amrani akiandaa visukuku hapo Tendaguru. Picha imepigwa na Werner Janensch au Edwin Hennig, 1910, katika: MfN, HBSB, Pal. Mus. PM BV 172.

1 Hans Reck aliambatana na kusaidiwa kazi na mkewe, Ina Reck.

kilometa 60 (picha 2), safari ambayo iliwachukua muda wa siku nne kwa mwendo wa miguu, wakitembea kwenye njia ngumu kupitika. Mizigo ilipowasili Lindi ilipaswa kuhifadhiwa kwenye masanduku makubwa ya mizigo ya melini (picha 3) tayari kusafirishwa kwa meli hadi bandari ya Hamburg, Ujerumani, na kutoka hapo ilipelekwa hadi Berlin. Uthibitisho pekee unaoonekana leo kuhusu msafara huo wa kale ni viunzi vya dinosaria kwenye ukumbi wa maonesho wa Jumba la Makumbusho ya Historia ya Mambo Asili la Berlin, maarufu kwa jina la Ukumbi wa Dinosaria (picha 4).

Wakionekana kama wanatembea kuwajia watazamaji wanaoingia, wa kwanza kabisa ni *Brachiosaurus* au kwa jina lingine *Giraffatitan brancai* (lililotumika kama jina la spishi hii tangu mwaka 2009) Kiunzi hiki chenye kimo cha mita 13.27 ndicho kirefu kuliko vyote duniani kadri isemavyo shahada yake ya Rekodi za Kumbukumbu za Guiness za Ulimwengu (Guiness World Records LTD) iliyowekwa chini ya kiunzi hicho kuonwa na watazamaji (picha 2, 3, na 4).

Licha ya ukubwa na umaarufu wake wa kudumu, dubwana hili limejengwa kwa vipande vipande. Mjengo wa kiunzi hiki ni muunganiko hodari wa mamia ya vipande vya kutoka kwa wanyama tofauti[2]. Mifupa yao, iliyokwisha kugeuka kuwa mawe, ilitolewa kutoka kwenye tabaka za mawe na inatokana na wanyama tofauti wa ukubwa na umri tofauti. Ukikagua kwa karibu, picha mbalimbali za kiunzi cha *Giraffatitan brancai* zinazionesha tofauti hizi. Wakati baadhi ya mifupa, kwa juu inaonekana kuwa na mashimomashimo na rangi ya kijivujivu na wakati mwingine rangi nyekundu; sehemu nyingine mifupa ina mgongo laini wa rangi ya kijivu cha kahawia. Kutofautiana huku kwa rangi na vipande vya visukuku vilivyojengea kiunzi hiki kunaonesha tofauti baina ya uasili wa visukuku kwa upande mmoja na kwa upande mwingine vipande vya plastiki iliyotengenezwa kujazia sehemu zilizopungukiwa na mifupa asili yenye umbile sahihi (picha 5).

Utaratibu huu, chanzo chake ni uwasilishaji usiokamilika, wa vipandevipande wa visukuku na taarifa zake, na ni jambo la kawaida katika uundaji wa kipaleontolojia wa viunzi tangu zamani hadi leo. Viunzi vya mifupa ya dinosaria vinavyoweza kuonekana Berlin leo, vilijengwa polepole tangu mwaka 1924 na kuendelea. Huu pia ulikuwa mchakato mrefu na mgumu kwani: mifupa iliyogeuka mawe ilibidi kutenganishwa na mwamba ulioizunguka, kisha iandaliwe na kuainishwa kisayansi. Hatimaye viunzi vilijengwa kutokana na mifupa mingi, mbalimbali; sehemu ya mifupa iliyokosekana ilijaziwa kwa plastiki zilizotengenezwa kulingana na umbo lililohitajika na hatimaye ikaungiwa kwenye kiunzi kwa kutumia nyenzo za vyuma. (picha 6).

Picha 2 juu:
Wapagazi wakisubiri karibu na kambi, chini ya Kilima cha Tendaguru. Kielelezo kilichotokana na picha aliyopiga Werner Janensch na baadaye kuwekewa rangi kwa mkono, katika: MfN, HBSB, Pal. Mus. BV 160.

Picha 3:
Wapagazi wakifungasha visukuku kwenye masanduku na kisha kupakiwa kwenye mitumbwi katika bandari ya Lindi, katika: MfN, HBSB, Pal. Mus. B V 169.

Picha 4 upande wa kulia:
Muonekano hadi ndani kwenye ukumbi wa dinosaria wa Jumba la Makumbusho ya Historia ya Asili tangu ulipofunguliwa upya baada ya ukarabati wa mwaka 2007, *Giraffatitan brancai* akionekana katikati. Mpiga picha: Hwa Ja Götz/MfN.

2 Janensch 1950; tazama pia kwa Remes et al. 2011.

ARCHAEOPTERYX
DIE WELT IM OBEREN JURA

Mnamo mwaka 1937, baada ya takriban miaka thelathini, muda uliwadia wa kiunzi kikubwa kuliko vyote kutoka Tendaguru, wakati huo kikiitwa *Brachiosaurus brancai*, kuzinduliwa na kuuoneshwa kwa umma, kimo chake kikikaribia kugusa paa la kioo la ukumbi la muundo wa kuba.

Historia ya nyara zilizopatikana Tendaguru haiishii wakati huo, bali inajijongeza hadi kipindi cha leo na inajijumuisha kwenye historia ya dunia ya karne ya ishirini. Kwa maana hii, kupatikana kwa nyara hizi, si ushuhuda tu wa kuwapo kwa dinosaria walioishi mahali hapo miaka milioni nyingi iliyopita, na hivyo kuwa kitovu cha paleontolojia ya kimataifa, ila nyara hizo, kama vitu vya Jumba la Makumbusho pia ni ushuhuda wa historia ya karne ya ishirini, kwani viligunduliwa na kuchimbuliwa kutoka kwenye jimbo la utawala wa kikoloni wa Ujerumani ambalo sasa ni sehemu ya Tanzania ya leo, vikaenda kuchambuliwa na kuainishwa kisayansi Berlin, mji mkuu wa Jamhuri ya Kwanza ya Ujerumani, baada ya Vita vya Kwanza vya Dunia. Wakati wa Utawala wa Taifa la Kidikteta la Kisoshalisti, kiunzi kikubwa kuliko vyote, hatimaye kilioneshwa kwa wananchi. Wakati wa Vita vya Pili vya Dunia, kiunzi hicho kilibomolewa na kuhifadhiwa kwenye handaki chini ya sakafu ya Jumba la Makumbusho, kukiepusha kisilipuliwe na mabomu, lakini kiliunganishwa na kujengwa upya katika jiji la Berlin Mashariki, ambalo sasa liligeuka kuwa mji mkuu wa nchi ya Ujerumani Mashariki (GDR), baada ya dola la Ujerumani kugawanywa kuwa nchi mbili mnamo mwaka 1953.

Tangu miaka ya 1980 na kuendelea, na hasa zaidi kuanzia mwaka 2005, suala la mifupa ya kale iliyovumbuliwa Tendaguru limekuwa mjadala mkubwa nchini Tanzania na nchini Ujerumani, kuhusu nyara za majumba ya makumbusho na urithi wa utamaduni[3]. Hatimaye, mnamo mwaka 2007, viunzi vya *Brachiosaurus brancai* na viunzi vya dinosaria wengine kutoka Tendaguru vilibomolewa na kisha vikajengwa upya kwenye ukumbi wa Jumba la Makumbusho vikiwa kwenye mkao mpya kulingana na utaalamu mpya wa kisayansi uliopo na teknolojia mpya zilizogunduliwa. Mnamo mwaka 2009 uainishaji kisayansi wa dinosaria mwenye kiunzi kikubwa kuliko vyote pia ulibadilika na jina lake la kisayansi nalo pia likabadilika kutoka *Brachiosaurus brancai* na kuwa *Giraffatitan brancai*[4].

Picha 5:
Tofauti za rangi ya juu ya mifupa ikionyesha tofauti za vipande vya visukuku asili na vipande vya kutengeneza kwa plastiki. Mpiga picha: Hwa Ja Götz/MfN.

Picha 6 upande wa kulia:
Kuunganisha visukuku vya asili na vile vya kutengenezwa kwa plastiki ili kutengeneza miguu ya *Brachiosaurus brancai*, mwaka 1937, katika: MfN, HBSB, Pal. Mus. B III 87.

3 Tazama ukurasa 177 wa kitabu hiki.

4 Katika kurasa zifuatazo, tutatumia jina lilorekebishwa, na hivyo kiunzi hicho kabla ya mwaka 2009 kitakuwa *Brachiosaurus brancai* na baada ya mwaka 2009 na kuendelea kitakuwa *Giraffatitan brancai*. Kwa marekebisho ya kitaxonomia tazama Taylor 2009; kwa marekebisho ya ujenzi tazama Remes et al. 2011.

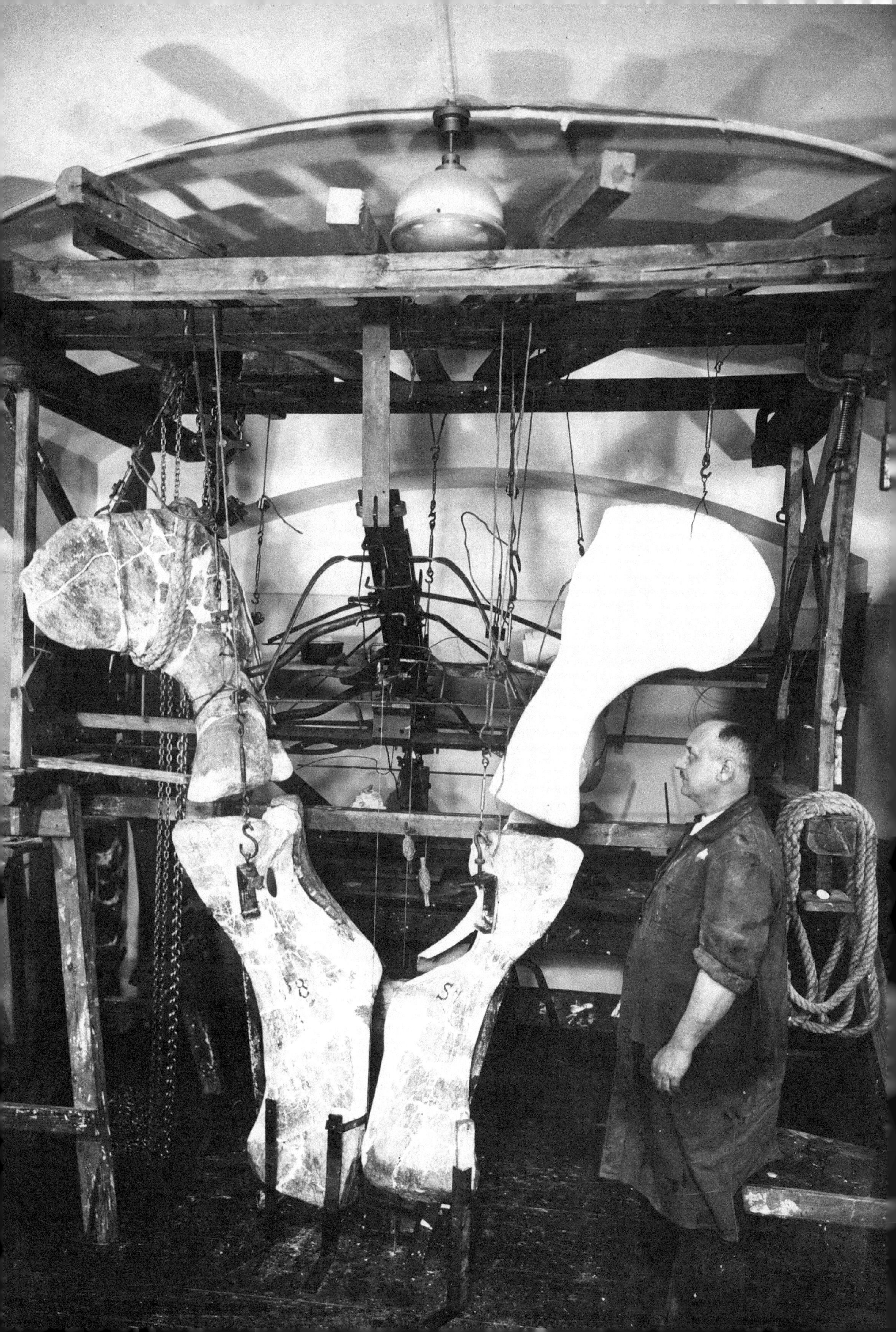

Historia ya vitu vilivyovumbuliwa Tendaguru inaweza kujengwa upya kwa maandishi na picha au michoro, kwa mawasiliano ya barua zilizohifadhiwa, maandishi kwenye mabamba ya kioo, na taarifa zilizopo kwenye hifadhi ya nyaraka za Jumba la Makumbusho. Vyanzo vingine vya taarifa vinapatikana kwenye hifadhi za nyaraka, kwenye majiji mengine ya Ujerumani kama Tübingen, Göttingen na Munich, lakini pia kimataifa nyaraka zinapatikana Dar es Salaam au London. Kama zilivyozagaa nyaraka na picha au michoro, hata visukuku vyenyewe vimezagaa na kusambazwa kwenye jumba lote la makumbusho, kwani, ni sehemu ndogo tu ya visuskuku vya Tendaguru iliyowekwa kwenye maonyesho katika ukumbi wa dinosaria. Vile visukuku vya thamani mno na ambavyo ni vyepesi kuvunjika, hususan na muhimukuliko vyote : uti wa mgongo na fuvu halisi la *Giraffatitan brancai*, lakini pia mifupa maalumu au vipande vya mifupa vya spishi nyingine, vimehifadhiwa kwenye 'handaki la mifupa' au kwenye vyumba vingine vya makusanyo ya Jumba la Makumbusho (picha 7 na 8) Hapo vilipo, vimehifadhiwa na hutumiwa na wanasayansi na pia mara kwa mara hutembelewa na watazamaji wa kutoka nje. Kalibu (casting moulds) za kunakili maumbo ya vitu hivi zimetengenezwa na kupelekwa kwenye Majumba ya Makumbusho ya London, Stuttgart, Frankfurt, Main, Hamburg, Braunschweig na Cape Town muda mfupi baada ya kumalizika kwa msafara huo wa uchimbuaji. Hata hivyo, katika Majumba ya Makumbusho ya Tanzania hakuna nyara zozote ambazo zimetokana na visukuku vilivyopatikana kwenye uchimbuaji huo. Ingawa utawala wa serikali ya kikoloni ya Ujerumani ulikuwa na mipango kati ya miaka 1913/1914, kuanzisha Makumbusho ya Taifa jijini Dar es Salaam, ambapo mojawapo ya kiunzi cha dinosaria wa kutoka Tendaguru kingewekwa kwenye maonesho kama "mfano", kuanza kwa mapigano ya Vita vya Kwanza vya Dunia kulizuia utekelezaji wa mipango hii[5].

KUHUSU KITABU HIKI

Kitabu hiki kinafuatilia habari za visukuku vya Tendaguru katika karne ya ishirini. Kimetegemea vyanzo vya habari vilivyopatikana Tanzania, Ujerumani na kwenye hifadhi za nyaraka za Uingereza. Makala mengi katika kitabu hiki yananukuu kutokana na maandishi ya nyaraka hizi. Kwa hivyo nukuu hizo huonyesha wazi maoni ya Wajerumani wakati wa Ukoloni na siyo lazima maoni ya Wajerumani watafiti walichokiandika kitabu hiki. Zaidi ya hayo, baadhi ya matini za kitabu zimetokana na usaili na majadiliano na wakazi wenyeji wa eneo la Tendaguru, uliofanywa katika utafiti ulioshirikisha waandishi wa kitabu hiki na wanahistoria kutoka Chuo Kikuu cha Dar es Salaam. Maswali yetu kwa watu wa Tendaguru yalikuwa: Mifupa ilivumbuliwaje na ilivumbuliwa na nani? Ni nani walihusika katika uchimbuaji? Ni nini kinakumbukwa leo kuhusu historia ya uchimbuaji huo? Mifupa(visukuku) inachangia nini katika mijadala ya kisiasa inayoendelea nchini Tanzania?

Kwa msaada wa hifadhi za nyaraka na majibu yaliyopatikana kwenye usaili, mtazamo na ufahamu uliopo kuhusu historia ya Msafara wa Uchimbuaji wa Tendaguru na nyara zilizopatikana huko unaweza kupanuliwa. Kitabu hiki kinau-

Picha 7 upande wa kushoto:
Uti wa mgongo wa asili, wa *Giraffatitan brancai*, ukiwa kwenye handaki lililoitwa "bone cellar" lililoko kwenye ghala la chini ya sakafu ya Jumba la Makumbusho. Ni mifupa mizito sana lakini pia ni myepesi kuvunjika mno, hadi ikashindikana kuijengea kiunzi kwenye ukumbi wa dinosaria, Mpiga picha: Hwa Ja Götz/MfN.

Picha 8:
Mandhari ionekanavyo hadi kwenye chumba cha mikusanyo ya vitu vya kipaleontolojia, likionekana fuvu la asili la *Giraffatitan brancai* mwaka 2018, Mpiga picha: Hwa Ja Götz/MfN.

5 Gavana Heinrich Schnee kwenda kwa Reichskolonialamt, 20.6.1913, katika: GStA PK, I. HA Rep. 76, Va, Sekt. 2, Tit. X, Nr. 21 adh A I, kr. 233–234; mkataba kati ya Reichskolonialamt na Hans Reck, 23.3.1914, ibd., kr. 277–278.

liza maswali, ni kwa namna gani historia ya msafara huu imesimuliwa; kinauliza namna taswira ya kuelemea upande mmoja wa jambo hili ilivyobaki kwa muda mrefu huko Ujerumani kwa zaidi ya miaka mia moja. Mapema, mnamo mwaka 1912 na mwaka 1924, viongozi wa msafara wa wakati huo, waliwasilisha habari kwa umma, taswira yenye mtazamo wa kikoloni kuhusu mafanikio ya msafara huu wa wanasayansi wa Kijerumani[6]. Taarifa za wahusika wa Kijerumani ziliweka msisitizo wa masimulizi yaliyokuwa na hulka ya utaifa kama ifuatavyo: Katika taarifa za msafara wa kutoka mwaka 1912, mmojawapo wa waliokuwa viongozi wa msafara wa Kijerumani aliielezea kazi iliyokuwa inafanyika kwenye mazingira ya kikoloni kama "ya kufurahisha" na kwenye miaka ya 1920 kumbukumbu za taarifa hizo za msafara, zilitumika katika mijadala ya kuutazama upya ukoloni[7].

Tangu taarifa za mwanzo kabisa, katika miaka ya 1910 hadi hivi leo, zaidi ya machapisho 1000, yaliyokuwa pendwa na yaliyokuwa dhati kisayansi, kuhusu Msafara wa Tendaguru yameshachapishwa[8]. Kwa hiyo historia ya Msafara huu ni ni habari ambayo huzungumziwa mara kwa mara. Namna inavyozungumziwa na ni nani aizungumziaye, ni kwa nadra sana imechunguzwa; badala yake, namna hii ya kuuzungumzia Msafara, yenye taswira ya upande mmoja, kadri muda ulivyopita, imejiimarisha na kujikamilisha. Hata hivyo, kitabu hiki kinasema wazi kwamba, marekebisho ya habari za kihistoria na za kipaleontolojia kwa ujumla na ukamilifu wake hazihitimishwi: zile zilizopatikana kwa vipandevipande na zile za kuanzia. Zote hutegemea mchakato wa kuchunguzwa, kuungwaungwa, kusailiwa na kutafsiri fununu na vithibitisho vilivyopo:

> "Lakini itakuwa makosa makubwa kudhani kwamba tabaka za udongo zilikuwa na mabaki hayo ya dinosaria yakiwa yamehifadhiwa kwa mpangilio na umaridadi, kiasi kwamba mtu alihitaji tu, kubangua chokaa iliyoizingira hiyo mifupa. Kiuhalisia, mifupa, meno na vinginevyo vilivyopatikana ni vichache sana vilikutwa vikiwa vimeunganika vizuri na vikiwa mahali pamoja. Katika mamia kwa mamia ya mifupa iliyopatikana, ilikuwa ni kazi ya mtaalamu mwerevu kuungaunga vipande hivyo kimojakimoja kwa uhodari, hadi apate umbile sahihi na kamilifu la kiunzi, ambalo kiuhalisia halikuwapo wakati wa uchimbuaji."[9]

Kwa maana hii, dinosaria na mpangilio wa kihistoria vinashirikiana mno, kuliko inavyoweza kudhaniwa kwa mtazamo wa haraka: Visukuku vinaunganishwa kutokana na vipande vingi vilivyokuwa vimesambaratika kimojakimoja hapo machimboni vinapotoka (picha 9); vina upekee wa muda tu, kwa kuwa kila kimoja na kipya kitakachopatikana kwenye uchimbuaji, kinaweza kubadilisha tafsiri ya uasili na uhalisia wa data (taarifa) za kilichotangulia[10]. Kwa hiyo, kitabu hiki tulicho nacho sasa, kinatoa hali au daraja la mwanzo la ufahamu, ambalo linaweza kuongezewa ujuzi na tafiti zitakazofanyika baadaye.

Kama utazingatia kuwa usuli wa kazi hii ya kihistoria ni wa vipandevipande, inakubidi uvitafute vyanzo vyake vilivyozagaa. Kwa njia hii, sehemu wazi za taarifa au mapungufu na kupingana kwake na taarifa zilizotangulia vinajitokeza mbele. Katika shauri la historia ya Msafara wa Tendaguru, taarifa zisizokamilika au zilizofichama, zilipata mwanga wakati wa utafiti: nyaraka nyingi ambazo zinatupasha habari kuhusu historia hii zimeshikiliwa kwenye hifadhi za nyaraka za Ujerumani na ziliandikwa na wanasiasa, wanasayansi, wafanyabiashara, wafadhili au wakurugenzi wa Majumba ya Makumbusho, waliohusika kwenye uchimbuaji, kwa upande wa Ujerumani. Kinachokosekana ni maoni na muonekano wa wale wahusika wa Kiafrika ambao walikuwa sehemu ya historia hii huko Tendaguru, Lindi au Dar es Salaam kwa kuchangia kuiumba historia hiyo kwa ushiriki wao; ambao katika sehemu mbalimbali walikuwa wakishiriki katika msafara huu uliokuwa na msukumo wa kikoloni. Habari tunazojua kuwahusu washirika hawa wengine, ni chache.

Kitabu hiki kinathubutu kurekebisha mzani wa historia na vyanzo vyake, uliooelemea upande mmoja, uwe na mlingano kwa namna mbili. Kwa upande mmoja, sura za kitabu zinalenga vyanzo vya habari kimojakimoja- Nyara zilizopatikana,

6 Hennig 1912; Reck 1924.

7 Hennig 1912, uk. 32, 360; Reck 1924.

8 Gerhard Maier: African Dinosaurs Unearthed (Jina la kitabu Dinosaria wa Africa Wachimbuliwa). From Excavation to Publication, (Tangu Uchimbuaji Hadi Machapisho; Makala ya warsha isiyochapishwa) Dinosaria katika Berlin. (Dinosaria kwenye jumba la makumbusho Berlin), historia ya sayansi naTafiti za afrika, Mtazamo kuhusu historia ya *Brachiosaurus brancai*, 1906–2015 Kati ya tarehe 10 na 11 March 2016, waandishi wa kitabu hiki walifanya warsha iliyozingatia muundo wa mradi wa utafiti "Dinosaria katika Berlin" Maier 2003; Maier 2015; Svoboda 2014; Colbert 1968.

9 Anonymus: Was kostet das Skelett eines Riesensaurier?, katika: Der Sonntag 10.3.1921.

10 Tazama Wild 2018.

nyaraka, picha za hifadhi za kale, shajara au maandishi ya kumbukumbu za watu. Kwa namna hii, shabaha ya uchunguzi kwenye vitu, matukio na wahusika ambao walitambuliwa kidogo huko nyuma, au ambao namna ya kuwatazama ilikuwa na upungufu: vitabadilika kulingana na muktadha mpya. Wakati huohuo, sura za kitabu zinaunganisha uchambuzi huu makini na uchunguzi wa muktadha mbalimbali wa mahali na nyakati, ili kuonesha kwamba *Giraffatitan brancai* na visukuku vingine vya Tendaguru vinaunganisha nyakati, mahali, nchi na mataifa mbalimbali. Vinakuwa vyanzo vya kihistoria kuchunguza, zama za ukoloni na vitu vya historia ya mambo asili ambavyo vinaendelea kuwapo katika asasi za Ulaya[11].

Kwa msisitizo zaidi, hatimaye muktadha wa wakati wa ukoloni na muktadha wa sasa vinajitokeza kwenye mwanga tofauti. Muingiliano baina ya utawala, sayansi na siasa wakati wa Ufalme wa Kaisari wa Ujerumani ulijengaje mazingira yaliyowezesha kuchukuliwa na kumilikiwa kwa visukuku hivyo? Visukuku hivyo viliwezaje kufika Jumba la Makumbusho ya Historia ya Asili, Berlin, kutoka Tendaguru na viliandaliwaje, vilihifadhiwaje na viliwasilishwaje huko? Vimeubadilishaje mwonekano wa Jumba hilo la Makumbusho? Ni kwa namna zipi, vitu vilivyopatikana vimetumika kwa manufaa mbalimbali? Ni kwa vipi, vimetumika kwa shughuli mbalimbali za kuingiza mapato? Ni vipande vipi ambavyo bado havijafunguliwa kwenye masanduku vilimosafirishwa, ambavyo vimetolewa nakala au miigizo yao au kuhamishwa/ kuazimwa / kukabidhiwa kwingineko? Ni kwa vipi visukuku vilibuniwa, vikaunganishwa kuwa viunzi na kuwekwa kwenye maonyesho? Ni nafasi gani usuli wa ukoloni ulichukua na unaendelea kuchangia kwenye shauri hili tangu zama za Ufalme wa Ujerumani hadi hivi sasa? Kwa upande mwingine tumejikita kwenye maswali ambayo hatukuweza kuyajibu kwa ukamilifu kutokana na kuwa na msingi wa taarifa za maandishi pekee, kwa mfano: ni nani walikuwa wachimbuaji, wapagazi na waandaaji visukuku hapo machimboni? Tunawezaje kupata habari zaidi kuhusu wasifu wa maisha yao? Mifupa ilitumikaje au ilikuwa na umuhimu gani hapo Tendaguru kabla haijachimbuliwa na kupelekwa Ujerumani? Ni kwa namna zipi msafara wa kwenda Tanzania, Tendaguru, unakumbukwa? Ni nafasi ipi mjadala kuhusu visukuku vya Tendaguru unachukua, katika mijadala ya kitaifa nchini Tanzania kuhusu mali za nchi zinazohusiana na zama za ukoloni? Tuna imani kwamba kitabu hiki kitatoa nafasi kwa tafiti nyingine kuhusu maswali haya na mengine mengi ambayo hayajapata majibu.

KIUNZI CHA *BRACHIOSAURUS / GIRAFFATITAN BRANCAI* KWENYE MJADALA

Masanamu na nyara za Majumba ya Makumbusho kama *Giraffatitan brancai* yamekuwa kitovu cha mijadala ya wananchi miaka ya karibuni, na kutwaliwa kwao kutoka yalipookotwa kuletwa Ulaya, na yameendelea kuwa kivutio cha tafiti za kisayansi. Historia ya vitu maarufu vya maonesho ya Makumbusho[12] imefichua mambo ya kisiasa yanayohusu vitu vya Majumba ya Makumbusho na kuleta hadharani maswali yahusuyo uasili wao. Mwelekeo wa kisiasa, maadili na uhalali wa kisheria wa makusanyo ya vitu hivi umeletwa kwenye ufahamu wa wananchi kwa ukali wa pekee kwa kupitia kwenye mijadala kuhusu mabaki ya binadamu na vitu vya kiethnolojia (Vinavyohusu mbari za watu) ambavyo vililetwa katika muktadha wa ukoloni[13]. Ingawa majumba ya makumbusho ya historia ya asili pia yana makusanyo ya kutosha ya kitaifa na kimataifa ya nyara za kizoolojia, madini, vitu vya kipaleontolojia, kibotania na kijiolojia (kule ambako Kijerumani huzungumzwa) vyenye asili ya kwenye makoloni, navyo pia vimeingia kwenye mijadala hii[14]. Ni sababu zipi zinaweza kuwa chanzo cha kusita kunakoshangaza, kwa mamlaka, kushughulikia mabadiliko ya kisiasa na kijamii ya historia ya asili?

Kwanza: Vitu vya Historia ya Asili, aghalabu, huelezwa kwamba ni tofauti (au havimo kwenye kundi) na vitu vya utamaduni au vya sanaa. Wakati vitu vya sanaa au vya utamaduni huhesabiwa kuwa vyenye thamani halisi, vitu vya historia ya asili, huhesabika kama sehemu ya asili. Dhana ya msingi hapa ni kwamba "asili" hubadilishwa kuwa "utamaduni" na ile asasi itakayoichukua asili hiyo au kuikusanya na

Picha 9 upande wa kushoto: Sehemu ya makusanyo ya Tendaguru kwenye hifadhi ya Jumba la Makumbosho ya Historia ya Asili, Berlin, Mpiga picha: Hwa Ja Götz/MfN.

11 Stoler 2008.

12 Savoy 2011; https://culturalpropertynews.org/benin-dialog-group-building-and-filling-a-new-museum-in-benin/ (Accessed on 19.10.2019). Schulze / Reuther 2018.

13 Stoecker et. al 2013; Koldehoff 2014; Reyels / Ivanov / Weber-Sinn 2018.

14 Tazama Brandstetter / Hierholzer 2018. Muktadha wa kihistoria na kisiasa wa Majumba ya Makumbusho ya historia ya asili hauzingatiwi. Siasa za historia ya asili Namna ya kuyaondoa Majumba ya Historia ya asili kutoka kwenye uga wa ukoloni 6./7. September 2018, Warsha ya kimataifa ya wahariri (https://www.museumfuernaturkunde.berlin/sites/default/files/flyer_siasa za kihstoria ya asili_web2.pdf), Kilb 2018.

kuihifadhi: Ni ile asasi pekee ndiyo ambayo inakipa thamani kilichokusanywa na kuhifadhiwa, na hivyo, papo hapo, kudai kukimiliki na kuwa na usemi juu ya ujuzi wa vitu hivi na chimbuko lao[15].

Pili: Asili ya vitu hivi, mara nyingi, hufifia na kubakisha kutajwa tu, pale vilipoonekana na njia vilimopitishwa katika muda ule wa kukusanywa, kwa ufupi: Muktadha wake wa kihistoria unapotea. Huku kuwekwa njia ya mkato, baina ya historia ya asili ya vitu, na "asili yenyewe halisi" kuna maana kwamba, historia ya kitu cha historia asili kilichokusanywa hupotea. Maana yake ni kwamba, misingi ya muktadha wake wa kugunduliwa, kutwaliwa, kukusanywa na kumilikiwa, pamoja na hatua zote za kuandaliwa kwa ajili ya kuoneshwa; pamoja na kuhama kwake kati ya mikono ya waliokishika walipokikusanya na asasi zao hufifia na kupotea.

Tatu: Historia ya Majumba ya Historia ya Asili na vitu vya historia ya asili katika karne ya 20 na karne ya 21 imewekwa kwenye uchunguzi wa karibu wa historia ya sayansi na majumba ya makumbusho kwa miaka michache tu[16]. Kwa hiyo inaonekana ni muhimu zaidi na inashauriwa kuchunguza ukale wa kikoloni wa vitu vya majumba ya makumbusho, lakini pia historia yao kama asasi na kama sehemu ya mikusanyo ya uvumbuzi wa kisayansi, na kuwa na ufahamu zaidi wa miparaganyiko na mienendo ya karne ya 20. Dai hili linapaishwa sauti kwenye tafiti zinazoendelea, zinazounganisha taaluma tofauti kuhusu historia ya kutwaliwa na kuhamishwa kwa vitu hivyo viitwavyo rasilimali za kitamaduni, pamoja na mijadala kuhusu uwezekanao wa kuondoa athari zao za kikoloni na uwezekano wa kurejeshwa kwa vitu hivyo, hadi vilikotoka[17].

Kitovu cha masimulizi ya kitabu hiki, ni *Brachiosaurus / Giraffatitan brancai*, kitu cha historia ya asili, kinachowakilisha tani 225 za visukuku zilizochukuliwa kutoka kwenye machimbo ya Tendaguru. Sura za kitabu zimelenga matukio tofauti yaliyohusu historia ya kiunzi hiki maarufu. Tunachukua mbinu ya muingiliano wa kitaaluma katika kuichunguza historia yake ionekanavyo katika historia ya Afrika, historia ya ukoloni, historia ya sayansi, uchunguzi wa tamaduni, uchunguzi wa vyombo vya habari na nyenzo zake, na uchunguzi wa historia ya siku hizi.

Kitabu hiki kimetokana na tafsiri ya toleo la mwanzo, lililoandikwa Kijerumani, ambalo lilichapishwa Novemba, mwaka 2018 na limepokelewa na kuvutia wasomaji na kuwa na mvumo mkubwa. Katika nchi ya Ujerumani, kitabu hiki kimepokelewa kimsingi, kikiwa katikati ya muktadha wa mjadala ambao umekuwa ukiendelea kwa miaka kadhaa, kuhusu namna sahihi zaidi ya kushughulikia nyara za majumba ya makumbusho zilizotwaliwa na kumilikiwa katika muktadha wa ukoloni. Mwanzoni, mjadala ulizingatia zaidi vitu ambavyo ni masalia ya binadamu kutokana na ukoloni katika "muktadha wa udhalimu", ambapo mjadala wa sasa unazingatia zaidi vitu vilivyoko kwenye majumba ya makumbusho ya kiethnolojia (yahusuyo mbari za watu). Ni madhumuni yetu kujumuisha pia makusanyo ya vitu vya historia ya asili yaliyoko kwenye majumba ya makumbusho, katika huu mtazamo wa kihakiki wa kuisahihisha na kuiandika upya historia. Kwani, bila ya kuzingatia historia ya zama za ukoloni, kuzuka na kukua kwa majumba ya makumbusho ya historia ya asili ya Ulaya, hadi kuwa yalivyo sasa, hakungeeleweka.

Tangu mwaka 2005, Tanzania imekuwa katika mjadala wa kitaifa kuhusu namna ya kushughulikia vitu vyake vya kitaifa vya urithi wa utamaduni na wa historia ya asili, ambavyo visukuku vya Tendaguru vinachukua nafasi muhimu. Wakati wa mradi wa utafiti huu, kasi ya mzozo huu imeongezeka dhahiri. Tuna matumaini kitabu hiki kitachangia kuweka misingi imara zaidi ya kihistoria katika mjadala huu, kwani vyanzo vya habari vya kihistoria kuhusu Msafara wa Tendaguru viko kwa wingi zaidi nchini Ujerumani au vimeandikwa kwa lugha ya Kijerumani, kwa hiyo havifikiki kusomwa au kutumika kwenye tafiti za Watanzania mpaka sasa. Kwa kuongezea, tungependa kuifanya historia ya machimbo yaliyoko Tendaguru iweze kufikiwa na umma mkubwa zaidi, hususan wale wanaoishi sehemu za karibu na kilima cha Tendaguru. Wakati wa kazi ya utafiti iliyofanyika mahali hapo katika msimu wa

15 ICOM 2013.

16 Köstering 2003; Hansert 2018; Bauche 2018; Rader / Cain 2014; Damaschun et al. 2010; Delbourgo 2017.

17 Reyels / Ivanov / Weber-Sinn 2018; Savoy 2018; Kazeem et al. 2009; Edwards et al. 2006; Hauser-Schäublin / Prott 2016; AfricAvenir International e.V. 2017. Deutscher Museumsbund kinaeleza kuzingatiwa kwa historia yaya vitu vya majumba ya makumbusho kama wajibu wa "kimaadili na kiutu" na "iwe sharti kabla ya kuvitumia vitu hivyo", husuan vile vilivyotokana na muktadha wa ukoloni: Deutscher Museumsbund 2018, uk. 1.

kiangazi mwaka 2018, wakazi wa vijiji vilivyozunguka eneo hilo walitusimulia hadithi, habari za matukio na imani za mapokeo ambazo zimehama miongoni mwa ufahamu wa watu tangu zamani, katika jumuia za wenyeji. Baadhi yao, hasa kumbukumbu na hoja mbalimbali kuhusu matumaini ya uwezekano wa kurejeshewa vitu vilivyochukuliwa machimboni, zinaweza kuonekana kwenye kitabu hiki. Kwa kufanya hivi, hapa tunaunganisha vipande vya habari kutoka kwenye historia ya uchimbuaji wenyewe, ambayo tumeichunguza katika vyanzo vya maandishi kwenye hifadhi za nyaraka za Tanzania na za Ulaya, sambamba na vyanzo tulivyopata kwa masimulizi na hekaya za mapokeo.

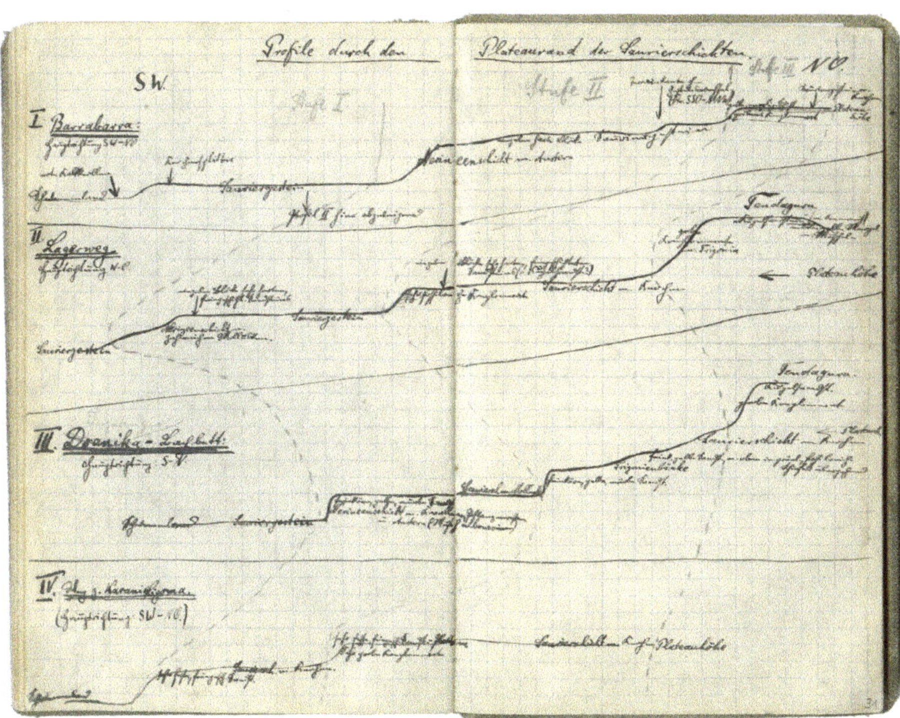

MUUNDO WA KITABU

Kitabu kimegawanyika katika sehemu tano. Sehemu ya kwanza ina sura mbili zaidi za utangulizi. Katika utangulizi wa kwanza, Daniela Schwarz, mtunzaji na mwangalizi wa mkusanyo wa visukuku vya reptilia katika Jumba la Makumbusho ya Historia ya Asili, Berlin, sehemu yake ikiwa makusanyo kutoka Tendaguru; na Oliver Hampe, mtunzaji na mwangalizi wa mkusanyo wa visukuku vya mamalia na mkusanyo wa vitu vya kijiolojia; wanaeleza misingi ya paleontolojia. Sura hii ya kitabu inatoa sehemu ya kuanzia kwa uainishaji wa vitu (visukuku) vilivyopatikana Tendaguru katika umuhimu wake wa kisayansi: Dinosaria ni nini, na ni zama zipi za kijiolojia walipoishi? Ni sehemu gani za dunia walipoishi, na kwa nini walitoweka duniani? Ni spishi zipi, na ngapi za dinosaria zinafahamika leo, na ni wasifu upi unazieleza na kuziainisha? Sura ya kitabu inayofuata iliyoandikwa na William Mkufya, ambaye kama mwandishi na mhariri, alishiriki kwenye toleo hili la kitabu tangu wazo la kwanza kabisa la kukitoa kwa Kiswahili, inahusu mambo tofauti kabisa. Mkufya anaeleza namna uhariri mgumu wa kitabu hiki ulivyofanyika kwa moyo na juhudi na umakini kuwasilisha ujumbe sahihi wa kilichoelezwa kwenye toleo la Kijerumani; pia anagusia uhusika wa maendeleo ya sera ya lugha nchini Tanzania kwa wasomaji wa kitabu.

Sura hizi zinafuatiwa na nyingine tatu zenye mwelekeo wa kidhamira: *UPATIKANAJI NA UTWAAJI* (wa nyara); *UCHANGISHAJI* (wa fedha, misaada); *MADAI YA UREJESHAJI* (wa nyara). Hizi zinahusu desturi za msingi za historia ya utendani wa mambo asili pia zilikuwa kitovu cha namna ya kupatikana nyara za Msafara wa Uchimbuaji wa Tendaguru. Dhamira hizi zinaashiria kwamba historia hii imeendeshwa na uamuzi, matarajio na mikakati pamoja na matukio na mazingira ya kihistoria na matukio yasiyotabirika au kutarajika.

UPATIKANAJI NA UTWAAJI inaunganisha mambo ya kisheria, vyombo vya habari, mambo ya kisayansi na kisomi, mambo ya majumba ya makumbusho, mitazamo ya kimaadili kuhusu historia ya Msafara wa Tendaguru na nyara zilizopatikana huko. Msisitizo ni maswali ya utawala wa kisiasa, utekaji mali kwa ujanja na kwa kuzikadiria kwa macho. Holger Stoecker anaonesha jinsi visukuku vilivyoonekana katika mazingira ya ukoloni na kuhamishwa kuwa mali ya Ufalme wa Ujerumani. Utwaaji wa eneo la machimbo kwa kutumia utawala wa kikoloni wa Ujerumani ilikuwa hatua muhimu kwa utwaaji wa kisayansi wa eneo husika kama ilivyoelezwa, kwa mfano, kwenye mchoro wa haraka wa viongozi wa msafara kuhusu muonekano wa kijiolojia wa uwanja wa machimbo (picha 10). Mareike Vennen anaonesha kwamba picha zimehusika kikamilifu katika kutoa uamuzi kamili katika mchakato wa unyang'anyi huo. Sura ya kitabu aliyoandika, inachunguza nyaraka za picha zilizoonesha kutwaliwa,

Picha 10:
Mchoro wa haraka uoneshao tabaka mbalimbali za miamba, pengine ulichorwa na Werner Janensch na Edwin Hennig, katika: MfN, HBSB, Pal. Mus. S II, Tendaguru-Expedition 8.2, uk. 31.

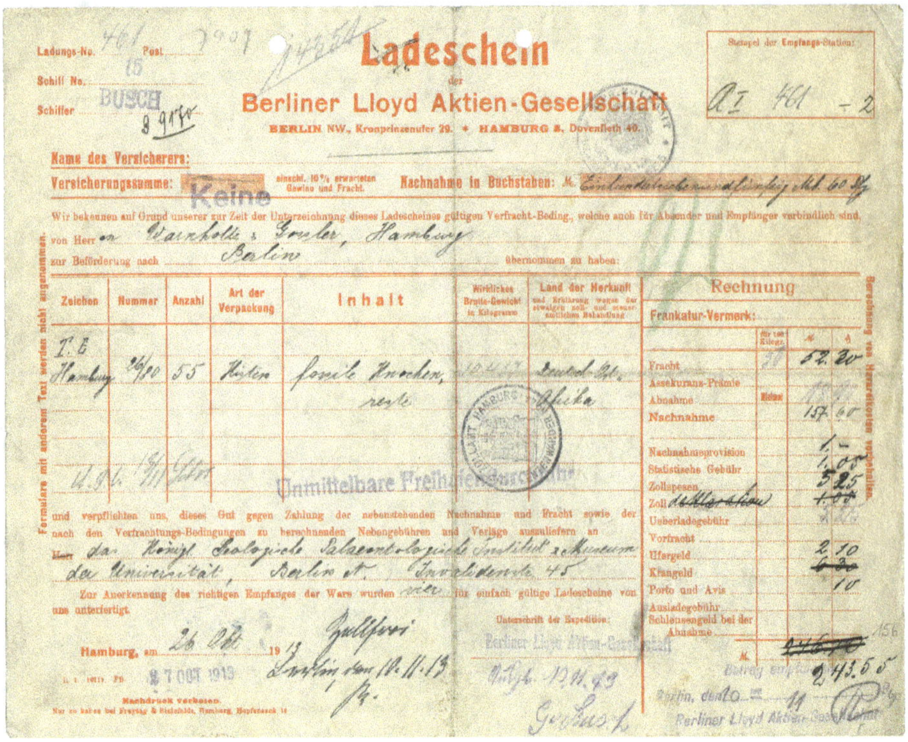
Ladeschein
der
Berliner Lloyd Aktien-Gesellschaft
BERLIN NW., Kronprinzenufer 29. ✶ HAMBURG 8, Dovenfleth 40.
Ladungs-No. 461 Post 15
Schiff No.
Schiffer BUSCH
Name des Versicherers:
Versicherungssumme: Keine
Nachnahme in Buchstaben:
Wir bekennen auf Grund unserer zur Zeit der Unterzeichnung dieses Ladescheines gültigen Verfracht-Beding., welche auch für Absender und Empfänger verbindlich sind,
von Herrn Wainholtz & Goslar, Hamburg
zur Beförderung nach Berlin übernommen zu haben:

Zeichen	Nummer	Anzahl	Art der Verpackung	Inhalt	Wirkliches Brutto-Gewicht in Kilogramm	Land der Herkunft
T.E. Hamburg		55	Kisten	fossile Knochen, reste		Deutsch-Ost-Afrika

Rechnung
Frankatur-Vermerk:
Fracht 52.20
Assekuranz-Prämie
Abnahme
Nachnahme
Nachnahmeprovision
Statistische Gebühr
Zollspesen
Zoll
Ueberladegebühr
Vorfracht
Ufergeld
Krangeld
Porto und Avis
Ausladegebühr
Schleusengeld bei der Abnahme
Unmittelbare Freihafen...
und verpflichten uns, dieses Gut gegen Zahlung der nebenstehenden Nachnahme und Fracht sowie der nach den Verfrachtungs-Bedingungen zu berechnenden Nebengebühren und Verlage auszuliefern an
das Königl. Geologisch-Palaeontologische Institut & Museum der Universität, Berlin N. Invalidenstr. 45
Zur Anerkennung des richtigen Empfanges der Ware wurden ... für einfach gültige Ladescheine von uns unterfertigt.
Unterschrift der Expedition:
Hamburg, am 26 Okt. 1913
Berliner Lloyd Aktien-Gesellschaft
Nachdruck verboten.

kuandaliwa, kufungashwa na kusafirishwa kwa visukuku hivyo kutoka kwenye ardhi ya Afrika Mashariki hadi Berlin.

Sehemu ya kitabu ya *UCHANGISHAJI* inajihusisha na watu na mambo ambayo yalihitajika yaanze kufanyika ili 'kuokoa' visukuku hivyo kutoka Afrika Mashariki na kuvipeleka kwenye Jumba la Makumbusho la Berlin. Kwa Mfano, nyaraka ya usafirishaji wa meli iliyotolewa na kampuni ya meli ya Berliner Lloyd Jointed-stock Company, mnamo mwaka 1911 (picha 11) imeonesha kwamba mambo ya kifedha na makusudio ya kisiasa yalilazimika kuingiliana na kushirikiana. Katika sura ya kitabu inayofuatia, Holger Stoecker anatongoa kufuatilia kampeni ya uchangishaji fedha ambayo ndiyo iliyokuwa chanzo cha rasilimali-fedha zilizotumika kutekeleza msafara, kwa kuhamasisha mtandao mpana wa tabaka la juu kijamii, la wanasayansi wasomi na matajiri wa Berlin.

Sura ya kitabu iliyoandikwa na Ina Heumann inaeleza kuhamishika ambako hakukutarajiwa kwa visukuku vya Tendaguru. Baada ya nchi ya Ujerumani kugawanyika kuwa nchi mbili, mara baada ya Vita vya Pili vya Dunia, Jumba la Makumbusho la Berlin likawa miliki ya Ujerumani Mashariki (au GDR). Jiji la Berlin liligawanywa pande mbili: Berlin Magharibi na Berlin Mashariki. Ukweli kwamba kiunzi cha *Brachiosaurus brancai* kiliweza kuushinda na kuuvuka mgawanyiko huu ulioitenganisha nchi kimipaka kwa ukuta wa mawe na kisiasa, mnamo mwaka 1984 kiunzi hicho kikabebwa hadi Ujapani, umbali wa maelfu ya kilometa kwenda kwenye maonyesho; inatupa fununu ya kiwango cha kuthaminiwa kwa kiunzi hiki katika jumba la makumbusho na kutambuliwa kwake katika muktadha wa kisiasa. Marco Tamborini, kwenye sura yake ya kitabu hiki, anaonesha hatua mbalimbali ambazo zilikuwa muhimu ili kuviwasilisha visukuku vilivyopatikana Tendaguru katika Jumba la Makumbusho- akitongoa kuanzia jinsi visukuku vilivyotolewa kwenye miamba hadi kuunganishwa na kusimamishwa, kama viunzi, kwenye Jumba la Makumbusho ya Historia ya Asili. Hii ilikuwa kazi ya muda mrefu ya utafiti na kuandaa, ambapo mifupa iliwekewa lebo, kumbukumbu zikawekwa kwenye orodha na majedwali; kisha mifupa ikaelezewa kisayansi na, baada ya kuandaa visukuku kimojakimoja na kuviunganisha kwa plasta, hatimaye viliunganishwa na kujengwa kuwa viunzi kwenye Jumba la Makumbusho.

MADAI YA UREJESHAJI, kama zilivyoelezwa desturi za utwaaji au utekaji, kulikuwa na nguvu iliyoendesha kila moja ya matukio yanayochunguzwa hapa. Ni kwa namna ipi na ni nani anayevieleza, kuviainisha na kuvipa majina visukuku vya Tendaguru? Ni kwa namna ipi habari ya "kuvumbuliwa" inasimuliwa? Chimbuko la visukuku la wakati wa ukoloni limehusikaje tangu enzi vilipopatikana hadi hivi sasa? Sura ya kitabu, iliyoandikwa na Michael Ohl na Holger Stoecker inayachunguza maswali haya kwa kukagua jinsi historia ya kufadhili msafara ilivyokuwa; inachunguza jinsi historia ya siasa za jiji la Berlin na jinsi manufaa ya kisiasa ya Jumba la Makumbusho viliunganika kwenye kuvipa majina ya kisayansi visukuku vya Tendaguru. Ni watu gani walipewa heshima ya majina yao kutumika kuvipa majina ya kitaksonomia visukuku hivyo na ni watu gani walinyimwa heshima hiyo? Ni kwa namna ipi majina hayo yanaakisi tofauti za utawala wa kimabavu wa miundo ya mamlaka ya kikoloni hadi leo? Katika sura ya kitabu inayofuatia, Ina Heumann, Holger Stoecker na Mareike Vennen wanachunguza historia ya uwasilishaji katika maonesho wa kiunzi cha *Giraffatitan* kwenye Jumba la Makumbusho la Berlin. Wanaonesha jinsi

Picha 11:
Waraka wa usafirishaji kwa meli, wa shehena ya visukuku, 1913, katika: MfN, HBSB, Pal. Mus. S II, Tendaguru-Expedition 2.2, uk. 156.

uoneshaji na mkao wa kisukuku hicho kwenye Jumba la Makumbusho umebadilika katika kipindi kilichopita. Wanauliza ni kwa kiwango gani tathmini ya kiunzi hicho, yenye usuli wa ukoloni imebadilika. Sura hii ya kitabu inafuatilia uhusiano na harakati za kiuchumi za zama za ukoloni, tangu mifupa hiyo ilipovumbuliwa kwenye koloni wakati ule, hadi leo ambapo mijadala imekuwa kuhusu urithi wa utamaduni. Hii itaonesha tofauti ya maana na uhusika kinaobebeshwa kiunzi cha *Brachiosaurus/Giraffatitan brancai*: Wakati ambapo, kwa muktadha wa Ujerumani, kiunzi hiki kimebadilishwa kutoka kuonekana kama nyara ya Ukoloni na kuwa kitu cha maonesho kisicho na historia; huku Tanzania kimeanza kujadiliwa kama kitu cha kisiasa chenye historia ya kikoloni.

MJADALA: Matini zilizojumuishwa kwenye sehemu ya hitimisho ya kitabu, zinatuleta kwenye kipindi cha sasa hivi. Musa Sadock na Halfan Magani wanatathmini usaili waliofanya baina yao na wenyeji wa eneo la Tendaguru wakati wa utafiti wa mbugani wakiwa pamoja na Holger Stoecker na Mareike Vennen (picha 12). Wanaonesha kwamba, bado watu hawa wana matumaini na bado wanazo kumbukumbu kuhusu uchimbuaji. Sura ya kitabu, iliyoandikwa na Bertram Mapunda, inaunganisha mwelekeo huu na kuchunguza kwa nini shauku ya kujua kuhusu nyara zilizoibwa wakati wa ukoloni imeongezeka katika miaka ya hivi karibuni. Anaufuatilia mjadala huu nchini Tanzania na kuonesha kwamba hakuna kauli moja ya namna ya kushughulikia historia ya ukoloni na athari zake. Usaili unaohitimisha unageukia Jumba la Makumbusho kama kituo cha kazi inayoendelea ya makusanyo. Katika usaili uliofanyika na mtunzaji na msimamizi wa Makusanyo ya Tendaguru katika Jumba la Makumbusho ya Historia ya Asili, Berlin; tunauliza, ni kwa namna ipi visukuku hivyo vinatumika siku hizi, yaani, vinafanyiwaje utafiti zaidi; vinahifadhiwa vipi ili vipate kudumu; kazi ya matengenezo ya lazima yanapotokea na maswali na udadisi unaowavutia watafiti na wageni watazamaji kuhusu makusanyo ya Tendaguru ni ipi?

Giraffatitan brancai, katika uhusika wake kidunia na kutokana na upekee wake usio na mfano ambao ni sehemu ya historia yake, unatudai kufumbua maana zake zilizofichama kwenye ngazi nyingi za ubishani, kwa kupaza sauti na mitazamo ya pamoja ya wahusika mbalimbali wa kutoka mahali na taaluma mbalimbali kuhusu kiunzi hiki. Katika muda wa shughuli ya utafiti, uwanda wa wahusika tayari umeshapanuka; wahusika wapya wameingizwa, kumbukumbu zinasimuliwa. Vyanzo vya habari ambavyo havikuwa vimeonekana huko nyuma, vinaweza kupatikana kwa matumizi ya baadaye. Kwa maana hii mandhari za matukio, vyanzo vya habari na picha zilizokusanywa katika kitabu hiki, kama vipandevipande vya habari, vinahitaji mitazamo au miangazo zaidi. Ni kwa namna hii pekee, kilichofichama, kile ambacho hakikuonekana katika historia ya nyara za Tendaguru zinazomilikiwa Berlin na kwenye hifadhi nyinginezo za nyara, vitaweza kutolewa hadharani, pamoja na kumbukumbu za desturi za asili za wenyeji wa Tendaguru zilizoambatana na mifupa hiyo. Kwa hiyo, mwishoni mwa kitabu hiki, hakuna taswira yenye ulinganifu; hakuna cha kutazamwa kilicho na ukamilifu, ila utambuzi kwamba: vitu vya historia ya asili, pamoja na habari zao, vina tabaka nyingi za kueleweka na hubadilika. Umbo lao na pia hadhi yao si wa aina moja bali hubadilika pamoja na wakati na muktadha. Historia ya Msafara wa Tendaguru na vitu vyake vitabaki katika mwendo wa mabadiliko.

Picha 12:
Mwanahistoria Halfan Magani akiwa kwenye mahojiano na Saidi Abdulrahamani Naomari, Diwani wa Mipingo, Julai 2018,
Mpiga picha: Mareike Vennen.

SHUKURANI

Kwa kutafiti, kuandika na kutafsiri matini ya kitabu hiki, tumejifunza mengi kuhusu dinosaria, kuhusu Tanzania na kuhusu historia ya kilimwengu ya Jumba la Makumbusho ya Historia ya Mambo ya Asili la Berlin. Tumechimbua kwenye hifadhi za nyaraka, tumepata vyanzo vipya vya habari, tumesoma nyaraka za zamani kwa mtazamo mpya au tofauti; tumebadilishana dhana na mawazo na watu wengi huko Berlin na Dar es Salaam; huko Lindi na London. Bila kukutana huku tusingeweza kukiandika kitabu hiki. Tungependa kuwashukuru washirika wote katika mijadala yetu.

Tungependa kutoa shukurani za pekee kwa William Mkufya, Walter Bgoya na Mkuki Bgoya walioambatana na mradi wa kitabu hiki tangu mwanzo wake kabisa. Tunawashukuru Musa Sadok na Halfan Magani wa Chuo Kikuu cha Dar es Salaam, kwa ushirikiano wao wa pekee kule Tendaguru, pamoja na Mtemi Edward na Dora Makwinya, kwa msaada wao kama wakalimani, tulipofanya usaili na wenyeji. Victor Shau, alifungua milango muhimu kwetu huko Lindi na katika jumuia za vijiji vya Tendaguru.

Tunawashukuru washiriki wetu kwenye usaili, ambao wametoka eneo la Tendaguru. Tungependa kuwashukuru Wilbard Lema na Prisca Kirway, kwa msaada wao na kubadilishana mawazo. Felix Chami alikuwa mshauri muhimu sana. Amandu Kwekason na Flower Manase, walitukaribisha kwenye Makumbusho ya Taifa, jambo tunalowashukuru sana kwalo. Tunamshukuru Balthazar Nyamusya na Eric Soko, kutoka Makumbusho ya Kumbukumbu ya Maji-Maji iliyoko Songea, kwa maelezo yao kuhusu historia ya makumbusho hayo, na msaada waliotupatia kwa vitendo. Kule Arusha tulifahamiana na Felista Mangalu na Aloyce Mwambwiga, ambao tunawashukuru kwa majadiliano na matunzo yao mema. Tunamshukuru Abbot Siegfried Hertlein wa Utawa wa Wakristo wa 'Msaada wa Mama', wa Ndanda, ambao walituwezesha kutumia kwa utafiti huu, hifadhi ya nyaraka ya Misheni ya Wabenediktini ya Ndanda.

Jasmin Mahazi hakuishia kutafsiri pekee kwa matini, lakini kwa utulivu na staha, alishiriki katika mchakato mgumu wa uhariri wa kitabu hiki. Reinhard Christopher Mudende pia alitafsiri sehemu ya kitabu. Tunamshukuru Hwaja Götz na Carola Radke, kwa picha zao za kupendeza sana. Thomas Schmid-Dankward, alisanifu toleo la Kijerumani la kitabu na Martina Gerber ndiye aliyefanya usanifu wa kurasa za toleo hili. Tunaishukuru kwa ushirikiano wao timu ya wafanyakazi wanaoshughulikia ukusanyaji wa taarifa na vielelezo vya kihistoria, katika Jumba la Makumbusho ya Historia ya Asili la Berlin. Lutz Diegner, alitufungulia milango muhimu katika kutafsiri kwa Kiswahili. Uta Reuster-Jahn alitupatia taarifa muhimu kuhusu Wamwera, na vilevile Harald Sippel, alitushauri kuhusu maswali magumu ya historia ya sheria za kikoloni.

Harakati hizi zilianza na mradi wa utafiti uliofadhiliwa na Wizara ya Elimu ya Shirikisho la Ujerumani na utafiti, ulioziunganisha Jumba la Makumbusho ya Historia ya Asili, Berlin na Chuo Kikuu cha Ufundi cha Berlin, pamoja na Chuo Kikuu cha Humboldt, Berlin, katika mtandao wa utafiti ulioshirikisha taaluma mbalimbali. Bila ya msaada wa kiasasi na weledi wa kitaaluma wa asasi hizi, na hususan, msaada wa Bénédicte Savoy, Johannes Vogel na Andreas Eckert; tusingeweza kupanga, kuuandaa na kuutekeleza mradi huu. Tungependa pia kuwashukuru Kerstin Lutteropp na Christopher Wertz kutoka Wizara ya Elimu na Utafiti ya Shirikisho la Ujerumani, waliokuwapo mara zote kuona maendeleo ya mradi. Yvonne Reimers kutoka Jumba la Makumbusho ya Historia ya Asili, Berlin, alishikilia kamba zilizodumisha muunganiko wa mradi huu pamoja. Tunatoa shukurani zetu za pekee kwake. ■

MAREJEO

AfricAvenir International e.V.: Humboldt 21! Dekoloniale Einwände gegen das Humboldt-Forum, Berlin 2017.

Anonymus: Was kostet das Skelett eines Riesensaurier?, katika: Der Sonntag 10.3.1921, uk. 40.

Bauche, Manuela: Cuban Corals in East Berlin's Natural History Museum, 1968–74: A History of Nondiplomacy, katika: Representations 141 (2018), kr. 3–19.

Brandstetter, Anna-Maria / Hierholzer, Vera (wahariri): Nicht nur Raubkunst! Sensible Dinge in Museen und universitären Sammlungen, Göttingen 2018.

Colbert, Edwin H.: Men and Dinosaurs. The Search in Field and Laboratory. The Great Dinosaur Hunters and their Discovery of the World of the Perhistoric Reptiles, London 1968.

Delbourgo, James: Collecting the World: Hans Sloane and the Origins of the British Museum, London 2017.

Damaschun, Ferdinand et al. (mhariri): Klasse, Ordnung, Art. 200 Jahre Museum für Naturkunde, Rangsdorf 2010.

Deutscher Museumsbund (mhariri): Leitfaden zum Umgang mit Sammlungsgut aus kolonialen Kontexten, Berlin 2018.

Edwards, Elizabeth et al. (mhariri): Sensible Objects. Colonialism, Museums and Material Culture, Oxford / New York 2006.

Hansert, Andreas: Das Senckenberg-Forschungsmuseum im Nationalsozialismus. Wahrheit und Dichtung, Göttingen 2018.

Hauser-Schäublin, Brigitta / Prott, Lyndel V.: Cultural Property and Contested Ownership. The Trafficking of Artefacts and the Quest for Restitution, Abingdon 2016.

Hennig, Edwin: Am Tendaguru. Leben und Wirken einer deutschen Forschungs-Expedition zur Ausgrabung vorweltlicher Riesensaurier in Deutsch-Ostafrika, Stuttgart 1912.

ICOM: Code of Ethics for Natural History Museums, Rio de Janeiro 2013.

Janensch, Werner: Die Wirbelsäule von Brachiosaurus Brancai, katika: Palaeontographica Supplement VII, 3 (1950b), kr. 27–93.

Kazeem, Belinda et al. (mhariri): Das Unbehagen im Museum. Postkoloniale Museologien, Vienna 2009.

Kilb, Andreas: Namen, die keiner mehr nennt, katika: Frankfurter Allgemeine Zeitung 12.9.2018.

Koldehoff, Stefan: Die Bilder sind unter uns. Das Geschäft mit der NS-Raubkunst und der Fall Gurlitt, Berlin 2014.

Köstering, Susanne: Natur zum Anschauen. Das Naturkundemuseum des deutschen Kaiserreichs 1871–1914, Cologne 2003.

Maier, Gerhard: African Dinosaurs Unearthed. The Tendaguru Expeditions, Bloomington 2003.

Maier, Gerhard: Tendaguru Through Time: The Information Trail of a Scientific Expedition, unpublished 2015.

Rader, Karen A. / Cain, Victoria E. M.: Life on Display. Revolutionizing U.S. Museums of Science and Natural History in the Twentieth Century, Chicago 2014.

Reck, Ina: Mit der Tendaguru Expedition im Süden von Deutsch-Ostafrika. Reisekizzen von Ina Reck, Berlin 1924.

Remes, Kristian et al.: Skeletal Reconstruction of Brachiosaurus brancai in the Museum für Naturkunde, Berlin. Summarizing 70 Years of Sauropod Research, katika: Nicole Klein et al. (mhariri): Biology of the Sauropod Dinosaurs. Understanding the Life of Giants, Bloomington 2011, kr. 305–316.

Reyels, Lili / Ivanov, Paola / Weber-Sinn, Kristin (Toleo): Humboldt Lab Tanzania. Mikusanyo ya vita vya ukoloni katika Ethnologisches Museum, Berlin – Majadiliano ya Tanzania-Ujerumani, Berlin 2018.

Savoy, Bénédicte (mhariri): Nofretete. Eine deutsch-französische Affäre, 1912–1931, Cologne 2011.

Savoy, Bénédicte: Die Provenienz der Kultur. Von der Trauer des Verlusts zum universalen Menschheitserbe, Berlin 2018.

Schulze, Sabine / Reuther, Silke (wahariri): Raubkunst? Die Bronzen aus Benin. Ausstellung im Museum für Kunst und Gewerbe Hamburg, Hamburg 2018.

Stoecker, Holger et al. (mhariri): Sammeln, Erforschen, Zurückgeben? Menschliche Gebeine aus der Kolonialzeit in akademischen und musealen Sammlungen, Berlin 2013.

Stoler, Ann Laura: Imperial Debris. Reflections on Ruins and Ruination, katika: Cultural Anthropology 23, 2 (2008), uk. 191–219.

Svoboda, Nadine Swantje: Knochen aus der Kiste. Die Dinosaurier der Tendaguru-Expedition, Berlin 2014.

Taylor, Michael P.: A Re-evaluation of Brachiosaurus altithorax Riggs 1903 (Dinosauria, Sauropoda) and its Generic Separation from Giraffatitan brancai (Janensch 1914), katika: Journal of Vertebrate Paleontology 29, 3 (2009), kr. 787–806.

Wild, Sarah: South Africa's Largest Dinosaur Upends Theories of how Four-legged Walking Began, katika: Nature 27.9.2018.

The Swahili Novel
THE PRODIGY
Tom Jones
JOHN LE CARRÉ
WE HAVE NO IDEA

TAHARIRI

VIWANGO VYA USOMAJI BAINA YA KITABU PENDWA NA USOMI DHATI

William E. Mkufya

Mwaka 2017, wahariri wa kitabu hiki walinihitaji kupitia miswada ya sura za kitabu zilizotafsiriwa kwa Kiswahili kutoka Kijerumani. Haikuwa kazi rahisi, lakini ilikuwa changamoto ya kuvutia kwangu. Kwa hiyo niliikubali kwa moyo mkunjufu. Mimi ni mwandishi wa Kitanzania, pia ni mhariri na mfasiri wa Kiingereza na Kiswahili. Kwa muda wa miaka zaidi ya arubaini iliyopita baada ya riwaya yangu ya kwanza *The Wicked Walk* kuchapishwa, mwaka 1977, nimeandika riwaya kwa Kiswahili na Kiingereza na kwa muda wote huo nimefanya kazi karibu na ulimwengu wa fasihi wa Tanzania hadi hivi leo. Kati ya mwaka 2003 na 2008, niliajiriwa na Shirikisho la Maendeleo ya Vitabu la Afrika Mashariki (East African Book Development Association) kama katibu mtendaji, upande wa Tanzania, uliofahamika kama Baraza la Maendeleo ya Vitabu Tanzania. Malengo ya shirikisho hili yalikuwa kukuza utamaduni wa usomaji wa vitabu kwenye ukanda huu wa Afrika.

UHARIRI WA TOLEO LA KISWAHILI

Kazi ya kuhariri toleo hili ilikuwa changamoto ya pekee kwa sababu lugha za Kijerumani na Kiswahili zina miundo tofauti kabisa ya kiisimu. Vilevile lugha hizi zinatoka kwenye tamaduni zenye asili tofauti kabisa. Utofauti huu ulisababisha iwe kazi ngumu kwa mradi kutafasiri kwa Kiswahili "*Dinosaurierfragmente*", kitabu kilichoandikwa kwa Kijerumani.

Mradi ulichohitaji ni kupata wafasiri wenye ustadi mkubwa wa lugha zote mbili ili kuweza kuelewa kwa ufasaha matini ya Kijerumani na kuieleza kwa Kiswahili fasaha. Zaidi ya hapo makusudi ya mradi yalikuwa kwamba kitabu kiwe katika lugha inayoeleweka na inayomvutia msomaji- jukumu ambalo lilimpasa mfasiri na mhariri wa Kiswahili alizingatie.

Mradi ulihitaji mhariri ambaye atasahihisha sura zilizotafsiriwa na kuchunga kila mara usahihi wa sarufi ya Kiswahili na matumizi ya msamiati unaoeleweka kwa wasomaji. Kazi hii ingekuwa rahisi kama mhariri angekuwa na ufahamu kiasi wa lugha ya Kijerumani, ili aweze kukagua mara kwa mara kazi aliyofanya mfasiri na kulinganisha na matini halisi ilivyo kwenye Kijerumani. Lakini mhariri hakuwa kabisa na ufahamu wa lugha ya Kijerumani. Hii ilifanya mambo yawe magumu zaidi. Mbaya zaidi ikawa kwamba waandishi wa kitabu nao hawakuwa na ufahamu wa lugha ya Kiswahili ambayo ingewasaidia kuhakiki kilichotafsiriwa. Ikabidi tuwaamini tu wafasiri walichofasiri na mara nyingi, palipotokea kutoeleweka kwa tafsiri ilibidi tutumie Kiingereza kufafanua.

Picha 1 upande wa kushoto:
William Mkufya akiwa mezani kwake, Mpiga picha: Miriam.

Mhariri au mfasiri makini sharti ajitahidi kuzifikia maana za mwandishi zilizomo kwenye sentensi na matini alizoandika hata ikibidi kutumia misaada ya kamusi na vitabu vya marejeo. Kamusi zina msaada mkubwa lakini wakati mwingine zinaweza kumpotosha mtumiaji kama si mwangalifu kuizingatia maana iliyotolewa. Neno la Kiingereza *earth* linaweza kutumika kumaanisha udongo au sayari ya dunia. Kwa hiyo mtumiaji lazima aielewe maana halisi ya mwandishi kabla ya kuitumia tafsiri iliyotolewa na kamusi.

Kama lugha aliyotumia mfasiri ni ngumu ni wajibu wa mhariri kuirahisisha kwa wasomaji waliokusudiwa. Ingawa mhariri hatakiwi kuandika upya matini ya kitabu lakini alipaswa wakati wote kuchunga na kuepusha matini isiyoeleweka na wakati mwingine, ikibidi, kujadiliana na mwandishi kufafanua kurahisisha sentensi au matini zilizo ngumu kwa wasomaji.

Kama mhariri, wakati wowote nilipoona kazi mfasiri alivyoiwasilisha kwa Kiswahili haileti maana, ilinibidi kutoa ilani na ilibidi tujadiliane na kurekebisha. Hata hivyo kazi yote ilifanyika kwa ushirikiano mkubwa kama kikundi, tukiwasiliana na waandishi na, mara nyingi kutumia nyenzo za komputa kufuatia mabadiliko au masahihisho yaliyofanywa na mhariri ili mfasiri kuyakubali au kuyakataa. Sote tulipoafikiana na usahihi wa tafsiri iliyowasilishwa, ndipo kazi iliendelea.

ATHARI CHANYA YA VITABU KWA WASOMAJI

Vitabu hufanya vitu viwili muhimu kwa msomaji na vitu hivi humbadilisha msomaji. Ama vinamburudisha au vinamuelimisha, au vyote kwa pamoja. Baada ya kusoma kitabu, msomaji hustahili kuwa mtu mwingine tofauti na kabla ya kukisoma. Mifano ya athari za usomaji ni mingi leo na hata zamani. Wajerumani na Watanzania wana mitazamo inayotofautiana kuhusu ukoloni na jinsi ukoloni ulivyohusika kwenye mifupa ya dinosaria iliyochukuliwa kutoka Tendaguru na kupelekwa Ujerumani karne moja iliyopita. Nina imani kusoma kitabu hiki kutaleta mabadiliko ya maoni ya mitazamo hiyo.

Mchakato mzima wa kuzalisha kitabu chochote kwa uandishi, kukifasiri, kukihariri, kukipa muundo, kukichapa na bila kusahau kukipangia bei; vyote huwalenga wasomaji na hizo athari chanya zinazotarajiwa kwa wasomaji kwa kuwa, hatimaye juhudi zote tangu mwanzo zililenga mabadiliko hayo ayapatayo msomaji. Kitabu hakiwalengi watengenezaji wa kitabu hicho.

Msomaji anapojisomea, huwa na hisia zimjulishazo kwamba kitabu anachokisoma kinampa mabadiliko yaliyotajwa au hapana. Baada tu ya kusoma sentensi kadhaa zisizompa mabadiliko yoyote, huamua kukitupilia mbali kitabu hicho. Kwa hiyo tunaweza kujiuliza, kwa nini kujihangaisha kuzalisha kitabu ambacho hakitampa msomaji mabadiliko na hivyo kuishia kutupiliwa mbali? Kwa maneno mengine, kuna hekima gani kuandika, kutafasiri na kuzalisha kitabu kigumu mno kusomeka isipokuwa kama wameandikiwa wasomi na watafiti ambao hulipwa kuchimbua maana zilizofichama kwenye maandiko hayo? Watafiti na wasomi wanaweza kuwa na nyenzo za kamusi na vitabu vya marejeo kuwasaidia kuelewa kitabu kigumu kwa kuwa watalipwa kwa kazi hiyo au wanalenga kupata mafanikio ya kisomi, lakini matarajio hayo hayapo kwa wasomaji wa kawaida. Wasomaji wa kawaida na hata wasomaji dhati wawezao kupenya matini ngumu, wote hawapendi kusoma na kila mara kulazimika kutafuta kamusi au vitabu vya marejeo ili kuelewa wanachokisoma. Mara nyingi wataahirisha kutafuta maana hizo zilizo kwenye kamusi au marejeo na hatimaye huishia na uelewa haba wa maana zilizokusudiwa, labda wawe tayari kukirudia kukisoma kitabu tena. Kurudia kusoma kitabu inachosha na haina sababu, ikiwa kitabu kingeweza kurahisishwa uleweka wake tangu mwanzo. Hakika ziko aina za vitabu vilivyokusudiwa usomaji wa dhati au vitabu ambavyo haviwezi kuepuka kuanndikwa kwa ugumu. Lakini vitabu vya aina hiyo si pendwa kwa wasomaji.

Kwa hiyo jukumu letu la kwanza kwa uhariri wenye umakini kama huo, lilikuwa kufikiria kitabu hicho kinawalenga akina nani, ili tahariri ya tafsiri yake ifanyike kwa ajili yao. *Vipande vya Dinosaria* ni kitabu kinachojaribu kuwasilisha habari za historia wakati wa ukoloni, habari za taaluma ya paleontolojia na kuwasilisha matokeo ya utafiti uliochunguza asili na uhalali wa mifupa ya dinosaria iliyochukuliwa Afrika ya Mashariki ambayo sasa iko kwenye ukumbi wa maonyesho katika Jumba la Makumbusho ya Mambo Asili huko Berlin, Ujerumani. Kitabu hiki kinaeleza mazingira ya ukoloni yalivyokuwa, kikitoa uchambuzi na uhakiki mnyofu na mkweli kuhusu mazingira ya ukoloni ya wakati ule na jinsi masalia yake, hivi sasa, yanavyolizingira jambo zima.

Majadiliano kati yangu na wahariri wa kitabu hiki yaliyofanyika Dar es Salaam, yaliafikiana kukilenga kitabu hiki kwa ulimwengu wa wasomi lakini pia tafsiri hii ya Kiswahili iweze kusomwa na wasomaji wa kawaida. Makusudi ya kitabu hiki ni kujaribu kutafsiri na kushirikiana na wasomaji kuwapasha habari za matokeo ya utafiti huo uliofanyika, lakini wakati huohuo kuwa daraja kati ya usomi dhati na usomaji pendwa wa kupeana habari, ukilenga jumuia ya wasomaji walio wasomi na wa kawaida. Msomaji yeyote anayeweza kusoma na kuzingatia makala za magazeti ya Kiswahili anaweza kukielewa kitabu hiki kwa ukamilifu. Ngazi hii ya wasomaji iliyolengwa ndiyo ileile iliyolengwa na magazeti ya Tanzania yaliyoliibua shauri la mifupa ya dinosaria iliyopatikana Tendaguru hapo zamani na kulifanya shauri hilo lijulikane kwa wananchi. Kwa hiyo baada ya maafikiano haya, uhariri ukaanza kufanyika ukilenga ulingo huu mpana wa wasomaji. Kwa sababu hizi, kama ilivyoelezwa hapo juu, ilibidi kuhakikisha tafasiri imefanyika kwa ukamilifu na inaweza kuwafikia wasomaji kwa ufasaha na kwa usomaji unaovutia.

KUYAPATA MANENO SAHIHI

Tafsiri ilifanyika kwa nia ya kuwafikia wasomaji kwa usomaji pendwa yaani kulenga uga mkubwa wa wasomaji iwezekanavyo. Lakini hata kitabu cha aina hii kiweje, kuna lugha rasmi ya kitaalamu ambayo hakiwezi kuiepuka kama kitataka kuwasilisha ukweli kinaokusudia kuwaambia wasomaji. Dinosaria ni nini? Ni wanyama wa aina gani? Walikuwapo lini? Visukuku ni vitu gani na vinawezaje kutuambia habari kuhusu Dinosaria? Maswali haya na mengine mengi yanaweza kujibiwa tu kwa kutumia lugha maalumu itumiwayo na watu wenye weledi wa kutosha kuhusu viumbe hao na namna zitumikazo kuwajua.

Unawezaje kuwaeleza wasomaji waliolengwa kuhusu namna ya kutambua aina mbalimbali za dinosaria kabla hujawazoeza lugha unayotumia? Hapa juhudi kubwa zimefanyika kuirahisisha lugha na wakati huohuo kuzingatia kutoupoteza ukweli na uhalisi wa mambo yanayozungumziwa.

Katika mazingira yaliyopo, msamiati wa sayansi wa Kiswahili bado uko kwenye uchanga wa kujijenga na, kwa bahati mbaya, hata huo msamiati uliokwisha kuundwa hautumiki vya kutosha kwa sababu machapisho ya kisayansi kwa Kiswahili, kama yapo ni machache sana. Wasomaji huuzoea msamiati wowote kwa matumizi ya mara kwa mara ya msamiati huo. Majina ya kitaksonomia yaliyotolewa kwa Kiswahili kama spishi, jenasi, oda na hata familia (ya kitaksonomia) hayajazoewa, kwa hiyo ukiyatumia yanaweza kumchanganya msomaji. Wakati mwingine tumeona kuwa hata istilahi zilizopo hazitoshelezi kuieleza maana halisi ya jambo. Kwa mfano tuligundua kwamba neno la Kiswahili la dhana ya *evolution* haliwasilishi sifa na maana halisi za kijenetiki za dhana hiyo. Dhana nyingine za kisayansi kama *mineralization* ya mifupa kwenye tabaka za miamba, dhana kama *petrifaction* na kadhalika zilihitaji utumike ufafanuzi kuliko kutumia istilahi zilizokwisha kuundwa moja kwa moja.

Hali hii inaelekeza kwenye matatizo na maswali mapana zaidi: Kigugumizi cha Sera ya Elimu kukifanya Kiswahili kiwe lugha ya kisomi kimechangia kwa kiasi kikubwa katika kudumaza uwezo wake wa kujieleza kisayansi. Juhudi za kujenga istilahi za kisayansi za lugha hii zimeshafanywa na taasisi husika zinazofahamika, lakini kama ilivyoelezwa hapo juu, istilahi hizo bado ni chache sana na haziko hai kwa sababu ya Kiswahili kutotumiwa kuwa lugha ya usomi, ya kufundishia kwenye shule za sekondari na vyuo. Lugha ya usomi hadi hivi leo bado ni Kiingereza. Hali hii imesababisha kuwapo kwa uhaba mkubwa wa msamiati wa kiufundi na kisayansi kwa msomaji wa kawaida wa Kiswahili. Hakika kutafsiri "*Dinosaurierfragmente*", kwa Kiswahili kulikuwa kugumu kwa sababu ya uhalisia huu.

Kitu kingine ambacho hakikuweza kuepukwa ni usimuliaji wa kisomi. Hiki ni kitabu kinachohusu mambo ya kweli yaliyochunguzwa na kuthibitishwa kisayansi. Vyanzo vya ukweli huu ni lazima viwe dhahiri na thabiti. Uhusiano wa mambo ya kweli yaliyojulikana kwa utafiti sharti uoneshwe waziwazi ili kumuwezesha mtafiti kutoa uthibitisho na uamuzi wenye mantiki. Michoro, picha, ramani na vielelezo vimetumika vya kutosha kumuelewesha msomaji. Kwa hiyo msomaji asishitushwe na mundo huu wa kuwasilisha hoja kwani ndiyo njia pekee ya kufanya uwasilishaji wa uchunguzi wa kisayansi uaminike na ukubalike bila mashaka.

UPUNGUFU WA TABIA YA USOMAJI VITABU

Kuna uchache wa vitabu vya kisayansi katika lugha ya Kiswahili. Mbali na vitabu vya kiada vya shule za msingi, vitabu vyenye ufahamu wenye mwelekeo wa kisayansi ni vichache. Tabia ya kusoma vitabu pia iko kwenye kiwango kidogo sana; maktaba ni chache na ununuaji wa vitabu madukani ni mdogo mno. Hili tatizo haliko Tanzania pekee. Shirika lisilo la Kiserikali lililojulikana kama, Shirika la Maendeleo ya Vitabu la Afrika Mashariki na mashirika mengine yasiyo ya Kiserikali yalijaribu kuingilia kati upungufu huu kwa kuleta misaada ya vitabu. Lakini vitabu vilivyoletwa kama ufadhili kushindana na upungufu huu, kama vile vilivyotolewa na Book Aid International na wafadhili wengine, vilikuwa kwa lugha ya Kiingereza. Ingawa vilikuwa na mafunzo mazuri kwenye mada zake, havikusomeka kwa wanafunzi kutokana na uhodari wao mdogo wa lugha ya Kiingereza. Kwa hiyo msaada wa vitabu hivyo haukuleta mabadiliko ya kuridhisha.

Kama ilivyokwishaelezwa hapo juu, Kiswahili siyo lugha ya kisomi. Vitabu vilivyoandikwa na wataalamu wa hapa nchini vimeandikwa Kiingereza na juhudi hazionekani za kuvitafsiri na hata kurahisisha mafunzo yake yaeleweke kwa msomaji wa kawaida. Kuna idadi kubwa ya vitabu ambavyo vingewafaa Watanzania na wananchi wa Afrika Mashariki, vilivyoandikwa na wataalamu wenyeji wa nchi hizi kuhusu siasa, uchumi, sosholojia, kilimo, afya na usafi, fasihi na kadhalika. Lakini karibu vyote vimeandikwa Kiingereza.

VIPANDE VYA DINOSARIA NA SIASA ZA NJAA YA VITABU

Kitabu hiki *Vipande vya Dinosaria*, kinaweza kuwa mwanzilishi muhimu wa uandishi au ufasiri wa vitabu vingine zaidi vya kisayansi vinavyolenga kuuelimisha umma wa Watanzania kuhusu nafasi ya nchi hii kuwa mahali penye uwezo mkubwa wa kuwa kitovu cha utafiti wa kipaleontolojia, akiolojia na wa kibayolojia. Hakika waandishi na wafasiri hawafanyi kazi ya bure, sharti walipwe kwa juhudi zao. Vilevile serikali inawajibika kuiona na kuitambua njaa kubwa iliyopo ya vitabu vya Kiswahili vyenye mweleko wa kisayansi ili zifanye juhudi za kuua njaa hiyo. Kama kuanzisha maktaba kunahitaji uwapo wa vitabu vya Kiswahili kwa wingi, wasomi wa Kitanzania na Afrika Mashariki wanaoandika vitabu, waviandike kwa Kiswahili au juhudi zifanyike kuvitafsiri. Na jambo la muhimu kabisa ni kufanyika juhudi za dhati kulipa wafasiri pesa waanze kazi kubwa ya kutafsiri vitabu muhimu kutoka kwenye hazina kubwa ya mkusanyiko wa maandishi ya Ulimwengu. Tafsiri hiyo ifanyike kwa kuteua vitabu ambavyo vitawavutia wasomaji na kubadili tabia ya usomaji kwa Kiswahili.

Usomaji wa vitabu utabadili msingi wa ufahamu wa watu wetu, lakini pia kuwapo kwa vitabu vya kitaaluma kwa Kiswahili kutaupa uhai na kuukuza msamiati wa Kiswahili katika sayansi na taaluma nyinginezo. Shule sharti ziwe na maktaba na tabia ya kutumia maktaba ikuzwe kuanzia shuleni. Siasa zinazoendelea na kupamba moto kuhusu ubora wa vitabu vya kiada ni nzuri na sahihi lakini siyo tiba sahihi kwa njaa iliyopo ya vitabu na uvivu wa kujisomea vitabu. Matumizi ya vitabu vya kiada huishia shuleni. Shauri la muhimu lizungumziwalo hapa ni usomaji katika kile kipindi baada ya mtu kumaliza shule. Hebu fikiria kwamba njaa hii ya vitabu huanzia katika kipindi hiki kirefu baada ya mtu kumaliza shule. Njaa hii si kwa mtu mmoja bali kwa maisha yote ya Taifa zima kwa ujumla!

Afrika ya Mashariki na hasa Tanzania ina njaa kubwa ya vitabu vya sayansi, kwa Kiswahili. Kwa uhaba huu jamii inaathiriwa na uhaba wa kutisha wa elimu ya sayansi. Lugha ya Kiswahili ambayo ingetakiwa kuikomboa jamii kwa kuipatia elimu hii kwenye mazingira haya, yenyewe ina uhaba wa msamiati unaostahili. Hata msamiati mchache ambao tayari umeshaundwa, umedorora na kulala usingizi kwa sababu ya ukosefu wa vitabu vinavyoandikwa kuutumia, kuuzoeza,, kuuboresha na kuukuza. Toleo hili la Kiswahili la *Vipande vya Dinosaria* linafaa na linastahili kuwa mfano wa kuigiza na kuelekeza kile tunachohitaji.

MAONI MACHACHE BINAFSI YA MHARIRI KUHUSU KITABU, *VIPANDE VYA DINOSARIA*

Kama ilivyodokezwa kwenye kitabu hiki, si muda mrefu ulipita baada ya kupatikana Uhuru Tanzania, kulikuwa na wingu zito lililohusu taarifa za kuwapo kwa mifupa ya viumbe wa kale ambayo asili yake ni mahali kwenye nchi ambayo ni Tanzania ya leo. Mifupa hiyo ya kale, hivi leo ni nyara zenye thamani kuu zenye ukumbusho wa kitamaduni wa Taifa la Kijerumani. Lakini kitambo zaidi kabla hata ya hazina hiyo ya mifupa kuhesabika kuwa miliki ya Kijerumani, mahali ilipotoka palihesabika kuwa miliki ya Wajerumani. Kwa bahati nzuri Uhuru wa Taifa la Tanzania umeruhusu uhuru wa Kitaifa, kwa namna zote za maana ya neno uhuru, na kuweka huru pia akili, kauli na hoja za watu kulitazama na kulizungumzia upya shauri hili. Sasa hivi jambo hili linaweza kujadiliwa bila ya mashaka kwamba mahali mifupa hiyo ilipotoka hapakuwa mililiki ya Wajerumani, na kwa hiyo hazina hiyo ya mifupa, asili yao haikuwa ardhi ya Wajerumani. Lakini katika ngazi nyingine ya fikra, kuna mwanga wa ufahamu unaoangazwa na watafiti, waandishi wa kitabu hiki, kwamba thamani ya hiyo hazina haiko kwenye kuiona pekee ikiwa tayari pale ilipo, bali pia iko katika kuichimbua kitaalamu na kuiumba upya na kuipa uhai wa kisanifu iliyo nao hivi sasa. Msomaji ataufahamu ukweli huu kwa kudurusu kwa uangalifu kurasa za kitabu hiki. Kitabu hiki chenye ujasiri mkubwa wa hoja na maoni, hakimbakishi yeyote kinapokosoa. Kinachambua na kukosoa uhalifu na dhuluma wakati wa ukoloni wa Kijerumani na kutamka kwa ujasiri kwamba, wenyeji, wananchi wa Tendaguru waliyajua "Mafupa" hayo kabla ya kuja kwa Wajerumani, lakini pia kinawaelimisha Watanzania jinsi wanasayansi walivyogeuza 'mali' yao hii kuwa hazina kubwa ya kwenye majumba ya Makumbusho. Kinachoufanya usomaji wa kitabu hiki kuwa wa kufurahisha na kuelimisha ni ile tunu yake ya kusawazisha na kusuluhisha. Badala ya kufufua na kuuelekeza mgogoro wa siasa zinazohusu mifupa hiyo ya kale ya Dinosaria kwenye ugomvi mkubwa wa kisheria na madai, kitabu hiki kinaondoa wingu la ujinga pande zote, kusuluhisha na kuweka nafasi ya maelewano ya amani. ■

DIE WELT IM OBEREN JURA

AFRIKA MASHARIKI ZAMA ZA DINOSARIA

Daniela Schwarz na Oliver Hampe

Dinosaria ni wanyama wenye uti wa mgongo walio katika jamii ya reptilia waliokuwapo duniani zamani sana. Wengi wao walitoweka zamani sana na hivi sasa hawapo kabisa isipokuwa kizazi kitokanacho nao ambacho ni ndege. Kati yao walikuwapo wa nchi kavu waliokuwa na miili mikubwa kuliko wanyama wote waliowahi kuwako duniani katika zama zote. Kizazi cha wanyama hao, kilichopo kwa sasa ni ndege pekee. Baada ya dinosaria kupotea duniani, visalia vya mifupa yao vilibaki na kudumu vikiwa vimejihifadhi katika visukuku (mabaki ya mifupa), tangu zama za Mesozoic. Mesozoic ni kipimo cha muda wa kale kijiolojia, pia muda huo huitwa zama za kati za kiakiolojia. Dinosaria waliishi takriban miaka milioni 170 iliyopita. Zama walizoishi wanyama hao kwenye muda wa kiakiolojia ni kipindi kati ya miaka milioni 235 iliyopita kwa kipimo cha juu hadi mwishoni mwa zama za Chalki (Cretaceous age) ambazo ni kabla ya miaka milioni 65 iliyopita. Binadamu alitokea kwenye uso wa dunia miaka milioni saba tu iliyopita katika zama zilizoitwa Cenozoic kijiolojia. Kwa hivyo enzi binadamu alizojitokeza hakupambana kabisa na dinosaria kwa kuwa nyakati hizo wanyama hao walishatoweka, hawakuwapo tena duniani. Masalia ya dinosaria hupatikana katika mabara yote duniani[1]. Waliishi katika nchi kavu peke yake – angani walikuwako jamaa zao, dinosaria wanaoruka angani. Zama hizo, baharini waliishi reptilia wa majini na mamba.

Mabaki ya mifupa ya dinosaria yanajulikana kwa watu tangu karne nyingi zilizopita. Pia ilifahamika kwamba mifupa hiyo ni ya wanyama wa kale waliotoweka na hawapo tena duniani. Kwa hivyo, kwa kitambo kirefu, masalia haya ya dinosaria yamekuwa yakichunguzwa kama vitu vya kisayansi, ingawa kwa wakati huo bado hapakuwa na istilahi muafaka kwa watafiti wote kila mahali[2]. Neno dinosaria limetokana na Kigiriki cha zamani δεινός deinós, ambayo kwa Kiswahili ni: 'chakari au dhalimu' na Kigiriki cha zamani σαῦρος sauros, kwa Kiswahili: 'mjusi' halikutumika kabla ya mwaka 1842. Mwanapalaentolojia na mchunguzi wa miili ya wanyama Mwingereza Sir Richard Owen alibuni neno hili, ili kueleza vizuri asili ya mifupa mikubwa mno ya wanyama hawa wafananao na mijusi waliotoweka zamani[3]. Kwa hiyo aliunganisha maneno *deinos* na *sauros* akapata *deinosauros* (mjusi chakari au mjusi dhalimu). Katikati ya karne ya 19 kulijulikana jamii nne tu za dinosaria ambao walikuwa wala-mboga. Dinosaria hao waliitwa: *Iguanodon*, *Hylaeosaurus*, *Plateosaurus* na *Thecodontosaurus*. Pia alijulikana dinosaria mla-nyama mmoja aitwaye *Megalosaurus*. Lakini hadi hivi sasa zimeshaweza kufahamika na kuelezwa jamii 750 za dinosaria[4].

Picha 1 upande wa kushoto:
Kiunzi cha *Brachiosaurus brancai* kilichosimamishwa katika Makumbusho ya Mambo ya Asili Berlin, 2007, Mpiga picha: Antje Dittmann/MfN.

1 Weishampel et al. 2004.

2 Spalding / Sarjean 2012.

3 Torrens 2012.

4 Wang / Dodson 2006; Benton 2008.

VISUKUKU VYA DINOSARIA

Ujuzi wetu wa dinosaria tunaupata kutokana na visukuku vyao. Visukuku ni mabaki yoyote ya viumbe vilivyoishi zaidi ya miaka elfu kumi (10,000) iliyopita. Wanasayansi wanaotafiti visukuku huitwa *wanapalaentolojia*. Visukuku vya dinosaria hupatikana zaidi vikiwa mifupa iliyogeuka kuwa kama mawe. Viota, mayai na mabaki ya kinyesi cha dinosaria pia hupatikana. Ni nadra kupatikana visukuku vilivyohifadhika vikiwa bado na hali ya miili nyororo, kwa mfano ngozi, nyama[5] au manyoya ya dinosaria[6]. Pamoja na visukuku hivi vya miili, dinosaria pia waliacha visukuku vya nyayo; yaani alama za nyayo zao zilipokanyaga na alama za njia zao walimopita.

Mifupa ya dinosaria huwa visukuku katika hali maalum ya pekee. Kawaida mabaki meroro ya mzoga huoza yakapotea ardhini. Mifupa ya dinosaria huwa imehifadhika kama visukuku baada ya kufunikwa haraka na udongo na bila kufikiwa na hewa yoyote[7]. Badala ya kuoza na kupotelea ardhini mifupa hiyo huimarika na kuwa migumu. Hali hii hutokea kwa mfano ikiwa mabaki ya dinosaria yalifunikwa na matope, maji au kufunikwa na mchanga wa jangwani. Hali ya hewa maalum kama hii kwa mfano ukavu wa hewa au ubaridi pia huweza kuhifadhi mnyama aliyekufa na kuhifadhi mzoga wake kuwa jiwe. Kule kufunikwa na udongo, mchanga au maji huzuia sehemu za mwili wa mnyama aliyekufa kuoza na kupotea kabisa ardhini. Kadri muda unavyosogea mbele, mabaki haya huzidi kufunikwa na udongo mwingine hadi yazame chini na chini zaidi ardhini. Kurundikana huku kwa ardhi huweka matabaka ya udongo ambayo hugeuka kuwa matabaka ya miamba. Kwa sababu ya matabaka haya ya miamba ambayo hulalia mifupa, mkandamizo huzidi kuongezeka, kwa sababu ya uzito na hali ya joto ardhini ambayo huathiri mifupa. Udongo au matope utakapokuwa mgumu, mifupa hugeuka kuwa mawe[8]. Mifupa hugeuka kuwa mawe kama tishu zote za mifupa au sehemu yake itabadilika kuwa madini, mchakato huo huendelea hadi mwishowe visukuku vya mifupa huwa vizito zaidi kuliko mifupa yenyewe ilivyokuwa. Katika ardhi, mwanzoni, mifupa hutoka maji na husinyaa. Muundo wa kikemia wa mifupa hubadilika na kufanana na muundo wa kifuwele (crystalline) wa miamba. Maji yaliyo na chumvichumvi za miamba huingia ndani ya mifupa na kukuza wingi wa madini katika mifupa mpaka mifupa hubadilika rangi. Hivyo mfupa hubaki na sura na umbile lake lakini umegeuka kuwa jiwe[9].

Sehemu ambapo kumepatikana visukuku vingi kwa pamoja hujulikana kama chimbuko la visukuku. Sehemu ya kuzunguka mlima wa Tendaguru kusini mwa Tanzania ni chimbuko maarufu lililopatikana visukuku vingi. Mahali hapa palipatikana visukuku vya mifupa zaidi ya tani 230, ambazo ziliweza kutambuliwa kitaalamu kuwa aina 13 mbalimbali za dinosaria. Pamoja na visukuku, pia miamba ambayo visukuku vilipatikana ni muhimu, kwani kwa kuchunguza miamba hii wataalamu wanaweza kueleza kuhusu ile hali iliyokuwako kutengenezeka visukuku, vilevile kwa kuchunguza miamba hii wataalamu waliweza kuyajua mazingira ya dinosaria walipokuwa hai na pengine kujua kuhusu viumbe vingine vilivyoishi wakati huo.

MUUNDO WA MIILI, UAINISHAJI WA KISAYANSI NA MABADILIKO YA KINASABA YA DINOSARIA

Kwa mtazamo wa kizoolojia, dinosaria ni reptilia, pia hujulikana kama wanyama watambaaji. Kwa hivyo dinosaria walikuwa na unasaba na mamba, mijusi, nyoka na kobe. Walikuwa na ngozi kavu yenye magamba magumu na sehemu nyingine za ngozi zilikuwa ngumu kama mfupa. Walikuwa na mifupa ambayo ilifanana na ile ya reptilia na pia walitaga mayai yenye maganda magumu. Dinosaria walikuwa na baadhi ya sifa ambazo zilitofautiana na reptilia wa kawaida. Kwa mfano mara nyingi walikuwa na manyoya ama nywele fupi na ngumu kama burashi. Tofauti nyingine ni kuwa, reptilia wa kawaida wana miguu na mikono iliyoko ubavuni mwa tumbo, wanayotumia kutambalia, wakati miguu ya dinosaria wowote imesimama wima, chini ya miili yao, kama walivyo ndege na mamalia. Hivyo, waliweza kubeba mwili mzito zaidi na kuwa na miili mikubwa zaidi kuliko reptilia wegine. Muundo huu wa miguu uliwawezesha kutembea haraka na mbali zaidi bila kuchoka. Inaelekea ya

5 Manning et al. 2009.
6 Kundrát 2004.
7 Ziegler 1992; Lyman 1994.
8 Ibid.
9 Ibid.

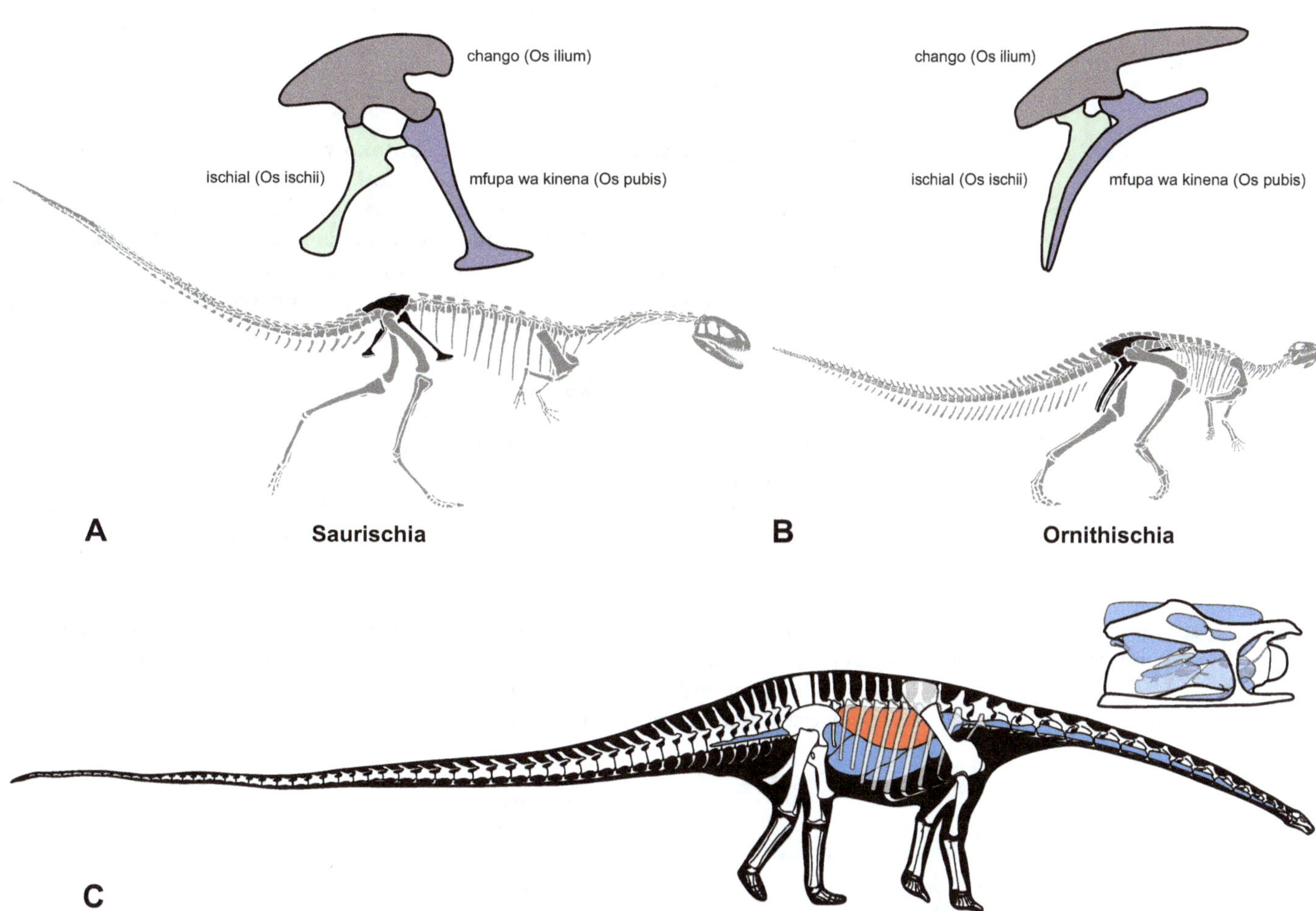

kuwa walikuwa na halijoto ya mwili zaidi na walikuwa wakiyeyusha chakula mwilini haraka zaidi kuliko reptilia wa enzi za leo. Uyeyushaji wa chakula (metabolism) ulifanyika haraka kwa sababu ya mfumo wao mzuri wa pumzi[10]. Sifa hizi ambazo kwa kawaida huonekana kwa ndege na mamalia, zilikuja kujitokeza baadaye katika mabadiliko ya kimaumbile ya spishi – kwa hivyo, kwa kuainisha, dinosaria wamo katikati ya makundi haya ya wanyama na si reptilia wa kawaida.

Katika kundi la reptilia, dinosaria wamo katika kikundi cha Archosauria[11]. Archosauria au "watawala wa reptilia", walikuwa ni wanyama wa nchi kavu waliokuwa na nguvu kuliko wanyama wengine wakati wa Mesozoic (zama za kati za kijiolojia). Katika mabadiliko ya kinasaba ya viumbe, Archosauria waligawanyika katika aina mbili kubwa. Aina moja imekuwa ile ya jamii ya mamba na aina ya pili ikawa ile ya dinosaria. Alama za kimiili za Archosauria wote, na hivyo za dinosaria wote, ni nyufa katika fuvu la kichwa, gamba lao gumu kama mfupa na kiuno chenye ncha tatu. Kiuno hiki kimeunganishwa na chango (Os ilium), ischiali (Os ischii) na mfupa wa kinena (Os pubis). Chango kimeunganishwa na sakramu mgongo na hubeba mifupa ya mapaja (Os femoris). Mfupa wa kinena huelekea mbele na kuinamia chini na kiungo cha mapaja huelekea nyuma na kuinamia chini.

Tunaweza kutofautisha baina ya makundi mawili makubwa ya dinosaria kwa kutegemea muundo wa mifupa yao ya kiuno: dinosaria wenye kiuno cha mjusi (*Saurischia*) na dinosaria wenye kiuno cha ndege (*Ornithischia*). Dinosaria wenye kiuno cha mjusi wana kiuno cha pembe tatu cha Archosauria (picha 2A).

Mfupa wa kinena wa dinosaria wenye kiuno cha ndege umekunjika kuelekea nyuma na huenda sambamba na ischiali (picha 2B). Jambo la kushangaza ni kuwa, dinosaria wenye kiuno cha mjusi baadaye katika mabadiliko ya umbile la dinosaria pia huonekana kuwa na kiuno cha ndege kama hiki – maana yake hapo ulikuwa ni kipindi cha mabadiliko ya kuwa ndege[12]. Mpaka sasa mfumo wa mapafu unaojulikana ni ule wa dinosaria wenye kiuno cha mjusi peke yake[13]. Kama ndege wa siku hizi, dinosaria hawa wana mifupa ya mgongo ambayo ina uwazi mkubwa katikati

Picha 2:
Ujenzi wa kiuno na mfumo wa upumuaji pamoja na mfuko wa pumzi.
A, *Elaphrosaurus* (dinosaria wenye kiuno cha mjusi); **B**, *Dysalotosaurus* (dinosaria wenye kiuno cha ndege); **C**, dinosaria wa aina ya Sauropoda anayeitwa *Tornieria* pamoja na kielelezo cha mapafu (mekundu) na mifuko ya pumzi kama mfuo (buluu), ambayo hupanuka kuelekea shingoni na kwenye mkia. Picha ya karibu huonyesha mfupa wa uti wa mgongo pamoja na mifuko ya pumzi.

10 Benton 2004; Weishampel et al. 2004; O'Connor 2009.

11 Benton 2004.

12 Ibid.

13 O'Connor 2009.

uliosababisha mifupa kuwa myepesi sana. Mifuko ya pumzi midogo, ambayo hutokana na mapafu, imeendeleza uwazi hadi ndani ya mifupa na kutengeneza uwazi katikati ya mifupa. Mapafu yalifanya kazi kama kiribahewa cha mhunzi kupokea hewa safi na kutoa hewa chafu. Mapafu yalishikamana na uti wa mgongo (picha 2C). Kwa njia hii, kulikuwa na mfumo wa pumuzi bora zaidi kama walionao ndege wa siku hizi, ambao hupeleka oksijeni kwenye mapafu na hapohapo kupunguza uzito wa mwili mkubwa wa dinosaria.

Dinosaria wa kwanza walitokana na Dinosauromorpha, ambao walikuwa ni dinosaria wa aina ya Archosauria, takriban miaka milioni 345 iliyopita, katika Triasi ya katikati (Middle Triassic). Hawa Dinosauromorpha aghalabu walikuwa wala-nyama wadogo na wepesi, wenye miguu miwili, kama *Lagerpeton* na *Marasuchus*; jamii ambazo visukuku vyao vilipatikana Argentina katika tabaka la ardhi inayoitwa *Ischigualasto*. Visukuku vya vizazi vilivyotangulia ambavyo, kinasaba, viko karibu sana na dinosaria: *Asilisaurus* (picha 3), vilipatikana kusini mwa Tanzania: kutoka kwenye bonde la Ruhuhu ni mnyama mrefu, mwembamba, mwenye urefu wa kati ya mita moja mpaka mita tatu, na ambaye alitembea kwa miguu yake minne. Inawezekana kuwa alipenda kula mimea ama pia nyama[14] – visukuku vyake vimehifadhiwa katika Makumbusho ya Taifa iliyoko Dar es Salaam. Nasaba yake wa karibu, pia twaweza kumuita dinosaria wa asili, anajulikana kuwa ni *Nyasasaurus*, mwenye

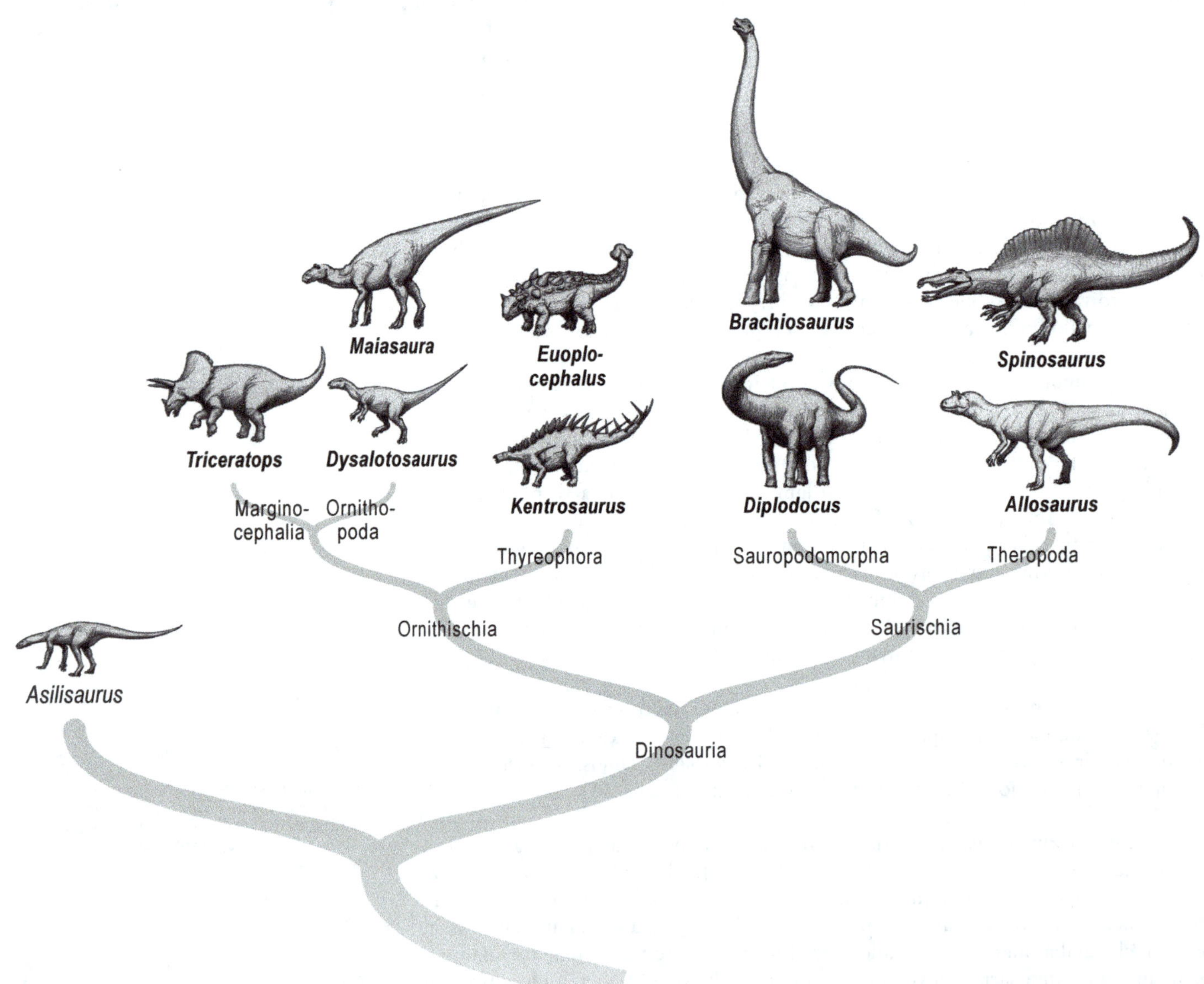

Picha 3:
Nasaba ya dinosaria inayoonyesha vikundi vikubwa muhimu na baadhi ya mifano (mchoro wa Elke Siebert, MfN).

14 Nesbitt et al. 2010.

urefu wa mita 2 au 3 wa kutokana na Triasi ya katikati[15]. Kulipatikana visukuku kidogo tu vya mnyama huyu, pwani ya Mashariki mwa ziwa la Malawi, kwa hivyo hatujui mengi kuhusu maisha yake.

Wanapaleontolojia wote wamekubaliana kuwa dinosaria wa kale kuzidi wote ni *Eoraptor* na *Herrerasaurus* waliopatikana huko Argentina. Wote wawili ni wala-nyama wenye miguu miwili. Kwa muda wa kijiolojia ni wa zama ya Triasi ya juu (miaka milioni 230). Wao ni aina ya dinosaria wenye umbo la kiuno cha mijusi. Dinosaria wa kwanza, wenye kiuno chenye umbo la ndege, wanaoitwa Heterodontosauridae, walitokea kwenye zama za Triasi ya juu, takriban miaka milioni 35 baadaye, kusini mwa Afrika. Enzi za uwapo wa hawa dinosaria wa mwanzo, reptilia wa aina mbalimbali walikuwapo duniani. Wengi wao walikuwa ni aina ya Archosauria, ambao baadhi walikuwa wala-mimea na baadhi walikuwa wawindaji yaani, wala-nyama. Pia katika mfumo wa ikolojia huu (ecosystem) walikuwapo nasaba ya mamalia wa mwanzo wanaoitwa Synapsida, pia walikuwapo nasaba za mijusi wa asili pamoja na nasaba za dinosaria wa kwanza. Lakini kwenye zama za Triasi ya juu, kabla ya miaka milioni 230, wanyama wengi wa nchi kavu walianza kutoweka[16]. Kufuatia kutoweka huku, dinosaria walizaana kwa wingi na kujaza nafasi katika mazingira yao ya mfumo wa kiikolojia. Hakika miguu yao iliyokaa wima iliwasaidia sana katika mazingira mapya na katika kujitafutia chakula. Wakati zama za Triasi zilipobadilika kuwa Jurasi, mazingira ya mimea yalibadilika tena na wengi wao walitoweka. Hatimaye duniani walibakia dinosaria, mamba wa kale, dinosaria wa kuruka angani, makobe, mijusi na mamalia[17].

DINOSARIA WENYE KIUNO CHA MIJUSI NA WENYE KIUNO CHA NDEGE NA MABADILIKO YA UMBILE LAO KATIKA MABADILIKO YA KINASABA YA DINOSARIA

Kati ya dinosaria wenye kiuno cha mjusi kuna aina mbili kubwa: Aina ya (picha 3) *Theropoda* na aina ya Sauropodomorpha[18]. Theropoda ni dinosaria wenye miguu miwili na, aghalabu, wao ni wala-nyama. Hawa peke yao ni dinosaria wawindao, ambao walikuwapo katika mabara yote duniani. Utambulisho wao mkubwa ni meno yao makali yaliyo na muundo maalum wa kuchongwa pembeni na kuwa kama msumeno, pale meno yanapouma. Kwa kuwa ndege wa siku hizi wametokana na dinosaria hawa, hatuwezi kusema ya kwamba aina hii ya dinosaria imetoweka. Miaka milioni 227 iliyopita, katika Triasi ya zamani, walitokea jamii ya *Coelophysis*, na ndugu zao, ambao mwanzoni walikua ni wanyama wawindaji, wembamba na wenye urefu unaofikia mita 6; ambao labda walitapakaa kwenye mabara yote duniani. Baadaye, katika zama za Jurasi, miaka milioni 158–140 iliyopita, ndio ulikuwa wakati Theropoda walipositawi; kwa mfano *Allosaurus* (picha 3) ambaye aliweza kuwa na urefu wa mita 12; na mwingine anayeitwa *Sinraptor*. Baadaye, katika zama za Chalki (Cretaceous age), walikuwapo wala-nyama wakubwa zaidi, kwa mfano theropoda *Carcharodontosaurus* waliofikia urefu wa mita 12 mpaka 14; wao walipatikana Afrika Kaskazini. Wengine walikuwa ni *Tyrannosaurus rex*, ambao waliishi kati ya miaka milioni 68 hadi 66 iliyopita. Visukuku vyao vilipatikana Amerika Kaskazini. Mmoja wa aina ya dinosaria mwindaji na wa kuvutia sana alikuwa *Spinosaurus* (picha 3), ambaye pia aliweza kufikia ukubwa wa mita 14. Dinosaria huyu ambaye aliishi zama za Chalki, miaka milioni 112 iliyopita, alikuwa bingwa wa kushika samaki na, labda, alikuwa dinosaria pekee aliyejua kuogelea. Visukuku vyake vilipatikana Misri, Niger na Moroko.

Katika kikundi cha Theropoda manyoya ndiyo yalifunika miili yao[19]. Manyoya ya mwanzo yalikuwa tu kama vifungufungu vya pamba nyepesi, yaliyoota hapa na pale mwilini. Mwanzo kazi ya manyoya haya ilikuwa ni kwa kutoa ishara na pia kwa kupata joto, baadaye ndipo manyoya ya kwenye mikono yalibadilika kuwa mabawa na kutumika kwa kuruka kama wanavyotumia ndege. Dinosaria ambaye anajulikana

15 Nesbitt et al. 2013.

16 Brusatte et al. 2008; Bernardi et al. 2018.

17 Benton 2012.

18 Weishampel et al. 2004.

19 Chen et al. 2015.

sana katika wale wenye mabawa na ambaye ni wa zamani zaidi katika dinosaria wawindaji ni *Archaeopteryx*. Visukuku vyake vilipatikana Ujerumani Kusini katika tabaka la Jurasi ya juu linalokadiriwa kuwa la miaka milioni 155 iliyopita. Kuna visukuku vingi vya Theropoda wenye mabawa vilivyopatikana Uchina, ambavyo vinatoa habari kamili kuhusu maendeleo na mabadiliko ya kinasaba ya muundo wa mabawa na kuhusu asili ya kinasaba ya ndege wa sasa. Pamoja na mabadiliko na ukuaji wa mabawa, pia tunaweza kuona kuwa ubongo wa wanyama hawa uliongezeka kuwa mkubwa zaidi kadri muda ulivyopita, hadi walivyotokea aina za dinosaria wa baadaye. Kwa mfano Dromaeosauridae, walijulikana kuwa werevu sana na kuwinda wakiwa katika vikosi.

Pamoja na Theropoda walitokea aina ya dinosaria waitwao Sauropodomorpha katika Triasi ya baadaye[20]. Sauropodomorpha ambao ni wa kale kuliko wote wafahamikao, wanaitwa Prosauropoda. Walikuwa na miguu minne, shingo ndefu na waliweza kufikia urefu wa mita 10. Aghalabu walikula mimea na mara chache pia walikula nyama. Kumepatikana visukuku vya vikundi vizima vya dinosaria wa jamii hii, kwa mfano *Plateosaurus* ambao ni aina ya Prosauropoda; visukuku hivi vilipatikana Ulaya ya Kati. Afrika Kusini walipatikana aina ya *Massospondylus*. Baadaye, katika zama za mwanzo za Jurasi, miaka milioni 180 iliyopita, dinosaria wa aina ya Prosauropoda walitoweka na kuacha nafasi kwa Sauropoda kushamiri. Sauropoda ni wanyama wa nchi kavu, wakubwa kuliko wote waliowahi kuwapo katika zama zote. Wao walikuwa wakila mimea peke yake na walitembea kwa miguu minne. Sauropoda walisambaa ulimwengu mzima na waliishi mpaka mwisho wa zama za Chalki. Muundo wa miili yao ulikuwa wa aina ya kipekee. Walikuwa na shingo ndefu ambayo ilifikia urefu wa mita 10[21]. Walikuwa na kichwa kidogo, mwili kama pipa, miguu kama nguzo na mkia mrefu. Wakati Sauropoda wa kwanza walikuwa na urefu wa mita 12 tu, baadaye aina za wanyama hao zilifikia urefu wa mita thelathini (30 m) na uzito wa tani 50[22]. Sauropoda mkubwa kuliko wote alikuwa ni *Argentinosaurus*; yeye alifikia urefu wa mita 39 m na uzito kati ya tani 50 mpaka 80. Sauropoda walisitawi katika zama za Jurasi ya juu. Aina zilizokuwapo wakati huo ni kama *Diplodocus* (picha 3), *Camarasaurus* na *Brachiosaurus* (picha 3). Nyayo zao zinaonyesha kwamba Sauropoda hawa walitembea katika makundi makubwa kwenye pwani za mabara. Sauropoda walikuwa na meno ya muundo wa kalamu ama wa vijiko, ambayo walitumia kuambua majani ya miti, ambayo waliyameza bila kuyatafuna. Chakula kilisagwa na kumeng'enywa ndani ya matumbo ya Sauropoda. Kwa sababu ya shingo yao ndefu, waliweza kufikia vilele vya juu kabisa vya miti mikubwa ya wakati ule[23].

Tofauti na dinosaria wenye kiuno cha mjusi, dinosaria wenye kiuno cha ndege walikuwa wala-mimea pekeyake. Wengi wao walikuwa na meno na mataya ambayo yalisaga chakula kwa kinywa[24]. Muundo wa fuvu la kichwa la *Heterodontosaurus*, kutoka tabaka la ardhi la Triasi la juu, unaonyesha ya kuwa mnyama huyu aliyekuwa na miguu miwili na kufikia urefu wa mita moja tu, na ambaye visukuku vyake vilipatikana Afrika Kusini, alikuwa akila mimea peke yake. Dinosaria wenye kiuno cha ndege waliofuata, waligawanyika katika makundi matatu: wenye magamba (Thyreophora), wenye miguu ya ndege (Ornithopoda) na wenye sagamba (Marginocephalia).

Wale wenye magamba, walikuwa na ngozi ngumu. Aina moja ni Stegosauria, ambao waliishi katika zama za Jurasi ya katikati, hadi katika zama za Chalki za chini. Waliishi hasa katika eneo la kaskazini mwa dunia[25]. Stegosauria walikuwa na nyenzo kama vigae vya mifupa migongoni mwao, ambavyo viliwafanya waonekane wakubwa zaidi ya walivyokuwa. Inawezekana pia kuwa vigae hivi vya mifupa vilisaidia kurekebisha joto la mwili. Chini ya vigae hivyo, huonekana mifereji na mifumbi. Mirija ya damu ilipitia kwenye mifereji na mifumbi hiyo. Kwa hivyo Stegosauria waliweza kupeleka damu nyingi kwenye ngozi zao, ambapo ilipigwa na joto la jua ama hali ya hewa baridi ili kutia miili yao joto au baridi. Kwa namna hii joto la mwili liliweza kurekebishwa na wanyama hawa hawakuhitaji kutumia nguvu zao za kimiili. Juu ya hayo, Stegosauria walikuwa na mkia wenye pembe nne ngumu na miiba mikali, ambao waliutumia kama silaha. Pigo moja la mkia liliweza kusababisha

20 Weishampel et al. 2004.
21 Glut 1997.
22 Klein et al. 2011.
23 Ibid.
24 Brusatte 2012.
25 Weishampel et al. 2004.
26 Arbor / Snively 2009.

jeraha kubwa [26]. Kikundi kingine cha dinosaria wenye viuno vya ndege na ambao ni ndugu wa Stegosauria ni Ankylosauria. Wao pia walipatikana zama za Jurasi ya kati, lakini baadaye ndipo kulipatikana aina zao mbalimbali na waliishi mpaka zama za Chalki ya juu. Alama za nyayo za Ankylosauria zilipatikana kwenye mabara yote, isipokuwa katika bara la Afrika. Walijilinda kwa adui kwa magamba yao, baadhi yao, kwa mfano *Euoplocephalus* (picha 3), walikuwa na mkia kama mjeledi unaochapa na kufukuza dinosaria wala-nyama[27]. Walikuwa na miguu mifupi na mwili kama pipa pana. Kama Stegosauria, *Euoplocephalus* walikuwa na ubongo mdogo sana uliofichwa kwenye fuvu la kichwa gumu, kubwa na zito.

Ornithopoda ndiyo walikuwa dinosaria wenye viuno vya ndege ambao walikuwako wengi na wa aina mbalimbali[28]. Kundi hili lenye wanyama wenye miguu miwili na baadhi miguu minne walikuwapo kwenye zama za Jurasi ya kati, miaka milioni 160 iliyopita. Ornithopoda, walikuwa wanyama wala-mboga wenye taya na meno makali walioishi katika zama za Chalki. Walikuwa wengi kuliko wote, na walisambaa duniani zaidi kuliko wengine. Waliweza kula aina tofauti tofauti za mimea kwa kutumia meno yao makali ambayo yalijinoa yenyewe. Ncha za meno ya taya moja zilichongwa na meno mkabala ya taya jingine. Ornithopoda wa asili, mfano *Hypsilophodon* wa zama za Chalki ya chini, ambao walipatikana Uingereza, walikuwa na umbile dogo, wala-mimea, wenye miguu miwili. *Iguanodon* aliyepatikana kwenye tabaka la ardhi la Chalki, ndiye alikuwa Ornithopoda maarufu na mwenye kundi lililofaulu kushamiri kwenye mazingira yake. Dinosaria hawa wenye kiuno cha ndege, wengi wao walitembea kwa miguu minne na waliishi katika makundi makubwa. Visalia vya *Iguanodon* vilikuwa visukuku vya kwanza kufanyiwa tafiti na kuelezwa kisayansi[29].

Hadrosauridae, walipatikana katika tabaka la ardhi la Chalki ya juu, pia walijulikana kama dinosaria wenye midomo ya bata. Hadrosauridae ndiyo waliokuwa wengi na waliosafiri katika makundi makubwa na kuenea mabara yote ya dunia ya zamani. Walikuwa na meno yaliyopangika kwenye mstari, na yaliyoweza kuota upya kwa haraka ikiwa yamechakaa. Mashavu yao yalikuwa laini mероro na, labda, walikula mimea mifupi mifupi ambayo ilimea kwa nadra, kama matete na manyasi[30]. Baadhi ya Hadrosauridae walikuwa na fuvu la kichwa lenye kiungo kifananacho na shanuo, ambacho walikitumia kuwasiliana kwa sauti. *Maiasaura* (picha 3), walikuwa aina nyingine ya dinosaria mwenye kiuno cha ndege. Wao wanajulikana kwa kuwa na viota vikubwa ambapo walitagia mayai na kuwakuzia makinda yao.

Marginocephalia wanajulikana kuwako tangu zama za Jurasi ya kati. Walipatikana kutoka kwenye tabaka la ardhi la Chalki la juu[31]. Kati yao, kwa mfano, alikuwapo aina maarufu ya *Triceratops* aliyepatikana kwenye tabaka la ardhi la Chalki la juu, ambaye ni maarufu kwa ngao yake ya shingoni na pembe (picha 3). Alikuwa na mdomo mgumu kama pembe (hornbill) na meno na taya lenye nguvu ambalo lilimwezesha kutafuna chakula kigumu. Kwenye visalia vyao, baadhi ya ngao za shingo za *Triceratops* na wengine wa jamii hiyo kumepatikana alama za meno ya dinosaria wala-nyama waliowashambulia. Alama hizi hudokeza ya kwamba wanyama hawa walikamatwa na wala-nyama wakubwa kwa mfano *Tyrannosaurus rex*. *Triceratops* waliishi katika makundi makubwa kama Hadrosauridae, lakini haijajulikana kama pia aliishi bara la Afrika.

Dinosaria wa mwisho walitoweka ulimwenguni miaka milioni 65 iliyopita, mwisho wa zama za Chalki za juu. Katika vizazi vya dinosaria wala-nyama ni ndege pekeyao ambao walibakia. Kuna sababu nyingi kwa kutoweka kwa dinosaria, wakabaki wale wa aina ya ndege. Miaka milioni nyingi kabla, tayari wingi wa dinosaria wa aina mbali mbali ulipungua[32]. Tayari wakati wa zama za Chalki mazingira walipokuwa dinosaria yalibadilika kwa sababu bara kuu ambalo mwanzo lilikuwa limeunganika lililoitwa Pangäa lilianza kugeuka sehemu nyingi. Baina ya mabara yaliyotengana kulitokea sehemu kubwa ya bahari (tazama chini). Hii ilisababisha wanyama kuzunguka katika eneo dogo zaidi. Pia sehemu nyingine zilikuwa baridi na zenye uowevu (unyevu) zaidi wakati sehemu nyingine zilikauka kabisa. Chakula

27 Arbor 2009.

28 Weishampel et al. 2004.

29 Spalding / Sarjean 2012.

30 Williams et al. 2009.

31 Weishampel et al. 2004.

32 Brusatte 2012; Brusatte et al. 2012.

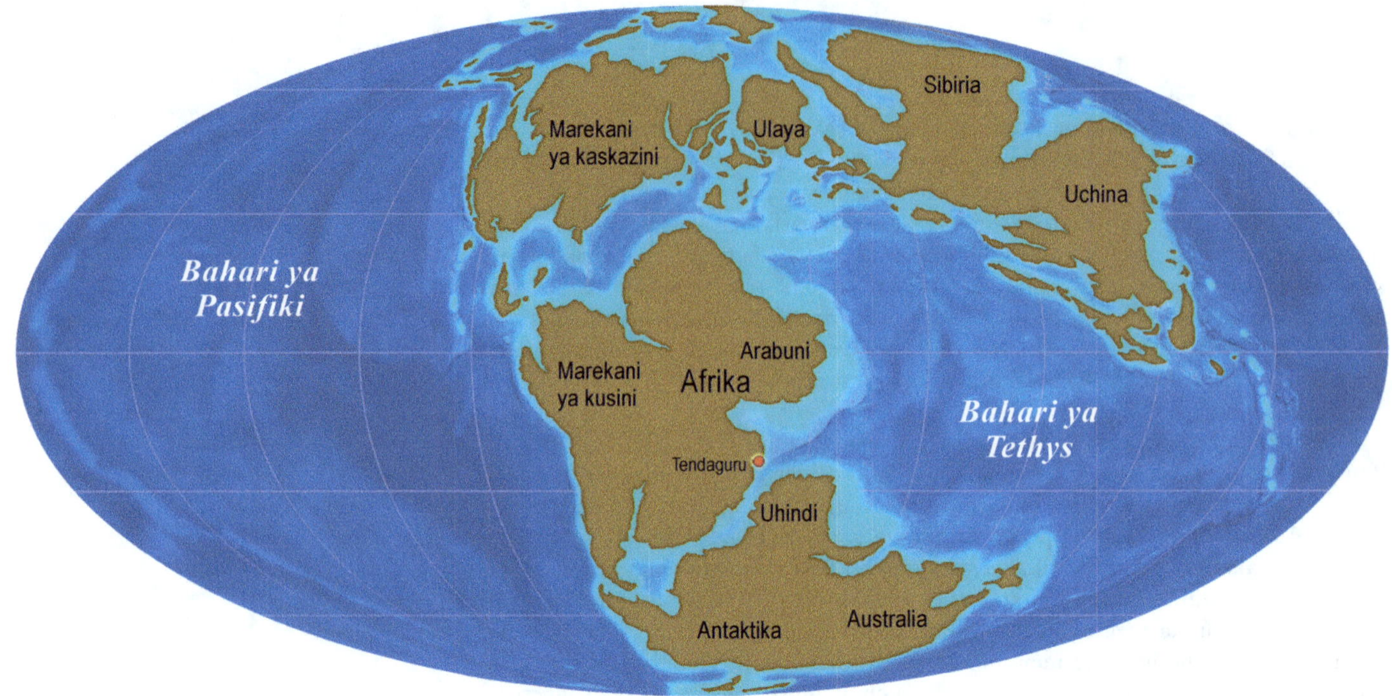

cha wala-mboga kilibadilika kabisa wakati ule, kwani ilianza kutokea mimea yenye kutoa maua. Mwishoni mwa zama za Chalki walibakia aina chache tu za dinosaria: hawo walikuwa ni wala-nyama kama: *Tyrannosaurus rex,* baadhi ya Sauropoda na pia Hadrosauridae na Ceratopsia[33]. Katika hali hii sasa, kulitokea mpigo mkuu kwenye dunia, kimwondo kilipodondokea karibu na Yucatán, ambayo leo iko Mexiko. Mpigo huu wa kimwondo ulisababisha mtetemeko wa ardhi na wimbi kubwa sana lenye kasi kuliko sauti. Hata baharini yalifanyika mawimbi makubwa na katika nchi kavu, kulitokea moto, ukateketeza sehemu kubwa sana ya misitu. Kiasi kikubwa cha jivu na vijipande vya mawe vilivyorushwa angani viliweka nchi kuwa katika hali ya giza kwa miaka mingi. Hali hii hatimaye ilisababisha mabadiliko ya hali ya hewa. Hadi leo ulimwenguni kote athari ya mpigo wa kimwondo hiki zinaonekana katika matabaka ya ardhi ambayo yana elementi inayoitwa Iridium. Wakati ule ule kulilipuka volkano kwenye sehemu ambayo leo ni bara la Hindi; uto wa volkano (flood basalt) ulimwagika na kufunika mamia ya kilomita mraba za nchi. Hiyo ndiyo asili ya Deccan-Trap iliyoko magharibi ya Uhindi. Pamoja na jivu la volkano, gesi mbili za sumu: oksidi za salfa (sulphur oxide) na oksidi ya nitriki (nitric oxide) zilijaa kwenye hewa ya anga. Hii ilisababisha mimea mingi duniani kumalizika na kusababisha wanyama wengi waliotegemea mimea hii kutoweka na hatimaye kutoweka kwa wanyama waliokula wanyama hawa. Bahari pia ilikuwa chafu na chungu (acidic) ikasababisha kuteketea kwa wanyama wengi wa baharini. Kwa sababu ya matokeo haya, zama za Chalki zilipindukia, kuingia zama za Paläogen. Theluthi nzima ya aina za wanyama wote ilitoweka. Miti na mimea ilibadilika kabisa.

AFRIKA NA DUNIA KATIKA ZAMA ZA JURASI YA MWISHO

Sasa tutazame yaliyotokea bara la Afrika, hasa Afrika ya Mashariki. Zama za dinosaria, dunia ilikuwa ina sura tofauti na ya leo. Leo dunia nchi kavu ni mabara sita: Ulaya, Asia, Afrika, Marekani, Australia na Antaktika (picha 4). Miaka milioni 250 iliyopita, katika enzi za kati za kijiolojia (Late Palaeozoic), dunia ilikuwa na bahari moja kubwa na bara moja kubwa tu. Bara hili kuu linaitwa kitaalamu Pangäa. Kwa sababu ya misukumo na gamba la ardhi la dunia kutobaki mahali pamoja, kwanza ardhi iligawika pande mbili, pande la kaskazini linaloitwa kitaalamu Laurasia na pande la kusini ambalo ni Gondwana. Usogezaji huu wa gamba la ardhi ulitokea vipi? Kwa kurahisisha maelezo, tufe la dunia yetu limeumbwa na koko gumu katikati, juu yake likafuata gamba (au tabaka) la dunia la mawe yaliyoyeyuka. Tabaka hili linaitwa Asthenosphere. Gamba au tabaka, la juu kabisa la dunia ambalo ni jembamba sana ndilo hili lenye ardhi yenye nchi kavu juu na ardhi yenye maji juu, kwenye bahari.

Picha 4:
Ramani ya dunia ya kipaleontolojia-jiografia inayoonyesha tabaka la zama za Jurasi kwa uonekano wa projekta ya ki-Mollweide (Mollweide projection). Sehemu ya Tendaguru ambayo leo iko Tanzania kusini imewekwa alama ya kitone chekundu (kubadilishwa kulingana na ramani za Ronald C. Blakey, Flagstaff).

33 Brusatte et al. 2012.

Sehemu za gamba la juu la dunia "huelea" juu ya gamba la kati ambalo ni mawe yaliyoyeyuka (picha 5). Gamba la juu la dunia linaloelea linaweza kuwa na unene na uzito tofauti, sehemu mbalimbali za mduara wake. Kwa wembamba wake, gamba la ardhi (lenye nchi kavu juu yake) lina unene kati ya kilomita 10 mpaka 70[34], wakati gamba la ardhi lenye bahari juu yake lina unene wa kilomita 6 tu[35]. Gamba lenye nchi kavu ni laini, la mawe madogo yenye asidi (silicic rocks) na si gumu kama gamba lenye bahari, ambalo japo jembaba lakini ni gumu sana lililotengenezwa na mwamba mgumu wa basalti.

Mzunguko wa tufe la dunia, pamoja na nguvu za sumaku ya dunia na joto kali kwenye koko la dunia, husababisha mikondo ya ujiuji (au uto) wa mawe yaliyoyeyuka kwenye tabaka la katikati. Mikondo hii hulifanya gamba la juu la dunia litembee. Uto ukitoka kupitia kwenye nafasi kati ya vyano (au mapande ya ardhi tunayoita mabara) vya ardhi husukuma vyano vya bara kusongea na kutengana (picha 5). Kwa namna hiyo Bara la Afrika na Bara la Ulaya, kila mwaka, husongea mbali na kujitenga polepole na bara la Marekani ikiwa volkano liliyoko chini ya Bahari ya Atlantiki italipuka. Mabadiliko haya hutokea kwa kasi sawa na ya kucha za vidole kumea[36]. Kwenye sehemu nyingine za gamba la dunia vyano vya ardhi husongea pamoja mpaka kugongana. Ganda zito la mwamba chini ya bahari huporomoka na kuzama chini; likifika kiwango cha kilomita 700 chini, linayeyushwa kwa fujo na joto ambalo huengezeka kadri linavyokwenda chini. Magamba ya dunia yakigongana hunyanyua nchi na kutengeneza milima. Kazi hii ndiyo inafanyika vyano vya mabara vikitembea[37].

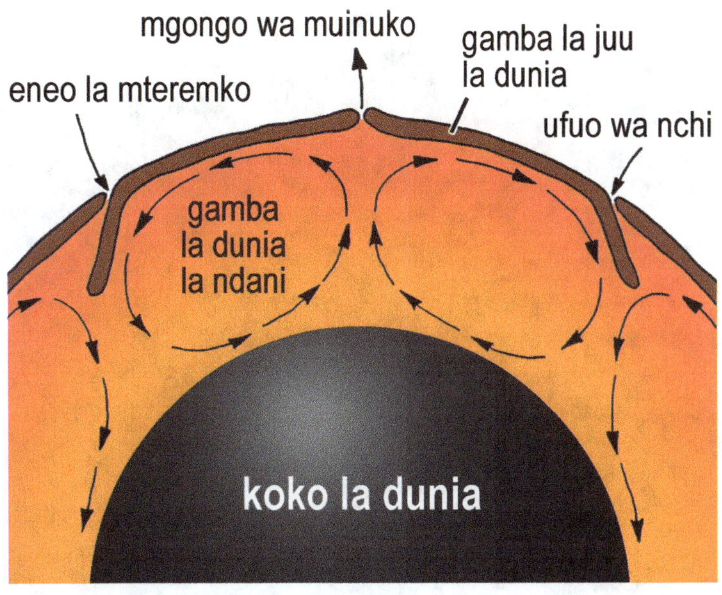

Picha 5:
Kielelezo kilichorahisishwa cha namna dunia ilivyoumbwa. Kinaonyesha mienendo (convection currents) ambayo husongeza gamba la juu la dunia. Ujiuji moto wa mawe yaliyoyeyuka hutoka kupitia mgongo wa muinuko wa bahari na kutenga mapande mapana membamba ya ardhi (plates) za bara. Mipaka ya vyano vya bara huteremka kupitia mshuko katika ardhi ndani ya tabaka kati ya gamba na kokwa na huko huyeyuka (wasemavyo Press & Siever 1982).

Wakati wa Jurasi ya juu, gamba la dunia la upande wa kusini linaloitwa Gondwana, lilikuwa likimegeka wakati huo. Pia volkano zenye uwezo wa kupasua ardhi pande mbili zililipuka, kama zile zilizoko katika mabonde ya Paraná kusini mwa Brazil, ama zile za Afrika Kusini zinazojulikana kama milima ya Draken. Katika Jurasi ya juu, wakati walipoishi dinosaria wa Tendaguru (tazama chini), sehemu ya kaskazini ya Bara la Afrika, ambapo leo ndipo yalipo mataifa ya Ulaya, palikuwa na bahari inayofahamika kitaalamu kwa jina la Tethys[38]. Hapo ilipokuwa, ndipo ilipo leo, Pembe ya Afrika. Zama hizo kulikuwa na beseni pana ya bahari isiyo na kina kirefu, inayojulikana kama Bonde la Somalia. Sehemu ya Tendaguru zamani, ilikuwa pwani ya mkondo wa bahari wa Bukini (Madagaska) ambao, tangu zamani, ulitenga Bara la Afrika na chano kilichounganisha mabara ya Bara Hindi, Antaktika na Australia. Duniani kote hali ya hewa ilianza kuwa joto na unyevunyevu zaidi. Ncha ya Kaskazini ya Dunia na Ncha ya Kusini ya Dunia hazikuwa na barafu kama leo. Kulikuwa na bahari na kule kulikokuwa na nchi kavu, kulikuwa na mabwawa na ardhi ya kinamasi yenye mimea mingi. Wingi wa oksijeni katika hewa ilikuwa asilimia 26% ambayo ilikuwa juu zaidi kuliko hivi leo. Hivi leo wingi wa oksijeni kwenye hewa ni asilimia 21%[39].

Sasa je, tuyatafakari vipi mazingira ya kuzunguka mlima wa Tendaguru zama za dinosaria? Wanasayansi walipata maarifa mengi wakati wa msafara mpya wa kisayansi wa Kijerumani-Kitanzania uliofanywa mwaka wa 2000. Mpaka leo chimbuko na chanzo hiki cha visukuku kilicho kusini mwa Tanzania, takriban kilomita 60 kaskazini-magharibi mwa Lindi, kinahesabiwa kuwa miongoni mwa sehemu muhimu palipopatikana visukuku vya dinosaria duniani kote. Wakati wa msafara wa Tendaguru[40] katika miaka ya 1909 mpaka 1913, kilichochimbuliwa zaidi ni mifupa mikubwa na visukuku vya dinosaria wa zama za Jurasi ya juu (picha 6). Wakati wa msafara mpya wa mwaka 2000, kilichofanyika zaidi ni utafiti kuhusu mazingira na uhusiano wa kiikolojia ya kale katika zama walizoishi wanyama hao wakubwa[41]. Gema linaloonesha mpangilio wa matabaka ya ardhi ya Tendaguru ambalo kimo chake hakipungui urefu wa mita 110[42], lina matabaka matatu ya ardhi yenye mi-

34 Burchfiel 1983.

35 Francheteau 1983.

36 Jacobs 1993.

37 k. m. Dewey 1984.

38 Schmidt 1978.

39 Glasspool / Scott 2010.

40 Janensch / Hennig 1909; Janensch 1909; Reck 1910; Reck 1911.

41 Heinrich et al. 2001; Maier 2003.

42 Aberhan et al. 2002; Bussert 2009.

fupa ya dinosaria. Matabaka haya matatu yametenganishwa na tabaka za visukuku vya masimbi ya wanyama wa baharini. Kwa hivyo, mpangilio huu wa matabaka ya ardhi unawaelekeza wataalamu kuhusu mazingira ya pwani yalivyopitia mabadiliko mbalimbali tangu wakati ule hadi sasa. Visukuku vingi vya dinosaria vilipatikana katika tabaka la katikati la ardhi yenye dinosaria, na tabaka la juu na muda wa kuwapo kwao ni takriban zama za miaka milioni 150 iliyopita.

Hebu sasa tujaribu kutafakari kama tuko mahali hapo, na ni katika zama za Jurasi za juu! Hali ya hewa ni ya kitropiki, yenye misimu mingi ya masika na mvua za kufuatana. Kule upande wa bahari, tunaona pwani yenye maji kidogo. Wingi wa chumvi katika maji haya hubadilikabadilika. Matumbawe na, mara nyingine mafungu ya mchanga na miamba yanaikinga pwani hii isipigwe na bamvua na dharuba za mawimbi makali ya bahari (picha 7). Pamoja na wanyama wengine wa baharini, papa wa jamii maarufu inayoitwa Hybodontidae waliishi katika bahari hii. Wanyama hawa walikuwa na taya lililochongoka, lenye ncha, na meno yaliyochongoka mbele, na meno ya nyuma yamenyoka ili kumwezesha papa kufungua mashaza na

Picha 6:
Kielelezo cha mgawanyiko wa dinosaria muhimu wa Tendaguru unavyoonekana katika matabaka ya ardhi, zama za Jurasi (pau jeupe); matabaka ya ardhi yenye dinosaria la chini (Callovium mpaka Oxfordium ya katikati), la katikati (Kimmeridgium ya juu) na la juu (Tithonium) (chati ya Elke Siebert, MfN).

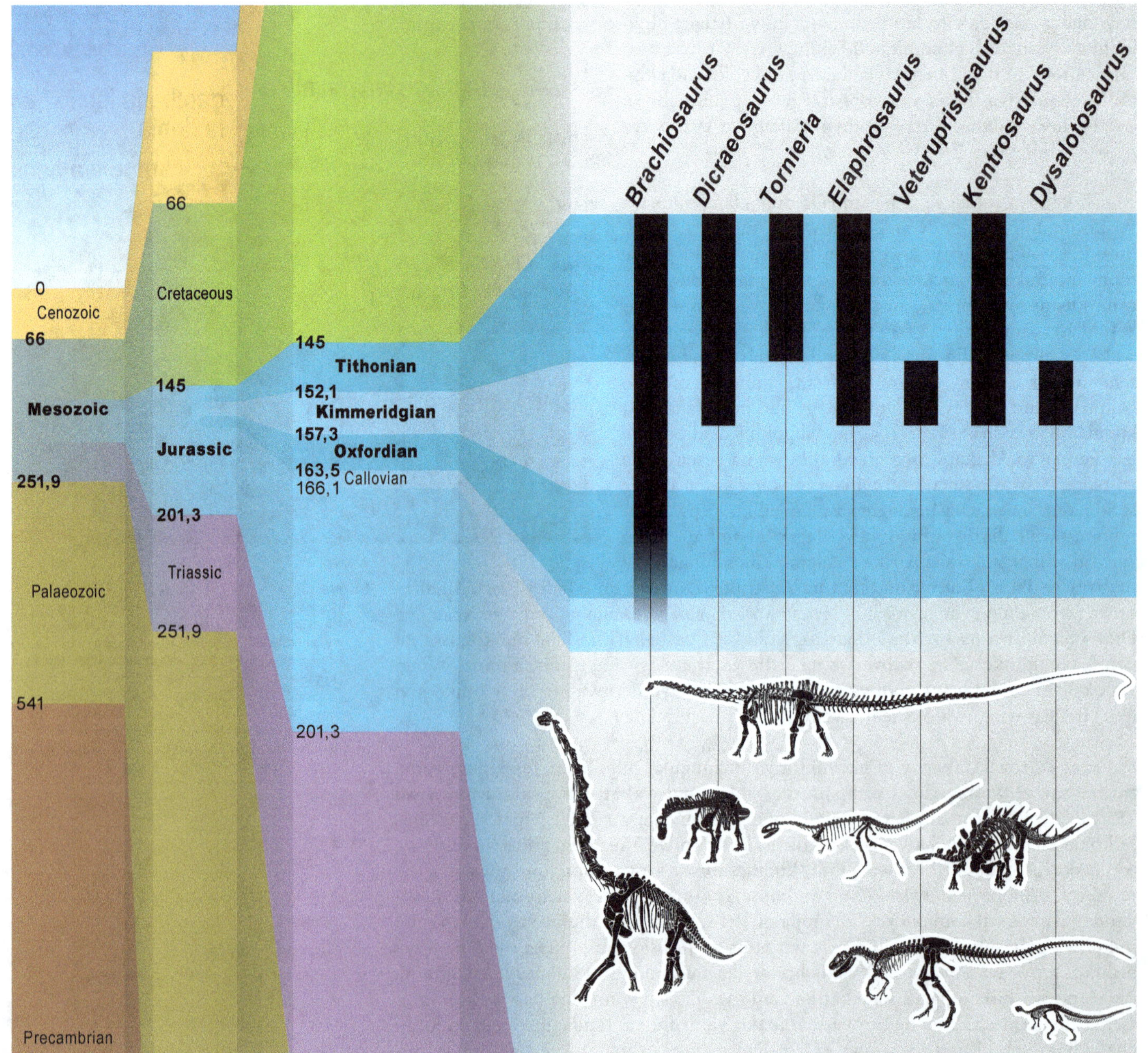

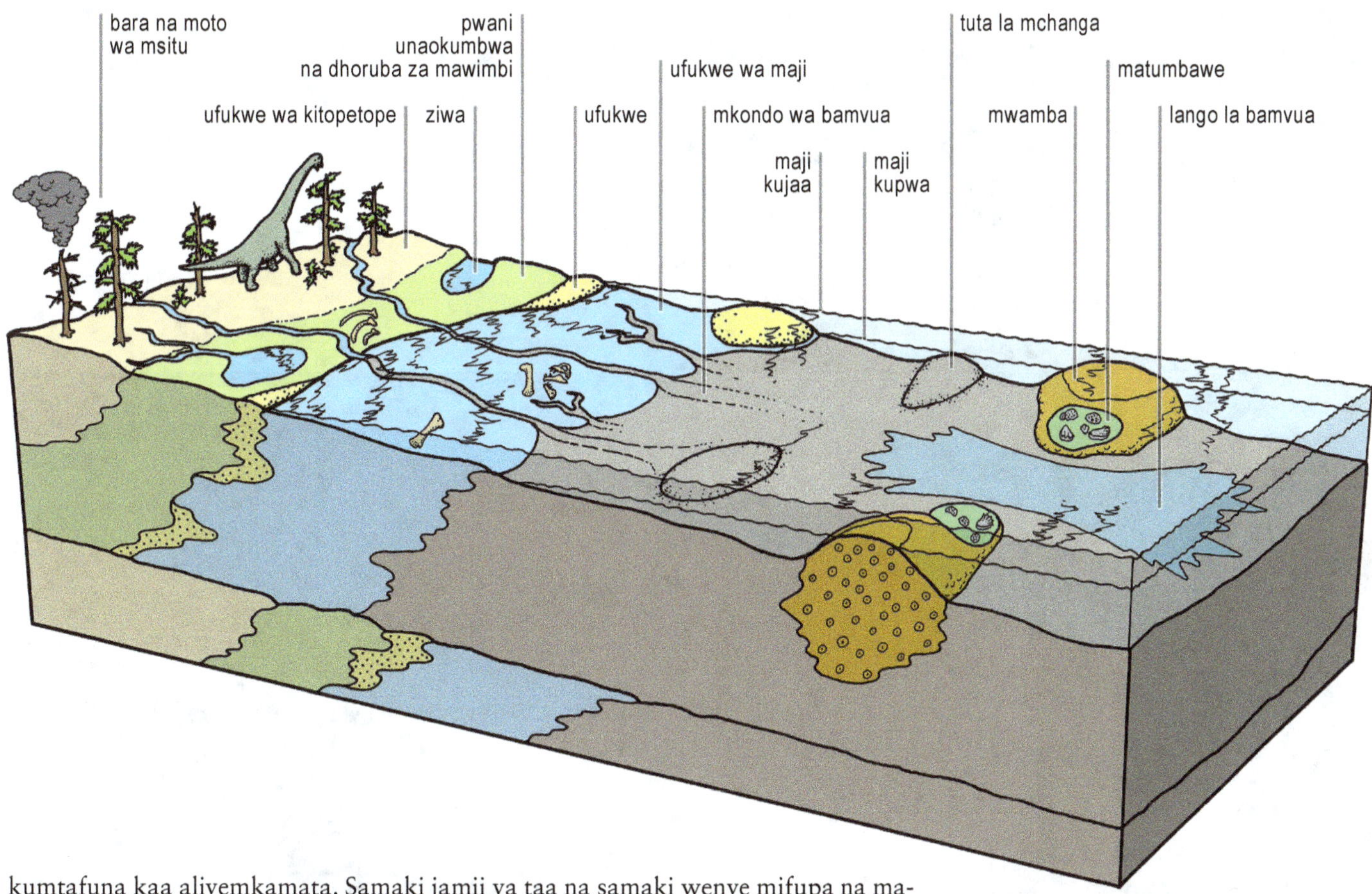

kumtafuna kaa aliyemkamata. Samaki jamii ya taa na samaki wenye mifupa na magamba magumu pia waliishi katika mazingira hayo[43]. Baada ya ufukwe wa bahari (picha 8), kulikuwa na pwani yenye ufuo wa maji na vidimbwi vya maji, vibwawa na mikondo midogo ya maji [44]Katika sehemu hizi, ndiko kulipatikana visukuku vingi vya dinosaria kuliko kwingine.

Sababu ya kukusanyika wanyama wengi hapo Tendaguru haijajulikana. Labda *Brachiosaurus* mmoja alishikwa na matope akafa[45], na dinosaria wengine labda walifika hapa kwa kufuata fukwe za mito[46]. Eneo na namna ya kuhifadhika kwa visukuku, inaonyesha kuwa mizoga ilioza na kusafirishwa na maji ya mito umbali mrefu kabla haijafunikwa na ardhi. Ingewezekana pia kuwa dinosaria wengi ambao, labda walielekea pwani wakati wa masika[47], walikufa njiani kwa sababu ya njaa, kiu, uzee au kwa ugonjwa.

Mara kwa mara mwambao huu pia ulipigwa na tsunami[48]. Hii inajionyesha kwa kuchunguza miamba na mawe makubwa katika matabaka ya ardhi. Tsunami ni mawimbi makubwa yanayotokana na matetemeko ya ardhi ambayo zama hizo za kale yalikuwa jambo la kawaida. Mabara kumegeka, kama kulikosababisha mkondo wa bahari wa Bukini (Madagaska), kulisababisha mtetemeko wa ardhi baharini, na kuleta msukumo wa maji mengi sana kwa ghafla. Kawaida mwambao uliathiriwa na maji ya kupaa na kupwa pamoja na dharuba za mawimbi ya bahari. Lakini makazi tuliyoyataja yalikuwa na mimea kidogo tu (picha 8). Makazi ya kawaida na vyanzo vya chakula vya dinosaria vilikuwa kuelekea ndani, bara zaidi (picha 7). Kwa kuwa matabaka ya ardhi ya bara ambayo yangeweza kutoa maarifa zaidi kuhusu mazingira ya makazi na vyanzo vya chakula vya dinosaria wa Tendaguru yaliondolewa polepole katika karne zilizopita, hatuwezi kujua ukubwa wa msitu uliokuwa hapo. Lakini visukuku na mabaki ya mimea na mbegu yanatuambia kuwa, bara kulikuwa na misitu ya misonobari (conifers), mivinje, majimbi na mikangaga. Hata moto wa misitu uliweza kuthibitishwa kwa kuchunguza visukuku vilivyoungua na mabaki ya magogo ya miti iliyochomwa[49].

Katika eneo hili pia kulipatikana meno ya mamba wadogo[50]. Pia visalia vya dinosaria warukao, wadogo wadogo (*Pterodactylus*, *Dsungaripterus*, *Tendaguripterus*) vilipatikana hapo[51]. Ni ajabu kwamba kulipatikana visalia vya mamalia wadogo kama panya, ambao inaonekana walikuwa wakiishi mkabala na dinosaria, wanyama

Picha 7:
Kielelezo cha mazingira na makao ya asili ya eneo la Tendaguru wakati wa Jurasi ya juu (kulinganisha na Aberhan et al. 2002).

43 Arratia et al. 2008.

44 Aberhan et al. 2002.

45 Janensch 1914a.

46 Heinrich 1999a.

47 Aberhan et al. 2002.

48 Bussert / Aberhan 2004.

49 Süss / Schultka 2006.

50 Heinrich 2001.

51 Reck 1931; Galton 1980; Unwin / Heinrich 1999.

wenye maumbile makubwa kiasi hiki. Mamalia hawa walikuwa ni wa familia mbali mbali za wanyama ambazo, mpaka leo, hatuna maarifa mengi juu yao – isipokuwa kujua kwamba wao ni muhimu sana kwa elimu ya nasaba ya mamalia walioko hivi leo[52]. Wanyama hawa wadogo, wanaitwa *Tendagurutherium*, *Brancatherulum*, *Tendagurodon* na *Allostaffia*, ambao meno na mataya yao pekee ndiyo yanajulikana, na ambao labda walikuwa na manyoya. Walikuwa wakiishi katika manyasi, katikati ya mizizi na mashimoni ardhini. Kwenye makazi yao, labda walikula wadudu, buibui, konokono na funza. Pengine pia walikula nyamafu na mayai au pengine walitafuna mimea na matunda.

DINOSARIA WA TENDAGURU

Kutokana na visukuku vilivyopatikana Tendaguru, mpaka sasa angalau aina 10 ya dinosaria inaweza kuelezwa kisayansi. Kuna dinosaria wa aina yenye kiuno cha mijusi ya Sauropoda wanaoitwa *Brachiosaurus*, *Dicraeosaurus*, *Janenschia*, *Tornieria*, *Tendaguria* na *Australodocus*. Aina ya dinosaria wenye kiuno cha ndege ni *Kentrosaurus* na *Dysalotosaurus*. Na dinosaria wala-nyama ni *Elaphrosaurus*, *Ostafrikasaurus* na *Veterupristisaurus*, ambao kama Ceratosauridae, Abelisauridae, Megalosauridae na Carcharodontosauridae hujulikana kama dinosaria wenye viuno vya mjusi. Kutokana na machimbo ya Tendaguru wanapalaentolojia hupata maarifa mengi kuhusu maisha ya wanyama hawa na hali ya mimea na ya mazingira wakati wa Jurasi ya juu. Pia wanapata maarifa kuhusu aina mbalimbali za dinosaria, wenye miguu miwili na wenye miguu minne; wale ambao ni wala-mimea na ambao ni wala-nyama. Dinosaria maarufu kuliko wote wa kutoka Tendaguru ni *Brachiosaurus brancai*[53]. Kiunzi cha mifupa cha dinosaria huyu kina urefu wa mita 13.27 m. Kiunzi cha mifupa hiki ambacho kimesimamishwa katika maonyesho ya Makumbusho ya Mambo ya Asili Berlin ni kirefu kuliko vyote ulimwenguni. Msimamisho wa kwanza ulionyesha kiunzi cha mfupa ya dinosaria mwenye kupanua miguu yake. Tangu mwaka 2007 kiunzi cha mifupa cha *Brachiosaurus* kimesimamishwa kwa namna nyingine ambayo inalingana na maarifa mapya juu ya maumbile na usimamaji wa wanyama hawa.

Picha 8:
Kielelezo cha kidijitali cha mazingira ya Tendaguru wakati wa Jurasi ya juu. Katika picha, upande wa kushoto, kuna sehemu ya ufukwe ambayo imekingwa na miamba isipigwe na mawimbi ya bahari ambayo yanaonekana nyuma yake. Ufukwe unaonekana kuwa pwani pana yenye mapwai na vidimbwi vya maji. Mbele zaidi kuelekea bara unaonekana mwambao wenye mimea michache pamoja na vidimbwi na vibwawa vya pwani vidogo. Eneo la chakula muhimu kwa dinosaria lenye mimea mingi ya Konifera lilikuwa sehemu ya bara, ambapo hapa katika kielelezo ni upande wa kushoto. Kwa mbele, pwani kunaonekana mifupa ya *Dicraeosaurus* (Kielelezo kimetengenezwa na: Nils Hoff, Bielefeld na Elke Siebert, MfN).

52 Dietrich 1927; Heinrich 1998; Heinrich 1999b; Heinrich 2001.

53 Janensch 1914b.

Sasa miguu ya mbele na nyuma imesimamishwa wima chini ya kiwiliwili. Tofauti na Sauropoda wengine kama huyu, *Brachiosaurus brancai* ana umbo kama lile la twiga: miguu yake ya mbele ni mirefu kidogo, kuliko miguu yake ya nyuma, kifua chake kimejitokeza kidogo na shingo yake imesimama wima (picha 3, 9, 10). Shingo peke yake ya *Brachiosaurus* ilifikia takriban mita 10. Hivyo akisimama wima, alifika kwenye vilele vya miti ya Jurasi, kwa mfano miti ya aina ya misonobari (conifers) au araukaria. Maarufu katika fuvu la *Brachiosaurus* ni tundu la pua ambalo limefunikwa na daraja la mfupa. Meno yake ya kukwaruza na yaliyoumbwa kama vijiko vya urefu mmoja aliyatumia kuambua majani ya araukaria na kuyameza bila kuyatafuna.

Uzito wa mnyama huyu mkubwa unasemekana kuwa tani 26 "tu". Kwa sababu ya muundo wa mapingili ya uti wa mgongo wenye mfumo wa vifungo na tundu unasababisha ujenzi wa kiunzi kuwa mwepesi. Pia mifuko mikubwa ya mapafu ilipunguza uzito wa mwili[54]. Kutokana na uchunguzi wa tishu za mifupa, tunajua ya kwamba *Brachiosaurus* na dinosaria wa aina ya sauropoda wakati wa Jurasi walikua na kuongezeka haraka tangu kuzaliwa mpaka walipofikisha miaka 10 au 15. Baada ya hapo, dinosaria, waliendelea kukua lakini kwa taratibu zaidi. Dinosaria huanguliwa kutoka kwenye yai akiwa na ukubwa wa simba mchanga.

Mwaka 2009 wanasayansi waligundua ya kwamba tofauti baina *Brachiosaurus altihorax* wa kutoka Marekani ya kaskazini na *Brachiosaurus brancai* wa kutoka Afrika ni kubwa sana. Hii inamaanisha dinosaria hawa wana asili tofauti kabisa[55]. Tangu kufahamika tofauti hizi *Brachiosaurus brancai* alipewa jina la kitaaluma *Giraffatitan brancai*. Visukuku hivi ambavyo ni muhimu sana tangu kupatikana hadi leo, kimekuwa ni kitu cha utafiti wa kisayansi na, mara kwa mara, hutembelewa katika Makumbusho na wanasayansi wa dunia nzima ili kufanyiwa utafiti.

Pamoja na pandikizi hili la *Brachiosaurus*, hasa *Giraffatitan*, pia hapohapo Tendaguru walimchimbua *Dicraeosaurus* ambaye katika jamii ya dinosaria wa aina ya *Sauropoda* ndiye mdogo kabisa. Huyu ana urefu wa mita 12 tu[56]. Kiunzi cha mifupa ya *Dicraeosaurus hansemanni* ambacho pia kimeonyeshwa katika Makumbusho ya Berlin ni kiunzi kilicho kamili kuliko viunzi vyote vilivyopatikana Tendaguru (picha 10). Kwa hiyo kiunzi hiki kinatazamwa kama kimoja cha visukuku muhimu sana vilivyopatikana wakati wa msafara wa Kijerumani uliofanywa hapo Tendaguru. *Dicraeosaurus* ni aina muhimu katika kundi la Dicraeosauridae, ambalo ni kundi dogo la Sauropoda, ambao walipatikana Afrika na Marekani ya kusini peke yake. Hawa Dicraeosauridae walijulikana kwa ufupi wao wa kuishia mita 13 tu (kuanzia kushoto hadi kulia), na kwa shingo yao fupi na kwa mkia wao mrefu. *Dicraeosaurus hansemanni* alipatikana katika matabaka ya ardhi ya dinosaria ya katikati. Katika matabaka ya ardhi ya dinosaria ya juu alipatikana *Dicraeosaurus sattleri*[57]. Kama walivyo Sauropoda wote, hawa *Dicraeosaurus* pia walikuwa na mafuvu ya kichwa madogo, walikuwa na miili mikubwa na mikia mirefu (picha 9). Kinachowatofautisha na Sauropoda wengine ni kwamba, miili ya *Dicraeosaurus* ni mikubwa na mifupa ya uti wa mgongo haina vipango vya hewa vingi. Mifupa ya uti wa mgongo imepinda

Picha 9:
Kielelezo cha mazingira na mimea ya Tendaguru (kutoka upande wa kushoto kwenda kulia): nyuma wanaonekana kikundi cha dinosaria wakiwemo: dinosaria-swala wanaoitwa *Dysalotosaurus*, pandikizi la *Brachiosaurus*, *Elaphrosaurus* dinosaria mwindaji, mwembamba, dinosaria mdogo wa aina ya Sauropoda anayeitwa *Dicraeosaurus*, dinosaria wenye miiba *Kentrosaurus*, mla-wanyama mkubwa *Veterupristisaurus* na upande wa juu ya pwani kuna dinosaria wa kuruka wa aina ya *Dsungaripterus* na *Tendaguripterus*. Mbele kabisa anaonekana mamalia mdogo *Brancatherulum* na mwengine *Tendaguripterus*, ambaye amemkamata samaki (Kielelezo cha Elke Siebert, MfN).

54 Schwarz / Fritsch 2006.

55 Taylor 2009.

56 Janensch 1914b.

57 Ibid.

mbele kidogo ili kujiunga na mfupa wa uti wa mgongo ulioko mbele yake. Muundo huu ulisababisha mnyama asiweze kupeleka shingo juu vizuri. *Dicraeosaurus* alikuwa na meno magumu yenye muundo wa kalamu ambayo kila mara yalimea upya. Umbo la shingo na meno yake, unaonyesha kuwa *Dicraeosaurus* alikula mimea ya chini chini.

Kwenye eneo la kiakiolojia la Tendaguru, pia kulipatikana baadhi ya masalia ya *Sauropoda*, ambayo, inasemekana, ni visukuku vya *Diplodocidae* yaani ndugu ya *Diplodocus*. Katika maandishi wanatajwa kama *Tornieria africana*[58]. Mnyama huyu vile vile, kama *Brachiosaurus,* ana shingo ndefu sana, lakini ambayo imenyooka mbele na ilikuwa na uwezo wa kupinda vizuri zaidi. Hawa *Diplodocidae* walikuwa na miguu ya mbele na nyuma mifupi zaidi, kwa hivyo walikuwa na umbo la mwili kama lile la tembo. Alama yake ilikuwa ni mkia wake mwembamba sana, ambao ulipindika vyema kama mjeledi. Mkia huu labda ulitumika kufukuza maadui au ulitumika kuwasiliana na wenzake.

Kwa kitambo *Australodocus* pia walitazamwa kama aina ya Diplodocidae, ambao ni Sauropoda mwingine wa Tendaguru[59]. Kumepatikana mifupa miwili tu ya shingo ya *Australodocus* ambayo ilipatikana na kufanyiwa utafiti katika Makumbusho tangu mwaka 2007. Mnyama huyu ni wa kuvutia sana kwa sababu miaka iliyopita wanapalaentolojia waligundua kuwa *Australodocus* si aina ya Diplodocidae, bali ni mmoja tena wa kwanza wa kikundi cha Sauropoda, ambaye aliishi zaidi katika zama za Chalki[60]. Kwa hivyo hii mifupa miwili ya uti wa mgongo wa *Australodocus* kutoka kwenye mkusanyo wa visukuku vya Tendaguru katika Makumbusho ya Mambo ya Asili Berlin inathibitisha makisio ya kuwa chanzo cha titanosauride Sauropoda kilikuwa Afrika.

Kuna tofauti kubwa zaidi baina ya maelezo ya kitaalamu yaliyopo na uhalisia wa Sauropoda waliopatikana Tendaguru. Kila yakijulikana maarifa mapya juu ya wanyama hawa, basi inabidi kupima upya uhusiano wao wa kinasaba. Mkusanyiko wa visukuku vilivyopatikana vya Tendaguria au *Janenschia* ni vipandevipande tu. Ni vigumu kuvipambanua na kuvijua kwa nasaba yao na pia ni vigumu kujua vinaungikaje ili kujua mwili wa mnyama ulivyoumbika. Lakini kutokana na masalia mbali

Picha 10:
Viunzi vya mifupa vya dinosaria wa Tendaguru vilivyofungwa katika maonyesho ya Makumbusho ya Mambo ya Asili Berlin. Kwenye "kisiwa" cha upande wa kushoto mbele wanaonekana (kutoka upande wa kushoto kwenda kulia): *Dicraeosaurus, Brachiosaurus* (*Giraffatitan*); kwenye "kisiwa" cha upande wa kulia mbele pia wanaonekana: *Elaphrosaurus, Dysalotosaurus*. Juu upande wa kushoto anaonekana *Kentrosaurus*, Mpiga picha: Antje Dittmann/MfN.

58 Remes 2006.

59 Remes 2007.

60 Mannion et al. 2013.

mbali ya *Sauropoda* wa Tendaguru tunaweza kujua kwamba: Sauropoda mbali mbali wa zama za Jurasi ya juu waliishi katika sehemu tofauti za mazingira ya ikolojia ile ile moja. Yaani, walikula chakula tofauti, ambacho kilipatikana mahali tofauti; hivyo hawakugombania chakula – kama wanyama wala-mimea wa mbuga ya savanna ya Afrika ya leo.

Dinosaria mwenye kiuno cha ndege anayeitwa *Kentrosaurus aethiopicus*[61] ni mmoja katika Stegosauria ama mjusi mwenye miiba; katika aina hii alipatikana yeye tu hapa kwenye mabara ya kusini. *Kentrosaurus aethiopicus* ni aina ya kale zaidi katika Stegosauria wapya. Masalia ya *Kentrosaurus*, ambayo ni vipande vingi vya mifupa, yalipatikana katika shimo moja tu ndani ya eneo la Tendaguru. Kwa hivyo kiunzi cha mifupa katika maonyesho ya Makumbusho (picha 10) kiliunganishwa kwa kutumia vipande vya mifupa ya wanyama tofauti ambavyo vililingana kwa ukubwa. Maungo na shingo ya *Kentrosaurus* yalifunikwa na vigae au mapande ya mifupa ambayo yalifanya mnyama huyo aonekane mkubwa zaidi kuliko alivyokuwa. Mkia wa mnyama huyu mla-mimea, ulikuwa na miiba ya pembe mbilimbili na mabegani mwake, alikuwa na mwiba mkubwa (picha 3, 9). Kazi muhimu ya miiba yake ilikuwa ni kuwafukuza maadui – sura yake tayari ilikuwa ikitisha. Kwa kupeleka mkia wake huku na kule, *Kentrosaurus* aliweza kuwatisha maadui wasimkaribie[62]. *Kentrosaurus* alikuwa mla-mimea ambaye pia alikula manyasi yanayomea chini chini. Meno yake hayakuumbwa kwa kutafuna kitu maalum. Kama Stegosauria wenzake, huyu pia alikuwa na ubongo mdogo sana na kiuno chake ni kipana pale ambapo kuna uti wa mgongo. Wanasayansi wanaamini hapo penye upana, kulikuwa na kifurushi cha nyuzi za neva (nerve fiber) ambacho kilisaidia mkia kutenda kwa njia hususa.

Dinosaria mdogo kuliko wote hapo Tendaguru ni dinosaria-swala, anayeitwa *Dysalotosaurus lettowvorbecki*. Yeye ni mla-mimea ambaye asili yake ni dinosaria wenye kiuno cha ndege na huhesabika kuwa katika jamii ya Ornithopoda [63]. Visukuku vya mifupa ya *Dysalotosaurus* vilipatikana baadaye Tendaguru – na mahali pamoja tu, katika sehemu kubwa ya machimbo iliyochimbwa baina ya Oktoba 1910 na Disemba 1912. Masalia ya viunzi vya mifupa vya wanyama hawa wengi, vilipatikana hapo. Hii inabainisha kuwa, labda wanyama hawa waliishi katika makundi na walikufa ghafla, kwa pamoja. Ingawa ilipatikana mifupa mingi, haikupatikana kiunzi cha mifupa cha mnyama mmoja kikiwa kizima. Kwa hivyo kiunzi cha mifupa cha *Dysalotosaurus* kilichosimamishwa katika maonyesho ya Berlin kilitokana na kuunganishwa mifupa ya, angalau, wanyama watatu tofauti, lakini wenye ukubwa unaolingana (picha 10). Urefu na umbo la miguu yake ya nyuma huonyesha ya kuwa *Dysalotosaurus* alikuwa akitembea wima na mwepesi (picha 3, 9). Mara nyingine mifupa ya uti wa mgongo hubainisha kuwapo kwa kano ngumu ambazo ziliimarisha mgongo wakati akitembea kwa miguu miwili. Kwenye kinywa chake, *Dysalotosaurus* alikuwa na midomo yenye gamba gumu kama mdomo wa ndege, ambayo alitumia kuambua mimea. Meno katika taya la juu na la chini yalikata kama mikasi na yalimwezesha *Dysalotosaurus*, kukata majani na matawi. Meno yalikuwa mafupi, yenye muundo wa patasi, yaliyoambatana. Yalimwezesha *Dysalotosaurus* kusaga chakula kwa kukitafuna. Mashavu yake makubwa yalisaidia chakula kibaki ndani ya mdomo. Inaonekana meno haya yalimwezesha *Dysalotosaurus* kutafuna mimea ya chinichini, ya aina mbalimbali. Inawezekana vikundi vya *Dysalotosaurus* wenye umri mbalimbali walikufa kwa pamoja katika sehemu za mabwawa walipokuwa wakitafuta maji ya kunywa.

Tendaguru kuna dinosaria mmoja tu, mwindaji, ambaye masalia yake yalipatikana yakiwa kamilifu; naye ni *Elaphrosaurus bambergi*, jamii ya Ceratosauria, [64]. *Elaphrosaurus* ni dinosaria mwindaji wa Jurasi ya juu, aliyepatikana upande wa kusini mwa dunia na ambaye hajulikani sana. Kwa hivyo visukuku vyake vina thamani kubwa kwa sayansi. Kiunzi cha mifupa cha *Elaphrosaurus* kilicho katika Maonyesho ya Berlin, kilijengwa kutokana na chimbuko lililokuwa na mifupa ya mnyama mmoja mzima namna ileile alivyopatikana (picha 10). *Elaphrosaurus* alikuwa na urefu wa takriban mita 5,5 mkiani hadi kichwani, na, akisimama, alifikia kimo cha mita 1.45. Haijapatikana mifupa ya fuvu lake. Kama dinosaria wawindaji wenzake *Elaphrosaurus*

61 Hennig 1915.

62 Mallison 2011.

63 Pompeckj 1921; Hübner / Rauhut 2010.

64 Janensch 1920; Rauhut / Carrano 2016.

pia alikuwa maarufu kwa wepesi wake wa kukimbia – ishara yake ni mapaja yake mafupi ya mguu wa juu kulingana na mapaja yake marefu ya miguu ya chini na pia mifupa ya kati ya nyayo (metatarsals) mirefu. Kulingana na umbo lake *Elaphrosaurus* kama dinosaria wengine, wakati wote alitembea kwa vyanda vya miguu yake (picha 9). Nyuma ya mifupa ya mapaja ya juu kunaonekana kuna uvimbe mkubwa ambao umeunganishwa na misuli yenye nguvu ya kutoka kwenye mkia. Hivyo mnyama huyu aliweza kuweka guu lake nyuma kwa uimara na kutembea kwa kasi. Wepesi wake ulimwezesha *Elaphrosaurus* kuwinda wanyama wala-mimea wenye kasi kama *Dysalotosaurus*.

Dinosaria wala-nyama wengine wa Tendaguru walijulikana kwa kupatikana meno yao tu; mifupa yao haikupatikana sana. Kwa mfano Spinosauridae anayeitwa *Ostafrikasaurus* amethibitishwa kwa kujulikana jino lake moja tu[65] na Carcharodontosauria anayeitwa *Veterupristisaurus* amejulikana kupitia mifupa yake miwili tu ya uti wa mgongo[66]. Mpaka sasa kumepatikana angalau Theropoda saba tofauti ambao waliwinda sehemu ya Tendaguru. Kutokana na utofauti wao wa aina, wanaweza kuwa ni wala-mimea. Kwa jumla jamii ya dinosaria wala-nyama wa Tendaguru wamefanana zaidi na jamii ya dinosaria wala-nyama wa zama za Chalki waliopatikana sehemu ya kusini mwa dunia kuliko wale waliopatikana zama za Jurasi ya juu katika sehemu za kaskazini mwa dunia.

MKUSANYO WA MIFUPA YA DINOSARIA KATIKA MAKUMBUSHO YA MAMBO YA ASILI BERLIN

Pamoja na viunzi vya mifupa vilivyotengenezwa na kusimamishwa kwenye maonyesho, ndani ya makavazi ya Makumbusho ya Mambo ya Asili Berlin, kuna visukuku vingi zaidi vilivyopatikana wakati wa msafara wa Tendaguru wa Kijerumani baina ya miaka 1909 na 1913. Kuna vipande vya mifupa, au vipande vya viunzi vya mifupa; kuna jino mojamoja na pia kuna visalia vya vifuvu vyenye thamani. Hivi havionyeshwi katika maonyesho kwa sababu ya usalama wao. Pia kuna visalia ambavyo havijaandaliwa na, mpaka leo, vimefungiwa katika mifuko vilimohifadhiwa tangu siku zile viliposafirishwa kutoka Afrika Mashariki. Kwa jumla vitu vilivyopatikana wakati wa msafara wa Tendaguru, wa Kijerumani, idadi yake ni takriban mifupa 10.000 na, pengine vipo vitu zaidi ambavyo havijaandaliwa kwa maonyesho. Kitu chenye thamani kabisa katika hivi ni fuvu halisi la *Brachiosaurus*, ambalo limehifadhiwa katika sanduku la bilauri ngumu. Pia kuna sehemu ya kiunzi cha mfupa wa *Dicraeosaurus sattleri*, ambayo haijakamilishwa na kusimamishwa na kuwekwa katika maonyesho.

Kuandaa mifupa iliyochimbwa na kuiunganisha kitaalamu, inachukua muda wa miaka mingi sana. Kuandaa mifupa, inamaanisha mifupa kuondolewa udongo na mawe, kuziba nyufa katika mifupa, kuambatanisha mifupa inayomegeka na kufanya mifupa iwe migumu ili ihifadhike[67] Hata leo inabidi kila mara kutazama kama mifupa bado iko imara na kurekebisha palipolegea kwa gamu; pia kuendelea kuipatia mifupa ugumu na kuunganisha kwa gamu ili iendelee kuhifadhika. Masalia ya mafuvu vya dinosaria, masalia ya *Dysalotosaurus* na meno mengi yamehifadhiwa katika makabati ya mbao. Ngumu hasa, ni uhifadhi wa mifupa ya miguu ya dinosaria, ambayo ina uzito wa takriban kilo 200. Mifupa hiyo ni mikubwa sana na mizito mno kuweza kuihifadhi katika makabati. Na, kwa sababu ya uzito huu, pia haiwezikani kuhifadhiwa katika ghorofa za juu za Makumbusho[68]. Maalum kwa mifupa hiyo, kulijengwa chumba chini ya Makumbusho, ambapo mifupa imepangwa kwenye mashelfu ya mbao, kulingana na daraja zao. Mifupa mikubwa kuliko yote imesimamishwa ukutani, kwenye magodoro maalum kwa vitu vizito sana. Kwa sababu ya uzito, ni vigumu sana kuhamisha mifupa hii ya dinosaria. Mara nyingine hutumika nyenzo za kubeba vitu vizito kama kapi na mara nyingi wafanyakazi wengi wa Makumbusho inawabidi wasaidiane kwa ubebaji wa pamoja ili kuhamisha mifupa huku na kule. Mifupa ya miguu mingine imetobolewa na kuunganishwa na vyuma, ili iwezekane kuhifadhika, kusafishwa na kuhamishwa kwa urahisi zaidi. Ili isiharibike, mifupa ya dinosaria inahitaji hali ya hewa yenye unyevu wa wastani kati ya asilimia 40% na

65 Buffetaut 2012.

66 Rauhut 2011.

67 Gillette 2012.

68 Ibid.

60% na halijoto baina ya nyuzi 18°C na 21°C. Muhimu zaidi ni kwamba mazingira ya hali ya hewa yasibadilike. Hali ya hewa ya kubadilika huharibu mifupa baada ya muda.

Kwa sababu ya thamani yake katika sayansi, mifupa hii ya Tendaguru kila siku hutembelewa na wanasayansi wa ulimwengu mzima. Wanasayansi hao, kwa mfano, hulinganisha hivi visukuku vya dinosaria na visukuku vya dinosaria vilivyopatikana kwingine, au wanafanya utafiti kuhusu uhusiano wa kijamii baina ya dinosaria wa Tendaguru na wengine. Baadhi wanachunguza zaidi juu ya kuumbika kwao, kwa mfano: uhusiano wa mifupa na misuli, au wanatafiti meno. Wengine wanajaribu kujua zaidi kuhusu mazingira ya pale mahali dinosaria walipoishi zama hizo. Kwa yote haya, mifupa huchunguzwa sana. Mifupa hupimwa urefu na ukubwa na matokeo hurekodiwa kwa michoro na picha. Ni nadra sana kupima mifupa ki-kemikali. Kwa mfano katika uchunguzi wa ki-histolojia, inaruhusiwa kupima Isotope. Muhimu zaidi ni kuilinda na kuihifadhi mifupa hii ya thamani kwa mustakabali. Siku hizi kuna vifaa vya utafiti ambavyo vinaweza kuchunguza undani wa mifupa bila kuipasua. Kwa mfano, kwa kutumia teknolojia ya kompyuta-tomografia iliwezekana kugunduliwa kwamba ndani ya mifupa ya uti wa mgongo wa *Brachiosaurus* kulikuwa na (vitundu) vinafasi vingi vya wazi, ambavyo vilifanya uti wa mgongo uwe mwepesi kuliko ulivyokadiriwa hapo awali[69].

Visukuku vya chimbuko la Tendaguru vitaendelea kujibu maswali ya watafiti na wanasayansi wengi ambao watazidi kuja siku za usoni; kwa hivyo, umuhimu wa visukuku hivi, utaendelea kuwapo. Pia tunaweza kusema ya kwamba, machimbo mapya yatakayofanyika sehemu za Tendaguru, yataleta visukuku vingine vipya, ambavyo vitajibu maswali ambayo mpaka sasa hayajajibiwa, kuhusu biolojia na kuhusu mazingira ya makazi ya dinosaria wa Tendaguru. Lazima tuhifadhi hazina hii ya kitaaluma kwa vizazi vyetu vya sasa na vijavyo. ■

69 Schwarz / Fritsch 2006.

MAREJEO

Aberhan, M. et al.: Palaeoecology and Depositional Environment of the Tendaguru Beds (Late Jurassic to Early Cretaceous, Tanzania), katika: Mitteilungen aus dem Museum für Naturkunde in Berlin, Geowissenschaftliche Reihe 5 (2002), kr. 19–44.

Arbor, V. M.: Estimating Impact Forces of Tail Club Strikes by Ankylosaurid Dinosaurs, katika: PLoS One 4, 8 (2009), uk. 6738.

Arbor, V. M. / Snively, E.: Finite Element Analyses of Ankylosaurid Dinosaur Tail Club Impacts, katika: The Anatomical Record 292 (2009), kr. 1412–1426.

Arratia, G. et al.: Selachians and Actinopterygians from the Upper Jurassic of Tendaguru, Tanzania, katika: Fossil Record 5, 1 (2008), kr. 207–230.

Benton, M. J.: Vertebrate Palaeontology, katika: toleo la 3, Oxford 2004.

Benton, M. J.: Fossil Quality and Naming Dinosaurs, katika: Biology Letters 4, 6 (2008), kr. 729–732.

Benton, M. J.: Origin and Early Evolution of Dinosaurs, katika: Walters, B. et al. (wahariri): The Complete Dinosaur, Bloomington, kr. 331–346.

Bernardi, M. et al.: Dinosaur Diversification Linked with the Carnian Pluvial Episode, katika: Nature Communications 9 (2018), uk. 1499.

Brusatte, S.L. 2012. Dinosaur Paleobiology. – kr. 337, Wiley-Blackwell, Chichester, UK.

Brusatte, S. L. et al.: Superiority, Competition, and Opportunism in the Evolutionary Radiation of Dinosaurs, katika: Science 321 (2008), kr. 1485–1488.

Brusatte, S. L. et al.: Dinosaur Morphological Diversity and the end-Cretaceous Extinction, katika: Nature Communications 3, 804 (2012), kr. 1–8. Buffetaut, E. 2013. An early spinosaurid dinosaur from the Late Jurassic of Tendaguru (Tanzania) and the evolution of the spinosaurid dentition. – Oryctos 10: 1–8.

Buffetaut, E.: An Early Spinosaurid Dinosaur from the Late Jurassic of Tendaguru (Tanzania) and the Evolution of the Spinosaurid Dentition, katika: Oryctos 10 (2013), kr. 1–8.

Burchfiel, B. C.: The Continental Crust, katika: Scientific American 249, 3 (1983), kr. 130–142.

Bussert, R. / Aberhan, M.: Storms and Tsunamis: Evidence of Event Sedimentation in the Late Jurassic Tendaguru Beds of Southeastern Tanzania, katika: Journal of African Earth Sciences 39, 3–5 (2004), kr. 549–555.

Bussert, R. / Heinrich, W.-D. / Aberhan, M.: The Tendaguru Formation (Late Jurassic to Early Cretaceous, Southern Tanzania): Definition, Palaeoenvironments, and Sequence Stratigraphy, katika: Fossil Record 12, 2 (2009), kr. 141–174.

Chen, C.-F. et al.: Development, Regeneration, and Evolution of Feathers, katika: Annual Review of Animal Biosciences 3 (2014), kr. 169–195.

Dewey, J. F.: Plattentektonik, katika: Giese, P. (mhariri), Ozeane und Kontinente. Spektrum der Wissenschaft, Heidelberg 1984, kr. 26–38.

Dietrich, W. O.: *Brancatherulum* n.g., ein Proplacentalier aus dem obersten Jura des Tendaguru in Deutsch-Ostafrika, katika: Centralblatt für Mineralogie, Geologie und Paläontologie 10 (1927), kr. 423–426.

Francheteau, J.: The Oceanic Crust, katika: Scientific American 249, 3 (1983), kr. 114–129.

Galton, P. M.: Avian-like tibiotarsi of pterodactyloids. (Reptilia: Pterosauria) from the Upper Jurassic of East Africa, katika: Paläontologische Zeitschrift 54, 3/4 (1980), kr. 331–342.

Gillette, D. D.: Hunting for Dinosaur Bones, katika: Walters, B. et al. (wahariri): The Complete Dinosaur, Bloomington 2012, kr. 121–133.

Glasspool, I. J. / Scott, A. C.: Phanerozoic Concentrations of Atmospheric Oxygen Reconstructed from Sedimentary Charcoal, katika: Nature Geoscience 3, 9 (2010), kr. 627–630.

Glut, D. F.: Dinosaurs, katika: The Encyclopedia, Jefferson, NC 1997, uk. 1076.

Heinrich, W.-D.: Late Jurassic Mammals from Tendaguru, Tanzania, East Africa, katika: Journal of Mammalian Evolution 5, 4 (1998), kr. 269–290.

Heinrich, W.-D.: The Taphonomy of Dinosaurs from the Upper Jurassic of Tendaguru (Tanzania) Based on Field Sketches of the German Tendaguru Expedition (1909–1913), katika: Mitteilungen aus dem Museum für Naturkunde in Berlin, Geowissenschaftliche Reihe 2 (1999a), kr. 25–61.

Heinrich, W.-D. 1999b. First haramiyid (Mammalia, Allotheria) from the Mesozoic of Gondwana. Mitteilungen aus dem Museum für Naturkunde in Berlin, Geowissenschaftliche Reihe 2: 159–170.

Heinrich, W.-D.: New Records of Staffia aenigmatica (Mammalia, Allotheria, Haramiyida) from the Upper Jurassic of Tendaguru in southeastern Tanzania, East Africa, katika: Mitteilungen aus dem Museum für Naturkunde in Berlin, Geowissenschaftliche Reihe 4 (2001), kr. 239–255.

Heinrich, W.-D. et al.: The German-Tanzanian Tendaguru Expedition 2000, katika: Mitteilungen aus dem Museum für Naturkunde in Berlin, Geowissenschaftliche Reihe 4 (2001), kr. 223–237.

Hennig, E.: *Kentrosaurus aethiopicus*, der Stegosauride des Tendaguru, katika: Sitzungsberichte der Gesellschaft naturforschender Freunde zu Berlin (1915), kr. 219–247.

Jacobs, L. L.: Quest for the African Dinosaurs: Ancient Roots of the Modern World, New York 1993.

Janensch, W.: Zweiter Bericht über die Tendaguru-Expedition, katika: Sitzungsberichte der Gesellschaft naturforschender Freunde zu Berlin 8 (1909), kr. 500–503.

Janensch, W.: Die Gliederung der Tendaguru-Schichten im Tendaguru-Gebiet und die Entstehung der Saurier-Lagerstätten, katika: Archiv für Biontologie 3, 3 (1914a), kr. 227–261.

Janensch, W.: Übersicht über die Wirbeltierfauna der Tendaguru-Schichten nebst einer kurzen Charakterisierung der neu aufgeführten Arten von Sauropoden, katika: Archiv für Biontologie 3, 1 (1914b), kr. 81–110.

Janensch, W.: Ueber *Elaphrosaurus Bambergi* und die Megalosaurier aus den Tendaguru-Schichten Deutsch-Ostafrikas, katika: Sitzungsberichte der Gesellschaft naturforschender Freunde zu Berlin 8–10 (1920), kr. 225–235.

Janensch, W. / Hennig, E.: Erster Bericht üuber die Tendaguru-Expedition, katika: Sitzungsberichte der Gesellschaft naturforschender Freunde zu Berlin 6 (1909), kr. 358–360.

Klein, N. / Remes, K. / Gee, C. T. / Sander, P. M.: Sauropod Dinosaurs. Understanding the Life of Giants, Bloomington 2011.
Kundrát, M.: When Did the Theropods Become Feathered? Evidence for pre-*Archaeopteryx* Feathery Appendages, katika: Journal of Experimental Zoology (Mol Dev Evol) 302B (2004), kr. 355–364.
Lyman, R. L.: Vertebrate Taphonomy, Cambridge 1994.
Maier, G.: African Dinosaurs Unearthed: The Tendaguru Expeditions, Bloomington 2003.
Mallison, H.: Defense Capabilites of *Kentrosaurus aethiopicus* Hennig 1915, katika: Palaeontologia Electronica 14, 2–10A (2011), kr. 1–25.
Manning, P. L. et al.: Mineralized Softtissue Structure and Chemistry in a Mummified hadrosaur from the Hell Creek Formation, North Dakota (USA), katika: Proceedings of the Royal Society B 276 (2009), kr. 3429–3437.
Mannion, P .D / Upchurch, P. / Barnes, R. N. / Mateus O.: Osteology of the Late Jurassic Portuguese Sauropod Dinosaur *Lusotitan atalaiensis* (Macronaria) and the Evolutionary History of basal titanosauriforms, katika: Zoological Journal of the Linnean Society 168 (2013), kr. 98–206.
Nesbitt, S. J. et al.: Ecologically Distinct Dinosaurian Sister Group Shows Early Diversification of Ornithodira, katika: Nature 464 (2010), kr. 95–98.
Nesbitt, S. J. et al.: The Oldest Dinosaur? A Middle Triassic Dinosauriform from Tanzania, katika: Biology Letters 9, 1 (2013), kr. 1–5.
O'Connor, P. M.: Evolution of archosaurian Body Plans: Skeletal Adaptations of an air-sac-based Breathing Apparatus in Birds and Other Archosaurs, katika: Journal of Experimental Zoology A311, 8 (2009), kr. 629–646.
Pompeckj, J.-F.: Das Gebiß des Ornithopoden *Dysalotosaurus* aus den Tendaguru-Schichten Deutsch-Ostafrikas, katika: Sitzungsberichte der Preußischen Akademie der Wissenschaften 27 (1921), kr. 411–412.
Press, F. / Siever, R.: Earth, San Francisco 1982.
Rauhut, O. W. M.: Theropod Dinosaurs from the Late Jurassic of Tendaguru (Tanzania), katika: Special Papers in Palaeontology 86 (2011), kr. 195–239.
Rauhut, O. W. M. / Carrano, M. T.: The Theropod Dinosaur *Elaphrosaurus bambergi* Janensch, 1920, from the Late Jurassic of Tendaguru, Tanzania, katika: Zoological Journal of the Linnean Society 178, 3 (2016), kr. 546–610.
Reck, H.: Dritter Bericht über den weiteren Verlauf der Tendaguru-Expedition, katika: Sitzungsberichte der Gesellschaft naturforschender Freunde zu Berlin 8 (1910), kr. 372–375.
Reck, H.: Vierter Bericht über die Ausgrabungen und Ergebnisse der Tendaguru-Expedition (Grabungsperiode 1911), katika: Sitzungsberichte der Gesellschaft naturforschender Freunde zu Berlin 8 (1911), kr. 385–397.
Reck, H.: Die deutschostafrikanischen Flugsaurier, katika: Centralblatt für Mineralogie, Geologie und Paläontologie B (1931), kr. 321–336.
Remes, K.: Revision of the Tendaguru Sauropod *Tornieria africana* (Fraas) and its Relevance for Sauropod Paleobiogeography, katika: Journal of Vertebrate Paleontology 26, 3 (2006), kr. 651–669.
Remes, K.: A second Gondwanan Diplodocid Dinosaur from the Upper Jurassic Tendaguru Beds of Tanzania, East Africa, katika: Palaeontology 50, 3 (2007), kr. 653–667.
Schmidt, K.: Erdgeschichte, Berlin 1978.
Schwarz, D. / Fritsch, G.: Pneumatic Structures in the Cervical Vertebrae of the Late Jurassic (Kimmeridgian-Tithonian) Tendaguru Sauropods *Brachiosaurus brancai* and *Dicraeosaurus*, katika: Eclogae Geologicae Helvetiae 99 (2006), kr. 65–78..
Spalding, D. A. E. / Sarjean, W. A. S.: Dinosaurs: The Earliest Discoveries, katika: Walters, B. et al. (wahariri): The Complete Dinosaur, Bloomington 2012, kr. 3–24.
Süss, H. / Schultka, S.: Koniferenhölzer (Fusite) aus dem Oberjura vom Tendaguru (Tansania, Ostafrika), katika: Palaeontographica Abteilung B 275, 4–6 (2006), kr. 133–165.
Taylor, M. P.: A re-evaluation of *Brachiosaurus altithorax* Riggs 1903 (Dinosauria, Sauropoda) and its Generic Separation from *Giraffatitan brancai* (Janensch 1914), katika: Journal of Vertebrate Paleontology 29, 3 (2009), kr. 787–806.
Torrens, H. S.: Politics and Paleontology: Richard Owen and the Invention of Dinosaurs, katika: Walters, B. et al. (wahariri): The Complete Dinosaur, Bloomington 2012, kr. 25–44.
Unwin, D.M. / Heinrich, W.-D.: On a Pterosaur Jaw from the Upper Jurassic of Tendaguru (Tanzania), katika: Mitteilungen aus dem Museum für Naturkunde in Berlin, Geowissenschaftliche Reihe 2 (1999), kr. 121–134.
Wang, S. C. / Dodson, P.: Estimating the Diversity of Dinosaurs, katika: Proceedings of the National Academy of Sciences 103, 37 (2006), kr. 13601–13605.
Weishampel, D. B. / Dodson, P. / Osmolska, H.: The Dinosauria, Berkeley 2004, Toleo la 2.
Williams, V. S. / Barrett, P. M. / Purnell, M. A.: Quantitative Analysis of Dental Microwear in Hadrosaurid Dinosaurs, and the Implications for Hypotheses of Jaw Mechanics and Feeding, katika: Proceedings of the National Academy of Sciences 106, 27 (2009), kr. 11194–11199.
Ziegler, B.: Einführung in die Paläobiologie Teil 1: Allgemeine Paläontologie, Stuttgart 1992, Toleo la 5.

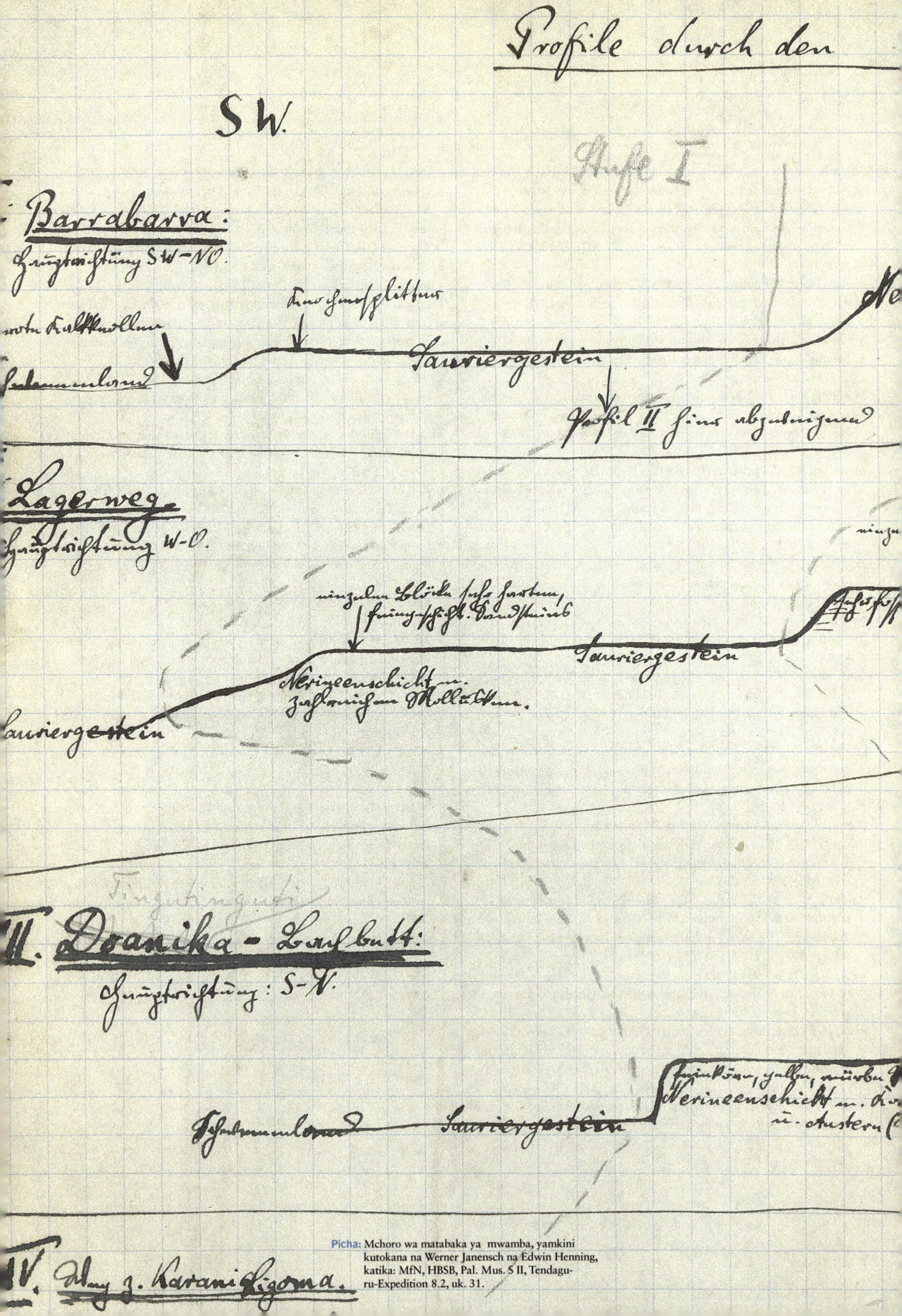

Profile durch den

SW.

Stufe I

Barrabarra:

Hauptrichtung SW-NO.

Knochensplitter

rote Kalkknollen

Schwemmland

Sauriergestein

Profil II hier abzuzeichnen

Ne

Lagerweg.

Hauptrichtung W-O.

einzelne Blöcke sehr harten, feinschichtigen Sandsteins

einzel

Stufe II

Sauriergestein

Nerineenschicht m. zahlreichen Mollusken.

Sauriergestein

Tingutinguti

III. Dwanika-Lahbutt:

Hauptrichtung: S-N.

feinkörnige, gelbe, mürbe

Nerineenschicht m. ...

u. Austern (

Schwemmland

Sauriergestein

IV. Weg z. Karani Ligoma.

Picha: Mchoro wa matabaka ya mwamba, yamkini kutokana na Werner Janensch na Edwin Henning, katika: MfN, HBSB, Pal. Mus. S II, Tendaguru-Expedition 8.2, uk. 31.

Plateaurand der Saurierschichten.

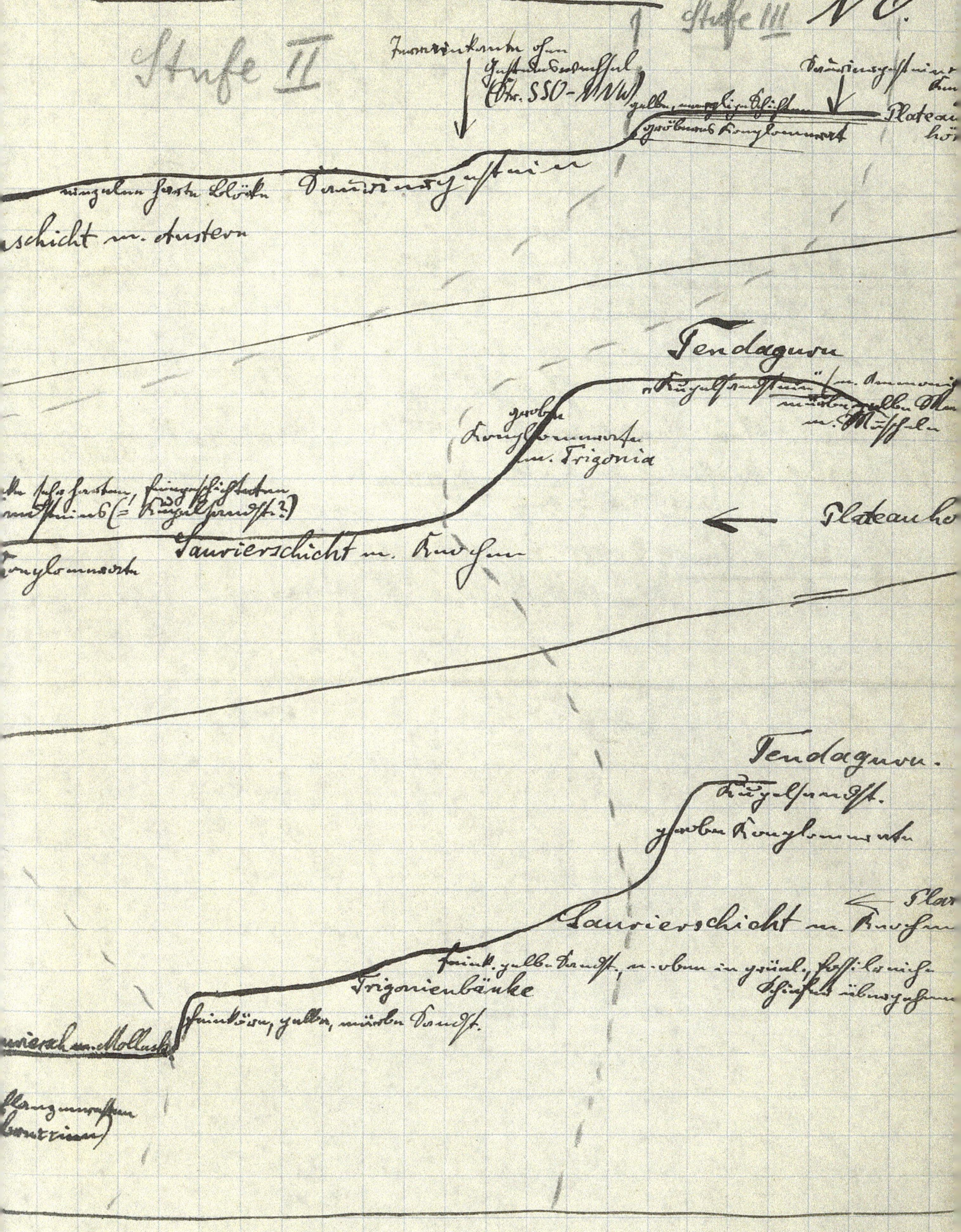

Stufe II

Stufe III

N O.

[illegible] Gesteinswechsel (Str. SSO-NNW)

[illegible]

gelbe, mergelige Schichten

gröberes Konglomerat

Plateau hö

vereinzelte harte Blöcke

Sandsteingestein

schicht m. Austern

Tendaguru

Kugelsandstein m. Ammoniten

mürbe gelbe Mergel m. Muscheln

grobe Konglomerate m. Trigonia

... fein geschichteten ... Sandstein (= Kugelsandst.?)

Plateauho

Saurierschicht m. Knochen

Konglomerate

Tendaguru.

Kugelsandst.

grobe Konglomerate

Pla

Saurierschicht m. Knochen

feink. gelbe Sandst., n. oben in grünl. fossilreiche Schiefer übergehend

Trigonienbänke

feinkörn., gelbe, mürbe Sandst.

urierschicht m. Mollusk.

Pflanzenresten (Koniferen)

Sattler. ↓ Fraas. ↓

Dinosaurier am Tendaguru.

VITA VYA MAJI-MAJI NA MADINI

HISTORIA YA TENDAGURU, UJERUMANI YA AFRIKA MASHARIKI KABLA YA UCHIMBUAJI WA MASALIA YA DINOSARIA

Holger Stoecker

Mgawanyo wa Afrika kuwa makoloni ya mataifa yenye nguvu ya Ulaya ulifikia mwisho kati ya mwaka ulipoisha *Mkutano wa Afrika wa Berlin,* 1884/85 na mwaka vilipozuka Vita vya Kwanza vya Dunia, 1914.[1] Kuongezeka kwa siasa za utaifa huko Ulaya, mwishoni mwa karne ya 19, kulisababisha kukua kwa haja ya kumiliki maeneo, kikoloni, barani Afrika. Ushiriki katika ukoloni wa Bara la Afrika ulichukuliwa kama msingi wa kujenga hadhi ya utaifa, kama si pia kujenga msingi wa usalama wa kitaifa. Tangu miaka ya 1880, michuano mikali ilizuka baina ya nguvu za kikoloni za mataifa ya Ulaya, ziliposhindania maeneo huko Afrika, hadi kinyang'anyiro hicho kikapatiwa istilahi ya *Scramble for Africa* (kinyang'anyiro cha kuivamia Afrika).[2] Uvumbuzi wa Bara la Afrika, karne ya 19, ulisababisha kuongezeka nguvu ya utekaji wa maeneo, ambayo kutawaliwa kwao kulionekana ni muhimu, ili kuwalinda Waafrika kwa usawa dhidi ya misuguano baina yao wenyewe na pia kulifungua bara kibiashara, kwa ajili ya Ulaya.[3] Ingawa miaka ya takriban 1884/85 hakukuwa na ufahamu wa kutosha kuhusu rasilimali za asili, zenye matumaini ya mapato ya kuridhisha, daima mapambano ya kupata maeneo Afrika yalikuwa kama michuano ya siku zijazo,[4] ambayo iliweza kutimia na kuwa halisi tu, pindi ufahamu kuhusu bara hilo utakapoongezeka. Nia hapa, ilikua ni kuifungua Afrika kwa ajili ya utafiti zaidi na sayansi.

KINYANG'ANYIRO CHA DINOSARIA

Istilahi ya Kinyang'anyiro cha Afrika, au *Scramble for Africa*, ilitumika sana katika siasa na sayansi ya kitaalamu ya uandishi wa karne ya 20 na, tangu kipindi hicho, ilibadilishwa kwa namna mbalimbali. Kwa kurejea ufahamu wa istilahi hii ya kihistoria, mwana-anthropolojia wa utamaduni, Enid Schildkrout 1998 kutoka mji wa New York, aliweka alama kwenye ramani, hasa kwenye eneo la Afrika ya Kati na Magharibi, kama uwanja wa *scramble for art* (kugombea sanaa), *scramble for objects* (kugombea nyara) kulikofanywa miongoni mwa nguvu za kikoloni za mataifa ya Ulaya na Amerika.[5] Vile vile, kutokana na ufahamu wa Schildkrout, mwanaethnolojia Larissa Förster, mwaka 1900, alipaita Afrika ya Kusini kuwa, *uwanja wa scramble for skulls* (uwanja wa kinyang'anyiro cha mafuvu). Wakati huo, mabaki ya binadamu wa kale, yaligombewa kati ya wanaanthropolojia wa kike na wa kiume kutoka nchi za magharibi.[6] Mashindano hayo makubwa katika karne hiyo, kupata vitu vya asili, yalisababisha ongezeko kubwa la majumba ya makumbusho ya kiethnolojia na ya historia ya asili, kwenye miji mikuu ya Ulaya na Amerika Kaskazini. Ukusanyaji huu wa mabaki ya kale ulifanya nyumba za makumbusho za kipindi hicho kuwa na uhalisia na mara nyingine, kutokana na vyanzo vya makusanyo hayo kuwa kwenye

Picha 1 upande wa kushoto:
Bernhard Sattler (kushoto), Eberhard Fraas (mwenye nyundo ya mwanajiolojia) na mfanyakazi wa Kiafrika asiyetajwa jina wakiwa kwenye shimo kilimotoka kiunzi A cha *Gigantosaurus africanus*, Septemba 1907.
Picha inatokana na mkusanyiko wa picha ambazo mwanajiografia wa kikoloni, Hans Meyer kutoka Leipzig, alitengeneza na ambazo bado zinatupatia maelezo zaidi kuhusu uchimbuaji uliyofanywa huko Tendaguru. Katika: IfL, Urithi Hans Meyer, Af 046–125.

1 Cooper 2000.

2 Punch, 10.12.1892.

3 Eckert 2013, uk. 140.

4 Ibid., uk. 141; Wirz / Eckert 2004.

5 Schildkrout / Keim 1998, kr. 21–25.

6 Förster 2019.

makoloni, majumba hayo ya makumbsho yakaitwa Nyumba za Makumbusho ya Ukoloni. Kwa kiasi fulani, nyumba hizo zipo kwa jina hilo hadi sasa hivi. Ukusanyaji wa vitu na data kutoka kwenye maeneo ya makoloni, mara nyingi, ulifanyika kwa madhumuni ya kisomi na ulifanyika kwa nidhamu kubwa. Idadi ya vitu vilivyowasili kutoka kwenye makoloni, mara nyingi ilifikia maelfu, mara nyingine hata kufikia elfu kumi. Vitu vingi vilionyeshwa kwenye majumba ya kitaifa ya makumbusho kwa ajili ya kueneza habari za safari za ukusanyaji wa vitu hivyo na utekaji wa maeneo.

Msafara wa Kijerumani wa Tendaguru ulikuwa mojawapo kati ya misafara mikubwa ya kisayansi ya uvumbuzi iliyowahi kufanyika katika Afrika, kabla ya Vita vya Kwanza vya Dunia. Cha pekee kilikua kwamba, kwenye msafara huu, yalikutanishwa mashindano aina mbili tofauti baina ya mataifa kutoka magharibi: kinyang'anyiro cha kuwania Afrika yenyewe kama nchi, na kinyang'anyiro cha kisayansi- cha mambo ya zama za kale yahusuyo dinosaria. Jambo hili lilikuzwa na kufananishwa na "*Bone Wars*" (Vita vya mifupa) vilivyotokea miaka ya 1880, huko Marekani, kugombea vitu vya zama za kale. Mwishoni mwa karne, vita hivi vilivuka bahari na kuibukia Afrika kwenye "*Second Dinosaur Rush.*"[7]

KAMPUNI YA MADINI YA LINDI

Mradi wa ukoloni wa Dola la Ujerumani huko Afrika ulitegemea mwingiliano wa harakati za kiuchumi, mikakati na malengo ya kijeshi; na pia shabaha na vivutio vya wanasayansi. Maeneo haya yalikuwa na uhusiano wa karibu: wa watu binafsi, uhusiano wa kiasasi, utawala wa dola na mitandao ya kiuchumi kukamilishana na kuhimizana. Hata mazingira yaliyosababisha kugunduliwa kwa masalia ya dinosaria huko Tendaguru, yanaakisi waziwazi hali hii ya muingiliano. Mazingira kama haya yameainishwa kwenye muhutasari uliotolewa na Mkurugenzi wa Idara ya Kipalaentolojia ya Tasisi ya Kijiolojia ya Berlin, Bw. Wilhelm von Branca, katika mwaka 1914, baada ya kumalizika kwa msafara.

> "Aliyekuwa mkurugenzi wa mgodi wa madini ya Garnet, uliomilikiwa na Kampuni ya Madini, huko Nyamwihura karibu na mto Mbemkuru, Bw. W.B. Sattler, siku moja, katika ukaguzi wake wa eneo lake la kazi, akiwa kwenye mlima wa Tendaguru, alikutana na mifupa mikubwa iliyomzuia asiweze kuendelea na safari yake."[8]

Masimulizi haya yanayoeleza kwamba mhandisi na mkurugenzi wa kampuni, Bernard Wilhelm Sattler, alikutana na ugunduzi mkubwa kwa tukio la bahati, asilolitarajia, wakati akikagua eneo lake kazini, yanatokana na taarifa zihusuzo ugunduzi wa mahali penye masalia ya dinosaria zilizofikishwa Ujerumani mwanzoni mwa mwaka 1907 na, mara baada ya hapo, kusambaa kwenye jamii za wanasiasa, wahusika wa ukoloni na kwenye majumba ya makumbusho. Hadi leo hii, masimulizi yahusuyo Tendaguru, hutegemea ugunduzi huu wa Sattler.[9] Ukweli wa masimulizi haya unaweza kuthibitishwa kwa kuchunguzwa kwa karibu wahusika na muktadha mzima wa historia ya awali kabla ya msafara wenyewe.

Mhusika mkuu wa kiasasi katika uvumbuzi wa visukuku vya Tendaguru ni kampuni ya kikoloni ya utafutaji na uchimbaji madini. Kampuni ya Madini ya Lindi (Lindi-Schürfgesellschaft) iliyoanzishwa katika mji wa Koblenz mwanzoni mwa mwaka 1904. Ilikuwa kampuni ya uwekezaji katika koloni la Ujerumani la Afrika Mashariki; ya kutafuta na kuchimba madini, hususan mawe ya thamani kama almasi, rubi, madini ghafi na grafati.[10] Miongoni mwa wanahisa, ukiachana na wamiliki wakubwa wa ardhi na nyumba, walikuwamo pia maafisa, madaktari, wajasiriamali wa migodi, viongozi wa mitaa, mameneja wa benki; pia watu wawili wenye uzoefu juu ya Afrika mashariki: Dr. Carl Velten, mhadhiri wa Kiswahili kwenye Semina ya Lugha za Mashariki (Seminar für Orientalische Sprachen) huko Berlin, na Daktari wa upasuaji mstaafu, Dr. Wilhelm Arning, ambaye alitumika kama daktari kuanzia mwaka 1892 mpaka 1896 kwenye Jeshi la Kaisari la Ulinzi katika Koloni la Ujerumani la Afrika Mashariki. Sehemu kubwa ya hisa za kampuni ilimilikiwa na jamii ya Ujerumani ya

7 Brinkman 2010.

8 Branca 1914a, uk. 3.

9 Mwisho Mogge 2018, uk. 201.

10 Gesellschaftsvertrag (Mkataba wa kijamii), 17.12.1903, katika: BArch Berlin, R 1001–503, kr. 42a–42b.

Afrika Mashariki (Deutsch-Ostafrikanische Gesellschaft) na jamii ya kibiashara na kilimo ya Lindi (Lindi-Handels- und Pflanzungsgesellschaft), ambamo Kampuni ya Madini ya Lindi tayari ilishajumuishwa kwenye mtandao uliokuwepo wa makampuni ya kiuchumi wa kikoloni katika Koloni la Ujerumani la Afrika Mashariki.[11] Wilhelm Arning aliitwa kuwa mojawapo wa wakurugenzi wawili wa usimamizi; yeye ndiye aliyekuwa mhusika mwenye uamuzi mkuu kwenye kampuni, katika miaka iliyofuata.

Mnamo Januari 1904, Ofisi ya Waziri Mkuu (Reichskanzler) wa Koloni ilitoa kibali maalumu cha miaka mitano kwa Kampuni ya Madini ya Lindi, kwa ajili ya kutafuta na kuchimba vito, johari na graffiti kwenye eneo ambalo liliwekewa mipaka kusini kupitia upana wa nyuzi za latitudo 10 pointi 30 upana wa Kusini, Kaskazini kupitia nyuzi za latitudo Kusini ya Ikweta. 9 pointi 15, Mashariki kupakana na Bahari ya Hindi na Magharibi kupitia nyuzi 38 pointi 30 longitudo ya Mashariki ya Griniwichi.[12] Miongoni mwa masharti ya makubaliano pia ilitakiwa kuwapo mtaalamu wa utafutaji madini ndani ya eneo la makubaliano wakati wote na kutumia angalau pesa, Mark 10,000 kila mwaka, kwa ajili ya kazi za uchimbaji wa madini.[13] Kwa kanuni hizo zilizohitaji uthibitisho, ilitakiwa kuhakikishwa kwamba kibali kilichotolewa pia ndicho kitatumika kwa ajili ya kazi za kuleta maendeleo na siyo tu, kwa kuzuia makampuni shindani yasiingie katika mipaka ya eneo husika. Januari na Februari mwaka 1905, Arning mwenyewe alishughulika kwenye eneo hilo la kilomita za mraba zaidi ya mia moja; akiwa pamoja na mwanajiolojia Oskar Hecker, mhandisi wa uchimbaji madini W. C. Kegel pamoja na mhandisi, Bernhard Wilhelm Sattler, wakitafuta eneo linalofaa kwa uchimbaji.[14] Hecker na Kegel walimaliza shughuli zao kuitumikia kampuni ya madini, Desemba 1904. Arning alirudi Ujerumani mwezi Mei 1905. Sattler aliongoza kazi zilizokuwa zinaendelea, akiwa kama mtafiti na meneja wa kampuni.[15]

VITA VYA MAJI-MAJI

Katika mwezi Julai 1905, Vita vya Maji-Maji vilizuka katika eneo la mrima, nje ya mji wa pwani, Kilwa, uliopo kaskazini ya Lindi. Sababu ya vita hiyo ilikuwa hali ya kutokuridhika katika jamii ya Waafrika, kutokana na kufanyishwa kazi kwa kulazimishwa na matumizi ya kila siku ya nguvu ya kikatili, kwa wenyeji, pamoja na kuongezeka kwa utayari wa uasi dhidi ya utawala wa wakoloni, wavamizi wa Kijerumani.[16] Kabla ya hapo, uongozi wa Kijerumani ulianzisha sera ya usimamizi mkali na sheria zenye adhabu ngumu na kuwabebesha jamii, wakazi wa hapo, kodi ya nyumba.

Muda mfupi, baada ya mlipuko wa vita, katika mwezi Agosti 1905, mapigano yalivamia na kuvuka katika eneo la Umwera, lililopo kusini ya Kilwa, ambako kulikuwa na eneo la Kampuni ya uchimbaji la serikali (Konzessionsgebiet).[17] Pia mapigano yalivuka eneo la Tendaguru ambapo baadaye kulipatikana mabaki ya dinosaria, na uchimbaji kuanza mwaka 1909. Eneo hilo lilikuwa katikati ya eneo la vita.

II. Handels-, Verkehrs-, Land-, Minen- usw. Unternehmungen. 225

Lindi-Schürfgesellschaft m. b. H.

Sitz und Adresse: Berlin NW. 7, Schadowstr. 12/13.
Gegründet und in das Handelsregister eingetragen am **17. Dez. 1903.**
Gründer: Dr. W. Th. Arning, Hannover; Geh. Bergrat Dr. M. Busse (†), Berlin; Dr. O. Hecker, Groeningen; v. Osterroth-Schönberg, Oberwesel; Generaloberarzt Dr. Redecker, Koblenz; Dr. P. Wesenfeld, Barmen.

Zweck und Tätigkeit: Die Schürfgesellschaft ist keine Erwerbs-, sondern eine Erschliessungsgesellschaft, aus der eine Erwerbsgesellschaft hervorgehen soll. Gegenstand des Unternehmens ist Aufsuchung und Aufschliessung von Mineralien, insbesondere in Deutsch-Ostafrika, Verwertung der Funde, Erwerbung von Grundbesitz, welcher den erwähnten Zwecken dient, sowie Beteiligung an ähnlichen Unternehmungen.

Der Gesellschaft wurde am 16. Jan. 1904, bezw. 19. März 1904, seitens des Reichskanzlers eine Konzession erteilt, welche die ausschliessliche Berechtigung zur Aufsuchung und Gewinnung von Edelsteinen, Halbedelsteinen und Graphit, für 5 Jahre gewährt in dem Gebiet, welches begrenzt wird im Süden durch den 10° 30′ südlicher Breite, im Norden durch den 9° 15′, im Osten durch den indischen Ozean und im Westen durch den 38° 30′ östlicher Länge von Greenwich.

Niederlassungen und Besitztümer: Das dem Mitbegründer von Osterroth-Schönberg vom Reich 1903 verliehene Schürfkonzessions-Gebiet bei Lindi und die Gruben der Lindi-Handels- u. Pflanzungs-Gesellschaft in diesem Gebiet.

Kapital: 100 000 M., eingeteilt in 200 Anteile à 500 M., voll eingezahlt. Durch Beschluß der Gesellschafterversammlung vom 30. Juni 1905 wurde das Kapital von 50 000 M. auf 100 000 M. erhöht.
Stimmrecht: Jeder Anteil eine Stimme.
Geschäftsjahr: 1. Jan. bis 31. Dez.
Generalversammlung: Bis Ende Juni.
Bilanz: Wird nicht veröffentlicht.
Direktion: Geschäftsführer Dr. O. Hecker, Berlin und Dr. W. Arning, Hannover. — Auswärtiger Leiter: Plantagenbesitzer Kayser, Lindi.
Aufsichtsrat: Dr. Benzinger, Hannover; Bankdirektor Dr. Endemann, Hannover; v. Osterroth-Schönberg, Oberwesel; Kommerzienrat W. Oswald, Koblenz.
Zahlstelle: Hannoversche Bank in Hannover.

Picha 2:
Kielelezo cha Kampuni ya Madini ya Lindi (Lindi-Schürfgesellschaft) kwenye "Von der Heydt's Kolonial-Handbuch. Jahrbuch der deutschen Kolonial- und Uebersee-Unternehmungen", Toleo kutoka 1912, uk. 225.

11 Ibid., kr. 30–31.

12 Vom Reichskanzler ausgestellte Konzession für die Lindi-Schürfgesellschaft (Kibali kilichotolewa na Waziri Mkuu wa Koloni kwa kampuni ya madini), 16.1.1904, katika: BArch Berlin, R 1001–503, kr. 42a–42b.

13 Ibid.

14 Sattler kwa ajili ya ofisi ya wilaya ya Lindi, 25.5.1905 (nakala), katika: BArch Berlin, R 1001–503, uk. 66.

15 Osterroth-Schönberg kwa Kolonial-Abteilung des Auswärtigen Amtes (idara ya koloni ya Wizara ya Mambo ya Nje), bila tarehe (Agosti 1905), katika: ibid., uk. 70.

16 Becker/Beez 2005, uk. 11.

17 Becker 2005, kr. 76–78; Iliffe 1979, kr. 168–202.

Wamwera wengi walishiriki katika Vita vya Maji-Maji dhidi ya wakoloni, wavamizi wa Kijerumani. Vita hivi viliendelea hadi mwaka 1907. Selemani Mamba, mmoja wa viongozi wa majeshi ya wenyeji, alinyongwa baada ya kukamatwa kwake mwezi Januari 1906.[18] Katika hivi vita vya kupinga ukoloni, jeshi la wakoloni halikuwapiga waasi pekee, bali pia liliadhibu jamii nzima, kwa kutumia mbinu katili ya kijeshi ya "kuunguza nchi". Waliteketeza mavuno na mbegu (za mimea), hatua iliyosababisha njaa kubwa na vifo vya maelfu (ya Waafrika) vilivyotokana na njaa na magonjwa ya mlipuko, yaliyoendelea hata baada ya vita kufikia mwisho.

Katika mwezi September 1905, Mzee Arning, katika mji wa Hannover, alifikiwa na taarifa za ugumu wa mapigano: "Mwakilishi wetu Mzee Sattler, kutokana na hayo alitoa maoni juu ya ugumu wa uasi, ambao yeye mwenyewe binafsi aliona umevuka matarajio yake. Mzee Sattler alikuwa imara, mtu mwenye busara, ambaye alishakaa Afrika zaidi ya miaka kumi, na alitegemea uzoefu wake wa vita vya Transvaal (Afrika ya Kusini)."[19] Hakika Sattler alisimama upande wa nguvu ya wakoloni wa Ujerumani katika mapambano hayo ya kivita. Mwaka 1912 alipopendekezwa kupewa beji (Ordensauszeichnung) ya Ufalme wa Prussia, ilisemekana kuwa:

> "Sattler alishiriki katika kukomesha uasi huo (wa Afrika ya Kusini) kwa kutumia silaha. Katika mlipuko wa uasi huu, aliwapatia wasimamizi wa Mkoa wa Lindi, wafanyakazi wake wa Kinyamwezi kama Jeshi la msaada na yeye mwenyewe akajiunga na vita. Alielekea pamoja na "hao Wanyamwezi" kadha, na askari kumi wakiongozwa na Mzungu mmoja, kuelekea kusini mwa Mkoa wa Lindi, ili kuzuia waasi wasiendelee kufanya mashambulizi katika eneo la Lindi. Sattler aliongoza mapambano makali yenye mafanikio dhidi ya waasi, katika eneo la Ubekuri."[20]

Madhara ya vita yalikuwa mabaya sana kwa wenyeji wa Afrika Mashariki. Makisio yanaonesha kati ya vifo 200,000 hadi 300,000 kwa upande wa Waafrika, wakati wahanga kwa upande wa Wajerumani walihesabiwa kikamilifu kuwa: Wazungu 15 na maaskari Waafrika mamluki 389.[21] Kutokana na hilo, Vita vya Maji-Maji viligharimu vifo vya wahanga mara mbili ya mauaji ya kimbari, yaliyotokea wakati huohuo, dhidi ya Waherero na Wanama katika (koloni la) Ujerumani ya Kusini/Magharibi ya Afrika.[22] Kutokana na hilo, Vita vya Maji-Maji vimeacha kumbukumbu ya kudumu katika jamii, kuhusu wakati wao wa ukoloni. Pia katika mazingira ya kihistoria ya mwanzo ya machimbo ya Tendaguru, Vita vya Maji-Maji mpaka sasa vimekwepwa na kutozungumziwa kwa kiasi kikubwa.

Baada ya kushindwa na Wajerumani, upinzani dhidi ya ukoloni, katika Ujerumani ya Afrika Mashariki, ulikuwa umezimwa. Maeneo ya uasi yalikuwa yameharibiwa na hayakuwa na watu.[23] Mpatheologia Eberhard Fraas wa mji wa Stuttgart, mwezi Septemba 1907 alipopita eneo kati ya Lindi na Tendaguru, miaka miwili baada ya mlipuko wa vita, alikuta eneo la nchi ambako vita viliondoa watu kabisa.

> "Hata hivyo, eneo la nchi kati ya Lindi na Mbemkuru kwa sasa lina watu wachache tu, ila mashamba mengi yaliyoachwa na yenye majani mengi, ambayo msafiri hupita kwa masaa mengi, yanaonesha kuwa eneo hilo kabla ya vita kushamiri hapo mwaka wa 1905, lilikuwa limelimwa sana, na wakazi walikuwa wengi. Ukosefu wa watu pamoja na hali ya njaa, vilisababishwa na ile vita".[24]

Hali ya maisha ya jamii ya Waafrika, kusini mwa koloni, iliathiriwa na madhara ya vita hivyo. Hata katika muda yalipoanza machimbo ya Tendaguru, hali ya njaa, ukosefu wa watu na ukosefu wa nguvu kazi, zilikuja kuwa sababu kuu ya vizuizi vya maendeleo ya mkoa huo.[25] Kwa mfano; kutokana na shida ya njaa, uongozi wa Mkoa wa Lindi ulilazimika, mwanzoni mwa mwaka 1907, kutoa "mbegu za nafaka na chakula" kwa "jamii ya wenye njaa", ingawa walioruhusiwa kulishwa walikuwa "wale wenye uwezo wa kufanya kazi" pekee.[26]

18 Becker 2005, uk. 85.

19 Arning kwa Kolonial-Abteilung des Auswärtigen Amtes (kitengo cha Makoloni katika Wizara ya Mambo ya Nje), 12.9.1905, katika: BArch Berlin, R 1001–503, uk. 80.

20 Wizara ya Utamaduni ya Prussia kwa Reichskolonialamt (Idara ya Makoloni ya Dola la Ujerumani), 18.11.1912, katika: GStA PK, I. HA, Rep. 76,Va, Sekt. 2, Tit. X, Nr. 21 adh AI, uk. 194.

21 Iliffe 1979, uk. 165, 199–200.

22 Zimmerer / Zeller 2003.

23 Bald 1976, uk. 45.

24 Fraas 1908b, kr. 108–109. Shamben ilimaanisha mashamba yaliyokuwa yanatumika kijamaa na kijiji.

25 Bald 1976, uk. 45. Kwa tatizo la nguvu kazi linganisha mchango wa umoja wa uoteshaji wa Lindi kwa Gavana wa Ujerumani - ya Afrika Mashariki, 1912, katika: TNA, G 8/199.

26 Itifaki ya uongozi wa Mkoa wa Lindi, 4.3.1907, katika: TNA, G 4/75, uk. 19.

Kampuni ya Uchimbaji Madini ya Lindi pia haikupona kwa athari za vita. Ilipata hasara kubwa. Kama Mzee Arning alivyoripoti kwenye Idara ya Makoloni mwezi Desemba 1905,

> "Majengo yote ya kampuni yaliharibiwa mpaka chini kwenye msingi. Injinia Sattler, aliyekuwa anafanya kazi huko, alitoroka kwa shida sana, na wachimbaji weusi bora, waliofundishwa kwa shida sana, waliuawa na waasi. Waliosalimika walitawanyika na kutorokea kusikojulikana. Kwa mara moja, kampuni ilipoteza mali yote iliyojengwa."[27]

Vilevile, kwa wadau wenye hisa katika kampuni, kwa "hali ya kudorora kwa maendeleo yetu ya ukoloni" imani ilipotea, inamaanisha kupungua kwa usalama wa uwekezaji wao. Nyongeza ya fedha iliyokuwa inahitajika haraka na ambayo tayari walikuwa wamehakikishiwa na wenye hisa, mwezi Juni 1905, hazikupatikana.[28] Kutokana na hilo, uwapo wa Kampuni ya Uchimbaji Madini ya Lindi ulikuwa wa mashaka. Maongezi ya Arning, Sattler na bodi ya wakurugenzi, pamoja na Ernst II. Erbprinz von Hohenlohe-Langenburg, aliyekuwa kiongozi wa muda wa Idara ya Makoloni ya Wizara ya Mambo ya Nje (Kolonial-Abteilung des Auswärtigen Amtes), mnamo tarehe 8 Desemba 1905, mjini Berlin, ilizua muda wa ziada, lakini haikuwa utatuzi wa tatizo lililoikabili Kampuni ya Uchimbaji ya Lindi.[29]

Sattler alirudi kutoka Ujerumani mwezi Julai 1906, katika eneo alilopewa, baada ya hali ya utulivu kupatikana, akaendelea tena na kazi ya uchunguzi.[30] Hata hivyo bado Kampuni ya Uchimbaji ya Lindi ilikuwa inatishwa na hatari ya kupoteza eneo lake ililopewa, kwa sababu ilishindwa kutekeleza wajibu wake wa kutoa Mark 10,000, kila mwaka, za kuwekeza. Pesa hizi zilizotakiwa kila mwaka kwa ajili ya utafiti, hazikuweza kutolewa. Wakati wa uchimbaji, stesheni ya uchimbaji, katika makao makuu ya kampuni, kwenye makazi ya Nambiranji karibu na mto Mbemkuru(Mbwemburu), pamoja na vifaa vyote, vyakula vilivyohifadhiwa na majengo, yaliteketezwa na vita. Hasara ilifikia Mark 3,800.[31] Pamoja na hayo, pia matokeo ya utafiti wa Sattler ulileta taarifa zenye sababu chache za furaha. Kwenye ripoti ya baadae, Arning alieleza:

> "Nataka kusistiza kwa sasa, kwamba utafiti wetu wa uchimbaji haukukosa mafanikio kabisa, ingawa matokeo hayajitoshelezi kiuchumi. Madini ya graphite yapo kwa kiasi kikubwa sana, almasi ghafi (Flinze) zilikuwa za hali nzuri sana, lakini kilichoko juu, ni madini ya graphite, ambayo uchimbaji wake hauna faida. Kwa sababu ya uhaba wa maji yanayotiririka, utenganishaji wa hayo madini ya thamani kutoka kwenye mwamba wa asili haukuweza kufanyika. Majaribio ya kufikia madini ya graphite safi, kwa kutumia utoboaji, kujenga njia ya mashimo marefu, yalifanyika. Lakini baadaye, ilionekana kwamba ni kitendo kigumu na kisicho na uhakika wala usalama. Kwa makadirio yote yaliyofanyika kwa madini yaliyokuwa chini ya ardhi, chungu hicho cha madini pekee ndicho kilichopatikana, lakini zaidi ya hapo, bahati haikutunyookea. Hata hivyo kazi hazikusimama, kwa sababu upatikanaji huu uliashiria upatikanaji mwingine, na pia uwepo wa madini ya *almadinen*, aina fulani ya almasi ghafi yenye granite, yalileta tegemeo kwamba matumizi yatakayojitokeza, hata pale pasipokuwa na mafanikio ya nia halisi, yataweza kusawazishwa ... Mhandisi wa uchimbaji Bernard W. Sattler ... aliendelea kuteseka na uchimbaji katika vichaka vinene. Uchimbaji huu mara nyingi uliishia katika kuvunjika kwa nguzo za kuzuia udongo kubomokea ndani au ngazi za kuteremkia, bila ya madini ya graphite kuweza kufikiwa na kuanza kuchimbwa".[32]

27 Arning kwa Kolonial-Abteilung des Auswärtigen Amtes (kitengo cha Makoloni katika Wizara ya Mambo ya Nje), 4.12.1905, katika: BArch Berlin, R 1001–503, kr. 82–83.

28 Ibid.

29 Arning: maongezi siku ya tarehe 8.12.1905 katika Kitengo cha Makoloni (itifaki), katika: ibid., kr. 90–92.

30 Arning kwa Richard von Spalding; (Kolonial-Abteilung des Auswärtigen Amtes) (Kitengo cha Makoloni cha Wizara ya Mambo ya Nje), 4.6.1906, katika: ibid., uk. 118.

31 Arning kwa Reichskolonialamt (Idara ya Makoloni ya Dola la Ujerumani), 3.6.1908, katika: BArch Berlin, R 1001–504, kr. 23–25.

32 Wilhelm Arning: Politik und Afrika (Siasa na Afrika) (haikuchapishwa), sura: Zama za Kale Katika Ujerumani ya – Afrika Mashariki, katika: SUB Göttingen, Mabaki Wilhelm Arning, 6:6–1, uk. 4.

NI NANI ALIYEGUNDUA MASALIA YA WANYAMA WA KALE?

Ili wasipoteze leseni au kibali cha uchimbaji, na uchumi wa kampuni uendelee kubaki katika hali nzuri, Kampuni ya Uchimbaji ya Lindi ililazimika kuendelea kutafuta kwa nguvu zaidi, maeneo ya uchimbaji. Kwa uzoefu wake kuishi kwenye makoloni, Mzee Arning aliendelea kueleza, hali iliyosababisha kupatikana mabaki ya wanyama wa kale: dinosaria.

> "Sattler aliishi kwa muda mrefu Afrika ya Kusini. Alishiriki kwenye vita vya Makaburu na aliweza kufanya kazi vizuri sana na watu weusi. Ndiyo maana walikuwa na aina fulani ya huruma na utendaji kazi wake, ambao wakati wote haukuwa na mafanikio. Kutokana na 'huruma' hii, siku moja Mwafrika mmoja alikwenda kwake akamwambia, 'Mzee, ni vibaya sana kuwa wakati wote unatafuta ila hata siku moja hupati kitu, njoo, nataka nikuoneshe kitu ambacho labda unaweza kukihitaji'. Alimwongoza hadi mahali ambapo maji ya mvua yalikuwa yamefukua ardhi, sura ya mifupa mikubwa sana ilionekana kwenye udongo. Sattler alikuwa na kipaji cha uchoraji. Alinitumia michoro kueleza vitu vilivyokuwa mbele ya macho yake. Ilikuwa, kama mwenyewe alivyodhani, mifupa ya viungo vya wanyama wakubwa sana, wa kale."[33]

Hii taarifa ya Arning, kwa mtazamo fulani, ilikuwa muhimu kwa mazingira ya "ugunduzi" wa masalia ya kale, tukimaanisha, mfuatano wa matukio yaliyosababisha Mjerumani na msimamizi wa kampuni Bernard Sattler kulijua eneo ilipokuwa ile mifupa ya viumbe wa kale.

Lakini kwanza, kuna swali lilijitokeza, jinsi ya kuainisha mpangilio wa taarifa wa kumbukumbu ya Arning kama kisima cha historia. Ili kufanya tathmini hii, kuna umuhimu wa kusogeza muda mbele kidogo: Wilhelm Arning alileta, katika karatasi, ile ripoti iliyotajwa, ndani ya nusu ya pili ya miaka ya 1930, kuelekea mwisho wa uhai wake na kwa kukadiria, miaka 30 baada ya matukio hayo. Miaka michache kabla, katika mwanzo wa mwaka 1934, Arning alikuwa mkurugenzi na msimamizi mkuu wa biashara wa shule ya Ukoloni ya Wajerumani, mjini Witzenhausen (Deutschen Kolonialschule in Witzenhausen), ambayo aliiongoza tangu mwaka 1927, akaondolewa kwa sababu alikuwa akipingana na mipango ya sera ya Wanazi.[34] Kuanzia hapo alisafiri kusini/magharibi, kusini na mashariki ya Afrika na alishughulika kama msemaji wa mada za historia ya ukoloni.[35] Katika mlipuko wa mawimbi ya kiuchumi ya siasa za ukoloni, wakati wa utawala wa Kinazi, kuanzia katikati ya miaka ya 1930, alienda nayo sambamba. Mwaka 1937, upatikanaji wa masalia ya dinosaria uliingia katika lengo kuu la kazi yake ya usemaji, kwani kazi yake katika Afrika Mashariki iliungana kwa ukaribu sana na kugundulika au kupatikana kwa masalia (au visukuku) ya dinosaria huko Tendaguru. Hii mada ilichangiwa na uzinduzi uliotegemewa wa kiunzi cha mifupa iliyounganishwa ya *Brachiosaurus brancai*, katika Makumbusho ya Mambo ya Asili (Museum für Naturkunde), Berlin, mwezi Novemba 1937. Arning pia alialikwa kwenye uzinduzi huo. Uhusiano wake na wakuu wa Msafara wa Tendaguru waliopita, Edwin Hennig, Werner Janensch na yule Hans Reck aliyefariki mwezi Agosti 1937, haukuisha katika muda wa miongo kadha iliyotangulia. Sasa mawasiliano baina yake na watu wa Berlin na Tübingen yalifufuka tena. Arning alikubaliana na Hennig kuwa, yule *Brachiosaurus* alionekana, kwa upekee wake, atakuja kuwa kitu muhimu sana kwa makumbusho ya asili, kama altare ya pili ya Pergamon kwa ajili ya mji wa Berlin.[36] Na yeye Arning, alikuwa mshiriki mmojawapo muhimu katika upatikanaji wa haya masalia ya kale. Kwa kudhihirisha ukweli huu, dinosaria mmoja anayepaa (*Pterodactylus arningi*) alipewa jina lake!

Kwa kuendelea Arning alifanyia kazi maandishi mbalimbali ya hotuba na kukusanya vitu mbalimbali ambavyo, mwishowe, viliwasilishwa kwenye mradi wa kitabu cha wasifu wake. Pia aliwasilisha mada kuhusu maisha na matukio, akiwa katika Bara la Afrika na sehemu nyingine za dunia. Kitabu cha Arning "*Politik und Afrika*"

33 Ibid.

34 Baum 1997, kr. 101–103, 116–118.

35 Linne 2017, uk. 121.

36 Hennig kwa Arning, 19.11.1937, katika: SUB Göttingen, Mabaki Wilhelm Arning, Acc. Mss. 1950.6, 10:3 Mss., uk. 113.

("Siasa na Afrika") kina sura inayoeleza kuhusu "zama za kale katika Ujerumani ya Afrika Mashariki" ("Urvorzeit in Deutsch-Ostafrika"). Hilo neno "zama za kale" ("Urvorzeit"), lililenga kueleza historia ya kale ya hilo eneo ilipovumbuliwa mifupa, ila pia ililenga wakati wa mwanzo wa ukoloni; ambapo Arning mwenyewe alikuwa akifanya kazi kuanzia mwaka 1892 mpaka 1896, kama daktari wa upasuaji katika Ujerumani ya Afrika Mashariki. Kwa huyu mkongwe wa habari za ukoloni, kitabu hicho kilimpa nafasi ya kuonyesha mchango wake katika ugunduzi wa kiunzi cha masalia ya dinosaria.[37] Mwaka 1942 Arning alimaliza uandishi wa hicho kitabu, lakini hakikuweza kuchapishwa kwa sababu Wizara ya Mambo ya Nje, iliweka pingamizi dhidi ya baadhi ya sehemu za kitabu hicho. Baada ya muda mfupi malengo ya vita za kikoloni yalirudishwa nyuma kutokana na uongozi wa Kinazi kutoyapa umuhimu. Kutokana na hilo, hapakuwa na sababu tena ya kuhitaji kibali kwa kuchapisha maandishi ya kumbukumbu za ukoloni. Mwezi Novemba 1943 Arning alifariki katika mji wa Hannover. Mradi wake wa kitabu ukasahaulika.

Arning alipoandika kumbukumbu zake miaka 30 baada ya matukio, tayari ripoti nyingi zilishachapishwa juu ya Msafara wa Kisayansi wa Tendaguru, kuhusu historia kabla ya msafara huo, sababu za msingi, na matokeo. Ripoti ya Arning, hata hivyo, ilikuwa na umuhimu mkubwa. Arning hakuhusika moja kwa moja katika tukio katika eneo la machimbo, ila kama kiongozi mkuu wa zamani wa Kampuni ya Madini ya Lindi, alikuwa katika nafasi ya mbele sana kwenye mlolongo wa taarifa. Inasadikika kuwa baada ya Sattler, hata hivyo, yeye ndiye aliyekuwa Mjerumani wa pili, kwa hali yoyote wa kwanza katika Ujerumani, aliyepata taarifa juu ya eneo palipovumbuliwa masalia ya kale na mazingira ya upatikanaji wake. Kutokana na hilo, masimulizi yake yanapewa uzito wa uhakika wa hali ya juu kuliko maelezo mengine yote yaliyofuata. Pia maelezo yake ya undani na matumizi yake ya maneno ya maongezi, yanaashiria kuwa Arning, katika uandishi wa kumbukumbu zake, alikuwa anaweza kutumia maelezo ya barua ya Sattler, ambaye ndiye alikuwa mwanzo kabisa katika mlolongo wa taarifa juu ya masalia ya kale katika koloni la Afrika Mashariki. Barua hiyo ambayo mtafiti wa madini, Sattler, aliandika kumtaarifu mkuu wake Arning, juu ya kuonekana kwa mifupa mikubwa ya kale, inaonekana haipo. Inawezekana kuwa barua hiyo iliteketea pamoja na makaratasi mengine mengi yaliyokuwa katika umiliki wa Arning, wakati nyumba yake iliyopo mjini Hannover, ilipoharibiwa kwa bomu katika mwanzo wa mwaka 1945.[38] Kutokana na hilo, hatufahamu kwa undani taarifa ambayo Sattler alimpatia Arning na pia tunaweza tu, kukisia muda wa uvumbuzi na taarifa iliyofuata ya Sattler kwa Arning mwishoni mwa 1906/mwanzo wa 1907. Hata hivyo inasadikika kuwa taarifa za Arning, ndizo zinakaribia ukweli zaidi wa matukio yaliyotokea, kuliko simulizi zingine zilizokuwapo.

Kutokana na hilo, ni muhimu kuuliza upya swali kuwa, ni nani anastahili kutambulika kwa mchango wa "Uvumbuzi" wa masalia ya kale? Masimulizi ya Arning yanaonekana kama hadithi, inayoishia na jibu kwamba: hata kama alipokuwa kiongozi mkuu wa Kampuni ya Uchimbaji ya Lindi pamoja na wafanyakazi wake katika koloni la mbali, hakuwa na mafanikio ya upatikanaji wa maeneo ya madini, mafanikio yao makubwa ni kwamba walipata masalia ya kale ya dinosaria kwa manufaa ya sayansi. Katika simulizi ya kumbukumbu yake, Arning alitaja jambo la kuvutia, ambalo lilisababisha kurekebishwa kwa masimulizi ya enzi zile ya "uvumbuzi" wa masalia ya kale: kutokana na hilo, haikua hata kidogo bahati ya pekee ya mmoja wa wakoloni, bali wahusika zaidi walikuwa ni wafanyakazi wa asili wa Kiafrika, ambao inasadikika kwamba ndio walikuwa wanafahamu eneo masalia hayo yalipokuwa tangu muda mrefu sana, na ndio waliomuongoza na kumuonesha mifupa hiyo mikubwa, kwa makusudi kabisa, yule Mjerumani Sattler, ambaye alikuwa mkuu wa kampuni. Mifupa hiyo ilikuwa eneo la wazi, ila eneo gumu kufikika.

Baadaye, Waafrika walifutwa katika maelezo kama washiriki katika historia ya uvumbuzi wa masalia ya kale ya mifupa ya dinosaria. Hili halikuwa tukio pekee la aina hiyo, bali linaungana na milolongo mingi isiyohesabika ya mifano ya "historia za uvumbuzi" za karne ya 19 na mwanzo wa karne ya 20, ambapo habari za washiriki wa asili na wazawa, zilipotea katika maelezo ya "uvumbuzi uliodaiwa kufanywa na

37 Arning kwa Chuo cha Mambo ya Zama za Kale Berlin, 24.11.1942, ibid., 5:5 mawasiliano, uk. 11.

38 Elke Kümmell (Binti wa Wilhelm Arning) kwa Dr. Haenel (mkuu wa kitengo cha maandishi ya mkono wa maktaba ya taifa la Niedersachsen pamoja na Chuo cha Göttingen), 2.1.1964, katika: SUB Göttingen.

Wazungu". Ukweli ni kwamba, "wavumbuzi" wa Kizungu walikuwa tu, "wakifuata nyayo za waliotangulia mbele yao, ambao hawakuwa Wazungu" na "labda tofauti ni kwamba, walivumbua tu, kile ambacho wao wenyewe walikuwa hawakukifahamu"[39]. Mara nyingi waliupatia "uvumbuzi" huo majina ya Kizungu. Mfano mmoja mzuri sana kutoka Afrika ya Mashariki ni historia ya "uvumbuzi" wa Mlima Kilimanjaro: Kutokana na masimulizi, mmisionari kutoka mji (wa Ujerumani) wa Württemberg, Johannes Rebmann, kutoka (eneo la) Gerlingen (katika Swabia/Ujerumani), katika safari zake mojawapo kwa Wachagga siku ya tarehe 11 Mei 1848, aliona kilele chenye barafu cha Mlima Kilimanjaro, akiwa kama Mzungu wa kwanza. Tangia hapo alifahamika kama "mvumbuzi" wa mlima mkubwa kuliko yote Afrika.[40] Tangu kupandwa kwake kwa mara ya kwanza, mwaka 1889, na mwanagiografia wa (mji wa Kijerumani) Leipzig, Hans Meyer, alichobadilisha na kuita "ushindi", mlima huo ulifahamika kama kilele kirefu zaidi cha Ujerumani na hadi mwaka 1961 ulijulikana kama "Kilele cha Kaiser Wilhelm".[41]

NANI ALIVUTIWA NA MASALIA YA MIFUPA KATIKA MJI MKUU WA KOLONI?

Taarifa ya Sattler kuhusu upatikanaji wa masalia ya mifupa ya kale, ilimfikia Arning tarehe 22 Machi 1907 katika (mji wa Ujerumani) Hannover. Pembezoni mwa majadiliano yake juu ya masharti mapya ya haki ya uchimbaji wa madini, ambayo yalikuwa yaipatie Kampuni ya Madini ya Lindi fidia kwa hasara iliyotokea katika Vita vya Maji-Maji, Arning alitoa pia taarifa kuhusu uvumbuzi wa Sattler kwenye kitengo cha Makoloni, katika Wizara ya Mambo ya Nje (Kolonial-Abteilung des Auswärtigen Amtes):

> "Mzee wetu Sattler, muda mfupi uliopita, inaonekana, amepata uvumbuzi muhimu sana wa masalia ya mifupa ya kale ya wanyama wakubwa sana: Mimi nimempatia Prof. Hans Meyer, tuliyepatiwa na Idara ya elimu ya tume ardhi (Kommission für die landeskundliche Erforschung der Schutzgebiete), taarifa juu ya uvumbuzi huo wa masalia. Hata yeye anachukulia uvumbuzi huo kuwa ni wa umuhimu wa hali ya juu, wa maendeleo ya kisayansi na anataka kushiriki katika uchimbaji wake. Ninakiomba kitengo cha Makoloni pia kihusike katika suala hili, ili uvumbuzi huu uweze kuoneshwa wakati wa maonesho ya Ukoloni na Jeshi la Wanamaji."[42]

Hakika mwanzoni, Arning alifuatilia wazo la, kuleta yale masalia ya kale haraka iwezekanavyo katika mji wa Berlin, ili yawe katika maonesho ya ukoloni na maonesho ya "jeshi la Ujerumani-, pamoja na jeshi la wanamaji" (Deutschen Armee-, Marine- und Kolonialausstellung).[43] Maonesho hayo ya fani mbalimbali, yaliyofanyika kuanzia mwezi Mei mpaka Septemba 1907 mjini Berlin-Friedenau, yaliyovutia umati wa watu mchanganyiko, yalihusisha aina nyingi za wanyama wa kigeni, bidhaa za kutoka kwenye makoloni, na maonesho ya vifaa vya kijeshi vilivyotumiwa na mabaharia. Kitengo cha makoloni cha maonesho hayo, kilikuwa chini ya Mlezi wake Herzog Johann Albrecht zu Mecklenburg, ambaye mwaka uliofuata alikuja kuwa mwenyekiti wa heshima katika Tume ya Tendaguru ya Kukusanya Michango ya fedha kwa ajili ya uchimbaji.[44]

Kutokana na wazo la kufanya maonesho ya haraka, Arning alijaribu pia kuwavutia kwa kuwashawishi "Tume ya Ardhi ya Ukaguzi wa Koloni la Ujerumani" ("Kommission für die landeskundliche Erforschung der Schutzgebiete"). Kile chombo kilichojulikana kama "Idara ya elimu ya tume ardhi" (Landeskundliche Kommission), kilikuwa ni chombo cha ushauri wa kitaalamu cha Makoloni, cha kitengo cha Wizara ya Mambo ya Nje (Kolonial-Abteilung des Auswärtigen Amtes) kilichoundwa mwaka 1905. Baadaye kilijulikana kama Idara ya Makoloni ya Dola la Ujerumani (Reichskolonialamt) iliyoundwa mwezi Mei 1907. Wizara hiyo tayari ilishagharamia safari kadhaa za uchunguzi katika makoloni ya Ujerumani Barani Afrika na Bahari ya Kusini, kutoka kwenye "Rasilimali ya Afrika".[45] Pamoja na Mwenyekiti Hans Meyer, washiriki wengine wakati wa miaka ile ya 1907/08, walikuwa ni, wachunguzi

39 Matthies 2018, kr. 12, 18; Linganisha pia Sow 2011.

40 Roller 2007, uk. 230.

41 Hamann / Honold 2011, uk. 92.

42 Arning kwa Kolonial-Abteilung des Auswärtigen Amtes (kitengo cha Makoloni katika Wizara ya Mambo ya Nje), 23.3.1907, katika: BArch Berlin, R 1001–503, uk. 145. Wizara ya Mambo ya Nje nayo ilitaarifu idara ya jiolojia ya Kiprussi Berlin juu ya uvumbuzi wa mifupa ya wanyama wa kale. Linganisha Dernburg kwa Arning, 16.4.1907, katika: TAN, G 8/442, uk. 33.

43 Arning: Uvumbuzi wa masalia ya wanyama wa kale katika kusini ya Ujerumani ya Afrika Mashariki, katika: Gazeti la Makoloni la Ujerumani, 5.10.1907.

44 Offizieller Katalog und Führer für die Deutsche Armee-, Marine- und Kolonialausstellung (Katalogi rasmi na kiongozi kwa ajili ya jeshi la Ujerumani-, jeshi la maji na maonyesho ya Ukoloni), Berlin 1907, 15. Mei mpaka 15. Septemba, Berlin 1907.

45 Gräbel 2015, kr. 64–69; Brogiato 2008, uk. 250; Danckelmann 1920.

wataalam wa Afrika, Georg Schweinfurth na Paul Staudinger; mwanajiologia Karl Schmeisser, mfanyabiashara mkubwa wa makoloni Ernst Vohsen, aliyekuwa mmiliki wa Dietrich-Reimer-Verlag (kampuni ya uchapishaji wa vitabu) huko Berlin; pamoja na mwakilishi wa Wizara ya Mambo ya Nje, mtumishi wa serikali ambaye baadaye alikuja kuwa Gavana wa Kameruni, Karl Ebermayer. Pia alikuwapo Mchapishaji wa *Mitteilungen aus den deutschen Schutzgebieten* (*Taarifa za Kiserikali kutoka Koloni la Ujerumani*), aliyejulikana kama mwanajiografia, Alexander von Danckelmann. Idara ya elimu ya tume ardhi (Landeskundliche Kommission) ilivyojadili, siku ya tarehe 26 Machi mwaka 1907, wazo la Arning la kutuma kikundi cha uchunguzi katika eneo la ndani la Mkoa wa Lindi, ilifikia uamuzi kwamba "Nyenzo kwa ajili ya safari ya kikundi hicho cha kitaalam hazipo."

> "Kwa sababu, kutokana na michoro (ya Sattler), haikuweza kuhakikishwa kama hiyo mifupa iliyopatikana, kweli ni ya zama za kale, ingekuwa vizuri, kama mifupa kadhaa iliyopatikana, ingewezekana kutumwa hapa (Ujerumani), na Daktari Arning. Kama hilo haliwezekani, basi mwakilishi wa Daktari Arning, awasiliane na msimamizi wa Mkoa wa Lindi, ili kwa msaada wake, uletwaji wa mifupa kadhaa uwezeshwe."[46]

Hii shaka iliyoletwa na wanasayansi pamoja na wataalam dhidi ya taarifa ambayo haijachunguzwa ya mtu asiye msomi, ilikuwa ni sababu kuu na yenye umuhimu, iliyoafikiwa na asilimia kubwa ya waliokuwa kwenye Tume iliyokuwa ikipinga hilo suala. Pia mwanazoolojia Franz Stuhlmann, aliyekuwa Mkuu wa Chuo cha Biolojia na Kilimo katika eneo la Amani/Usambara (Kaiserlich Biologisch-Landwirtschaftliches Institut bei Amani/Usambara) kaskazini ya Ujerumani ya Afrika Mashariki, alitoa ushauri, "Kabla ya kuendelea na uamuzi wowote, kutuma mfupa mmoja Berlin, ukiwa umepakiwa vizuri, kwani inawezekana ikawa ni mifupa ya Tembo au mifupa ya Twiga aliye windwa na akabakia hapo."[47] Stuhlmann pia alishauri kuwa; "Uchunguzi wa kina wa eneo la uvumbuzi una umuhimu wa hali ya juu na majibu yanatakiwa yabaki katika Koloni, ili yasije kumilikiwa na wageni."[48] Hili lilimaanisha kuwa masalia ya kale yaliyochimbuliwa yabaki katika Ujerumani ya Afrika Mashariki na yalitakiwa yasipelekwe Ujerumani wala nchi za nje. Hili ni tamko, ambalo lingeweza kuzua mizozo pamoja na madai ambayo yangeweza kujitokeza baadaye, kuhusu mali iliyochimbwa. Arning alikataa pendekezo la Idara ya elimu ya tume ardhi (Landeskundliche Kommission) kuwa "Sattler alitakiwa kuchimbua ile mifupa na kutuma ili ikafanyiwe uchunguzi katika mji wa Berlin, kwa sababu utaratibu usio wa kisayansi katika mazingira hayo, ungeweza kusababisha hasara kubwa sana".[49]

Hata hivyo, Arning aliendelea kutumia uhusiano wake mzuri na kamati za kisiasa na kamati za makoloni – bila kujali msimamo wa Idara ya elimu ya tume ardhi (Landeskundlichen Kommission) uliokuwa pingamizi – ili kutangaza ulinzi na uchimbuliwaji wa masalia ya kale. Katika uchaguzi wa tarehe 25 Januari mwaka 1907, uliojulikana kama "Hottentottenwahl"[50], Arning alichaguliwa kuingia katika Bunge (Reichstag) kwa kupitia Chama Karimu cha Taifa (Nationalliberale Partei), akiwakilisha Jimbo la Hannover Nienburg. Kama Mbunge, alijihusisha mara nyingi katika mada za ukoloni na alihusika kama mwanachama wa Tume ya Bajeti. Hii Tume ilikuwa mstari wa mbele katika kuhusika kwenye matumizi ya Serikali, lakini kiuhalisia ilifanya Chama cha Kati (Zentrumspartei) pamoja na demokrasia ya jamii kuwa jukwaa la kukosoa Ukoloni baada ya mwaka 1906, ambapo "Bajeti ya Ukoloni

Picha 3: Mwanapalantolojia Eberhard Fraas kutoka mji wa Stuttgart, akiwa huko Tendaguru, Septemba 1907, katika: IfL, Mirathi Hans Meyer, Af 046–124.

46 Itifaki ya Kikao cha 13 cha Kommission für die landeskundliche Erforschung der Schutzgebiete (Tume ya Uchunguzi wa Ardhi) ya Koloni ya Ujerumani , tarehe 26.3.1907, katika: IfL, Mirathi Hans Meyer, 17–53/K 176.

47 Franz Stuhlmann kwa Serikali ya Kifalme Dar es Salaam, 16.7.1907, katika: TAN, G 8/442: Act ya Serikali ya Kifalme ya Ujerumani ya Afrika Mashariki kuhusu Geolojia, Bd. 1: 1900–1906, uk. 49.

48 Ibid.

49 Wilhelm Arning: Politik und Afrika (Siasa na Afrika) (Kitabu hakikuchapishwa), Sehemu: Zama za Kale Katika Ujerumani ya Afrika ya Mashariki. Katika: SUB Göttingen, Mirathi Wilhelm Arning, 6:6–1, uk. 5.

50 Uchaguzi wa Bunge wa tarehe 25.1.1907 ulitambulika na watu wa enzi hiyo kama "Uchaguzi wa Hottentotten", kwa sababu ulifanyika baada ya vita vya kikoloni vya kimbari dhidi ya Waherero na Wanama (waliopewa jina hilo la dharau "Hottentotten" kwa wakati huo) katika koloni la Ujerumani la Magharibi ya Afrika Kusini.

51 Grohmann 2001, uk. 176.

Deutsch-Ostafrikanische Zeitung.

Daressalam 2. Okt. 1907. Erscheint Mittwochs u. Sonnabend	**Abonnementspreis** für Daressalam halbjährlich 6 Rupien, für die übrigen Teile der Kolonie halbjährlich einschl. Porto 7 Rupien, für Deutschland und die anderen deutschen Kolonien halbjährlich einschl. Porto ab direkt von der Hauptexpedition Daressalam bezogen 9 Mark, bei von der Berliner Geschäftsstelle der Deutsch-Ostafrikanischen Zeitung Berlin S. 42 Alexandrinenstr. 93/94 bezogen 8 Mark, für die übrigen Länder des Weltpostvereins einschl. Porto jährlich 16 Rupien oder 24 Mark oder 1 £. Im Interesse einer pünktlichen Expedition wird möglichst um Voraus-bezahlung der Bezugsgebühren gebeten. Wird ein Abonnement nicht abbestellt, gilt dasselbe bis zum Eintreffen der Abbestellung als stillschweigend erneuert.	**Insertionsgebühren** für die 5 gespaltene Petitzeile 50 Pfennige. Mindestsatz für ein einmaliges Inserat 2 Rupien oder 3 Mark. Für Familiennachrichten sowie größere Insertions-Aufträge tritt eine entsprechende Preisermäßigung ein. Die Annahme von Insertions- und Abonnement-Aufträgen erfolgt sowohl durch die Hauptexpedition in Daressalam wie bei der Berliner Geschäftsstelle der Deutsch-Ostafrikanischen Zeitung Berlin S. 42 Alexandrinenstr. 93/94 Abonnements werden außerdem von sämtlichen Postanstalten Deutschlands und Oesterreich Ungarns angenommen. Postzeitungsliste Zeile 84. Telegramm Adresse für Daressalam: Zeitung Daressalam. Telegramm Adresse für Berlin: Dreesster Berlin Alexandrinenstraße.	Jahrgang IX. No. 55.

An unsere Leser!

Wir erlauben uns, an die Erneuerung der am 31. September abgelaufenen Abonnements ergebenst zu erinnern.

Neu hinzutretenden Abonnenten, welche ihren dauernden oder vorübergehenden Wohnsitz in Europa haben, geben wir bekannt, daß die Expedierung der Zeitung auch bei Bestellungen, welche an unsere Berliner Geschäftsstelle gerichtet werden, auf Wunsch unter Kreuzband direkt von Daressalam erfolgt.

Anfragen, Bestellungen und Zahlungen, welche aus Deutschland überhaupt Europa an die Deutsch-Ostafrikanische Zeitung zu richten sind, bitten wir wegen der schleunigeren Erledigung derselben an unsere Berliner Geschäftsstelle unter folgender Adresse richten zu wollen:

Berliner Geschäftsstelle der Deutsch-Ostafrikanischen Zeitung Berlin S. 42. Alexandrinenstraße 93/94.

Die Expedition der Deutsch-Ostafrik. Ztg.

Schlimme Aussichten für Ssongea!

Die schwere Hand des Hungergespenstes wird bald schwer auf Ssongea lasten. Die ziemliche Gewißheit der kommenden Not ist um so niederdrückender, als, soweit die Nachrichten reichen, Gegenmaßregeln, welche wohl möglich gewesen wären, nicht rechtzeitig getroffen sein sollen. —

Gegenwärtig sind zwar in Ssongea recht reichliche Getreidevorräte in den Lägern von Indern und Banyanen aufgestapelt, welche aus Matengo und vom Nyassa herangeschafft wurden. Die Quantitäten an sich sollen ausreichend groß sein, um die dortige Bevölkerung notdürftig solange vor dem peinigendsten Hunger zu schützen, bis die nächste Ernte gereift ist.

Diese Hoffnung wird jedoch zerstört durch die eigentümliche Thatsache, daß das dortige Bezirksamt für seinen großen Bedarf kein Körnchen Getreide in seine großen Magazine besorgt hat, sondern es für angemessener hält, diese indischen Händlervorräte zu schwindelnden Preisen aufzukaufen.

Durch diese Methode aber wird den Eingeborenen der Weg zu erschwinglichen Nahrungsmitteln abgeschnitten, denn sie können die infolge der durch das Bezirksamt in die Getreidelager der Händler gerissenen Lücken straff angezogenen Preise einfach nicht zahlen, weil sie soviel Geld eben nicht haben.

Früher und auch während des Aufstandes hatte das Bezirksamt in seinen Lagerräumen oft außerordentlich große Korn-Vorräte für Askaris und die farbigen Angestellten angehäuft.

Man fragt sich vergebens, warum jetzt, in dieser Periode des Hungers, die Magazine leer stehen.

Warum sperrt man nicht den Matengobezirk und füllt seine Magazine?

Hauptmann Richter that dies. Im vorigen Jahre, als die Hungersnot begann, sperrte er den genannten Bezirk für sämtliche Händler und machte im englischen und portugiesischen Gebiet große Getreide-Ankäufe. Dadurch war das Bezirksamt vor Not bewahrt, da diese Vorräte fast bis Ende Juni 1907 ausreichten.

Andererseits aber ist nichts davon bekannt, daß das Bezirksamt diese Bestände durch Neubestellungen von irgendwoher ergänzt hätte. Nein, man hat nichts und schritt zu der Methode, von den Ssongea-Geschäften Getreide leihweise zu entnehmen und ist seit Monaten nicht imstande, das Geliehene zurückzugeben.

Diese Conjunktur nutzen nun die Inder aus. Das profitable Geschäft klar erschauend, verzichten sie jetzt darauf, mit der Behörde Leihgeschäfte zu machen. Sie verlangen vielmehr Baarzahlung: und zwar fordern sie für 1 Pischi 70 Heller. Ihnen wird jetzt das Pischi einschließlich des Trägerlohns ungefähr 50 Heller kosten. Da eine Last 12 Pischi hält, beläuft sich der Einstandspreis pro Last auf 6 Rupie. Das Bezirksamt muß 8 Rupie und 40 Heller bezahlen. Somit fällt dem Inder ein Reinverdienst von 2 Rupie und 40 Heller pro Last zu. Das ist ein hoher Gewinn, wenn in Betracht gezogen wird, daß der monatliche Bedarf des Bezirksamts sich auf über 500 Lasten beläuft. Also giebt das Amt pro Monat den Händlern rund 1200 Rupie zu verdienen. Also nochmals die Frage: Warum füllt das Bezirksamt seine Magazine nicht, da es durch diese einfache Maaßnahme den Monatsverlust von 1200 Rupie nicht hätte, den hungernden Eingeborenen erschwingliche Nahrungsmittel erhielte und auch noch anderen schlimmen Eventualitäten vorbeugte! Es fehlt nur noch, daß Durchzüge größerer Truppenmengen nach dem unruhigen Rovuma Gebiet stattfinden, und die größte Not um Getreide, dem einzigen Nahrungsmittel der Eingeborenen, wird in dem gleichen furchtbaren Umfange da sein, wie im vorigen Jahre.

Aber weiter! Wenn die Vorräte der Händler erschöpft sind, womit sollen die Askaris und sonstigen behördlichen Angestellten verpflegt werden?

Man male sich die Folgen aus, falls Mangel an Nahrungsmitteln eintritt, denn Hunger ist schlimm, ja schlimmer als der Aufstand. Leicht können Insubordination und Meuterei der Askaris die Folge sein, trotz aller Vorteile, die man diesen neuerdings gewährt.

Früher waren 250—300 Lasten Getreide für die Monatsverpflegung völlig ausreichend. Jetzt werden in genau derselben Zeit über 500 Lasten verbraucht. Wie kommt das? Die Beantwortung dieser Frage ist eine sehr einfache. Früher gab man dem Askari und seinem Weib, was ihnen zustand, jetzt bekommt ein Jeder das, was er haben will. Dazu hat mancher Askari 2 bis 3, ja einige noch mehr Weiber.

Die Leute sind dermaßen verwöhnt, daß nur eine eiserne Faust und strengste Disziplin imstande sein wird, wieder Ordnung unter sie zu bringen.

Bestrafungen von Eingeborenen und Askaris, wozu doch erfahrungsgemäß stets notwendige Veranlassung vorliegt, giebt es infolgedessen fast garnicht, also auch keine Kettengefangenen. Die Leute sind ungewöhnlich dreist und frech geworden. Und auch die Wangoni selbst, welche doch, wie man anzunehmen berechtigt wäre, durch Aufstand und Hunger zahm geworden sein sollten, begehen Diebstähle an Lasten, werfen Lasten weg und wollen nirgends Arbeit gegen Bezahlung verrichten, sodaß hier die schwarzen Soldaten Ziegel streichen und brennen müssen, wozu früher Wangonis Verwendung fanden. Respekt und Furcht vor der Boma ist in raschem Tempo geschwunden, weil das altbewährte Züchtigungsmittel, der Kiboko, seit dem Februar dieses Jahres völlig abgeschafft worden ist. Diese milde, aber bei den Wangonis durchaus nicht angebrachte Behandlung hat jetzt hier gerade noch gefehlt! Die Früchte zeigen sich überall: total ungehorsame, faule und verwahrloste Nigger.

Die geschäftliche Lage im Bezirk ist infolge all der vorgenannten Umstände die denkbar schlechteste. Karawanen treffen nur noch ganz vereinzelt ein. Es mangelt bereits am Nötigsten.

Der Süden der Kolonie wird von der Regierung wirklich wie ein Stiefkind behandelt. Nie kam ein Gouverneur nach dem Hinterland des Südens, wo man von Kilwa heraus bis zum Nyassa kaum eine Straße findet, wo Handel und Geschäft jeder Art stockt, wo keine Karawanen mehr verkehren, wo es eine trotzige, verhungerte Bevölkerung und ausgestorbene Dörfer giebt und wo die Europäer alle 4—6 Wochen Post erhalten. Warum wird diese traurige Schattenecke der Kolonie nicht einmal von berufenen Beamten besucht, die die Schäden prüfen? Vielleicht, weil die Verhältnisse dort zu elend sind, um interessant zu sein?

Der Bezirk hat der Regierung während des Aufstandes ungeheure Summen gekostet. Besser aber ist er nicht geworden und wird es auch nicht werden, wenn das so weiter geht.

Der einzige Lichtblick ist die Nachricht, daß der Anschluß des Südwestens an die Daressalam-Taborabahn erwogen wird. Das würde schnelle und praktische Hülfe bedeuten.

Interessante Funde im Bezirk Lindi.

Der Konservator am Königlichen Naturalien-Kabinett zu Stuttgart, Dr. E. Fraas, welcher z. Zt. mit Herrn Kommerzienrat Otto-Stuttgart zusammen herauskam, um den Baumwollbau betreffende Studien zu machen, hat im Bezirk Lindi am Berge Tendaguru interessante Ausgrabungen gemacht und schreibt über die von ihm gefundenen fossilen Knochen u. a. das Folgende:

— — „Es ließ sich bald erkennen, was auch durch die weitere Untersuchung bestätigt wurde, daß es sich hier um einen für die Geologie und Palaeantologie Ostafrikas überaus wichtigen Fund handelte, der in zahlreichen Ueberresten einer vollständig ausgestorbenen Tiergruppe aus dem Geschlechte der Dinosaurier oder „Schreckenssaurier" bestand. Es möge hier bemerkt sein, daß diese Tiere auf unserer Erde im mesozoischen Zeitalter (Trias-, Jura- u. Kreide- Formation) lebten und eine der seltsamsten und fremdartigsten Gruppen der Reptilien oder Saurier darstellten. Abgesehen von den anatomischen Eigenarten fallen diese Tiere am meisten durch die Größenverhältnisse auf, welche alles übertreffen, was wir sonst an Landreptilien beobachten. Sind uns doch z. B. aus dem amerikanischen Jura Formen bekannt, deren Länge auf mehr als 25 m geschätzt werden darf. Ueber die geographische Verbreitung und Entwicklungsgeschichte dieser Dinosaurier wissen wir noch sehr wenig, denn ihre Reste waren bisher nur aus den europäischen und nordamerikanischen Formationen bekannt, und es ist natürlich, daß die neuen Funde im äquatorialen Afrika eine klaffende Lücke ausfüllen und daß sie auch vom entwicklungsgeschichtlichen Standpunkte aus das größte Interesse beanspruchen.

Was nun speziell die neuen Funde am Tendaguru anbelangt, so gehören dieselben einer sehr großen Art der pflanzenfressenden Formen mit plumpem Bau der Füße, speziell der Hinterfüße an; die Messungen an den Knochen ergaben eine Länge des Oberschenkels von 1,45 m, des Unterschenkels von 1 m, des übrigen Fußes von c. 0,50 m, so daß sich eine Länge der Beine von 3 m und eine Gesamthöhe des Tieres am Hinterteile von etwa 4 m ergiebt. Legt man die Verhältnisse ähnlicher uns aus Amerika bekannter Arten zu Grunde, so dürfen wir auf eine Gesamtlänge des Tieres von etwa 18 m schließen.

Die Zeit, in welcher diese Tiere in Afrika lebten, ist, nach anderweitigen Funden in denselben Schichten als die der ältesten Kreideperiode (Neokom) zu bestimmen und wir dürfen annehmen, daß damals eine ausgedehnte Sumpflandschaft in der dortigen Gegend vorhanden war und daß in großer Anzahl diese gewaltigen Saurier dort lebten.

Leider ist der Erhaltungszustand, soweit er sich oberflächlich darstellt, kein besonders günstiger, da die in Stein umgewandelten Knochen aus dem weichen sandigen und mergeligen Untergrunde ausgewittert und durch den Einfluß der Atmosphärilien in viele Stücke zerfallen und weithin zerstreut sind. Es ließ sich aber durch die Untersuchungen und Grabungen feststellen, daß die großen Cadaver zahlreicher Tiere hier vielfach im Zusammenhang im Gestein liegen und es ist deshalb zu erwarten, daß ein späteres sorgfältiges Absuchen des Geländes, verbunden mit ausdehnten Grabarbeiten, auch mehr oder minder vollständige Ueberreste zu Tage fördern wird. Eine derartige weitgehende Untersuchung und Ausbeutung des Materiales, welche einen monatelangen Aufenthalt voraussetzt, lag nicht in meiner Absicht und ich beschränkte mich deshalb auf die Bloßlegung einiger Skeletteile, welche photographiert und gezeichnet wurden. Ich nehme auch nur soviel mit nach Europa, als zur Feststellung der Diagnose und wissenschaftlichen Bearbeitung dieser interessanten Tiere notwendig ist. Ich hoffe aber, daß sich bald Mittel und Wege finden lassen, um diesen wissenschaftlich so wichtigen Fund weiter auszubeuten."

Die ausgegrabenen Skelett-Teile werden dem Stuttgarter Museum überwiesen werden.

Aus der Kolonie.

Über die demnächstige Europareise des Gouverneurs Exzellenz Freiherrn v. Rechenberg

sind Gerüchte seltsamer und verschiedener Art im Umlauf, die jedoch der stichhaltigen Begründung entbehren.

Es ist sehr wahrscheinlich, daß Herr v. Rechenberg nicht mit Exzellenz Dernburg zusammen, wohl aber Ende Oktober mit dem fälligen Messageries-Dampfer nach Europa abreist, um bei der ersten Lesung des Kolonial-

ilijadiliwa kila mwaka kwa kina sana na kuandaliwa kwa ajili ya midahalo ya awali na kura."[51] Kutokana na hilo, Tume ya Bajeti ilikuwa siyo tu, sehemu ya mapambano ya bungeni bali pia nyenzo ya uhakika ya kupata taarifa mpya kutoka kwenye makoloni, zenye uhusiano wa moja kwa moja na sehemu husika kwenye Serikali. Arning aliongelea kuhusu uvumbuzi wa masalia ya mifupa ya kale katika Ujerumani ya Afrika Mashariki, katika kikao cha Tume ya Bajeti siku ya tarehe 16 April mwaka 1907, na, kutokana na kikao hicho, angalau suala hili lilijulikana kwa umma wa Nchi ya Kifalme ya Ujerumani. Kutokana na kufahamika huku, pia taarifa hii iliwasili katika mazingira ya Serikali ya Nchi. Baada ya Bernhard Dernburg, ambaye alikuwa mkuu wa Idara ya Makoloni ya Dola la Ujerumani (Reichskolonialamt) na pia afisa mkuu kuliko wote wa makoloni, katika Taifa la Kifalme la Ujerumani, kujihusisha na suala hilo, kuanzia mwezi Mei 1907, yalitokea mawasiliano ya karibu sana kati ya Berlin, Dar es Salaam na Lindi, juu ya suala la uhifadhi wa eneo la uvumbuzi wa masalia ya kale. Hilo mwishoni, lilisababisha Tamko la Serikali kwa hilo eneo husika kuwa Ardhi ya hifadhi ya Serikali, mwezi Machi 1908.[52]

FRAAS AKIWA KAZINI KATIKA ENEO HUSIKA

Wakati huo huo, mada iliyokuwa ikiendelea ilikuwa kuhusu ukaguzi wa taarifa za Sattler, katika eneo husika. Wataalamu tofauti katika koloni, mmojawapo akiwa Daktari Mkuu Wolff, walijitolea kufika katika eneo la uvumbuzi na kuchunguza masalia ya kale yaliyodaiwa kupatikana.[53] Katibu Mkuu wa Serikali, Dernburg alipoutaarifu uongozi wa Dar es Salaam kwamba, mwezi Julai 1907, atafanya safari ya kutembelea Koloni la Ujerumani ya Afrika Mashariki,[54] na kuwa atawasili pamoja na mwanapaleontolojia, Eberhard Fraas kutoka Mji wa Stuttgart,[55] mwanasayansi wa kwanza wa kufanya uchunguzi katika eneo yalipovumbuliwa masalia ya wanyama wa kale, ambaye alikubaliwa na Arning pamoja na Meyer kama mtaalamu, alikuwa ameteuliwa. Sababu kuu ya safari ya Fraas kwenda Afrika Mashariki, ilikuwa kumshauri kijiolojia mfanyabiashara mkubwa Heinrich Otto na mmiliki wa Benki ya Stuttgart (Mji wa Ujerumani) Albert Schwarz, uanzilishi wa mashamba ya pamba katika eneo husika na pia uanzilishi wa Kampuni ya Meli katika eneo la Ziwa Victoria na vilevile kufanya uchunguzi wa upatikanaji wa mali ghafi.[56] Otto pamoja na Schwarz, waliwakilisha Umoja wa Makampuni ya Würtemberg (Mji wa Ujerumani), ambayo iliundwa mwanzoni mwa mwaka 1907 kutokana na ushawishi wa Dernburg, mjini Stuttgart, "ili kushughulikia ufanisi wa matumizi ya makoloni yetu katika kilimo na mengineyo", haswa katika maeneo "ya Wajerumani yaliyokuwa pwani ya Ziwa Victoria".[57]

Mvuto mkubwa wa washiriki kutoka kwenye siasa za Kijerumani kuhusu ukoloni na sayansi waliotaka kufanya uchunguzi wa eneo la uvumbuzi wa masalia ya wanyama wa kale, ulijionesha pia kutokana na ukweli kwamba, siyo Paul Staudinger wa Idara ya elimu ya tume ardhi (Landeskundlichen Kommission) peke yake aliyemuomba Katibu Mkuu wa Ukoloni Dernburg, kumshawishi mtaalamu wa Schwaben kutembelea eneo la uvumbuzi huko Tendaguru,[58] bali pia Meyer na Arning walikuwa wakitamani kumpata mwanapaleontolojia huyo kutoka Stuttgart, afike kufanya uchunguzi wa kisayansi katika eneo la uvumbuzi.[59]

Baada ya kukamilisha kazi yake ya ushauri kwa Muungano wa Makampuni ya Würtemberg, yaliyokuwa yakifanya kazi kaskazini mwa koloni, Fraas alielekea Lindi ambako alifika tarehe 30 Agosti 1907. Yeye pamoja na Kamishna Mkuu wa Mkoa, Brink, Daktari Mkuu wa Jeshi la Kaisari la Ulinzi, Dr. Wolff na wapagazi kadhaa wa Kiafrika[60] waliopatiwa kutoka Kampuni ya Madini ya Lindi, walifika katika eneo yalipovumbuliwa masalia ya wanyama wa kale huko Tendaguru, umbali wa kilometa 60 kutoka mji wa pwani wa Lindi. Ilikuwa safari ya miguu ya siku sita. Wajerumani watatu, baada ya Sattler pia kujumuika, walikaa wiki nzima pamoja na Waafrika walioajiriwa, wakijihusisha na "Uchunguzi wa mazingira ya eneo, pamoja na uchimbaji", upimaji, uchoraji na kupiga picha, ili "kupata vithibitisho vingi iwezekanavyo kwa ajili ya uchunguzi". Fraas aligundua mapema kuwa, "hili jambo

Picha 4 upande wa kushoto:
Tarehe 2.10.1907, Deutsch-Ostafrikanische Zeitung (Gazeti ya Ujerumani ya Afrika Mashariki) ilitoa nakala kutoka kwenye ripoti ya Fraas.

52 TAN, G 8/443; BArch Berlin, R 1001–6112.

53 ten Brink (kitengo cha Mkoa wa Lindi) kwa Uongozi wa Serikali ya Kifalme ya Ujerumani ya Dar es Salaam, 20.7.1907, katika: TAN, G 8/443, uk. 46.

54 Pesek 2008.

55 Dernburg kwa Uongozi wa Serikali Dar es Salaam, 5.7.1907, katika: TAN, G 8/443, uk. 51. Dernburg aliaihirisha Safari yake katika mda mfupi.

56 Maier 2003, uk. 3.

57 Fraas kwa Uongozi wa Kifalme wa Mkusanyiko wa Wataalamu wa Serikali (Stuttgart), 8.4.1907, katika: SMNS, Hifadhi ya Nyaraka, Mirathi Eberhard Fraas, Kabrasha III.

58 Itifaki ya mkutano wa 14 wa Kommission für die landeskundliche Erforschung der Schutzgebiete (Tume ya Utafiti wa Ardhi) ya Koloni ya Ujerumani, 10.6.1907, katika: IfL, Mirathi Hans Meyer, 17–63/k 176.

59 Notisi, 8.7.1907, katika: BArch Berlin, R 1001–503, uk. 166.

60 Arning: Politik und Afrika (Siasa na Afrika), hakijachapishwa, uk. 5.

linahusu masalia au visukuku vya dinosaria wakubwa sana, na pamoja na hilo, pia moja ya uvumbuzi muhimu kuliko yote ya kijiolojia katika Afrika". Aligundua kwamba, uvumbuzi wa "wanyama hao katika Afrika ya Ikweta", ambao "mpaka wakati ule walifahamika tu, kuwapo Ulaya na Marekani", uliashiria "Manufaa ya kuongezeka kwa ufahamu kuhusu kuenea kwao kijiografia" na pia kujua zaidi kuhusu "historia yao na aina mpya muhimu za spishi na mabadiliko ya kinasaba ya spishi za wanyama hao".[61]

Mkusanyo wa Fraas katika uchunguzi wa wiki moja, ulijumuisha pamoja na michoro, kwa kuhifadhi taarifa katika maandishi na picha, pia kiasi kikubwa cha uteuzi wa mfupa mmoja mmoja na vipande vya viunzi vya aina tofauti za dinosaria. Miongoni mwa mkusanyo huo, kulikuwa na masalia ya *Barosaurus africanus*, *Janenshia robusta* na *Dysalotosaurus lettowvorbecki*, ambayo hata hivyo, ilichunguzwa na kuainishwa kisayansi baadaye na wanapaleontolojia wa Berlin.[62] Usafirishaji wa mkusanyo huo wa mifupa kuelekea Lindi ulikuwa wa shida sana, kwani wakati mwingine, mfupa mmoja wa paja pekee ulifikia uzito wa kilo 175. Na mwanzoni ilikuwa vigumu, kupata wapagazi wa kutosha "katika maeneo yale ambayo, wakati ule, hayakuwa na watu".[63]

Fraas alitoa ripoti nyingi za kufanana, kuhusu matokeo ya safari yake fupi katika eneo la Tendaguru na kuzigawa kwa idara zifuatazo: Uongozi wa Mkoa wa Lindi, Chuo Cha Biolojia ya Ardhi Amani (Biologisch-Landwirtschaftliche Institut in Amani), Mwenyekiti wa Tume ya Ardhi, Hans Meyer, Taasisi yake ya nyumbani, Makumbusho ya Mfalme ya Mkusanyiko wa Madini katika mji wa Stuttgart (Königliche Naturaliensammlung in Stuttgart), na Idara ya Makoloni ya Dola la Ujerumani (Reichskolonialamt) katika mji wa Berlin. Kwa kitendo hicho, Fraas alisambaza kwa upana, taarifa alizozihakiki kama mwanasayansi, kuhusu visukuku vya dinosaria vilivyovumbuliwa na mahali vilipokuwa. Baada ya dondoo kutoka kwenye ripoti ya Fraas kutokea pia katika vyombo vya habari vya Ujerumani na Ujerumani ya Afrika Mashariki, "Mijusi wa kutisha wa Afrika", walipata umaarufu na kuwa kivutio kikubwa cha umma, vyombo vya habari na wana sayansi.[64]

Ni baada tu, ya Fraas kuchambua kitaalam, visukuku alivyoleta kutoka Tendaguru, na kutamka kupatikana aina mbili mpya ya dinosaria wakiwemo *Gigantosaurus africanus* pamoja na *Gigantosaurus robustus* na baada ya kuchapisha matokeo,[65] ndipo mwalimu wake na rafiki wake wa kazi, Wilhelm von Branca, aliyekuwa mkurugenzi wa Taasisi ya Kijiolojia-Paleontolojia na makumbusho huko Berlin, alipoonesha kuvutiwa sana na dinosaria wa Afrika.[66] Kama sura za kitabu zifuatazo zitakavyoonesha, Branca alidiriki, akafanikiwa, kuingia katika ngazi za kisiasa, kiuchumi, kikoloni na kielimu, za Ufalme wa Nchi, ili kuandaa safari kubwa ya uchunguzi na uchimbaji, itumwe kwenda Tendaguru, kusini mwa koloni la Ujerumani ya Afrika Mashariki.

Ufunguzi wa utafiti na uhamishaji wa *Zama za Kale za Afrika Mashariki* uliweza sasa kuanzishwa kwa makusudi ya kupelekwa Jumba la Makumbusho la Berlin.Wakati huo huo, ulifunguliwa ukurasa mpya wa *scramble for dinosaurs* (*Kinyang'anyiro cha Dinosaria*) katika dunia nzima. ■

61 Fraas kwa Uongozi wa Kifalme wa Maktaba ya Taifa, 17.10.1907, katika: SMNS, Masijala, mirathi Fraas, faili III.

62 Wild 1991. Ukurasa. 76.

63 Fraas kwa Uongozi wa Kifalme wa Maktaba ya Taifa, 17.10.1907, katika: SMNS, Masijala, mirathi Fraas, faili III.

64 Bila jina: Interessante Funde im Bezirk Lindi (Masalia ya kuvutia katika Mkoa wa Lindi), katika: Deutsch-Ostafrikanische Zeitung, 2.10.1907; Arning: Vorgeschichtliche Tierfunde im Süden von Deutsch-Ostafrika (Upatikanaji wa Masalia ya kale katika Kusini ya Ujerumani ya Afrika Mashariki), katika: Deutsche Kolonialzeitung, 5.10.1907; Bila jina: Näheres über den Dinosaurier-Fund in Deutsch-Ostafrika (Taarifa za undani juu ya upatikanaji wa Dinosaria katika Ujerumani ya Afrika Mashariki), katika: Tägliche Rundschau, 12.10.1907. Hizi Taarifa za Magazeti zilitokana na nakala kutoka kwenye ripoti ya Fraas. Linganisha pia Fraas: Auf Saurierjagd in Ostafrika (Uwindaji wa Dinosaria katika Afrika ya Mashariki), katika: Schwäbische Kronik, 26.10.1907.

65 Fraas 1908b.

66 Branca kwa Wizara ya Utamaduni ya Prussia (Ufalme wa Ujerumani), 10.7.1908, katika: GStA PK, I. HA Rep. 76, Va, Sekt. 2, Tit. X, Namba 21 adh A I, kr. 3–5.

MAREJEO

Anonym: Näheres über den Dinosaurier-Fund in Deutsch-Ostafrika (Zaidi juu ya visalia vya dinosaria katika koloni la Ujerumani la Afrika Mashariki), katika: Tägliche Rundschau, 12.10.1907.

Arning, Wilhelm: Vorgeschichtliche Tierfunde im Süden von Deutsch-Ostafrika, katika: Deutsche Kolonialzeitung 5.10.1907.

Baum, Eckhard: Daheim und überm Meer. Von der Deutschen Kolonialschule zum Deutschen Institut für Tropische und Subtropische Landwirtschaft in Witzenhausen, Witzenhausen 1997.

Becker, Felicitas: Von der Feldschlacht zum Guerillakrieg. Der Verlauf des Kriegs und seine Schauplätze, katika: Felicitas Becker / Jigal Beez (wahariri): Der Maji-Maji-Krieg in Deutsch-Ostafrika 1905–1907, Berlin 2005, kr. 74–86.

Becker, Felicitas / Beez, Jigal: Ein nahezu vergessener Krieg. Vorwort, katika: Felicitas Becker / Jigal Beez (wahariri): Der Maji-Maji-Krieg in Deutsch-Ostafrika 1905–1907, Berlin 2005, kr. 11–13.

Branca, Wilhelm von: Allgemeines über die Tendaguru-Expedition, katika: Archiv für Biontologie 3, 1 (1914), kr. 3–13.

Brogiato, Hans Peter (mhariri): Meyers Universum. Zum 150. Geburtstag des Leipziger Verlegers und Geographen Hans Meyer (1858–1929), Leipzig 2008.

Cooper, Frederick: Conditions Analogues to Slavery. Imperialism and Free Labor Ideology in Africa, katika: Frederick Cooper / Thomas C. Holt / Rebecca C. Scott (wahariri): Beyond Slavery. Explorations of Race, Labor, and Citizenship in Postemanzipation Societies, Chapel Hill / London 2000, kr. 14–17.

Danckelmann, Alexander von: Landeskundliche Kommission des Reichs-Kolonialamtes, katika: Heinrich Schnee (mhariri): Deutsches Kolonial-Lexikon, Leipzig 1920, uk. 412.

Eckert, Andreas: Die Berliner Afrika-Konferenz (1884/85), katika: Jürgen Zimmerer (mhariri): Kein Platz an der Sonne. Erinnerungsorte der deutschen Kolonialgeschichte, Frankfurt am Main / New York 2013, kr. 137–149.

Förster, Larissa: The Face of Genocide. Returning Human Remains from German Institutions to Namibia, katika: Cressida Fforde / Honor Keeler / Timothy McKeown (wahariri): The Routledge Companion to Indigenous Repatriation. Return, Reconcile, Renew, London 2019.

Fraas, Eberhard: Auf Saurierjagd in Ostafrika, katika: Schwäbische Kronik, 26.10.1907.

Fraas, Eberhard: Ostafrikanische Dinosaurier, katika: Palaeontographica 55, 2 (1908), kr. 105–144.

Gräbel, Carsten: Die Erforschung der Kolonien. Expeditionen und koloniale Wissenskultur deutscher Geographen, 1884–1919, Bielefeld 2015.

Grohmann, Marc: Exotische Verfassung. Die Kompetenzen des Reichstages für die deutschen Kolonien in Gesetzgebung und Staatsrechtwissenschaft des Kaiserreiches (1884–1914), Tübingen 2001.

Hamann, Christof / Honold, Alexander: Kilimandscharo. Die deutsche Geschichte eines afrikanischen Berges, Berlin 2011.

Iliffe, John: A Modern History of Tanganyika, Cambridge 1979.

Linne, Karsten: Von Witzenhausen in die Welt. Ausbildung und Arbeit von Tropenlandwirten 1898 bis 1971, Göttingen 2017.

Maier, Gerhard: African Dinosaurs Unearthed. The Tendaguru Expeditions, Bloomington 2003.

Matthies, Volker: Im Schatten der Entdecker. Indigene Begleiter europäischer Forschungsreisender, Berlin 2018.

Mensch, Franz / Hellmann, Julius (wahahiri): Von der Heydt's Kolonial-Handbuch. Jahrbuch der deutschen Kolonial- und Uebersee-Unternehmungen, 6, Berlin / Leipzig / Hamburg 1912.

Mogge, Winfried: Wilhelm Branco (1844–1928). Geologe – Paläontologe – Darwinist. Eine Biografie, Berlin 2018.

Offizieller Katalog und Führer für die Deutsche Armee-, Marine- und Kolonialausstellung, Berlin 1907, 15. Mai bis 15. September, Berlin 1907.

Pesek, Michael: Praxis und Repräsentation kolonialer Herrschaft: Die Reise des Staatssekretärs Bernhard Dernburg nach Ostafrika, 1907, katika: Susann Baller / Michael Pesek / Ruth Schilling / Ines Stolpe (wahariri): Die Ankunft des Anderen. Repräsentationen sozialer und politischer Ordnungen in Empfangszeremonien, Frankfurt am Main 2008, kr. 199–224.

Roller, Kathrin: Gerlingen. Eine schwäbische Kleinstadt als interkultureller Erinnerungsort, katika: Ulrich van der Heyden / Joachim Zeller (wahariri): Kolonialismus hierzulande. Eine Spurensuche in Deutschland, Erfurt 2007, kr. 229–233.

Schildkrout, Enid / Keim, Curtis A.: Objects and Agendas. Re-collecting the Congo, katika: Enid Schildkrout / Curtis A. Keim (wahariri): The Scramble for Art in Central Africa, Cambridge 1998, kr. 1–36.

Sow, Noah: Entdecken, katika: Susan Arndt / Nadja Ofuatey-Alazard (wahariri): Wie Rassismus aus Wörtern spricht. (K)Erben des Kolonialismus im Wissensarchiv deutsche Sprache. Ein kritisches Nachschlagewerk, Münster 2011, kr. 269–271.

Wild, Rupert: Die Ostafrika-Reise von Eberhard Fraas und die Erforschung der Dinosaurier-Fundstelle Tendaguru, katika: Stuttgarter Beiträge zur Naturkunde / Serie C (Allgemeinverständliche Aufsätze) 30, (1991), kr. 71–76.

Wirz, Albert / Eckert, Andreas: The Scramble for Africa. Icon and Idiom of Modernity, katika: Olivier Pétré-Grenouilleau (mhariri): From Slave Trade to Empire. Europe and the Colonisation of Black Africa 1780s-1889s, London 2004, kr. 133–153.

Zimmerer, Jürgen / Zeller, Joachim (wahariri): Völkermord in Deutsch-Südwestafrika. Der Kolonialkrieg (1904–1908) in Namibia und seine Folgen, Berlin 2003.

Kilwa-Haupt-Fahrwasser
KILWA-KIWINDJE
Kilwa-Kissiwani-Hfn.
Rukyira-Bucht
Kilwa Kissiwani
Ssonga-Manara Ins.
Kilimba
Nyangara
Kigomba
Migerigeri
Nyamanoro
Mbate
Rumbo
Mkondadye
Mkowokóle
Mtumwa
welliges Gelände
Mkoko
Roango-Bucht
Mahokende
Ndolero
Ruawa
Mbalawala
Kiswere-Hfn.
Msungu-Bucht
Itukuru
Nanyangi
Pori
Matowera
(Tendaguru?)
Wanuera
Busch
Pori
Mlenga
Mbemkuru
Nambuhi
Likohakwe
Ruwu-Bucht
Kondo-Bucht
Mtshinga-Bucht
Tshiliamanda (Male)
Likonde-Kitaia
Mbalawala
Nambawala
Nangande
INDISCHER

ARDHI YA TENDAGURU NA VISUKUKU VILIVYOKUWAMO ILIVYOTWALIWA NA SERIKALI YA KIKOLONI

JINSI UCHIMBAJI NA USAFIRISHAJI NJE YA KOLONI ULIVYODHIBITIWA KUNUFAISHA SAYANSI YA KIJERUMANI

Holger Stoecker

Siku ya Ijumaa, tarehe 13 Machi mwaka wa 1908, watu saba walikutana Nanundwe/Nanunde. Kijiji hicho kilikuwa karibu na mto wa Mbemkuru/Mbwemburu na barabara ya kutoka Nambiranje/Namwiranye kuendea mji wa pwani Kilwa, ilipita kijiji hicho. Vijumba vyake takriban 50, karibu vyote vilikuwa bila ya wakazi.[1] Bwana Walther Wendt, ambaye Februari ya mwaka huo, aliteuliwa kuwa afisa msimamizi mpya wa mkoa wa Lindi, kusini mwa Koloni la Ujerumani, lililojulikana enzi hizo kama: *Ujerumani ya Afrika Mashariki*, ndiye aliyechagua mahali hapo, kilometa kumi magharibi mwa mlima Tendaguru, pawe ni mahali pa kesi hii yake ya kwanza kuamuliwa. Waliohudhuria mkutano huo, walikuwa ni Akida Saadallah, pamoja na majumbe[2] watano kutoka nchi za jirani na zilizokuwa mbali na mkoa wa Lindi: Abdallah bin Sef na Nasoro wa kutoka Matapwa, Sadi wa kutoka Matarawe, Hemedi kutoka Nchinjidi na vile vile Juma kutoka Likongo (Likonga). Kama kumbukumbu za mkutano huo zinavyoeleza, wenyeji wa hapo mahali hawakuhudhuria, japokuwa walijulishwa kuhusu mkutano huo kwa "njia za (kupeana taarifa) kienyeji".

Lengo la mkutano huo, lilikuwa ni "kuamua juu ya kumilikiwa kwa ardhi katika eneo la mlima wa Tendaguru, mahali palipopatikana mabaki ya dinosaria". Ili kulifikia lengo hilo, watu hao saba "waliikagua ardhi hiyo yenye utata" na kuiwekea mipaka eneo la takriban hekta 3,500.[3] Kwa kufuatana na hayo, wakaguzi hao, waligundua kuwa "katika sehemu hiyo iliyokusudiwa kutengwa [...] hapakuwa kamwe na makazi ya wenyeji", na pia "hakuna aliyekuwa na madai ya kumiliki sehemu hiyo kwa namna yoyote ile: ama ardhi yote iliyokusudiwa kutengwa au kijipande chake".

Haya yaliyosemwa hapo mwisho ni madai ya Wendt baada ya "kuwahoji watu walioshiriki mkutano". Hatimaye, afisa huyo wa utawala wa Kaisari wa Ujerumani akaichukua "ardhi hiyo itengwe na kumilikiwa na serikali ya Koloni la Ujerumani ya Afrika Mashariki, na akaiidhinisha kama Hifadhi ya Serikali (Kronland)". Mkutano uliishia hapo.

Majadiliano haya ya tume ya ardhi yamehifadhiwa katika nyaraka (picha 2), ambazo Wendt alizipeleka pamoja na ramani katika ofisi ya utawala, mjini Dar es Salaam, ili zipate kuidhinishwa rasmi.[4]

Picha 1 kushoto: Sehemu ya ramani, iliyochorwa na Wilhelm von Branca mwaka 1912 kwa kalamu ya rangi nyekundu mahali palipopatikana visukuku kusini mwa koloni Ujerumani ya Afrika Mashariki. Paul Sprigade/Max Moisel: Ramani ya Ujerumani ya Afrika Mashariki 1:300.000, Ukurasa F6: Kilwa, Berlin 1902, katika: BArch Berlin, R 1001/6113 K-3.

Picha 2 **uk. 66:** Kumbukumbu ya majadiliano ya tume ardhi katika ukoa wa ofisi ya Lindi, No. 14, 13.3.1908, katika: TNA, G 15/251, o. Pag.

1 Baada ya mwaka mmoja tu, kijiji hicho pia kilionekana, kutokana na maoni ya wasafiri wa Kijerumani, kama "kilichokufa", linganisha Eckenbrecher 1912, uk. 46.

2 Maakida na majumbe walikuwa ni wazee wa miji na machifu wenye asili ya Kiarabu na Kiafrika, ambao waliapishwa kuwa maofisa rasmi na serikali ya ukoloni ya Ujerumani.

3 Eneo hili ni sawa na kilometa za mraba 35 km². Kwa kulinganisha ni sawa na mtaa Mitte wa mji wa Berlin siku hizi (ikiwemo mitaa ya Mitte, Tiergarten na Moabit), ambapo pana jumba la Makumbusho ya Elimu Viumbe (Naturkunde Museum) yenye mabaki ya dinosaria, wenye ukubwa wa takriban kilometa za mraba 39,5 km². Kwa hiyo umezidi kidogo tu ule wa Tendaguru.

4 Kesi ya tume ya ardhi kwa ofisi ya mkoa wa Lindi, No. 14, 13.3.1908, katika: TNA, G 15/251. Ramani ambayo kawaida huchorwa kwa mkono, ikiwemo pamoja na nyaraka hizi imepotea.

zu JN: 263.

Verhandlung der Landkommission
für den Bezirk des Bezirksamts Lindi
No. 14.

Verhandelt Nanundwe 13. März. 1908.

Auf den Erlass vom 15. Februar d. J. J.+No. 1216 I S berief der unterzeichnete Bezirksamtmann Wendt die Landkommission, um die Besitzverhältnisse bezgl. des Landkomplexes am Tendaguruberg, in dem die Dinosaurier- Fundstelle liegt, festzustellen.

Die Landkommission wurde gebildet aus:

1) dem unterzeichneten Bezirksamtmann
2) dem Jumben Abdallah bin Sef, Matapwa
3) dem Akida Saadallah
4) dem Jumben Sadi, Matarawe
5) " " Nasoro, Matapwa
6) " " Hemedi, Nchinjidi
7) " " Juma, Likongo

Zu dem auf heute anberaumten Lokaltermin, der unter Angabe des Zweckes in ortsüblicher Weise bekannt gemacht worden war und zu dem die Interessenten und Anwohner des fraglichen Gebiets entboten worden waren, erschienen ausser den vorgenannten Kommissions mitgliedern

: niemand

Unter Führung des Akida Saadallah wurde hierauf das fragliche Land in Augenschein genommen, ins besondere wurden die Grenzen festgelegt und wurde die beiliegende Planskizze entworfen.

I Das Gebiet wird wie folgt begrenzt:

Im Norden: durch die Strasse Umbemkuru-Nambiranje,

Im Osten: durch den nur in der Regenzeit Wasser führenden Bach „Mtapah" von seiner Quelle am Lipogiroberg bis zum Schnittpunkt mit der oben gen. Strasse,

Im Süden: durch den Lipogiroberg (östlich) und den daran anschliessenden Bergrücken Namunda (westlich) „nördliche Fusslinie dieser beiden Berge".

Im Westen

8791 20818

Im Westen: durcg den Mwanyabach (am Westabhang des Namundaberges entspringend) bis zu seinem Einfluss in den Kipandebach. Von dort ab folgt die Westgrenze dem östlichen Rande der Kipandeebene bis zum Schnittpunkt mit der Strasse Umbemkuru-Nambiranji.

Die Grenzen folgen leicht auffindbaren Linien in der Natur.

Die Gesammtfläche wird auf 3500 ha angenommen.

II. In dem abgegrenzten Gebiet sind keine Eingeborenen-Ansiedlungen vorhanden; ein Eigentumsrecht am ganzen Gebiet oder an Teilen desselben wird von niemand geltend gemacht.

III. Nachdem dieses durch Umfragen bei den Versammelten festgestellt worden war, habe ich das Gebiet durch Erklärung zu Kronland für den Deutsch-Ostafrikanischen Landesfiskus in Besitz genommen.

Nach Belehrung der Anwesenden über die Bedeutung der Rechtshandlung unterstellte ich das Gebiet der Obhut der Akida Saadallah und habe die Verhandlung geschlossen.

Der Kaiserliche Bezirksamtmann.

Wendt

kwa kurejea kwenye Jarida. Namba 263

Kumbukumbu za utendaji wa Tume
Ardhi ya Wilaya ya Lindi
Na. 14
uliofanyika Nanundwe, March 13, 1908.

Kutokana na Tangazo la tarehe 15 Februari ya mwaka huohuo J. Na. 1216 I S, Ofisa wa Wilaya, Wendt, aliyeweka saini yake, aliteua Tume Ardhi kuchunguza umiliki wa ardhi iliyoko Mlima wa Tendaguru ambako ndiko kuna mahali yaliko masalia ya dinosaria.

Tume Ardhi hiyo iliundwa na watu wafuatao:
1 Ofisa wa Wilaya aliyeweka saini yake
2) Jumbe Abdallah bin Sef, Matapwa
3) Akida Saadallah
4) Jumbe Sadi, Matarawe
5) „ „ Nasoro, Matapwa
6) „ „ Hemedi, Nchinjidi
7) „ „ Juma, Likongo

Wakati wa uchunguzi wa mara moja uliopangwa kufanyika siku hiyo, ambao, kufuatana na kanuni, tangazo lake lilishatolewa, likieleza makusudi ya mkutano, na ambao wahusika pamoja na wakazi wa eneo linalochunguzwa wameitwa kwenye mashauri, watu wafuatao walihudhuria kuongezea wale wajumbe ambao walishatajwa kwenye tume: hakuwapo yeyote chini ya utawala wa Akida Saadallah. Ardhi husika ilikaguliwa, hususan mipaka iliwekwa rasmi, na ramani, hii iliyoambatanishwa, yenye maelekezo ya mahali hapo ilichorwa.

I. Eneo husika lina mipaka ifuatayo: Upande wa kaskazini: sawa na Barabara ya Umemkuru- Nambiranje. Upande wa mashariki: kando ya Kijito cha Mtapa, ambacho siku za mvua pekee ndipo kina maji kutoka Milima ya Lipongiro, na kwenda kuunganika na barabara iliyotajwa hapo juu. Upande wa kusini: kando ya Mlima wa Lipogiro (kuelekea mashariki) na kupakana na safu ya milima ya Namunda (kuelekea magharibi) "chini ya safu za milima hiyo miwili".

Upande wa magharibi: kando ya Kijuto cha Mwanya (kianziacho kwenye mteremko wa magharibi wa Mlima Namunda) na kutiririkia kwenye Kijuto cha Kipande. Kuanzia hapo mpaka wa magharibi unafuatana na ukingo wa mashariki wa Uwanda wa Kipande na hadi utakapokutana na Barabara ya Umbemkuru-Nambiranji.

Mipaka hii inafuatana kwa urahisi na alama za asili zilizopo. Ujumla wa eneo unasadikiwa kuwa hekta *3500**.

II. Hakuna makazi ya wenyeji kwenye eneo la mipaka iliyotajwa na hakuna mtu anayedai kumiliki eneo lote au shemu ya eneo hilo.

III. Baada ya uthibitisho huu uliotokana na ukaguzi na upimaji ardhi uliofanywa na waliohudhuria [yaani wajumbe wa ile Tume], nilimiliki eneo hilo kwa tamko la mfalme la ardhi ya nchi kwa niaba ya hazina ya Koloni la Ujerumani la Afrika Mashariki.

Baada ya kuwaarifu waliokuwapo kuhusu umuhimu na uzito wa kisheria wa hatua hii tuliyochukua, nikaliacha eneo hili chini ya usimamizi wa Akida Saadallah.

Mkuu wa Wilaya wa Himaya ya Kifalme
Wendt

* sawa na kilometa za mraba 35

Picha 3:
Akida Sadallah (Saadallah) aliyeapishwa afisa wa ofisi ya ukoa hapo Mikadi, mahali iliyopo kilomita 25 magharibi kutoka Tendaguru.
Picha ilipigwa na: W. Janensch / E. Hennig, katika miaka ya 1909–1911. Picha 3 na 4 zinatokana na mkusanyo wa picha (albam) zilizopigwa wakati wa safari za utafiti; Werner Janensch ndiye aliyeandika majina ya picha. Katika: MfN, HBSB, PM B IV 292.

Watu hao saba walitumika kama maofisa wa tume ya ardhi ya mkoa wa Lindi kwa muda wa mkutano tu, na baada ya hapo nyadhifa zao hazikuwapo tena. Tume za ardhi kama hii zilikuwa na shughuli muhimu wakati wa ukoloni. Zilitumika kuchukua ardhi, yaani kuvamia ardhi za wenyeji, na kuzifanya ziwe mali rasmi ya serikali ya koloni, au ya walowezi wa kijerumani na mashirika ya kikoloni. Kitendo cha namna hii – kama kilivyoelezwa hapa juu – kinafanya mambo yaonekane yalipitishwa kwa njia rasmi. Lakini tume za ardhi kama hizo hazikuwa za kudumu, bali mwakilishi wa serikali ya koloni wa mahala husika, hubuni tume mpya kila wakati wa kesi za aina hii zinapotaka kusikilizwa. Kazi za tume ya ardhi zilifuata maazimio ya Kaisari wa Ujerumani ya tarehe 26. Novemba 1895, ambayo yalipitisha kuwa "ardhi zote ndani ya Ujerumani ya Afrika Mashariki" ambazo "hazina mmiliki" ni mali ya serikali ya Ujerumani (Kronland), ambazo "watu binafsi, au watumishi wa umma, machifu na wenyeji" hawakuweza kuzidai: "Ardhi ni mali ya serikali (ya Ujerumani)" (§ 1), ambayo iliwakilishwa na wizara ya hazina ya koloni la Ujerumani la Afrika Mashariki.[5]

Ili kumiliki ardhi, ilitakiwa kupitia utaratibu maalum wa kisheria, ambapo kamati ya ardhi iliamua kuhusu "upelelezi na uthibitisho kuhusu ardhi isiyo na mmiliki" (§ 4) na ambayo hutangaziwa kuwa ni "hifadhi ya serikali" (Kronland). Katika sheria ya Kaisari wa Ujerumani kuhusu usafirishaji wa vitu nje ya nchi, Kansela wa Dola la Kijerumani aliamrisha kuwa, lazima kabla ya kuchukua ardhi ambayo haikumilikiwa na mtu, ihakikishwe kama kuna "haki za watu binafsi, hasa za wenyeji", ambazo zinahitajika kuzingatiwa kabla ardhi haijachukuliwa. Hata hivyo, utaratibu huu maalum haukudhamiria kuwalinda wenyeji kutokana na uporaji huo haramu, bali uliwekwa kwa sababu ardhi iliyopo karibu na sehemu hiyo na ambapo tayari kuna wakazi, ilitakiwa "kufanywa eneo la kutengewa wenyeji, yaani hifadhi ya wenyeji."[6] "Utafiti huu wa kuthibitisha umiliki wa ardhi lazima uanzishwe kwa kuzuru eneo hilo, inapowezekana, na pia kwa kuwahoji wakazi wa sehemu hiyo, au watu waliokuwa wakiishi hapo kitambo. Inapaswa kutayarisha muhtasari wa kimaandishi juu ya majibu yaliyopatikana kutokana na uchunguzi huo."[7]

Hati inayohusu "majadiliano na maamuzi ya tume ardhi katika ofisi ya mkoa wa Lindi, No. 14" pamoja na tangazo la eneo la Tendaguru kuwa hifadhi ya serikali, ina urefu wa kurasa mbili tu zilizopigwa chapa (picha 2). Hata hivyo, hati hii, ambayo leo imehifadhiwa katika nyaraka za taifa la Tanzania, ni waraka muhimu kwa kufahamu ni namna gani visukuku vilivyofukuliwa katika ardhi ya Tendaguru, Afrika Mashariki, vilisafirishwa kwenda Berlin na kuwa mali ya Makumbusho ya Elimu Viumbe (Museum für Naturkunde Berlin) huko Ujerumani. Hapajawa na mfano mwengine kama huu unaoonyesha jinsi vitu vyenye thamani kuu ya kisayansi, vilivyodhibitiwa, kuhifadhiwa na kusafirishwa kutoka nchi moja hadi nchi nyingine. Wahusika katika wizara za Dola la Ujerumani na serikali ya Koloni, Dar es Salaam na Lindi, wahusika wa makumbusho ya kitaalamu ya viumbe, na wa vyuo vya elimu ya kipaleontolojia, ilibidi mwanzo watamke utaratibu maalum halafu waufuate kwa kuzingatia sheria na siasa za utawala wa kikoloni, na kwa kufuata desturi za idara za elimu, katika utekelezaji wake. Namna zake zitaelezwa kama ifuatavyo.

Kama ilivyokuwa katika nchi nyingine zilizomilikiwa kikoloni na Ujerumani, zilizoko Afrika na nchi za Pasifiki ya Kusini, uamuzi wa ardhi kuchukuliwa na serikali kwenye koloni la Afrika ya Mashariki, ulidhamiria hasa dola la Ujerumani kunufaika kiuchumi kutoka kwenye koloni hilo. Vyombo vilivyofaidika kwa uvamizi wa nchi

5 Udhibitisho wa juu kabisa kuhusu kupatikana, kupora na kupeana ardhi kwa mali ya serikali (Kronland) na kuhusu ununuzi na kupeana ardhi ndani ya Ujerumani ya Afrika Mashariki kwa jumla, 26.11.1895, unapatikana katika: Zimmermann 1898, kr. 200–202, mwanzo Deutsches Kolonialblatt VI, nyongeza ya gazeti no. 23, 1.12.1895. Linganisha Gerstmeyer 1920, Meyer-Gerhard 1920a, Oppen 1996, kr. 52–53, Rwegasira 2012, uk. 53. – Neno "bila mmiliki" ("herrenlos") linatokana na "sheria za ardhi za Kiprussia" na lilimaanisha vitu "ambavyo bado havina mtu mwenye haki juu vyao" (Berner 1912, uk. 685). Kuhusu "nchi bila mmiliki" katika sheria ya kimataifa na husussan wakati wa ukoloni wa Ujerumani ya Afrika Mashariki linganisha Richter 2000; Meyer-Gerhard 1920b.

6 Gerstmeyer 1920, uk. 382; Sippel 1996, kr. 28–33.

7 Agizo la konsela wa Ujerumani, kuhusu utekelezaji wa sheria ya juu kabisa, tarehe 26. November 1895, 27.11.1895, katika: Zimmermann 1898, kr. 202–204.

hizi zilizokuwa makoloni ni makampuni ya mashamba, makampuni ya madini, na Wamisionari. Kawaida, wao ndio walioanzisha utekelezaji kwa kufuata utaratibu ule wa ardhi kugeuzwa kuwa hifadhi ya serikali (Kronland), ili kupangisha na kununua sehemu fulani ya ardhi kutoka kwenye serikali ya koloni hilo la Ujerumani ya Afrika Mashariki. Katika mkoa wa Lindi ambao haukuwa na majengo mengi, hadi kufikia mwisho wa utawala wa kikoloni, tayari kulikuwa na matamko hayo 94 ya hifadhi za serikali (Kronland). Matamko mengi (80) ya aina hiyo, kama lile la kuitwaa ardhi ya Tendaguru, yalitekelezwa baada ya Vita vya Maji-Maji kumalizika mwaka 1908, yaani, katika miaka ya mwisho ya utawala wa ukoloni wa Kijerumani. Maeneo hayo katika mkoa wa Lindi, kawaida yalikuwa na ukubwa wa kati ya hekta 50 na hekta 1,000. Baadhi ya sehemu chache ama zilikuwa ni ndogo zaidi au kubwa kuliko makadirio ya ukubwa huu.[9]

Picha 4:
Mjumbe Abdallah bin Sef/Sefu kutoka Matapwa, mwezi Machi 1908. Mshiriki wa tume ya ardhi, hapa yeye ni mtafiti, msaidizi na msimamizi wa watafiti wa uchimbaji.[8]
Picha katika albam la safari za utafiti, picha limepewa jina na Werner Janensch.
Picha imepigwa na: W. Janensch/E. Hennig, 1909/1911. HBSB, PM B IV 88.

Lakini eneo lililochukuliwa na serikali ya koloni huko Tendaguru, lilikuwa kubwa zaidi ya hekta 3,500. Ukubwa huu ndio uliotofautisha eneo hili la Tendaguru na maeneo mengine ya hifadhi ya serikali. Tofauti nyingine ilikuwa kwamba hifadhi ya serikali "No. 14", tangu mwanzoni haikukusudiwa kukodishwa ama kuuzwa. Bali ardhi hiyo ilibaki kuwa chini ya miliki ya serikali ya koloni la Ujerumani la Afrika Mashariki, yaani, mali ya serikali. Pia hapakuwa na kusudi lolote la kutumia ardhi hiyo kwa maslahi ya kiuchumi. Lakini kwa nini kulikuwa na urasimu kama huu?

Sababu za kuwapo kwa urasimu huu ni uamuzi uliopitishwa huko Berlin, Wilhelmstrasse 62, makao makuu ya Mamlaka ya Makoloni ya Dola la Ujerumani. Bernhard Dernburg, aliyekuwa mkurugenzi wa Idara ya Makoloni katika Wizara ya Nchi za Kigeni tangu mwaka 1906 na aliyekuwa Waziri wa Nchi katika Idara ya Makoloni ya Ujerumani tangu Mei 1907, ndiye aliyekuwa msimamizi mkuu wakati serikali ya kikoloni iliposhughulikia kwa jitihada udhamini wa visukuku na visalia vya dinosaria kwa niaba ya sayansi ya Kijerumani na kwa niaba ya taasisi za elimu ya Ujerumani tangu ripoti ya kwanza ya visukuku hivyo kufahamika. Uchaguzi huu wa mtu aliyewahi kuwa meneja wa benki na mtaalam wa fedha na ambaye alishatembea ulimwenguni, kuwa kiongozi wa Idara ya Makoloni uliingiza siasa mpya ya kikoloni ambayo ni kadirifu na ya kimaendeleo zaidi, baada ya kashfa nyingi za makoloni zilizokwishatokea, kama ile ya mauaji ya kikabila dhidi ya waHerero na waNama katika koloni la Ujerumani ya Afrika Kusini-Magharibi, iliyotokea mwaka 1904; na kashfa ya Vita vya Maji-Maji katika koloni la Ujerumani ya Afrika Mashariki iliyotokea mwaka 1905. Dernburg anajulikana kama mfuasi wa dhana ya "kuendesha kimantiki umiliki wa kikoloni kwa manufaa ya kiuchumi na kwa kutumia busara zaidi"[10]. Muundo huo wa uendeshaji pia ulitakiwa kuzingatia mahitaji ya uendeshaji wa kisayansi zaidi.[11]

Mwanapaleontolojia Eberhard Fraas kutoka Stuttgart aliporudi kutoka safari ya utafiti wa mahali hapo palipovumbuliwa visukuku huko Afrika Mashariki mwezi wa Oktoba 1907, ripoti yake ilizunguka miongoni mwa watu waliopendelea habari za makoloni na uvumbuzi wa kisayansi.[12] "Idara ya elimu ya Tume ardhi ya Kitaifa ya kutafiti ardhi tengwa zilizothibitishwa kuwa hifadhi, ambayo ilikuwa inalifanyia utafiti koloni la Ujerumani (Landeskundliche Kommission zur Erforschung der Deutschen Schutzgebiete)", na ambayo iliishauri idara ya Makoloni (zentrale Kolonialbehörde) kuhusu uvumbuzi wa kisayansi kwenye makoloni[13], katika kikao cha tarehe 21. Oktoba 1907, ilijadili suala muhimu kuhusu, ni nani atakayemiliki visukuku vitakavyopatikana Tendaguru. Kama kumbukumbu za kikao zilivyosema, wataalamu wa tume ya ardhi walihofia (kulingana na utaratibu wa kisheria) shirika la kuchimba madini la Lindi (Lindi-Schürfgesellschaft), kwa vile lilikuwa mmiliki wa vitu vilivyotaifishwa, pia litakuwa mmiliki halali wa visukuku. Lakini "utafiti na

8 Maier 2003, kr. 66, 257. Katika miaka ya 1890 Abdallah bin Sef aliishi kisiwani Mafia na alikuwa tajiri aliyemiliki watumwa 55, linganisha Deutsch 2004, uk. 119.

9 Maarifa kuhusu maombi ya uhamisho na upangaji wa nchi ya serikali (Kronland), matamshi ya nchi ya serikali (Kronland) na upangaji na mauzo ya nchi ya serikali (Kronland) katika mkoa wa Lindi-Mikindani, yanapatikana katika kitabu cha pili, katika: TNA, G 8/297; Kuuza na kukodisha ardhi kwa serikali na vyama manispaa kwa kampuni na watu binafsi, Pak. 6: Mnunuzi L, katika: TNA, G 21/1111–1124; Survey of Land Commission Proceedings or L.K.V. for Lindi District, katika: TNA, AB 541.

10 Ritter 1957, kr. 607–608, pia linganisha Sippel 2002.

11 Pogge von Strandmann 2009, kr. 428–439.

12 Anonym: Zaidi juu ya upatikanaji wa dinosaria Ujerumani ya Afrika Mashariki, katika: Tägliche Rundschau 12.10.1907; Fraas: Auf Saurierjagd in Ostafrika, katika: Schwäbische Kronik 26.10.1907, Fraas kwa Dernburg: Bericht über Dinosaurierfunde im Bezirk Lindi, Deutsch-Ostafrika, 31.10.1907, katika: BArch Berlin, R 1001–6112, kr. 119–120v.

13 Inayojulikana kama idara ya elimu ya tume ardhi ilibuniwa 1904/05 hasa na Hans Meyer mwanageografia wa kikoloni wa kutoka Leipzig na mmiliki mwenza wa kampuni ya uchapishaji Bibliographisches Institut, kama kikundi cha washauri wa halmashauri ya Ukoloni inayojitegemea yenyewe, baada ya kusimamisha Idara ya Makoloni ya Dola la Ujerumani (Reichskolonialamt) mwaka 1906. Idara hii ilikuwa ikimiliki rasilimali nyingi za Koloni la Ujerumani, ambazo hasa zilitumika kwa safari za tafiti za kijiografia kwa makoloni ya Ujerumani. Tangu mwaka 1907, Hans Meyer, mwanajiolojia Kurt Schmeisser, na watafiti wa Afrika Georg Schweinfurth na mrithi wake Paul Staudinger ambaye ni mwenye kampuni ya uchapishaji Dietrich Reimer Verlag Ernst Vohsen, pamoja na mwakilishi wa Idara ya Makoloni ya Dola la Ujerumani Karl Ebermaier ambaye baadaye alikuwa gavana wa Kamerun na Profesa Alexander Freiherr von Danckelmann walikuwa washiriki wa idara hii ya elimu ya tume ardhi. Linganisha Brogiato 2008, uk. 250.

uchukuaji wa vitu vyenye thamani kuu ya kisayansi kama vile vilivyopatikana [...] haukuachiwa makampuni binafsi"[14]. Hiyo ndiyo sababu mwanachama wa shirika hilo, Karl Schmeisser, ambaye mpaka mwaka 1906 alikuwa mkurugenzi wa idara ya Geolojia ya Kiprussi (Preußische Geologische Landesanstalt) na tangu hapo mkurugenzi mkuu wa ofisi ya mlima (Oberbergamtsdirektor) wa Breslau, alitakiwa kutoa maoni yake kuhusu maafikiano juu ya umiliki.

Kwenye mikutano ya mashauriano iliyofanywa baadaye, washiriki wote kutoka Idara ya Elimu ya tume ardhi, kutoka ofisi za Idara ya Makoloni ya Dola na ile ya serikali ya Koloni, walikubaliana wazi kuwa yale yaliyoazimiwa kuhusu umiliki wa visukuku lazima yazingatie sheria ya Kijerumani. Mtazamo wa wenyeji kuhusu sheria, mali na umiliki, vilevile kuhusu desturi ya kienyeji ya kutumia na kulima ardhi kwa muda, haukuzingatiwa. Kama kweli wahusika hawa wa Kijerumani walijua kuhusu habari hizo. Schmeisser, alipoandika ushauri huu alitegemea hasa "Maagizo maalumu ya hukumu za kuchimba madini za Kaisari kwa makoloni ya Kiafrika na ya Pasifiki ya Kusini isipokuwa koloni la Ujerumani ya Afrika Kusini-Magharibi" ya tarehe 27 Februari 1906. Uamuzi ulioafikiwa ni kuwa, mifupa siyo miliki ya kampuni ya madini, yaani Shirika la kuchimba madini, ambalo liko kwenye eneo ambapo visukuku vilipatikana, bali mwenye mifupa hiyo alikuwa ni mwenye ardhi.[15] Mapitisho maalum ya hukumu hii ya kuchimba madini yalihusu tu rasilimali za madini yaliyoko *chini* ya ardhi, siyo vitu vinavyopatikana juu ya ardhi – sheria ambayo baadaye ilileta matatizo mengine katika kesi hii.

Dernburg, waziri wa nchi katika serikali ya Koloni, mwanzoni aliamua kutumia mtindo wa kulifanya eneo lote palipopatikana visukuku litambulike kama "hifadhi ya ardhi ya serikali kwa ajili ya utafiti na kwa manufaa ya idara za elimu za Kijerumani" ili eneo hilo lihifadhike na kuepusha "uchimbaji na uchambuaji ambao haukufuata kanuni, hasa unaofanyika na wenye makusudi ya kunufaika kiuchumi".[16] Baada Idara ya Elimu ya tume ardhi kuhakikisha kisheria kuwa mwenye ardhi pia ndiye atakuwa mmiliki wa visukuku vilivyoko kwenye hiyo ardhi, Dernburg alilazimisha serikali ya Dar es Salaam mwisho wa mwaka wa 1907 kumtambulisha mmiliki wa ardhi hiyo:

> "Kwa vile inaelekea kuwa utapita muda hadi kazi ya kuchimba visukuku ianze katika ardhi palipopatikana visukuku vya dinosaria huko kwenye mlima wa Tendaguru nyuma ya pwani ya Lindi, kwa sababu bado pesa za kutekelezea utafiti huu haijajulikana zitapatikana wapi, inabidi kulinda eneo hilo kuepuka uvamizi na uchukuaji usio wa halali wa vitu vilivyoko. Hata kama, kutokana na aonavyo profesa Fraas, eneo hilo tayari linalindwa vya kutosha ukizingatia kwamba halina faida yoyote ya kiuchumi; na pia kwa sababu watu wasio watafiti hawangejua la kufanya. Maoni ya mtaalamu aliyetajwa, ni kwamba ipatikane idhini kutoka Serikali ya Kaisari wa Ujerumani, ambayo inaruhusu uchimbaji wa visukuku uwe pekee ule ulioidhinishwa na serikali ya kifalme.
>
> Kisheria, tunaweza kulazimika kudhani, kuwa visalia vya wanyama vya tangu zama za kale (cretaceous age), vimeoza na kuchanganyika na ardhi, vikawa kama ardhi yenyewe, mpaka kwa mujibu wa kisheria, ikawa vigumu kutofautisha baina ya visukuku na ardhi yenyewe; na kwa hiyo vimekuwa ni mali ya mwenye ardhi hiyo.
>
> Kwa hivyo jambo la kwanza ni kuhalalisha nani mwenye ardhi hiyo. Ikiwa eneo hilo ni mali ya wizara ya hazina, basi ni lazima iwekewe kikwazo ya kisheria ambavyo vinazuia uchimbaji wa watu wasioruhusiwa."[17]

Ili kuepuka matatizo wakati wa kumthibitisha mmiliki, Dernburg aliongeza kusema kuwa "labda [...] ni hifadhi ya serikali (Kronland) kama ilivyothibitishwa katika azimio kuu la tarehe 26.11.95 [...]. Endapo itakuwa hivyo basi, umiliki utakuwa ni mmoja tu, ambao ni wa kutegemea kifungu cha §§ 4,5 ya maagizo ya tarehe 27.11.95 [...]."[18] Tangu mwanzoni hapakuwa na nia ya kweli ya kumthibitisha mtu yeyote, bali wakati wa kesi hii, nia ilikuwa ni kurasimishwa kwa tamko la hifadhi ya serikali

14 Kuhusu kikao cha 15 cha mkutano wa tarehe 21.10.1907 wa washirika wa Idara ya elimu ya tume ardhi, ambayo inafanyia utafiti Koloni, katika: IfL, NL Hans Meyer, 17–72/K 176.

15 Chifu mkuu bwana Schmeisser kwa Hans Meyer, 29.10.1907, nakala, katika: BArch Berlin, R 1001/ 6112, kr. 134–135; kikao cha 16 cha mkutano wa washirika wa Idara ya elimu ya tume ardhi ambayo inafanyia utafiti Koloni, 16.12.1907, katika: IfL, NL Hans Meyer, 17–76/K 176.

6 Ndivyo alivyosema Fraas baadaye katika ripoti kwa Usimamizi wa Makumbusho ya ufalme wa mkusanyiko wa madini (Königliche Naturaliensammlung) Stuttgart, tarehe 17.1.1911, nakala, katika: BArch Berlin, R 1001–6113, uk. 39,3.

17 Waziri Dernburg kwa serikali ya kaisari mjini Dar es Salaam, 20.12.1907, katika: TNA, G 15/251.

18 Ibid.

(Kronland) ambalo tayari lilishaamuliwa kisiasa. Serikali ilituma barua ya Dernburg kwenda kwenye ofisi ya mkoa wa Lindi, pamoja na tangazo,

> "nani mmiliki wa ardhi. Ikiwa vigezo [...] vinavyotakikana kwenye sheria kuu ya tarehe 26. Nov[emba] 1895 vimefikiwa, basi ninataka kuchukua eneo husika liwe ardhi na mali ya serikali. Jambo hili litekelezwe kwa haraka kwa sababu za usalama na uhifadhi wa vitu hivi muhimu kwa utafiti wa kisayansi."[19]

Barua ya serikali iliandikwa tarehe 15. Februari mwaka 1908. Kulinganisha na kumbukumbu, bwana Wendt, mtendaji wa ofisi ya mkoa, siku hiyo hiyo aliwaita maakida na wajumbe hawo watano kwenye kesi ya tume ya ardhi huko Tendaguru tarehe 13. Machi mwaka 1908.

Lakini kuna mashaka kama kweli yale yaliyoandikwa katika kumbukumbu yalitokea. Hebu tutazame tena yale niliyoyaeleza mwanzoni: Kulingana na kumbukumbu, mabwana saba walikutana Nanundwe, mbali na sehemu ambayo baadaye imekuja kuitwa hifadhi ya serikali (Kronland). Wote walibidi kwenda mwendo wa mguu wa angalau siku moja, mara nyingine wa siku zaidi, ili kufika hapo mahali. Sehemu hiyo ambayo ilikuwa kilometa 17 mbali na mahali pa mkutano, kama ilivyoelezwa katika kumbukumbu, "ilichunguzwa chini ya usimamizi wa Akida Saadallah".[20] Saadallah alisifiwa na Eberhard Fraas, ambaye alimkuta mwaka 1907 kijijini mwake Mikadi, kama "chifu shujaa na mshupavu", ambaye alisemekana kuwa "aliwaunga mkono Wajerumani na kuwasaidia kwa uaminifu dhidi ya wenyeji waasi"[21] katika Vita vya Maji-Maji. Haukupita muda na mwandishi Mjerumani wa kikoloni, Margarethe von Eckenbrecher alikuwa na maelezo tofauti kabisa. Yeye alimkuta Sadallah mwaka wa 1909 hapo Mikadi wakati wa uwindaji na alimweleza kama mzee kipofu, ambaye muonekano wake ulifanana na "Patriaki (mzee wa ukoo) kwenye Agano la Kale". Pia Eckenbrecher alithibitisha uzee wake kwa picha iliyopigwa wakati huo (picha 3).[22]

Iliwezekanaje tume ya ardhi, ambayo ilikuwa chini ya usimamizi wa mzee ambaye, tukimuamini Eckenbrecher, alikuwa kipofu, kufanya "uchunguzi" wa sehemu ya ardhi ambayo ina ukubwa wa hekta 3.500, na kuweka mpaka na kuhesabu "makazi ya wenyeji" ndani yake, yote haya kutoka mbali na katika muda wa siku moja tu? Je, ni kweli mkutano wa Nanundwe ulifanyika? Ni kweli, mabwana walisafiri kwa miguu baadhi ya siku, ili kukutana hapo mahali, mbugani na kuufanya uchunguzi sehemu ya ardhi hiyo? Au, Wendt alijiandikia tu, kumbukumbu hiyo, ambayo rasmi ilitimiza masharti ya utaratibu wa kupatikana Kronland (hifadhi ya serikali)? Maswali haya hayawezi kujibiwa, hasa kwa sababu kumbukumbu hiyo ilitiwa saini na ofisa wa mkoa, bwana Wendt, peke yake.

Kwa namna yeyote ile, kama mkutano wa Nanundwe ulifanywa au haukufanywa – hakika ni kwamba kumbukumbu hiyo ya "tume ya ardhi ya ofisi ya mkoa wa Lindi No. 14" juu ya "sehemu ya ardhi ya mlima wa Tendaguru" katika mbuga ambako hakujafanywa ukaguzi wala upimaji wowote, ilikuwa shahada rasmi kwa Makumbusho ya Elimu Viumbe ya Berlin kuweza kumiliki visukuku na mifupa ya dinosaria. Kwa ofisa wa mkoa, bwana Wendt, utekelezaji huu wa Kronland (hifadhi ya serikali) ulikuwa kama suluhisho la kwanza kwa changamoto za kupadhibiti mahali palipopatikana visukuku:

> "Kwa kuwa hakuna aliyetamka umiliki wa eneo husika au sehemu katika eneo hilo la Kronland (hifadhi ya serikali), basi nimeagiza eneo hilo lichukuliwe liwe miliki ya serikali ya Ujerumani ya Afrika Mashariki. Eneo hilo – lenye masalia ya wanyama – liko chini ya ulinzi wa akida wa hapo; pia wajumbe wa tume ya ardhi wametumwa kuwajulisha watu wote kuwa hakuna ruhusa kufanya makazi yao katika eneo hilo bila ruhusa ya ofisi ya mkoa, na pia kuwa mtu yeyote atakayediriki kuchukua na kuondosha visalia vya wanyama vilivyopo, hata kama ni vidogo sana, atahukumiwa kwa kosa la wizi. Hata hivyo hakuna haja ya kuhofia kutokea kwa wizi, kwa sababu wenyeji wanadhania eneo hilo kuwa na mashetani."[23]

19 Serikali ya kaisari mjini Dar es Salaam kwa ofisi ya mkoa wa Lindi, 15.2.1908, katika: TNA, G 15/251.

20 Kumbukumbu ya majadiliano ya tume ardhi katika ofisi ya mkoa wa Lindi, No. 14, 13.3.1908, katika: TNA, G 15/251, bila uk.

21 Fraas 1908, uk. 109.

22 Eckenbrecher 1912, uk. 120.

23 Wendt kwa serikali ya kaisari, 1.5.1908, katika: TNA, G 15/251.

Utekelezaji huu wa hifadhi ya serikali (Kronland) ulihitaji hatua za uthibitisho zaidi. Katika safari iliyopangwa kwa ajili ya kutoza kodi, polisi sajini Kessler wa ofisi ya mkoa wa Lindi aliweka alama katika mpaka wa kusini mwa eneo hilo, kama alivyoamrishwa na serikali. Baada ya siku nane yeye, pamoja na askari sita wa Kiafrika waliotoka kwenye jeshi la kikoloni na wapagazi 14, "waliweka mpaka wa upana wa mita 10 [...] na mafungu ya mawe yanayoweza kuonekana kutoka mbali"[24]. Baada ya hapo, ndipo serikali ya Kijerumani mjini Dar es Salaam ilikubali

> "ardhi ambayo katika kesi ya tume ya ardhi ya mkoa wa *Lindi* No 14 d. d. *Nanundwe* 13. Machi 1908 imetajwa kuwa ardhi isiyomilikiwa, na iliyoko *baina ya barabara ya Umbemkuru-Nambiranji, baina ya mlima Lipogiro na mlima Namunda vile vile baina ya mto wa Mtapah na mto wa Mwanya* yenye ukubwa wa hekta 3500 kuchukuliwa na serikali ya Ujerumani ya Afrika ya Mashariki kama hifadhi ya serikali (Kronland)"[25].

Kwa sababu hapakuwa na mtumiaji wa baadae wa ardhi hiyo kama ilivyokuwa kawaida kwa ardhi za namna hii, ilibidi manispaa ya Lindi igharamie rupia 70,40 (= 93,87 Mark) ili kupima na kuweka mipaka ya ardhi.[26] Tangazo hili la serikali ndilo lilihitimisha rasmi kuvamiwa na kuchukuliwa kwa eneo la Tendaguru pamoja na visukuku vilivyokuwamo kwenye eneo hilo kutoka sehemu hiyo chini ya mamlaka ya Koloni la Ujerumani la Afrika Mashariki.

Kwa kutolewa tamko la "Kronland No. 14" na ofisi ya mkoa wa Lindi, wakoloni husika walioko Berlin, Dar es Salaam na Lindi walitimiza malengo yao takriban mawili, mwaka mmoja tu, baada ya kuwasilishwa ripoti za kwanza kuhusu upatikanaji wa visukuku: La kwanza lilikuwa kujibiwa kwa swali ambalo tangu mwanzo hadi hapo lilikuwa wazi kutokana na maoni ya utaratibu wa sheria ya Kijerumani, yaani: ni nani mmiliki wa visukuku? Sasa swali hili limejibika kwa manufaa ya wizara ya hazina ya serikali ya Ujerumani ya Afrika Mashariki na, kwa hivyo, kwa manufaa ya Dola la Ujerumani. Lengo la pili ni kulipatikana masharti ya kisheria ambayo yalikataza wenyeji, Waafrika kulima na kufanya makazi yao kwenye eneo hilo palipopatikana visukuku. Kama mkurugenzi wa uchimbaji Edwin Hennig alivyosema baadaye, baada ya tamko la Kronland, ilibidi baadhi ya "wakazi wenyeji [...] wahame sehemu ya ardhi hiyo iliyotengwa."[27] – Madai haya yanahitilafiana wazi na yale yaliyoandikwa katika kumbukumbu ya tume ya ardhi, ya kwamba katika sehemu ya ardhi hiyo "hapakuwa na makazi yeyote ya wenyeji". Tarajio la tatu ambalo lilikuwa halijatimizwa lilikuwa kuhifadhi na kulinda visukuku na kuzuia "uingiliaji wa wasioruhusiwa", yaani uingiliaji wa watu watokao Ujerumani na nchi nyingine za nje.

Mwishoni mwa mwaka 1908, msafiri, mtafiti na mwindaji wa wanyama wakubwa, Paul Niedieck aliomba kwenye usimamizi wa Utamaduni wa Kiprussi (Preußische Kultusverwaltung), halafu kwenye Makumbusho na, baada ya muda mfupi tu, pia kwenye Idara ya Makoloni ya Dola, kutembelea "mahali palipopatikana dinosaria".

Kama alivyosema Niedieck, alipanga safari ya Lindi ili kupata maarifa kama kweli "baadaye kutakuwa na uwezekano wa kuchimba mojawapo ya (viunzi vya) mifupa kwa ajili ya Makumbusho ya Kifalme iliyoko Berlin (Königliches Museum)"[28]. Niedieck tayari alijulikana kwa ajili ya vitabu vyake kuhusu safari zake hatari na uwindaji wa wanyama wakubwa katika pande mbalimbali za ulimwengu[29]; sasa ndipo aliposisitiza kutembelea mahali palipopatikana dinosaria ili "kuichukua na kuileta baadhi ya mifupa (Berlin)"[30].

Mnamo mwaka 1910 Jan Willem Gunning, Mkurugenzi wa Makumbusho ya Pretoria[31], aliulizia serikali ya Kaisari wa Ujerumani, kwa kupitia njia za kidiplomasia, kuhusu "masharti yaliyoko ili kupata ruhusa ya kufukua ardhi kwenye mlima Tendaguru". Wajerumani walioko Berlin na Dar es Salaam walishituka na kutahadhari. Ingawa tangazo la Kronland (hifadhi ya serikali) la mwaka 1908 lilipinga "kinyang'anyiro [...] chochote cha kampuni na biashara za kiserikali na za kibinafsi kutoka nchi za nje, ili uchimbaji huo uhifadhiwe kwa makumbusho na idara

Picha 5 kulia:
Eneo la hifadhi ya serikali (Kronland) ya Tendaguru, kuwekwa alama, katika sehemu ya ramani ya kijiolojia ya sehemu ya nyika la Lindi na ya Kilwa, kulingana na yaliyoandikwa katika kumbukumbu, kuchapishwa na Edwin Hennig, Berlin mwaka 1912, katika: Archiv für Biotologie 3, 1914, katika kiambatisho. Kronland ilikuwa sawa na sehemu palipopatikana visukuku kwa kiasi fulani tu, visukuku pia vilipatikana mbali nje ya hifadhi hiyo.

24 Behmer (Ofisi ya mkoa wa Lindi) kwa serikali ya kaisari, 13.10.1908, katika: TNA, G 15/251.

25 Serikali ya kaisari: Cheti (fomu), 7.11.1908, katika: TNA, G 15/251 [italiki = maandishi ya kuandikwa kwa mkono katika fomu].

26 Schröder (serikali ya kaisari) kwa ofisi ya mkoa wa Lindi, 8.12.1908, katika: TNA, G 15/251.

27 Hennig 1912, kr. 24–25.

28 Niedieck kwa Idara ya Makoloni ya Dola la Ujerumani, 27.12.1908, katika: BArch Berlin, R 1001–6112, uk. 167; Niedieck kwa Waziri mkuu Naumann (Idara ya Utamaduni ya Kiprussi), 16.12.1908, katika: HBSB, ZM_S_III_Niedieck, kr. 127–128.

29 Niedieck 1905; Niedieck 1920. – Paul Niedieck (1873–?), alifanya safari kama 20 hivi, nyingine zikienda Uengereza-Afrika Mashariki na Ureno-Afrika Mashariki, Asia na Marekani Kaskazini, alikuta baadhi ya spichi (aina) za mamalia na vijuni na aliongeza mikusanyo ya Makumbusho ya Bustani ya Wanyama Berlin (Zoologische Museum), linganisha Degener 1922, uk. 1111; HBSB, ZM_S_III_Niedieck.

30 Niedieck kwa RKA, 1.1.1909, katika: BArch Berlin, R 1001–6112, uk. 170.

31 Makumbusho yaliundwa 1892 kama "Makumbusho ya Dola (Staatsmuseum)", baadaye "Makumbusho ya Transvaal", tangu 2010 "Ditsong Makumbusho ya Maumbile ya kitaifa" (Ditsong National Museum of Natural History).

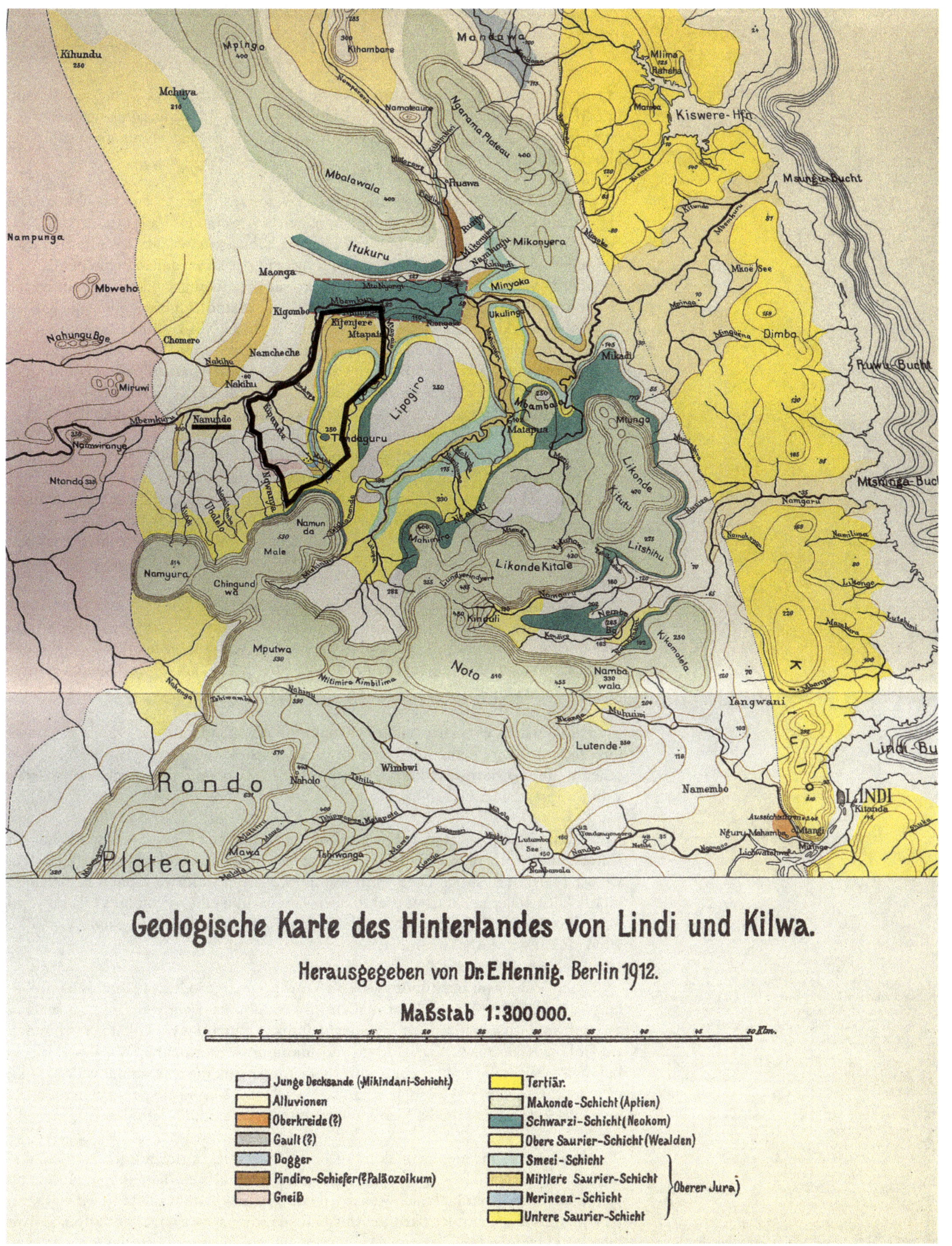
Kihundu
Mchuya
Mpingo
Kihambare
Mandawa
Mlima
Kiswere-Hfn
Ngarama Plateau
Namakaure
Mbalawala
Ruawa
Msungu-Bucht
Nampunga
Itukuru
Mikonyera
Mkoe See
Mbweho
Maonga
Minyoka
Kigombo
Kifenjere
Mtapaia
Ukulinga
Dimbo
Nahungu Bge
Chomero
Namcheche
Nakihu
Mikadi
Ruwu-Bucht
Miruwi
Lipogiro
Mbemkuru
Nanundo
Mbambala
Mtungo
Namwiranye
Tendaguru
Matapua
Ntondo
Likonde
Kitutu
Mtshinga-Bucht
Namgaru
Namun da
Male
Mahimiro
Likonde Kitale
Litshihu
Namyura
Chingund wa
Kingdi
Mputwa
Kikomolela
Noto
Namba wala
Yangwani
Lutende
Rondo
Wimbwi
Lindi-Bu
Naholo
Namembo
LINDI
Plateau
Mawa
Tshiwanga
Geologische Karte des Hinterlandes von Lindi und Kilwa.
Herausgegeben von Dr. E. Hennig. Berlin 1912.
Maßstab 1:300000.
0 5 10 15 20 25 30 35 40 45 50 Klm.
Junge Decksande (Mikindani-Schicht)
Alluvionen
Oberkreide (?)
Gault (?)
Dogger
Pindiro-Schiefer (? Paläozoikum)
Gneiß
Tertiär.
Makonde-Schicht (Aptien)
Schwarzi-Schicht (Neokom)
Obere Saurier-Schicht (Wealden)
Smeei-Schicht
Mittlere Saurier-Schicht
Nerineen-Schicht
Untere Saurier-Schicht
Oberer Jura

za Kijerumani" alivyosema mkurugenzi wa Idara ya Makoloni ya Dola la Ujerumani Friedrich von Lindequist. Hata hivyo haikujulikana, "hadi sasa, jinsi itakavyohatarisha manufaa ya kisayansi na kielimu kwa Makumbusho, idara za elimu, na misafara ya kitaalamu ya Kijerumani"[32].

"Hatari" kama hiyo kweli ilikuwako, kwani, ardhi katika eneo la Tendaguru, ingawa ililindwa kisheria kutokana na tangazo la Kronland (hifadhi ya serikali), wachimbaji wa Berlin waliokuwa huko walipewa habari kila wakati, hasa kutoka kwa wenyeji[33] – kwamba visukuku hivyo vilikuwa vikipatikana mahali pengi pengine na tayari, vikiwa vimeshafanyiwa utafiti. Huko vilikopatikana kulikuwa mbali na nje ya eneo lililohesabika kama hifadhi ya serikali (Kronland), ambalo limetengwa. Kwa hivyo ulinzi wa kisheria kwenye eneo hilo haukuwa wa kutosha. Mhifadhi mkurugenzi wa makumbusho Wilhelm von Branca, mwezi wa Disemba mwaka 1910, alizungumzia hali hiyo na kuonya katika "ushauri wake kuhusu mahali panapopatikana visukuku vya wanyama, wenye uti wa mgongo, ndani ya Ujerumani ya Afrika Mashariki" na akashauri "kutotangaza Tendaguru peke yake kama Kronland, bali mahala pote patakapopatikana visukuku siku zijazo, pawe hifadhi ya serikali, ili baada ya uchimbaji kwa ajili ya makumbusho ya Berlin utakapotosha, makumbusho mengine ya Ujerumani pia wapate faida ya kuchimba visukuku vya wanyama hao". Branca alisisitiza pendekezo lake kwa kudai kuwa "hawa madinosaria walipopatikana Ujerumani ya Afrika Mashariki walishinda dinosaria wote waliowahi kupatikana duniani kote, kwa ukubwa wao usio kifani". Pia alitetea kauli yake kwamba kupatikana kwa visukuku hivyo ni "heshima kwa taifa".

Maeneo ambayo yalishajulikana kuwa na visukuku yalitakiwa "mwanzoni yanufaishe makumbusho ambayo ninayasimamia mimi hivi sasa na baadaye, makumbusho mengine ya Kijerumani yatafuata, lakini siyo kwa makumbusho ya nchi nyingine. [...] Kwa muda mrefu ujao [makumbusho ya Kijerumani] ndiyo yatakayopewa fursa ya kwanza kuchimba."[34]

Lakini maoni ya watu wa idara ya makumbusho na idara za jiolojia na paleontolojia za Kijerumani walipoulizwa na Branca kuhusu vikwazo vilivyowekwa kulinda sehemu ambazo kumepatikana visukuku katika Ujerumani ya Afrika Mashariki, yalikuwa na msimamo tofauti.[35]

Makumbusho ya Hamburg na Freiburg/Br., vilevile idara za vyuo vikuu vya Darmstadt, Leipzig na Freiburg/Br. walipinga sehemu palipopatikana visukuku isiachwe wazi kuruhusu shughuli za watu wa nje, walisema ya kuwa sababu ni "lengo la kitaifa". Pia waliona hatari ya usambazaji wa visukuku vilivyochimbwa bila kuwapo utaratibu maalum. Walidai mafanikio ya kisayansi hupatikana tu, ikiwa visukuku vilivyofukuliwa vitabaki pamoja.

Pamoja na haya, pia kulionywa kwa kuwapo mgogoro kuwa Wamarekani, Wafaransa na Waingereza au Waafrika Kusini kwamba wao pia walikuwa na sehemu zao kubwa katika nchi zao au koloni zao ambazo zimefungiwa kukataza uchimbaji wa Dola la Kijerumani. Katika Idara ya Makoloni ya Ujerumani pia walipendekeza kufunga sehemu zile ambapo siku zilizofuata kungepatikana na kuchimbwa visukuku vya dinosaria ndani ya Koloni la Ujerumani ya Afrika Mashariki na utekelezaji wake uwe kwa kutangaza sehemu hizo kuwa ni hifadhi ya serikali (Kronland).

Kwa upande mwengine, makumbusho ya Stuttgart, Darmstadt na Munich, waliona faida katika utaratibu wa uchimbaji wa kimataifa na hawakupinga sehemu palipopatikana visukuku kuachwa wazi, ikiwa uchimbaji utahusu utafiti wa kisayansi na siyo wa kibiashara. Richard Lepsius, mwanajiolojia wa Darmstadt alipinga kwa kusisitiza kwamba "Maelewano ya kimataifa yaliyokuwapo na ushirikiano wa kisayansi ya jiolojia", yasithubutu "kuharibiwa na sheria za upigaji marufuku". Kauli yenye hekima ilitoka katika Taasisi kuu ya mikusanyo ya amali za kisayansi ya kifalume ya Bavaria (Königlich Bayerisches Generalkonservatorium der wissenschaftlichen Sammlungen), ikisema kwamba, "nchini Ujerumani kwenyewe hapangekuwa na

32 Friedrich von Lindequist (mkurugenzi wa Idara ya Makoloni ya Dola la Ujerumani) kwa Waziri wa Utamaduni ya Kiprussi, 29.11.1910, katika: GStA PK, I. HA Rep. 76 Kultusministerium, Va Sekt. 2 Tit. X Nr. 21 adh A I, uk. 60v+r.

33 Linganisha Rechenberg kwa Idara ya Makoloni ya Dola la Ujerumani, 23.5.1911, katika: BArch Berlin, R 1001–6113, uk. 54.

34 Branca kwa Waziri wa Utamaduni ya Kiprussi, 16.12.1910, katika: GStA PK, I. HA Rep. 76 Idara ya Utamaduni, Va Sekt. 2 Tit. X Nr. 21 adh A I, uk. 63; Branca kwa Waziri mkuu Naumann, 16.12.1910, mswada uliwoandikwa na hati za mkono, katika: HUB-Archiv, Zoologisches Museum (Museum für Naturkunde), 153.

35 Kuhusu yanayofuata linganisha Richter, Waziri wa Nchi ya mambo ya ndani ya nchi katika Idara ya Makoloni ya Dola la Ujerumani kwa Idara ya Makoloni ya Dola la Ujerumani, mahojiano ya serikali ya Bavaria, Saxony, Württemberg, Baden, Hessia na Hamburg vilevile kuhusu majawabu yao, Januari mpaka Aprili 1911, katika: BArch Berlin, R 1001–6113, kr. 19, 32–37, 39–45, 50–51.

rasilimali za kutosha, ili kuchimba na kuhifadhi visukuku vyote ambavyo vingepatikana baadaye. Na matokeo yake yangekuwa ni kuharibu sehemu nyingi kwa ajili ya kuchimba visalia."[36] Hiyo ndiyo ilikuwa sababu ya "kukaribisha" mashirika ya uchimbaji kutoka nchi za nje "kuliko kulalamika."

Branca mwenyewe – baada ya mwaka 1912 tu, sehemu kubwa ya visukuku vya dinosaria ilipokuwa imeshafika Berlin – alipinga uamuzi wa "kuweka vizuizi vya kudumu [...] kwa nchi za nje", "kwa sababu ubaguzi huo ungeathiri uchimbaji wa wanasayansi wa Kijerumani. Kwa kuwa, kwa kawaida, wao pia wangeshindwa kukabiliana na vikwazo ambavyo wangewekewa katika makoloni ya nchi nyingine. Kupotoka huku kutokana na desturi hii kulileta hasara na aibu kubwa kwa sayansi ya Kijerumani."[37]

Gavana wa Koloni la Ujerumani ya Afrika Mashariki, Albrecht Freiherr von Rechenberg, alikuwa na maoni mengine. Mwaka 1911 alikataa mabadiliko ya kwamba, ardhi ambako siku za baadaye kulipatikana visukuku, ziwe hifadhi ya serikali (Kronland), kwa sababu hakuamini ingewezekana. Sababu ilikuwa kwamba, eneo ambalo lingeweza kuhusika lilikuwa wastani wa kilometa za mraba 1,500 hadi 2,000.[38] Badala yake, Gavana alipendelea kudhibiti na kuratibu mwingilio wa eneo la uchimbaji kwa udhibiti wa forodha na, tarehe 25, Januari mwaka 1911, alitangaza marufuku ya kusafirisha visukuku (picha 6).

Inaonekana kuwa wazo la Gavana Rechenberg lilijitokeza wakati wa mazungumzo yake na mkurugenzi wa misafara ya Tendaguru ya Berlin, Werner Janensch[39], aliyekuwa Dar es Salaam wakati wa likizo za uchimbaji, wakati wa majira ya baridi mwaka 1910/11. Wakati ule ule, Rechenberg alitangaza kutoa nafasi ya pekee "ikiwa kutapatikana malipo ya kutosha"[40]. Msafara na uchimbaji wa Tendaguru ambao ulikuwa ukiendelea tayari kwa ajili ya Makumbusho ya Jiolojia na Palaentolojia Berlin, na ambao ulikuwa ni lengo la kuingiza masharti ya siasa za utaratibu huo, uliendelea kupatiwa ruhusa na gavana, kusafirisha visukuku nje ya nchi bila ya kutozwa kitu chochote.[41]

"Tangazo" la Gavana kupiga marufuku usafirishaji wa visukuku nje ya Koloni pia lilifika kwenye Dola na kueleweka kama utaratibu wa kulinda utawala kwenye Koloni. Ndipo gazeti la Frankfurter Zeitung likaandika: "Itakuwa ni tafsiri sahihi, tukisema, kupiga marufuku usafirishaji wa visukuku kulitolewa kitaifa ili kupendelea misafara ya uchimbaji ya Kijerumani ipate nafuu ya gharama na ipate kuchapisha matokeo ya tafiti na uchimbaji wao kabla ya wanasayansi wa nchi nyingine hawajapewa nafasi ya kuchimba huko."[42]

Lengo la "kuhifadhi uchimbaji huo wa ajabu kwa kuzipendelea taasisi za elimu za Kijerumani, kwa kuzipa nafasi ya kwanza ya kuvitafiti visukuku, kabla ya kampuni za nchi nyingine", pia lilikubaliwa na ofisi kuu za serikali huko Berlin.[43] Hata hivyo, Rechenberg alikuwa na mabishano makubwa na msimamizi wa Idara ya Makoloni ya Dola la Ujerumani kuhusu haya aliyoyaamua. Msimamo wake ulikuwa na mambo mawili ya kuvutia. Kwa upande mmoja Rechenberg alijenga hoja kwamba

> "visukuku vilivyopatikana, hata kama ni sehemu ndogo tu ya visukuku hivyo, vilipatikana katika ardhi ambayo ilikuwa mali ya wenyeji. Kwa kuwa visukuku hivyo havikuchimbwa kutoka chini ya [kina cha ardhi – H.S.], ambayo ingesababisha uchimbaji wake ufuate masharti ya uchimbaji wa madini, basi wenyeji, yaani Waafrika ndio wawe wamiliki wa visukuku."

Kwa hivyo, Rechenberg akaendelea kusema,

> "inaonekana gharama itapungua na kuleta manufaa kwa wananchi kwa kuwa wenyeji watalipwa pesa zilezile ambazo misafara ya utafiti hulipia. Nina nia ya kuipatia hazina ya kila mkoa husika (Selbstbewirtschaftungsfonds)[44], kiasi cha pesa kinacholingana na kile kitolewacho na misafara ya utafiti ili pesa hizo zitumike kwa manufaa ya utamaduni wa wenyeji wa mahali husika."[45]

36 Wizara la Taifa la kifalme la Bavaria kwa Ofisi ya mambo ya ndani ya Dola, 14.4.1911, ibid., uk. 42.

37 Branca kwa Idara ya Makoloni ya Dola la Ujerumani, 4.3.1912, katika: BArch Berlin, R 1001–6113, uk. 92v.

38 Rechenberg kwa Idara ya Makoloni ya Dola la Ujerumani, 25.1.1911, katika: BArch Berlin, 1001–6113, uk. 28; Frankfurter Zeitung, 6.3.1911. Baadaye Rechenberg alidai ukubwa wa sehemu hiyo ilikuwa kama ukubwa wa Ufalme wa Württemberg (>19.000 km²) au Bayern (>75.000 km²), Rechenberg kwa Idara ya Makoloni ya Dola ya Ujerumani, 23.5.1911, katika: BArch Berlin, R 1001–6113, uk. 54.

39 Ibid., uk. 55.

40 Rechenberg kwa Idara ya Makoloni ya Dola la Ujerumani, 25.1.1911, katika: BArch Berlin, 1001–6113, uk. 28v.

41 Rechenberg kwa Janensch (Dar es Salaam), 25.1.1911 (nakala), ibid., kr. 30–31.

42 Frankfurter Zeitung, 6.3.1911.

43 Idara ya Makoloni ya Dola la Ujerumani kwa Rechenberg, 12.4.1911 (mswada), katika: BArch, R 1001–6113, uk. 32v (kusisitizwa katika hati ya kwanza).

44 *Selbstbewirtschaftungsfonds* ilikuwa ni nafasi ya kutoa rasilimali ya hazina ya Ukoloni, ambayo ilipangwa itumike kwa kuyatekeleza mahitaji ya usimamizi wa mahali fulani. Katika Ujerumani ya Afrika Mashariki nafasi hizi ziliamuliwa na ushirikiano wa halmashauri ya wilaya. Linganisha na Volkmann 1920.

45 Rechenberg kwa Idara ya Makoloni ya Dola la Ujerumani, 25.1.1911, katika: BArch Berlin, 1001–6113, uk. 28v.

Amtlicher Anzeiger

für Deutsch-  Ostafrika.

Herausgegeben vom Kaiserl. Gouvernement von Deutsch-Ostafrika

XII. Jahrgang. Daressalam, 25. Januar 1911. No. 4.

Inhalt: Abschuss von Giraffen. — Zahlungsfähigkeit Farbiger. — Zollbestimmungen. —

Bekanntmachung.

Mit Rücksicht darauf, dass in letzter Zeit die Giraffen die Telegraphenlinie zwischen Sadani und Kissauke gefährden, wird gemäss § 18 der Jagdverordnung vom 5. November 1908, A. A. Nr. 28 vom 7. November 1908 der Abschuss der Giraffen im Bezirk Bagamoyo bis zu 2 km. Entfernung zu beiden Seiten der Telegraphenlinie Sadani-Kissauke bis zum 1. Mai 1911 freigegeben.

Die Zahl der abgeschossenen Tiere ist dem Bezirksamt Bagamoyo mitzuteilen.

Daressalam, den 21. Januar 1911.
Der Kaiserliche Gouverneur
Freiherr von Rechenberg
J. Nr. 1282. VIII F.

Verfügung.

Der Runderlass vom 19. 9. 10. J. Nr. 16487 (Amtl. Anzeiger 32|10) wird dahin ergänzt, dass die Ziffer I am Schluss folgenden Zusatz erhält:

„Bei Farbigen, von denen bekannt oder den Umständen nach anzunehmen ist, dass sie im Dienste von Europäern oder wohlhabenden Farbigen stehen, ist Zahlungsunfähigkeit in der Regel nicht als vorliegend anzunehmen; indes kann von sofortiger Barzahlung abgesehen werden, wenn der Behandelte einen Ausweis seines Dienstherrn abgibt, in dem dieser um die Behandlung ersucht. In diesen Fällen sind die geschuldeten Beträge demnächst von dem Dienstherrn einzuziehen und zwar in der Regel am Schlusse eines jeden Monats."

Daressalam, den 31. Dezember 1910.
Der Kaiserliche Gouverneur
Freiherr von Rechenberg
J. Nr. 718|11 III.

Bekanntmachung.

Auf Grund der §§ 5 und 62 der Zollverordnung für das deutsch-ostafrikanische Schutzgebiet vom 13. Juni 1903 wird folgendes bestimmt:

Der § 5 der Ausführungsbestimmungen zur Zollverordnung vom 4. Dezember 1903 erhält nachstehenden Zusatz: „Ferner ist die Ausfuhr von versteinerten (fossilen) Knochen aus dem Schutzgebiet nur mit ausdrücklicher vorausgegangener Genehmigung des Gouverneurs erlaubt, welche gegebenen Falls von der Erfüllung besonderer Bedingungen abhängig gemacht werden wird."

Vorstehende Ergänzungsbestimmung tritt am 15. Februar 1911 in Kraft.

Daressalam, den 25. Januar 1911.
Der Kaiserliche Gouverneur
Freiherr von Rechenberg
J. No. 21769:

Unter Verantwortung des Kaiserl. Gouvernements von Deutsch-Ostafrika.— Druck: D.-O.-A. Rundschau, Daressalam

Picha 6:
Tangazo la kupiga marufuku usafirishaji wa visukuku, katika: Gazeti rasmi la Ujerumani ya Afrika Mashariki (Amtlicher Anzeiger für Deutsch-Ostafrika), 25.1.1911.

Rechenberg alirudia wazo lake, kuwa, malipo kama hayo kwa "wenyeji wa Afrika" ni haki, "kwa sababu visukuku hivyo vilipatikana kwenye ardhi hiyo kutokana na taarifa zilizotolewa na wananchi".[46]

Ni ajabu sana kuwa maafisa wa kikoloni kama hawa wenye vyeo vya juu walikuwa wakizungumza na kutetea kwa nguvu na kujadiliana kwa uwazi kuhusu maslahi ya wananchi kwamba visukuku vya dinosaria vilikuwa miliki ya wenyeji, Waafrika. Hii inasaidia kuelewa kuwa Idara ya Makoloni halikuwa shirika lenye mtazamo mmoja, bali, mara kwa mara, kulikuwa na majadiliano kuhusu malengo na utekelezaji wa siasa za kikoloni. Imeshasahaulika kwamba maoni ya Rechenberg hayakuwa kwa ajili ya haki za umiliki wa wenyeji uliotarajiwa, bali yalihusu misafara ya utafiti ya nchi nyingine ambayo ilikuja kufanyika siku za baada ya ule utafiti wa Berlin, kama ule wa Afrika Kusini, Uingereza na Marekani.

Mazungumzo yaliyofuatia baina ya Rechenberg na Idara ya Makoloni ya Dola la Ujerumani yaliishia katika ubishani, kwa sababu Rechenberg alijaribu kuifahamisha makao makuu kuhusu nia ya serikali kutumia visukuku kama rasilimali kwa maendeleo ya Koloni. Aliomba ada za misafara ya utafiti na ya forodha kutokana na usafirishaji wa visukuku, zibakie kwenye Koloni na siyo zipelekwe kutumiwa Berlin.[47] Katika Idara ya Makoloni ya Ujerumani walikuwa na mtazamo mwingine tofauti kabisa. Walimwandikia waraka ufuatao:

> "Siwezi kukubali kuwapa malipo zaidi kama vile unavyotaka Mheshimiwa, kwa kuwa hao wenyeji wanaokaa huko, tayari wanalipwa mshahara kwa msaada wao wanapochimba na pia wanapewa fidia ikiwa imeonekana wana haki yeyote ya ardhi iliyochukuliwa na serikali.[48] Hata kama nataka mikoa mbalimbali za Koloni ipate maendeleo, kamwe sioni, kuwa ni haki kuwapa pesa ambazo zimetolewa na watu binafsi kwa sababu ya utafiti maalum wa kisayansi."[49]

Hakika hadi ukoloni wa Kijerumani hapo Afrika Mashariki ulipofika mwisho mwaka 1918/19 watu wasiokuwa wataalamu wa sayansi na wanasayansi kutoka nchi nyingine hawakuruhusiwa kutembelea mahali palipopatikana visalia vya dinosaria. Kwa hivyo tamko la Kronland ('hifadhi ya serikali') la mwaka 1908 na baada ya kupigwa marufuku kwa usafirishaji visukuku mwaka 1911 bila shaka serikali ilitimiza matarajio yake. Ingalau kisheria, masharti haya yalimaanisha "hakuna kizuizi kwa kampuni ya nchi nyingine". Lakini hapohapo masharti yaliwezesha "kupanga uvamizi na utekaji wa visalia vya dinosaria na misafara ya watafiti wa Kijerumani na wa nchi nyingine. Pia sheria hizo ziliweza kuzuia kabisa *kila* shirika ambalo halikuwa la taaluma maalum ya kisayansi."[50]

Kampuni ya Kifalme ya Saxony ya elimu hapo Leipzig (tangu 1919: Akademie) mwaka wa 1912, haikuwa pekee ilipotangaza kuwa mwanajiolojia na mwanapalentolojia Erich Krenkel kutoka Leipzig kutumwa safari ya kwenda machimboni Tendaguru baada ya muda wa mwaka mmoja,[51] bali pia kulikuwa na maombi ya kutoka Marekani na Afrika Kusini kuomba ruhusa ya kufanya utafiti hapo Tendaguru. Hapo ndipo Idara ya Makoloni ya nchi ya Ujerumani ilifikiria tena kupanua hifadhi ya serikali (Kronland). Lakini baadaye iliridhika kwamba sheria zilizokuwapo zilitosha.[52] Matatizo au migogoro ya wakazi Waafrika, ambayo yangeweza kutokea kuhusu matumizi ya ardhi kwa kilimo karibu na mahali palipopatikana visukuku huko Tendaguru, hayakutajwa kabisa katika nyaraka zao. "Inaonekana baada ya miaka kadha, hakuna atakayefikiria tena kuhusu uchimbaji wa hapo mahali, lakini bado Kronland itaendelea kuorodheshwa." Hivi ndivyo mtumishi mmoja wa Idara ya Makoloni ya Dola ya Ujerumani Berlin, mwaka 1912, alilalamikia "usumbufu wa kutawala nchi za Kronland zilizoko mwituni"[53]. Lakini dhana yake ya kuchekesha (ya kwamba hakuna atakayefikiria tena kuhusu uchimbaji wa hapo mahali), haikutokea.

Sasa je, tuutafakari vipi mchakato huu wa kupata visukuku? Vile tunavyoona hapa, uhamisho wa visukuku vya dinosaria kutoka kwenye ardhi ya Afrika Mashariki kupelekwa Ujerumani na kisha vikawa miliki ya Makumbusho ya Elimu Viumbe

46 Rechenberg kwa Idara ya Makoloni ya Dola la Ujerumani, 23.5.1911, ibid., uk. 55v.

47 Idara ya Makoloni ya Dola la Ujerumani kwa serikali ya Dar es Salaam, 12.4.1911, katika: BArch Berlin, R 1001–6113, kr. 32–34; Rechenberg kwa Idara ya Makoloni ya Dola la Ujerumani, 23.5.1911, katika: BArch Berlin, R 1001–6113, kr. 54–57.

48 Kwa Kronland ya Tendaguru hapakulipwa fidia yeyote. Fidia zilizotajwa hapa zilihusu ardhi ambapo zitapatikana visukuku mbeleni na zitakapoku fanywa ardhi ya serikali (Kronland), ambapo hapo labda ingebidi kulipa fidia. Lakini vile hapakuwa na ardhi ambapo kulipatikana visalia kubadilishwa kuwa Kronland basi pia hapakulipwa fidia yeyote.

49 Idara ya Makoloni ya Dola la Ujerumani kwa Rechenberg, 12.4.1911 (mswada), katika: BArch, R 1001–6113, uk. 34v.

50 Branca kwa Idara ya Makoloni ya Dola la Ujerumani, 25.6.1912, katika: BArch Berlin, R 1001–6113, uk. 116 (kusisitizwa katika hati ya kwanza).

51 Carl Chun na Ernst Windisch (makarani wa madarasa ya hisabati-fizikia na falsafa-historia ya Chuo cha Makarani Leipzig) kwa Wilhelm Solf (waziri wa Idara ya Makoloni ya Dola la Ujerumani), 10.6.1912, katika: BArch 1001–6113, kr. 107–109. – Krenkel alifika Afrika Mashariki mwaka 1914 tu, lakini halafu alikaa huko wakati wote wa Vita vya Kwanza vya Dunia kama mwanajeshi wa jeshi la ulinzi la kaisari.

52 Linganisha mswada wa ripoti A5 wa Idara ya Makoloni ya Dola la Ujerumani, 5.7.1912, pamoja na maoni ya ndani kuhusu mambo haya, katika: BArch Berlin, R 1001–6113, kr. 117–124.

53 Idara ya Makoloni ya Dola la Ujerumani Ref. A 5, Kö [Bernhard von König?], tanbihi kwa mswada "Kulinda chimbuko katika eneo la Tendaguru" (Schutz der Fundstellen im Tendagurugebiet)", 13.8.1912, katika: BArch Berlin, R 1001–6113, uk. 121.

Berlin, umeenda sawa kulingana na sheria zilizokuwapo zama za Dola la Kaisari la Ujerumani na za Koloni la Ujerumani la Afrika Mashariki. Lengo la watendaji wa serikali na wadau katika utawala wa kikoloni lilikuwa ni kumiliki visukuku peke yake na kuwaweka kando wenyeji Waafrika pamoja na kuzuia misafara ya utafiti mingine ya Ujerumani na ya nchi nyingine. Kwa kupitisha sheria zilizowafaa, waliweza kufikia lengo hili. Hata hivyo kuna mambo mawili ambayo ni ya kuzingatia: La kwanza ni kuwa wenyeji Waafrika hawakuchangia katika kupitisha sheria hizi ambazo ilibidi wazifuate na ambazo ziliamua kuhusu ni nani mwenye umiliki wa visukuku. La pili ni kwamba siku za zama hizo, tayari kulikuwa na mashaka kama kweli umiliki huu wa visukuku, ambao ulitangazwa na Gavana Rechenberg, kweli ulipitishwa kihalali na uliamuliwa kwa haki. Lakini pia kuna jambo la tatu. Ridhaa ya kisheria ya utwaaji wa ardhi na visukuku vilivyomo kwenye ardhi hiyo ilikuwa mahsusi kwa visukuku vilivyochimbuliwa kwenye zile hekta 3,500 za hifadhi ya serikali ya Tendaguru. Ni baada tu ya uchimbuaji wa Tendaguru ndipo kukafahamika mahali kwingine kwenye visukuku, nje ya Tendaguru na uchimbuaji wake ukafanyika baadaye. Hadhi ya umiliki wa visukuku vya kutoka sehemu hizi, nje ya hifadhi, ilijadiliwa wakati wa uchimbaji wake, lakini hapakupatikana ufafanuzi kamili wa umiliki wake. Badala yake, kiasi cha visukuku kilichopatikana kutoka kwenye sehemu hizi, kilichukuliwa kimyakimya kana kwamba kilikuwa na idhini ya umiliki ileile ya kwenye ardhi ya hifadhi ya serikali. Hata hivyo, hapakuwa na tendo rasmi lililofanyika kuhalalisha kutwaliwa kwa visukuku hivyo vya nje ya hifadhi. Kasoro hii ni mahsusi kwa machimbo ya Mchuja, umbali wa takriban kilometa 30 na Makangaga takriban kilometa 85 kaskazini ya Tendaguru.[54]

Kwa njia ya kupitisha tangazo la ardhi iliyodaiwa "kutokuwa na mmiliki" kuwa hifadhi ya serikali (Kronland) na pia kwa kupiga marufuku usafirishaji wa visukuku, kulipatikana utaratibu maalum wa kisheria. Mwanzoni sheria hizi zilipitishwa katika sera za kikoloni, ili kutawala vizuri Makoloni ya Kijerumani kwa muundo wa Kijerumani au wa Kiprussi, na pia kwa kuepusha uvamizi wa kiuchumi wa watu wa nchi nyingine. Tamko la "Kronland" lilikuwa ni nyenzo ya kisiasa ya kuvamia na kupora ardhi na mali, na pia kuzuia kuwezesha mashirika makubwa ya mashamba kufanyika.[55] Katika utekelezaji kulishughulikiwa maslahi ya umiliki wa kikoloni, wa makampuni ya mashamba na wa walowezi. Waafrika walibaki watazamaji tu, katika mambo haya yaliyoamuliwa na kutendwa katika nchi yao. Jambo lililo wazi kabisa ni kwamba mifupa hii iliyokuwa Tendaguru na kwingineko tayari ilikuwa inafahamiwa na wenyeji kabla ya kuanza kwa mchakato wa kuichimbua. Barua iliyotoka kwa Thomas Spreiter, askofu wa Miisheni ya Kibenediktini inaonesha kwamba jumuia ya wenyeji wa mahali hapo waliihesabu mifupa hiyo kama mali yao waliyoimiliki na kwamba walizitilia mashaka fujo hizi za Wajerumani walipoanza kuichimbua.[56] Hata huko, Tendaguru kwenyewe wenyeji hawakuombwa ruhusa wala maoni yao kuhusu ufukuaji wa visukuku, wala hawakupewa fidia yoyote kwa visukuku vilivyotolewa nchini mwao na kusafirishwa hadi Berlin. Yote mawili hayakutekelezwa kutokana na nguvu za utawala wa mabavu wa kikoloni siku zile miaka zaidi ya mia moja iliyopita. Tukumbuke ya kuwa wenyeji wa Tendaguru waliichukulia „M(i)fupa" hiyo kama mali yao. Pia hawakuamini waliyoyatenda Wajerumani. Ili kuzuia Wazungu kuchimba „Mali" zaidi, waliwaficha wamisionari wa kikatoliki waliokaa sehemu za Ndanda machimbo ya visukuku ambayo tayari walijua yaliyopo.[57] Kwa hivyo inaonekana usafirishaji wa visukuku vya Tendaguru kutoka katika ardhi ya Kiafrika kupelekwa Berlin na kuwa miliki ya Makumbusho ya Elimu Viumbe umefuatilia njia ya kisheria na uliwezekana kwa sababu ya mkopo wa watu binafsi uliokusanywa na Dola la Ujerumani. Hili pia linamaanisha Waafrika hawakuwa na ruhusa kuwa na hivyo visukuku wala kuvitumia vitu hivyo vilivyoandaliwa kudumu muda mrefu katika makumbusho. Sheria ya taifa wala ya kimataifa[58] haina msingi wa "kurejea" uvamizi huo. Pia ajenda ya sasa ya serikali ya Dodoma na ya Berlin inaelekea zaidi kuwezesha ushirikiano na kuepusha ugomvi.[59] Waziri wa mambo ya Nje, Heiko Maas alipotembelea Tanzania mwezi wa Mei mwaka 2018, waziri mwenzake wa kutoka Tanzania Augustine Mahiga, alieleza kuwa mifupa ya dinosaria ya Berlin ni urithi wa dunia nzima "siyo ya Ujerumani au ya Tanzania peke yake". Badala ya kurejesha, Tanzania "ingenufaika zaidi kama Ujerumani itawezesha miradi ya ubia wa kiakiolojia na kushirikiana"[60]. ■

54 Janensch: Makangaga 1911. Verzeichnis der Knochenfunde und Signaturen, katika: MfN, HSBS, Pal. Mus. 8.9; Janensch 1914, uk. 19; Janensch 1925, uk. XIX.

55 Sippel 1996, kr. 22–28. Ninamshukuru Harald Sippel kwa kunipa maelezo juu ya changamani ya historia ya sheria za kikoloni na baada ya ukoloni.

56 Bishop Thomas Spreiter kwa Janensch au Hennig, 22.7.1910, katika: MfN, HBSB, Pal. Mus., SII, Tendaguru-Expedition 5.2, uk. 2.

57 Bischof Thomas Spreiter kwa Janensch au kwa Hennig, 22.7.1910, katika: MfN, HBSB, Pal. Mus., SII, Msafara wa Tendaguru 5.2, uk. 2; Habari za Ndanda Mei 1908 – Okt. 1910, katika: Benedictine Abbey Ndanda (Tanzania), nyaraka, file 4100 I.: Habari za Ndanda, uk. 84.

58 Linganisha na Anghie kwa kupata maarifa juu ya maliasili 2005, kr. 211–216.

59 Fischer 2018.

60 dpa, 4.5.2018; linganisha na Stoecker 2018.

MAREJEO

Anghie, Antony: Imperialism, Sovereignty and the Making of International Law, Cambridge 2005.

Anonym: Näheres über den Dinosaurier-Fund in Deutsch-Ostafrika [Zaidi juu ya visalia vya dinosaria katika Ujerumani ya Afrika Mashariki], katika: Tägliche Rundschau, 12.10.1907.

Berner, [Mahakamani makuu, bila jina la kwanza]: Kronland, katika: Zeitschrift für Kolonialpolitik, Kolonialrecht und Kolonialwirtschaft 14 (1912), kr. 685–702.

Brogiato, Hans Peter (mhariri): Meyers Universum. Zum 150. Geburtstag des Leipziger Verlegers und Geographen Hans Meyer (1858–1929), Leipzig 2008.

Degener, Hermann A. L. (mhariri): Wer ist‘s? Biographien von rund 20000 lebenden Zeitgenossen, Leipzig 1922.

Deutsch, Jan-Georg: The 'Freeing' of the Slaves in German East Africa: The Statistical Record, 1890–1914, katika: Suzanne Miers / Martin A. Klein (wahariri): Slavery and Colonial Rule in Africa, Abingdon 2004, kr. 109–132.

dpa, 4.5.2018: Wie umgehen mit kolonialem Erbe? Heiko Maas und der tansanische Dinosaurier, https://www.monopol-magazin.de/heiko-maas-und-der-tansanische-dinosaurier, 5.5.2018.

Eckenbrecher, Margarthe von: Im dichten Pori. Reise- und Jagdbilder aus Deutsch-Ostafrika, Berlin 1912.

Fischer, Michael: Tansania verzichtet auf Entschädigung. Außenminister Heiko Maas in Daressalam – Regierung fordert keine Museumsobjekte zurück – Berlin darf Dinosaurier behalten, katika: Hannoversche Allgemeine Zeitung, 5.5.2018.

Fraas, Eberhard: Auf Saurierjagd in Ostafrika, katika: Schwäbische Kronik 26.10.1907.

Fraas, Eberhard: Ostafrikanische Dinosaurier, katika: Mitteilungen aus dem Königlichen Naturalien-Kabinett zu Stuttgart 61 (1908), kr. 105–144.

Gerstmeyer, Johannes: Kronland, katika: Heinrich Schnee (mhariri): Deutsches Kolonial-Lexikon, kitabu cha II, Leipzig 1920, kr. 381–383.

Hennig, Edwin: Am Tendaguru. Leben und Wirken einer deutschen Forschungs-Expedition zur Ausgrabung vorweltlicher Riesensaurier in Deutsch-Ostafrika, Stuttgart 1912.

Janensch Werner: Bericht über den Verlauf der Tendaguru-Expedition, katika: Archiv für Biontologie 3, 1 (1914), kr. 17–58.

Janensch, Werner: Die Grabungsstellen der Tendaguru-Gegend, katika: Wissenschaftliche Ergebnisse der Tendaguru-Expedition, Neue Folge, kitabu ch 1.1, Stuttgart 1925, kr. XVII–XIX.

Meyer-Gerhard, Anton: Landkommissionen, katika: Heinrich Schnee (mhariri): Deutsches Kolonial-Lexikon, kitabu cha II, Leipzig 1920a, uk. 425.

Meyer-Gerhard, Anton: Landesgesetzgebung und Landpolitik: 4. Herrenloses Land, katika: Heinrich Schnee (mhariri): Deutsches Kolonial-Lexikon, kitabu cha II, Leipzig 1920b, kr. 418–421.

Niedieck, Paul: Mit der Büchse in fünf Erdteilen, Berlin 1905.

Niedieck, Paul: Begegnungen mit Menschen und Tieren, Berlin 1920.

Oppen, Achim von: Matuta. Landkonflikte, Ökologie und Entwicklung in der Geschichte Tanzanias, katika: Ulrich van der Heyden / Achim von Oppen (wahariri): Tanzania: Koloniale Vergangenheit und neuer Aufbruch, Münster 1996, kr. 47–84.

Pogge von Strandmann, Hartmut: Imperialismus vom Grünen Tisch. Deutsche Kolonialpolitik zwischen wirtschaftlicher Ausbeutung und "zivilisatorischen" Bemühungen, Berlin 2009.

Richter, Klaus: Deutsch-Ostafrika 1885 bis 1890: Auf dem Weg vom Schutzbriefsystem zur Reichskolonialverwaltung. Ein Beitrag zur Verfassungsgeschichte der deutschen Kolonien, katika: forum historiae iuris, http://www.forhistiur.de/2000-01-richter/, 5.5.2018.

Ritter, Gerhard A.: Dernburg, Bernhard, katika: Historische Kommission bei der bayrischen Akademie der Wissenschaften (mhariri): Neue Deutsche Biographie 3, Berlin 1957, kr. 607–608.

Rwegasira, Abdon: Land as a Human Right. A History of Land Law and Practice in Tanzania, Dar es Salaam 2012.

Sippel, Harald: Aspects of Colonial Land Law in German East Africa: German East Africa Company, Crown Land Ordinace, European Plantations and reserved Areas for Africans, katika: Robert Debusmann / Stefan Arnold (wahariri): Land Law and Land Ownership in Africa. Case Studies from Colonial and Contemporary Cameroon and Tanzania, Bayreuth 1996, kr. 3–38.

Sippel, Harald: Die Kolonialabteilung des Auswärtigen Amtes und das Reichskolonialamt, katika: Ulrich van der Heyden / Joachim Zeller (wahariri): Kolonialmetropole Berlin. Eine Spurensuche, Berlin 2002, kr. 29–32.

Stoecker, Holger: Ein afrikanischer Dinosaurier in Berlin. Der *Brachiosaurus brancai* als deutscher und tansanischer Erinnerungsort, katika: WerkstattGeschichte 77 (2018), kr. 65–83.

Volkmann, Richard: Selbstbewirtschaftungsfonds, katika: Heinrich Schnee (mhariri): Deutsches Kolonial-Lexikon, kitabu cha III, Leipzig 1920, kr. 338–340.

Zimmermann, Alfred (mhariri): Die deutsche Kolonial-Gesetzgebung. Sammlung der auf die deutschen Schutzgebiete bezüglichen Gesetze, Verordnungen, Erlasse und internationalen Vereinbarungen, sehemu ya 2: 1893–1897, Berlin 1898.

PICHA ZA KAZI – KAZI ZA PICHA

UCHAPISHAJI NA USAMBAZAJI WA PICHA ZA MSAFARA WA TENDAGURU

Mareike Vennen

Katika picha moja isiyo na rangi na isiyo na tarehe (picha 1), ambayo imo katika nyaraka za misafara ya Tendaguru, za mkusanyo wa picha na maandishi ya kihistoria ya Makumbusho ya Elimu Viumbe ya Berlin, kuna wanaume wa Kiafrika wanaoonekana kwenye picha katikati ya msafara ambao utadhani hauna mwisho. Mabegani au vichwani mwao wamebeba mizigo; wengi wamebeba mzigo wawili kwa kuchangia na wengine wamebeba peke yao. Baadhi, katika ubebaji, wanatumia kata lakini wengine hawana kata. Watu hao wanatembea bila viatu na mwilini nguo walizojisitiri nazo zilikuwa chache, wengi wao vifua wazi bila fulana. Wamelenga macho yao mbele wanakoelekea. Njia yao ya udongo, kwenye picha, inaonekana imepita katikati ya mbuga kavu na huonekana kuanzia upande wa kushoto wa picha hadi upande wa kulia. Msafara unaonekana kuishia pale njia ilipopinda upeo wa macho, upande wa kulia. Haijulikani kama watu hawa walilazimishwa kusimama kwa mtindo maalum kwa ajili ya kupigwa picha wakiwa kwenye msafara. Namna ambayo msafara mzima unaonekana kwenye picha haionekani kuharibu mfuatano wa matukio – mwendo wa kikundi kizima kikiwa kimesimama katika picha. Mwelekeo wa hatua na wa macho ya wapagazi wa msafara huu hauonekani kwenye picha.

Picha hii ya usafirishaji wa vitu ni moja kati ya picha zaidi ya 100 kwenye mkusanyo wa picha za misafara ya Tendaguru. Kwa kupitia picha hizi tunaweza kufahamu mtindo wa kuhifadhi na wa kuonyesha katika picha na katika maandishi taarifa kuhusu kazi na wafanyakazi wakati wa misafara ya Tendaguru huko Afrika Mashariki. Ni aina gani ya kazi zilizofanyika wakati ule zilihifadhiwa kwa njia ya kupigwa picha? Picha hizi, pamoja na maandishi, vilisambazwa kwa njia gani? Dhana gani kuhusu Afrika ilimfikia msomaji au mtazamaji wa maandishi au picha hizi na kuhusu misafara na kazi, katika muktadha wa wakati ule wa ukoloni?

Baada ya mwaka wa tatu wa uchimbaji, mnamo mwaka 1911, tayari wafanyakazi 500 walishachaguliwa miongoni mwa wakazi wa Afrika, kushiriki katika misafara ya Tendaguru. Usafirishaji wa vitu ulikuwa kazi muhimu enzi zile misafara hii ya kisayansi ilipofanyika; kwa hivyo, namna za msafara pia huchukua nafasi kubwa katika maelezo ya ripoti juu ya msafara. Kuhusiana na mambo haya, wapagazi wa Kiafrika kwenye misafara hiyo walikuwa maarufu kwa mambo mawili. Kabla hawajaanza kusafirisha visukuku kutoka machimboni huko Afrika Mashariki, tayari picha za kazi na maelezo ya uchimbaji vilianza kuwafikia wasomaji huko Ujerumani. Ulikuwa ni usafirishaji wa namna mbili: Wapagazi walifanya kazi ya kupeleka vitu huko machimboni, wakati huohuo picha zao zikichukuliwa na kusambazwa na vyombo vya habari nchini Ujerumani. Picha hizi zilikuwa muhimu katika simulizi za kitaifa na simulizi kuhusu mafanikio ya kisayansi yaliyotokana na kupatikana kwa

Picha 1 upande wa kushoto:
Picha ya wapagazi kutokana na mojawapo ya maalbam ya picha ya misafara katika nyaraka ya msafara wa Tendaguru, picha imepigwa na Werner Janensch, katika: MfN, HBSB, Pal. Mus. B IV 74.

makoloni. Kazi hii ya uhifadhi wa habari kuhusu kazi na wafanyakazi, kwa njia ya kupiga picha, inajitokeza wazi hasa katika picha hii ambapo wapagazi wamebeba mifupa wanaondoka mahali pa uchimbaji kuelekea mji wa bandari, Lindi (picha 1).

Katika ripoti za wakati ule, picha hii ilikuwa mfano maarufu wa picha za misafara hii ya kisayansi. Picha hii ilitiwa katika ripoti rasmi kuhusu hatua na matokeo ya msafara ulivyoonekana, kwa mfano katika ripoti za mikutano ya kikundi cha Berlin cha marafiki wa utafiti wa mazingira (*Sitzungsberichten der Gesellschaft Naturforschender Freunde zu Berlin*)[1]; vile vile katika magazeti ya makoloni ya Ujerumani, katika magazeti maarufu na pia katika ripoti ya safari ya Edwin Hennig ya mwaka wa 1912.[2] Hii ndiyo sababu katika sura hii ya kitabu, inayozungumzia utengenezaji, utumiaji na usambazaji wa picha, picha hii moja huzungumziwa zaidi kuliko picha nyingine. Kwa hivyo hapa tunazungumzia sawia, kazi inayoonyeshwa katika picha na kazi ya kutengeneza picha yenyewe. Yote mawili huleta ufahamu juu ya watu waliohusika na usimamizi wa msafara, walivyojiona wenyewe na walivyofikiri kuhusu kazi ya wapagazi; vile vile hutupatia ufahamu kuhusu nafasi ya muonekano wa wapagazi unavyoweza kukuza umaarufu wa msafara, katika kuaminisha na kuhalalisha msafara huu wa kisayansi ulivyotekelezwa. Uhifadhi wa matukio kwa njia ya picha, uamuzi wa yapi yajitokeze katika picha na namna gani kazi hii ya wapagazi ilivyopimwa, na hasa utafiti wa matumizi ya picha katika kuonesha vipengele vya kijamii, vya kisiasa na kwenye masimulizi, hutuwezesha kufahamu vizuri zaidi mifumo ya tabaka za kazi kwenye misafara ya kisayansi iliyokuwako enzi hizo za ukoloni katika miaka ya 1900.

KAZI ZA KUPIGA NA KUTENGENEZA PICHA

Kazi ya watu kusafirisha vitu, ambavyo picha 1 inaonyesha, ilikuwa ni kazi ya kawaida. Katika kusafirisha visukuku kutoka machimboni hadi vikafika katika Makumbusho, huko Ujerumani, ule usafirishaji wa kutoka machimboni kwenda bandari ya Lindi, ulikuwa hatua muhimu katika kazi hii ambayo, kwa jumla, ilichukua muda wa miaka minne. Wakurugenzi wa msafara, Werner Janensch na Edwin Hennig, walipofika kwenye bandari ya Lindi tarehe 6 Aprili mwaka 1909, tayari walifahamu umuhimu wa wapagazi wa Kiafrika kwa mafanikio ya msafara mzima. Bila ya wapagazi hawa msafara huu maalumu haungethubutu kufika popote, kwa sababu mahali palipopatikana mifupa ya dinosaria palikuwa mbali na bandari ya Lindi. Kwa mwendo wa mguu, safari ya kutoka huko ilichukua siku nne kupita mbugani hadi kufika bandarini. Muda mfupi tu, baada wapagazi 40 waliotangulia kuweka kambi yao hapo Tendaguru, wakurugenzi hao wawili waliwafuata tarehe 12 Aprili. Wakiwa pamoja na mhandisi wa vilipuzi vya ardhi, Bernhard Sattler na wapagazi wengine 160, walianza safari ya kwenda machimboni. Vifaa vyao, kama zana za kuchimbia[3], maturubai, na chakula cha miezi kadha, vile vile zana za kupimia[4] na vitabu vya kisayansi, vilifungiwa katika mizigo ya kilo 25 hadi kilo 30 na kugawiwa wapagazi hapo bandarini.[5] Usafirishaji wa vitu vyote, kati ya machimbo na bandarini ulifanyika kwa kutumia mabega na vichwa vya watu kwa sababu enzi hizo katika sehemu hizo hapakuwa na barabara nzuri wala mito ya kusafiria. Pia jamii za wanyama ambao hutumika kubeba mzigo walidhuriwa na mbung'o waliosababisha maradhi ya malale.[6] Kwa hivyo, watu hawakutumika kubeba mzigo ya vifaa pekeyake, bali pia walibeba mifupa, ambayo hadi msafara wa mwisho ilitimia uzito wa tani 225 kwa jumla. Kulingana na ripoti za wakurugenzi wa msafara, upanuaji wa mahala pa uchimbaji na kuongezeka kwa idadi ya mifupa, ulianzisha mtindo maalum: Kila Jumatatu msafara mpya wenye mizigo 50 hadi 60 uliondoka kambini kuelekea pwani.[7] Mara nyingi walioajiriwa kufanya kazi hiyo walikuwa wapagazi; lakini kwa kuwa wakurugenzi wa msafara mara nyingine hawakupata wapagazi wa kutosha, waliwatumia wachimbaji kufanya kazi ya upagazi.[8]

Wakati uchimbaji unaendelea, tayari Werner Janensch alipeleka sahani za picha, ambazo Makumbusho ilizikabidhi kwa wachapishaji wa magazeti na majarida, Berlin. Kuanzia karne ya 19 wanasayansi walihifadhi matukio ya misafara ya namna hii kwa

1 Janensch 1914, Kielekezo VI, Picha 1.

2 Linganisha na Passavant 1911; Anonymus: Die Ausgrabungen von Tendaguru in Deutsch-Ostafrika, katika: Deutsche Kolonialzeitung 4.5.1912; Janensch 1914, Kielekezo VI, Picha 1.

3 Kwa kazi za uchimbaji walichukua viboko na sepetu, nyundo na patasi, zana za kuhifadhi vifaa hivyo, ambacho mojawapo ni kitu cha kufulia chuma na vifaa vya kutengeneza boriti; vile vile masanduku, chokaa na sandarusi.

4 Katika hizi kulikuwa na: darubini, dira, kipimahewa (barometa), barograph na vikipima joto vingi.

5 Linganisha Hennig 1912, uk. 92; Carl Bödiker kwa Werner Janensch, 15.2.1909, katika: MfN, HBSB, Pal. Mus. S II, Tendaguru-Expedition 2.1, uk. 29.

6 Zaidi juu ya usambazi na kuzuia mbung'o katika Koloni ya Ujerumani ya Afrika Mashariki linganisha Beinart / Hughes 2007, kr. 184–200.

7 Linganisha Werner Janensch kwa Wilhelm von Branca, 10.9.1910, katika: MfN, HBSB, Pal. Mus. S II, Tendaguru-Expedition 5.1., uk. 122. Bandarini Lindi visukuku vilifungiwa katika masanduku na kupakiwa kwenye meli.

8 Werner Janensch kwa Wilhelm von Branca, 20.11.1909, katika: MfN, HBSB, Pal. Mus. S II, Tendaguru-Expedition 5.1, uk. 56: ."Sehemu ndogo tu ya wafanya kazi, ambao katika miezi miwili ya kwanza walikuwa watu 70–80, waliweza kufanya kazi ya uchimbaji. Ilibidi wachukue na wapagazi, kubeba vifaa vya kazi na vyakula, kutoka Lindi kupeleka Tendaguru."

njia ya kupiga picha.[9] Picha zilitumika tangu takriban mwaka 1870, kwenye miradi ya uchimbaji wa kiakiolojia iliyofanyika kwenye makoloni.[10] Mradi wa kipalaeontolojia wa Tendaguru pia uliungana na historia hii.[11] Werner Janensch na Edwin Hennig walirekodi maendeleo ya kazi kwenye picha zenye ukubwa wa 13x18 na 9x12.[12] Kawaida walitumia sahani za vioo kwa kutengeneza picha, lakini mara nyingine pia walitumia mikanda ya filamu. Kwa kuwa misafara ilifadhiliwa na mchango wa watu binafsi, hasa katika miaka ya kwanza ya uchimbaji, ilibidi maendeleo ya pahala pa uchimbaji yatangazwe kwa kuchapisha habari kuhusu maendeleo hayo kwa watu wote kwa ujumla, siyo tu kwa ripoti za kisayansi.[13] Picha za kazi zilizofanyika hapo machimboni – inavyojulikana mpaka sasa – zilipigwa na wakurugenzi wa msafara huo.[14] Katika machimbo mengine makubwa, kama machimbo ya Olympia Ugriki, au machimbo ya Tutanchamun ya Misri, wapiga picha maalumu waliajiriwa hususan kwa kupiga picha, au wapiga picha wa kampuni za magazeti walisafirishwa kwenda kwenye machimbo ili kupiga picha zao wenyewe.[15] Lakini, uhifadhi wa matukio ya misafara ya Tendaguru kwa njia ya picha, ulitegemea hao wakurugenzi wawili wa msafara peke yao. Kwa hivyo ulikuwa ni uamuzi wa hao watu wawili ambao ulitawala katika namna ya upigaji wa picha hizi. Zana za kupiga picha zilisafirishwa Tendaguru na wapagazi, na wao pia ndio walizirudisha sahani za picha Lindi. Kwa hivyo, kwanza wapagazi hawa walitegemewa kubeba zana za kupiga picha, halafu picha kuhusu kazi pia zilikuwa za wapagazi hawa, ambao huonekana katika picha zilizopigwa.

Zana zote za kupiga na kusafisha picha zilitolewa bure na kampuni ya kutoka Braunschweig iliyoitwa Voigtländer & Sohn, lakini walitoa ufadhili huu "kwa masharti kwamba [...] katika uchapishaji wote [...] itatajwa kwamba picha zilipigwa na kusafishwa kwa kutumia zana za kampuni hiyo na kwamba zana hizo zimethibitisha kuwa madhubuti".[16] "Uthibitisho wa umadhubuti" ulimaanisha kwamba zana hizo ziliweza kufanya kazi pia katika hali ya hewa ya kitropiki. Kwa namna hii, makampuni yaliwatumia wanasayansi kupima na kujaribu uwezo wa zana zao bila kuwalipa. Ikiwa mwishoni mwa masharti yao Voigtländer alizidi kudai apewe "idadi fulani ya picha nzuri kwa madhumuni ya tangazo lake".[17] Hii inadhihirisha ni kwa kiasi gani uhifadhi kwa njia ya picha wa matukio ya misafara ile ya kisayansi ulivyoingiliana na manufaa ya kiuchumi.

UHIFADHI WA MATUKIO YA KAZI KWENYE PICHA

Kuhusu matumizi ya picha kuhifadhi mchakato wa uchimbaji wa kiakiolojia uliofanyika Afrika Mashariki mtaalamu wa masomo ya Afrika na mwanaakiolojia Nick Shepherd alipambanua ya kwamba mwisho wa karne ya 19 na mwanzoni mwa karne ya ishirini mara nyingi wafanyakazi wenyeji hawaonekani kwenye picha:

> "Ajabu ni kwamba, hakuna dokezo la uwapo wa wachimbaji weusi na wasaidizi weusi [...]. Ikiwa mkono mweusi umeshika sepetu, basi inaonekana kama shimo linajifukua lenyewe, na vitu vinaonekana vinachukuliwa na kujiwekea lebo na kusafiri vyenyewe."[18]

Kwa hivyo, kwa maoni yake "historia ya akiolojia ya Afrika", hasa "ni historia iliyoficha suluba ya wafanyakazi wenyeji": "The secret history of archeology in Africa is the history of 'native' labour."[19] Mambo yalikuwa tofauti katika picha za misafara ya Tendaguru. Hapa, wafanyakazi wa Kiafrika ndio hasa walioonekana kwenye picha. Mkusanyo wa nyaraka hizi za picha za misafara, wenye picha zaidi ya mia moja, ambazo baadhi zimenukuliwa mara nyingi, unathibitisha uhifadhi sanifu wa utendaji wa kazi mbalimbali hapo kwenye machimbo. Pamoja na mandhari, watu na maisha ya kambini, mada kubwa iliyohifadhiwa kwa picha ilikuwa ni daraja mbalimbali za kazi za uchimbaji. Picha za kwanza, ambazo Janensch alizipeleka kwenye Makumbusho, pamoja na ripoti kutoka machimboni tarehe 9 Oktoba mwaka 1909, zilihifadhi kumbukumbu za maendeleo ya uchimbaji hapo Tendaguru (picha 2).

9 Linganisha Sampson 2008a. Kuhusu umuhimu wa picha katika jiolojia linganisha Sampson 2008b. Kuhusu historia ya picha za kiethnografia linganisha Pinheiro 2008.

10 Kuhusu picha katika akiolojia linganisha kwa mfano Guha 2012; Guha 2010; Bohrer 2011; Shepherd 2003; Shanks 1997; Klamm 2017; Klamm 2016.

11 Wakati historia ya akiolojia tayari inafanyia utafiti juu ya umuhimu wa picha kwa masomo ya kiakiolojia, masomo ya palaentolojia hayakuwa yameanza.

12 Picha hii ilikuwemo miongoni mwa mikusanyo mikubwa ya picha ya aina tofauti kama michoro, ramani za mahali palipopatikana visukuku, tarehe za wanasayansi wakati wakiwa sehemu ya uchimbaji na ripoti za kila mara kuhusu kazi za uchimbaji kwa usimamizi wa Makumbusho ya Berlin.

13 Misafara mingine ya wakati huo ilipambana na haya: "Kwa sababu ya gharama kubwa na hatari za safari hizi, watafiti wasafiri walilazimika kuwaelezea na kuwaonyesha wafadhili wao waliobaki nyumbani kuhusu thamani ya safari zao. Ripoti na majarida kuhusu misafara yalikuwa mambo ya kawaida katika miaka ya 1830". Sampson 2008a, uk. 510.

14 Zaidi tunatizama vipindi vya kuchimba vitatu vya kwanza, ambapo akina Janensch na Hennig walikuwa wakurugenzi na kwa hivyo pia wapiga picha. Pia kuna picha za uchimbaji wa kwanza mdogo uliofanywa Tendaguru chini ya usimamizi wa mwanapalaentolojia Eberhard Fraas kutoka Stuttgart mwaka 1907, pia kuna picha za Hans Reck za mwaka wa nne wa uchimbaji wa msafara wa Tendaguru mwaka 1912. Kutokana na mawasiliano baina wakurugenzi wa msafara na duka la picha ya Carl Vincenti ambayo limefunguliwa Dar es Salaam mwaka 1894, tunapata kujua kuwa kupiga na kusafisha picha kule kule kulikuwa si kazi rahisi. Filamu zilizosetiwa makosa au picha zilizotengenezwa kwa mwangaza mdogo tu ziliathiri uamuzi wa kuchagua picha gani hatimaye ndiyo itachapishwa au itakayowezekana kuchapishwa. Linganisha Th. Vincenti kwa Werner Janensch, 4.10.1910, katika: MfN, HBSB, Pal. Mus. S II, Tendaguru-Expedition 4.4, uk. 12; linganisha pia ibid. uk. 1; vilevile Th. Vincenti kwa Edwin Hennig, 29.10.1909, katika: MfN, HBSB, Pal. Mus. S II, Tendaguru-Expedition 4.4, uk. 3.

15 Kwa mfano uchimbaji wa kiakiolojia wa kaburi la Tutanchamun mwaka 1922 ulirekodiwa na wapiga picha hodari na wa kitaaluma wa *London Times*, na pia na watalii na vyombo vya habari– "work on site was accompanied by the 'click of the ubiquitous Kodak'", aliandika *Times* mwaka 1923. Kunukuliwa na Riggs 2017, uk. 343. Linganisha Klamm 2012; Sösemann 2002. Mkataba wa kipekee baina ya *Times* na wao, uliwaruhusu "wavumbuzi" Howard Carter na Lord Carnarvon angalau kwa kiasi fulani, kuongoza na kudhibiti usambazi wa maarifa na picha. Linganisha pia Riggs 2016; Collins / MacNamara 2014.

16 Voigtländer & Sohn kwa Werner Janensch, 27.1.1909, katika: MfN, HBSB, Pal. Mus. S II Tendaguru-Expedition 2.6, uk. 1.

17 Ibid.

18 Shepherd 2003, uk. 340.

19 Shepherd anaandika: "Hii ni simulizi ya wale [...] ambao hawatajwi na hawakumbukwi katika taarifa rasmi za maendeleo ya taaluma hiyo." Ibid., uk. 335.

Taarifa za habari za wakati ule, mara nyingi, zilitumia mada hii ya kazi na wafanyakazi. Picha 13 miongoni mwa mkusanyo wa picha 62, katika ripoti maarufu ya safari ya Edwin Hennig iliyoandikwa mwaka 1912, ilitumia mada ya 'upagazi'.[20] Picha saba kati ya picha hizo zinaonyesha misafara ya wapagazi ikielekea pwani kutoka kwenye machimbo ya Tendaguru. Katika picha hizi wakurugenzi wa msafara hawaonekani sana kwenye picha. Kitu ambacho picha za Janensch na Hennig zinaonyesha ni aina za kazi na hatua mbalimbali za kazi za hapo machimboni. Wafanyakazi wa Kiafrika wanaonekana wakichimba; uandaaji wa mashimo ya uchimbaji; kikundi cha wafanyakazi rasmi kwa kufunga mifupa wakiwa kazini na, hatimaye, ubebaji wa mifupa hiyo kupelekwa pwani. Picha kuu ya habari kuhusu misafara, ilikuwa ni picha ya wapagazi *wakiwa safarini*, kama katika picha 1. Picha gani nyingine, kama hii ambayo huonyesha msururu wa wapagazi waliobeba mzigo wakiwa safarini, ina uwezo kama huu wa kuonyesha maendeleo ya kazi? Kasi ya mwendo huu, ambayo imesababishwa na hatua za hawa wanaume, inajitokeza hasa ukilinganisha picha hii na picha 2, ionyeshayo kazi za usafirishaji lakini haikunukuliwa sana kama ile ya kwanza.

Katika picha 3 hii msafara umesimama. Picha inaonyesha wapagazi karibu na kuondoka, mzigo ikiwa imewekwa karibu na miguu yao. Wamesimama kama kwenye foleni.[21] Wanaume wamesimama tuli, na huonekana wametazama kamera moja kwa moja. Hivyo mtazamaji anaupatia vizuri ule wakati ambapo mpigapicha anabofya kamera yake kupiga picha dakika chache kabla ya msafara wa wapagazi kuondoka. Hali ile ya kuwa tayari kupigwa picha yenyewe inajionyesha katika picha. Kwa namna hii, mpigapicha mwenyewe ni mhusika katika picha hata kama haonekani. Katika picha hii wanaume wanangojea kupigwa picha ama kuamrishwa lingine la kufanya, wakati katika picha 1 wapagazi hawakuona kamera ilipochukua picha yao. Muonekano wa mwendo, katika picha hii, haujitokezi kama hali ya kuwekwa makusudi, bali hali ya mwendo imehifadhiwa katika uonekano wa picha. Macho ya wapagazi ambayo wameyalenga mbele moja kwa moja na mwendo wao wa kasi unampatia mtazamaji hisia ya mwendo wenye makusudi. Inaipatia picha uonekano wa bidii na kumfanya mtazamaji aangalie kwenye lengo la mwendo huu. Lengo hili lakini halionekani kwenye picha. Hili ni muhimu kwa sababu, lengo la msafara halikuwa kuandama njia pekee kama ilivyokuwa katika safari za uvumbuzi wa nchi mpya na kutafiti nchi kwa makusudi ya kuzingilia polepole wazichukue, mwelekeo wa mwendo katika mradi huu wa kufukua ardhi, haukuwa kwenda mbele peke yake, bali pia, kwenda chini ndani ya ardhi. Madhumuni yalikuwa ni kusafisha njia na kuweka wepesi wa safiri za uchukuzi zitakazofanyika baina ya kambi ya machimboni na pwani. Kwa hivyo madhumuni ya habari kwa njia ya picha kuhusu msafara pia haikuwa kuonyesha safari za wavumbuzi wa nchi geni waliozitafiti ili hatimaye waziteke, bali kuonyesha uandaaji wa njia ya kusafirishia visukuku vilivyovumbuliwa ili vibebwe kutoka vilipokuwa na kupelekwa kwenye Makumbusho ya Berlin. Uchukuzi wa mizigo ya mifupa kupelekwa pwani ilikuwa hatua ya kwanza kwa uchukuzi wa visukuku hivyo kabla ya kuwekwa kwenye meli na kusafirishwa. Picha zilizopigwa wakati wa msafara *kurudi* pwani kutoka Tendaguru, ni nyingi kuliko picha zilizopigwa wakati wa kwenda huko, hii inaonyesha umuhimu wa safari ya kutoka machimboni kwenda pwani.[22] Uchukuzi huu wa kuelekea pwani unavyoonekana kwenye picha unaweka taswira kamili ya jinsi kazi hiyo ilivyofanyika kuhamisha visukuku kutoka machimboni na kupelekwa katika Makubusho ya Berlin.

Picha 2
Picha ya kwanza iliyopelekwa kwenye Makumbusho na Janensch. Nyuma ya picha aliandika: Kazi katika shimo II, katika: MfN, HBSB, Pal. Mus. B IV 556.

20 Mada hii huonyesha picha za huduma za msingi (barabara, njia) na usafirishaji (kazi za kufungafunga na za kusafirisha, wapagazi). Pia picha nyingi huonyesha mandhari, kazi za uchimbaji, maisha ya kambini, picha nyingi za kiethnografia na vilevile picha za wanyama wanaoishi na waliokufa. Juu ya hayo katika chapisho kuna ramani, kielelezo chenye rangi na michoro mingi.

21 Msafara wa wapagazi, kama yanavyosema maandishi, umekusanyika ubavuni mwa kambi ambao unaonekana nyuma katika picha ikikaribia kuondoka.

22 Ingawa mwelekeo wa mwendo wa hawa wapagazi hauonekani waziwazi, lakini dalili katika picha (kama vile majina ya picha na uhusiano wa picha na ripoti) vinaonyesha kuwa watu hawa wamo katika "safari ya kuelekea pwani".

Katika maelezo ya picha za msafara huu, pia ilikuwa muhimu kutaja ukubwa pamoja na uzito wa visukuku. Kwa madhumuni haya ilikuwa muhimu kuonyesha uhusiano kati ya ubebaji, ukubwa na uzito wa vitu hivyo. Visukuku vyenyewe vilivyobebwa havionekani kwenye picha kwa sababu vilifungwa kwenye masanduku ya mianzi. Lakini, ukitazama picha inaonyesha msururu wa wapagazi usio na ukomo. Hii inakupa dhana ya idadi kubwa isiyo na kikomo ya vitu vinavyosafirishwa. Hii inaweka wazi kwamba umuhimu wa picha haukuwa kumwonyesha yule mpagazi mmoja, bali kukionyesha kikundi chote kwa ujumla. Picha zinazomwonyesha mpagazi mmojammoja akiwa pekeyake zilikuwa chache. Picha hizi za makundi zilikuwa na nguvu ya ushawishi wa mwonekano kwa mtazamaji ikionyesha kikosi kizima na vitu walivyobeba.

Picha za "wapagazi" wa msafara wa Tendaguru zilikuwa maarufu katika masomo ya ukoloni ya kutafsiri sanaa ya upigapicha. Picha za aina hii zilichapishwa katika magazeti, kwenye kadi za posta, kwenye picha za matangazo na diorama, vilevile katika vitabu vya misafara ya kisayansi. Uhifadhi wa matukio kwenye Makumbusho na habari kwa njia ya picha kutangaza msafara wa Tendaguru uliacha tafsiri hii ya ukoloni kwenye picha. Kurudiwa kuchapishwa kwa picha hii moja mara nyingi na kutumia jina lile lile la "msafara wa wapagazi" kulisababisha Wajerumani waonekane kuwa na mtazamo huu wa kidhalimu, kibeberu na ya kikoloni. Katika kumbukumbu zilizoandikwa kwa mkono na wakurugenzi wa misafara – majina ya picha katika maalbamu ya misafara[23] (picha 4) na katika picha za slaidi (picha 8) – pia kwenye ripoti za magazeti, kila mara yalikuwa "Uchukuzi kwa njia ya msafara wa wapagazi" au "Msafara wa wapagazi na mizigo ya mifupa".

Wapagazi walijulikana kwa ujumla wa kazi yao kama kikundi; na kutambulishwa kupitia kazi hiyo – ya kubeba mizigo – hivyo walidhalilishwa. Picha na majina ya picha ilikuwa njia ya kumtambulisha mpagazi na kazi dhalili aliyofanya. Waafrika walionyeshwa kwenye picha kuwa watu dhalili, wasio na mavazi ya kutosha na wabebao mizigo ya Wazungu. Kwa hivyo picha hazikupigwa kwa ajili ya kuarifu kuhusu

Picha 3:
Wapagazi wanaongoja amri ya kuondoka. Ilipigwa na Werner Janensch na kuchapishwa katika ripoti ya safari ya Edwin Hennig, katika: Hennig 1912, picha 24, Mpiga picha: Werner Janensch.

23 Kuna maalbam matatu juu ya msafara. Katika maalbam haya kuna picha zenye majina yaliyoandikwa kwa hati za mkono wa Werner Janensch, ambazo zimebandikwa kwenye karatasi ngumu; kurasa hizi zimefungwa pamoja kuwa albam. Kila albam lina kurasa 20 hadi 28 zenye picha karibu 100.

historia na simulizi za mambo yalivyokuwa. Picha zilipigwa kwa lengo la kumshawishi anayezitazama awaone kuwa watu dhalili. Wapagazi kwenye picha na katika maandishi walionekana kama kikundi cha watu wasio na majina. Katika wasilisho hili, wanasayansi wa Kizungu walitambulika kwa majina yao na vyeo vyao katika kazi, wakati wapagazi wa Kiafrika wanaonekana kwa ujumla wao kama kikundi, bila kutajwa wasifu wao. Ilikuwa mara chache walipotajwa kwa majina.

KAZI ZINAVYOONEKANA KWENYE PICHA

Katika ripoti na picha za misafara, wapagazi walihesabika kama kiungo tu, katika mchakato mzima wa kusafirisha visukuku. Mwaka 1907 tayari, mchakato huu wa kuhamisha visukuku ulisimuliwa na mwanapalaentolojia Eberhard Fraas wa kutoka Stuttgart, aliyekuwa mwanasayansi wa kwanza kutembelea Tendaguru, kwenye machimbo na kufanya uchimbaji, kwa maneno yafuatayo:

> "[Visukuku] vimegawiwa na kufungwa katika masanduku ili vibebwe kwa vichwa na waAfrika, kwenye msafara wa wapagazi takriban 90. Msafara ulipitia kwenye vichochoro msituni, kupitia milima na mabonde kuelekea pwani. Hivyo ndivyo mifupa katika masanduku na vifurushi ilivyosafirishwa kwenda Ujerumani baada ya kupakiwa kwenye meli."[24]

Kwa hivyo kazi ya upagazi ilihesabika katika muktadha wa uchukuzi kwa ujumla. Uhusiano huu wa hatua mbali mbali za kazi za msafara pia ulizungumziwa magazetini palipochapishwa picha hii yenye wapagazi wakiwa safarini, mara nyingi picha hii ilichapishwa pamoja na picha nyingine. Kwa mfano katika gazeti la *Die Woche*, ambalo mwaka 1911 liliandika habari za "Dinosaria katika Ujerumani ya Afrika ya Mashariki", (picha 5) hatua mbali mbali za kazi zilielezwa kwa kutumia picha mfululizo.[25]

Picha 4:
Albam la msafara wa Tendaguru la Werner Janensch, katika: MfN, HBSB, Pal. Mus. B IV 74.

Picha 5 upande wa kulia:
Picha ya wapagazi katika gazeti la *Die Woche*, yenye jina "Usafirishaji wa visukuku pamoja na msafara wa wapagazi", katika: Passavant 1911, uk. 756.

24 Fraas 1911, uk. 39. Uzito wa mzigo ulihitilafiana, wastani wa kilo 30 mara nyingine kilo 50 za visukuku viliripotiwa. Linganisha Werner Janensch kwa Wilhelm von Branca, 11.1.1910,, katika: MfN, HBSB,
Pal. Mus. S II, Tendaguru-Expedition 5.1, uk. 73.

25 Kwa jumla picha tisa zimeingizwa katika kurasa nne. Passavant 1911.

Präparierarbeit im Graben.
Im Vordergrund Schwanzstacheln eines Dinosauriers.

Genauigkeit und große Geduld erfordernde Präparierarbeit sich hineinfand. Es ist ganz unverkennbar, daß die Eingeborenen, die sich in großer Zahl zu den Arbeiten einfanden, mit wirklichem Interesse und Eifer ihrer schwierigen und wichtigen Tätigkeit obliegen.

Beinknochen
eines Dinosauriers mit dem Finder.

Die Ueberreste der Saurier finden sich bald vereinzelt und zerstreut, bald in mehr oder weniger vollständigem Zusammenhang. Auch am Tendaguru hat sich die in Amerika und anderwärts gemachte Erfahrung, daß sich die Schädel der meisten Dinosaurier infolge des losen Gefüges ihrer Knochen nur sehr selten gut erhalten, vollkommen bestätigen lassen. Trotzdem ist es gelungen, neben verschiedenen Bruchteilen auch zwei vollständige Köpfe zu gewinnen.

Aus den bisher geborgenen Resten konnten mindestens acht verschiedene Arten von Dinosauriern festgestellt werden. Unter diesen herrschen bei weitem die auf allen Vieren dahinschreitenden Sauropoden vor, die die größten Landtiere darstellen, die je auf Erden gelebt haben. Wie groß diese Tiere, von denen wir uns kaum eine Vorstellung machen können, gewesen sein

Transport der Funde durch eine Trägerkarawane.

sich zu zeigen. Je mehr wir vorwärts gingen, um so schöner und wohlbebauter wurde das Land: Felder mit üppigen Cajatenpflanzen, schön grüner Tabak, die kriechenden Zweige der Arachis hypogaea, alle durch sauber gehaltene Wege voneinander getrennt, als Hintergrund Wälder von Bananen, zwischen deren Stämmen nicht ein Unkraut gelitten wird, viele hübsch gehaltene Häuser, deren Bewohner, Frauen, Männer und Kinder, am Wege aufgestellt sind, um den Weißen vorüberziehen zu sehen; alle grüßen freundlich und sehen zufrieden und glücklich aus; sehr viele sind in weiße Baumwollenstoffe gekleidet — das Herz geht einem auf!"

(Fortsetzung folgt.)

Der Bergbau der deutschen Schutzgebiete.

Im Jahre 1910 haben die deutschen Kolonien an mineralischen Erzeugnissen eine Ausfuhr im Werte von rund 45 Millionen Mark gehabt, nämlich Diamanten (Südwestafrika) 26,9 Millionen Mark, Kupfererze und Blei (Südwestafrika) 6,6 Millionen Mark, Gold (Deutsch-Ostafrika) rund eine Million Mark, Glimmer (Ostafrika) 321 000 Mark, Salz (Ostafrika) 10 000 Mark, Phosphate (Deutsch-Neuguinea) 9,5 Millionen Mark, Verschiedenes (sonstige Erden und Steine und Erze aus Deutsch-Südwest, Halbedelsteine aus Deutsch-Ostafrika; Mineralien und fossile Rohstoffe aus Kamerun) 85 000 Mark. Zehn Jahre zuvor gab es einen deutsch-kolonialen Export weder in Kupfer, noch in Gold, noch in Diamanten oder Phosphat; einzig bei Südwestafrika wäre 1900 eine Guanoausfuhr im Werte von 600 000 Mark zu verzeichnen.

Tendaguru. Abmarsch einer Trägerkarawane mit Knochenlasten. Phot. Janensch.

Die Entwicklung ist also auch hier im letzten Jahrzehnt eine außerordentliche gewesen. Und doch stehen wir erst in den Anfängen, wie einem Bericht zu entnehmen ist, den kürzlich einer unserer ersten Fachmänner, Dipl.-Ing. J. Kuntz aus Steglitz vor der technischen Kommission des kolonialwirtschaftlichen Komitees erstattet hat. Kuntz erscheint dazu besonders berufen, weil er nicht nur aus jahrelanger Tätigkeit Südafrika kennt, sondern auch unsere beiden großen Schutzgebiete, davon aus drei in den letzten Jahren unternommenen umfangreichen Expeditionen Deutsch-Südwest.

Präparationsarbeit an einer 2,50 m langen Dinosaurier-Rippe. Phot. Janensch.

In Südwestafrika hat nach seinem Bericht die bergmännische Erforschung des Landes in den letzten Jahren gute Fortschritte gemacht. Die wiederholten Funde haben eine rege Schürftätigkeit hervorgerufen. Entdeckt wurden einige kleine Kupferlagerstätten in den Otavibergen, große Eisenerzlager und Goldquarzgänge im Kakaoland, Beryllfunde bei Rössing und Zinnerze in der Gegend des Erongebirges und südlich des Brandberges. Kuntz hegt noch immer die Hoffnung, daß die Primärlagerstätten der Diamanten aufgefunden werden. Er ist der Ansicht, daß die Produktion der Tsumebgrube in ähnlicher Menge und Güte wie bisher für einige weitere Jahre gesichert erscheint.

Besonderes Interesse haben die in den letzten Jahren gemachten Zinnerzfunde in Südwestafrika erregt. In einem Gebiet, welches von der Küste nördlich Swakopmund bis in die Gegend östlich Omaruru und vom Swakop im Süden bis zum Brandberg im Norden reicht, finden sich zahllose Pegmatit- und Quarzgänge, die meist in Gangzügen sich an dem Kontakt zwischen alten kristallinen Schiefern und Granit entlangziehen. Das Zinnerz kommt vor als Kristalle und Körner von Zinnstein (Kassiterit), die in der Gangmasse eingesprengt sind. Der Gehalt der Gänge ist sehr wechselnd, hängt aber nicht, wie bisweilen gemeldet wurde, mit atmosphärischen Einflüssen und Grundwasserspiegel zusammen. Er beträgt von einem Bruchteil eines Prozentes bis zu 10 v. H.

Die Abbauwürdigkeit ist abhängig von der Häufigkeit, Ausdehnung und Ergiebigkeit der reichen Stellen, die sich meist in einer bestimmten Entfernung vom Kontakt des Granits mit den Schiefern befinden, sowie von örtlichen Verhältnissen Größe des Betriebes usw. Die reichsten Funde, die bisher gemacht worden sind, befinden sich im Tal des Eiseboder Omarurufluffes westlich Okombahe, ferner nördlich Okombahe, sowie am Südost- und Südwestfluß des Erongogebirges. Sie sind fast sämtlich in die Hände größerer englischer Gesellschaften übergegangen. Praktisches Verständnis, schnelles Erkennen von Chancen und Möglichkeiten, energisches Zugreifen und flüssigere Geldverhältnisse infolge von Kleinaktien sind Eigenschaften und Umstände, welche dem englischen Unternehmer eine große Ueberlegenheit über seinen deutschen Konkurrenten auf dem Gebiete des kolonialen Bergbaues gegeben.

Nach dem heutigen Stand der Untersuchungen kann man die Aussichten des Zinnerzbergbaues in Südwestafrika als günstig bezeichnen, und bei der großen Ausdehnung des Zinngebietes ist noch viel Raum zur Betätigung für andere übrig.

Günstig lautet Kuntz' Urteil über die Kirondamine, die im Durchschnitt der Jahre 1910 und 1911 auf die Tonne 46 Gramm Gold erzeugt hat gegen 38,5 Gramm im Jahre 1909. In der Nähe der Militärstation Ikoma sind neue Goldvorkommen gefunden worden, die zu Hoffnungen auf Abbauwürdigkeit berechtigen und von der Zentralafrikanischen Bergwerksgesellschaft gegenwärtig beschürft werden. Die ihr nachstehende Seengesellschaft wird von der Weiterführung der Zentralbahn besondere Vorteile haben, da sie nahe bei deren Saline Gottorp vorbeigeführt werden soll.

Ueber die beiden großen Phosphatunternehmen in der Südsee ist außer den oben mitgeteilten Betriebszahlen nichts Besonderes zu bemerken.

Kuntz warnt vor einer Aufbauschung der Meldung über gemachte Funde. So kann man häufig von der Auffindung von 50- bis 60prozentigen Kupfererzlagern lesen, und wenn man der Sache auf den Grund geht, findet man, daß es sich um eine Analyse einiger Stückchen Kupfererz handelt, die ein Prospektor oder Farmer in einem Quarzgang aufgefunden und an ein Laboratorium geschickt hat. Hat

Katika ukurasa wa 756 wa gazeti la wiki, kulichapishwa picha tatu katika mpangilio wa kushuka juu kwendea chini. Picha zinaonyesha hatua mbali mbali za kazi machimboni. Mpangilio huu wa picha unamuwezesha mtazamaji kuona mfuatano wa hatua za kazi. Mfululizo wa picha unaonyesha wazi hatua hizo, wakati huohuo, ukijumlisha kazi zote za hapo machimboni kuwa katika muonekano mmoja: kuanzia kwenye kuchimba na kupima, kupitia kuandaa na kuorodhesha, hadi kufunga kwenye mizigo na kusafirisha.[26] Hatua hizi za utendaji kazi zilizoonyeshwa kwenye picha tatu zina mshale wa mwelekeo na mfuatano wa vitendo tofauti. Kupatikana mahali ufukuaji utakapofanyika na kupawekea alama kumeonyeshwa kwenye picha ya katikati. Picha inaonyesha uchunguzi wa ardhi na mifupa itakayofukuliwa kutoka kwenye ardhi hiyo. Kwenye picha ya juu kabisa imeonyeshwa kazi ya ufukuaji. Hivyo picha zinaonekana kiwimawima. Kwa mujibu wa mwelekeo wa uchimbaji hapa mwelekeo wa vitendo ni wa kutoka juu kwenda chini kwenye kina cha tabaka la miamba. Wachimbaji wanapokusudia kupenyeza kwenye ardhi ambayo haijulikani kilichopo chini yake hubadilisha mwelekeo wa vitendo kutoka kiubavubavu kuwa vya kiwimawima. Kule kukazania kuchimba kwenda ndani katika kina ni ishara ya maendeleo ya teknolojia.

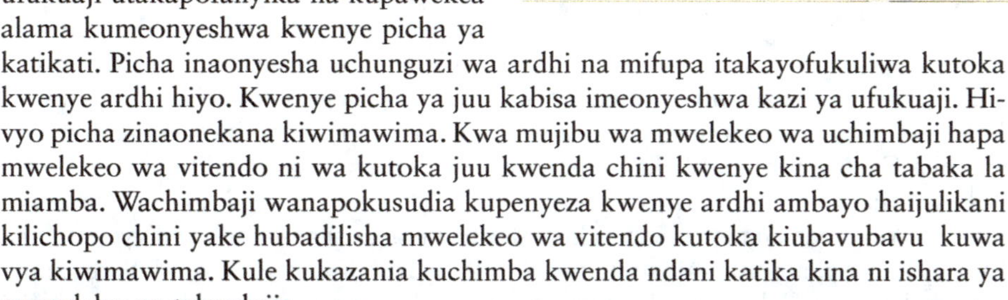

Picha ya tatu chini kabisa, imerudia kuonyesha vitendo kibavubavu. Wapagazi wameonyeshwa wakiwa katika mwendo wa safari ya kurudi pwani. Picha ya wapagazi imeingizwa kwenye mfululizo wa picha ambazo, kwa kupitia hatua mbali mbali za msafara huu wa kisayansi, imesimulia kuhusu utekaji wa polepole wa bara la Afrika. Picha ambazo zimeunganishwa kwa namna hii hupatikana mara nyingi kwenye ripoti za vyombo vya habari juu ya misafara ya kisayansi (picha 6). Uchaguzi wa yale yaliyoonyeshwa katika picha, pamoja na mpangilio wa picha, humwezesha mtazamaji kuzisoma picha za namna hii kama aina ya siasa za picha. Siasa hii ya kwenye picha inahifadhi kumbukumbu kuhusu mambo yote yahusuyo kazi katika muktadha wa kisayansi na wa kikoloni; hapohapo inaonyesha kuvamiwa kwa bara la Afrika, kutawaliwa na kutumiwa kwa manufaa ya wavamizi.

Wakati picha hii ya "msafara wa wapagazi" inayozungumziwa hapa, iliposambazwa kwa kuchapishwa katika ripoti mbalimbali (picha 6 na 7), picha hii hii pia ilitangazwa kwa kupitia njia nyingine tofauti tofauti. Tarehe 27, Februari mwaka 1912, muda mfupi tu, baada ya kipindi cha tatu cha uchimbaji kumalizika, jumuiya ya marafiki wa sayansi ya mazingira ya Berlin (Gesellschaft Naturforschender Freunde zu Berlin) – jumuiya iliyojitokeza kuwa mfadhili mkuu wa msafara huu – ilialika watu kwenye karamu iliyofanyika katika jumba la Makumbusho ya Berlin. Katika karamu hii Janensch alipata fursa kuzungumza kuhusu "maendeleo na matokeo ya msafara"[27] mbele ya watu 350 walioalikwa. Siku ya pili yake, gazeti la *Vossische Zeitung* liliandika kama ifuatavyo, kuhusu hotuba yake:

> "Dr. W. Janensch […] alieleza kwa ufasaha kuhusu hatua za msafara […]. Kwa kutumia picha za mwangaza, Dr. Janensch aliwatembeza wasikilizaji wake wema, kutoka mji wa bandari ya Lindi mpaka kwenye eneo la machimbo, umbali wa mwendo wa mguu wa siku 3 au 4."[28]

Kwa mtindo wa maonyesho ya picha, hotuba ilirudia rudia kuhusu maendeleo ya msafara huu wa kisayansi na, ilifanikiwa kuwasindikiza wasikilizaji kwa kutumia picha kuonyesha safari hiyo mpaka mahali pa ufukuaji na kutoka hapo hadi kurudi pwani.

Picha 6 upande wa kushoto:
Kuchimba na kubeba – kazi muhimu ya msafara wa kisayansi ilivyoonyeshwa katika ukurasa wa gazeti, la: Deutsche Kolonialzeitung 4.5.1912, toleo 29, No. 18, kr. 293–295.

Picha 7 juu:
Nakala ya picha ya "wapagazi" inaonekana katika ripoti za marafiki wa sayansi ya mazingira (*Sitzungsberichten Naturforschender Freunde*), ambamo moja katika ripoti za msafara ilichapishwa mwaka 1912, katika: Janensch 1912, Kielelezo V.

26 Kazi tofauti, kama kazi ya kubeba, kuchimba, kuandaa visukuku, kufunga funga, yote kawaida ilifanywa na vikundi vya watu mbali mbali.

27 Janensch 1912.

28 Anonymus: Die deutsche Tendaguru-Expedition, katika: Vossische Zeitung 28.2.1912.

Picha 8:
Slaidi ya wapagazi iliyotiwa rangi kwa mkono ili kuonyeshwa kwenye hotuba zilizoambatana na maonyesho ya slaidi, katika: MfN, HBSB, Pal. Mus. B V 168.

Janensch alionyesha "picha za taa" (slaidi) katika hotuba yake. Kwa madhumuni ya hotuba hiyo, karibu slaidi mia moja za picha zake na za Hennig, ziligeuzwa kuwa slaidi na kutiwa rangi kwa mkono na mfanyakazi wa Makumbusho[29] (picha 8). Slaidi zilizotiwa rangi zilitumika zaidi kwa ajili ya sayansi na kwa ajili ya utalii tangu mwanzo wa karne ya ishirini. Kama "aina mpya ya hotuba za Laterna magica", slaidi hizi zilizoonyeshwa ukutani wakati wa hotuba za kuelimisha na wakati wa hotuba za ripoti za safari, zilipendwa sana.[30] Hapa pia hamasa ya kuvutiwa ilijitokeza magazetini: "Ilionekana imekaribia kushawishi zaidi ya hotuba yenyewe [...]", linasema gazeti la Berliner Tageblatt kuhusu hotuba ya Janensch. Gazeti liliendelea kuandika "ilikuwa ni picha za taa nzuri kabisa zilizokolezwa rangi na zilizotuonyesha mbele ya macho yetu jinsi ile kazi iliyotimizwa."[31] Baada ya hotuba za wakurugenzi wa msafara, mwenyekiti wa jumuiya na mwanazoolojia Gustav Tornier, katika maneno yake ya kufunga kikao, alitamka waziwazi kuhusu faida ya mkutano wa aina hiyo. Kwa mujibu wa Tornier, Makumbusho, siku hizo, yalikosa fedha na vyumba vya kuandaa na kutayarisha visukuku vilivyopatikana kwa upesi na ukamilifu kama vitakiwavyo kisayansi. Kwenye Koloni kulikosekana rasilimali za kuendeleza kazi kwa muda wa mwaka mwingine. Kwa hivyo matumizi ya picha za mwangaza (slaidi) pia zilitumika kama kitega uchumi: Picha za "kazi iliyofanyika" zilitumika kama aina ya maonyesho, lakini zenyewe zilikuwa na hoja imara, siyo tu, kwa kuhalalisha michango ambayo imeshafanywa, bali pia kwa kukusanya michango mingine ya kifedha.[32]

MITAZAMO KUHUSU KAZI

"Wafanya kazi na wapagazi wameleta wake zao na watoto wao, na wana nia ya kujenga kijiji cha dharura cha mianzi na manyasi"[33], ndivyo ilivyosomeka katika ripoti ya kwanza kuhusu msafara wa Tendaguru. Maelezo zaidi yanasema: katika kambi hii, watu wanasikilizana vyema wakiendesha maisha yao kwa "upole na raha mustarehe".[34] Taswira hii ya "maisha matamu kambini"[35] Tendaguru inajirudia katika maandishi yote ya Hennig juu ya msafara wa Tendaguru na hupatikana mpaka katika barua zake za kwanza ambazo alizipeleka Berlin kutoka kwenye Koloni.[36] Taswira hii ilienda pamoja na taswira kuu ya "wapagazi wenye furaha" na wenye bidii ya kazi. Pia ilijitokeza katika shajara yake, Edwin Hennig "akiwakumbuka kwa uzuri [...] na shukrani [...]" na kwa "ushirikiano mzuri, wenyeji wanaoishi kazini kwake Afrika"[37]. Mkazo juu ya kushirikiana vizuri kwenye kazi, bila ya migogoro, na ushirikiano wenye umoja, ulikuwa kinyume na taswira mbaya iliyosambazwa katika vitabu vya safari za kisayansi baina ya miaka 1850 na 1890. Katika barua, ripoti na maelezo ya safari zao, wasafiri wa kizungu walilalamika kuhusu uasi, ukinzani au kuhusu Waafrika walegevu, wavivu na wasiopenda kufanya kazi.[38]

Mabadiliko haya katika mtazamo yanaenda sambamba na maendeleo ya wakati ule katika Koloni. Malalamiko ya Wazungu wasafiri wa kisayansi na wa kiuchumi kuhusu kazi duni za Waafrika bado yalitawala hadi mwisho wa karne 19 na yalichochea ubaguzi ulioenea Ulaya enzi zile. Ubaguzi huu mara nyingi ulikuwa na matokeo ya kikatili kabisa kwa wafanyakazi wa Kiafrika. Aliyekataa kufanya kazi aliadhibiwa vikali – bunduki, viboko na mateke ndiyo ilikuwa namna ya wasafiri wa Kizungu kutimiza ukatili wao.[39] Adhabu hizi kali kwa wafanyakazi, pamoja na kodi, ambazo mwananchi alitakiwa aanze kulipa pamoja na hali ya kazi ambayo mara

29 Slaidi tisini na moja za msafara wa Tendaguru, ikiwemo pia picha yetu ya wapagazi, zimehifadhiwa katika mahali pa picha na kazi za historia ya Makumbusho ya Elimu Viumbe Berlin. Majina ya picha upande wa kushoto juu kwenye fremu ya slaidi, yameandikwa baadaye, kwa namna hiyo huonyesha historia ya nyaraka ya hizi picha.

30 Slaidi za rangi za kwanza zilitumika tangu miaka ya 1890. Linganisha Starl 2009.

31 Anonymus: Die Gesellschaft naturforschender Freunde, katika: Berliner Tageblatt 28.2.1912. Picha ziliongezwa katika hotuba kwa kuingizwa katika maonyesho ya mkusanyiko wa vyombo vya habari: ubavuni mwa jukwaa kuliwekwa ile mifupa ya kwanza iliyoandaliwa kwa maonyesho.

32 Picha hizi za mwangaza ambazo katika kikao hiki cha sherehe zilionekana kwa watu fulani tu, zilionyeshwa tena katika hotuba nyingine zilizofanywa hadharani, kwa njia hii picha hizi ziliweza kujulikana zaidi. Linganisha kwa mfano Anonymus: Die Tendaguru-Expedition, katika: Berliner Abendpost 30.3.1912; Anonymus: Die Ausgrabungen auf dem Tendaguru, katika: Tägliche Rundschau 30.3.1912. Mwezi wa Mei mwaka ule ule Sir Arthur Smith Woodward wa taasisi ya jiolojia ya Makumbusho ya Uengereza (British Museum Natural History) alitoa hotuba ya jioni kuhusu "The Great Finds of Fossil Bones in German East Africa"; hotuba iliandaliwa na idara ya jamii ya Ukoloni wa Ujerumani ya London, na Makumbusho (ya Berlin) yaliwaazima baadhi ya picha ya msafara kwa madhumuni ya hotuba. Sijapata kujua kama kweli picha ya msafara wa wapagazi pia ilikuwamo katika picha hizo.

33 Janensch / Hennig 1908, uk. 360.

34 Ibid.

35 Hennig 1912, uk. 32.

nyingi ilikuwa mbaya kabisa, vilisababisha Vita vya Maji-Maji mwaka 1905; vita vya ukoloni vibaya kabisa vilivyotokea Ujerumani ya Afrika Mashariki.[40] Vita hivi viliendelea hadi mwaka 1907, katika eneo lile lile ambalo miaka miwili tu, baadaye kulipangwa kuanzisha uchimbaji na msafara wa kisayansi wa Tendaguru (tizama Stoecker kr. 48–61). Baada ya Vita vya Maji-Maji kumalizika mwaka 1907, gavana wa kwanza, Albrecht Freiherr von Rechenberg, alianzisha "siasa ya marekebisho" katika Ujerumani ya Afrika Mashariki. Siasa hii ilijaribu kuwatendea wafanyakazi wenyeji upole. Kusisitiza bidii na uwezo wa kazi wakati wakizungumza kuhusu utendaji kazi wa wenyeji, ilikuwa ni matokeo ya hii siasa mpya ya kuongea na kufanya kazi na watu kwa staha katika Koloni.[41]

Lakini simulizi za msafara wa Tendaguru zilihusu mambo mengi, zaidi ya kuthibitisha kazi nzuri peke yake. Ile taswira ya ‚wapagazi wachangamfu' ilikuwa ni kuthibitisha mtazamo maalum kuhusu wafanyakazi juu ya kazi zao, ambao wakurugenzi wa msafara walidai, katika maandishi yao, kuwa wapagazi waliokuwa nao walifanya kazi kwa kuridhika. Lengo la kujenga taswira hii ya upendo katika ripoti za msafara wa kisayansi lilikuwa kuidhinisha na kuonyesha uhalali wa msafara huo na uhalali wa mambo yote yanayohusu msafara. Kwa hiyo maandishi yao yalisisitiza kuonyesha, ni kwa kiasi gani wafanyakazi na wapagazi walipenda na kufurahia kazi yao. Siasa hii ya upendo ilijitokeza hasa wakati Hennig, kwenye matembezi ya riadha huko Ujerumani, alipozungumzia misafara ya wapagazi:

> "Ucheshi huu huzidi kufurahisha maisha ya starehe kambini yanapoanza wakati wa jioni baada ya siku za mwendo mrefu; hali hii ya furaha iliyopo katika 'Safari' hizi, imenikumbusha, zaidi ya mara moja, inavyofanana na furaha na shamrashamra katika matembezi ya riadha hapa Ujerumani."[42]

Mwenendo huu wa upendo wa kijamii, kama ulivyofuatiliwa tangu karne ya 19, ulikuwa ni njia ya kujibu dharuba za kisiasa na za kiuchumi kuthibitisha kasoro za utawala wa kikoloni. Anayefuatilia mtindo huu mpya wa uongozi, hujitambulisha kama mtu ambaye hashughulikii siasa. Badala yake hugeuza kazi ngumu ionekane nzuri kwa kueleza hali yenye furaha kambini na wakati wa kazi. Hii iliwezekana kwa kuwa sauti na misimamo ya baadhi ya watu wachache pekee ndiyo iliweza kujulikana, wakati sauti na misimamo ya watu wengine zilibaki gizani kwa kunyamazishwa. Namna ambayo kazi hii ya upagazi ilitumika kuwabana watu kiuchumi, hutajwa katika ripoti kwa kudokezwa tu. Kwa mfano katika kauli ya Janensch aliposema "idadi kubwa ya ajabu ya watu walijitolea kubeba mifupa" pale Tendaguru, kila "mara, ulipokaribia wakati wa kukusanywa kodi za nyumba"[43].

Kodi ya nyumba, ambayo walitozwa Waafrika katika kila nyumba, iliingizwa mwaka 1897 na mamlaka ya serikali ya Ujerumani Afrika Mashariki kama chanzo cha kudumu cha mapato. Kodi hii, pamoja na hali ngumu ya kazi, hasa katika mashamba ya pamba, ndiyo ilisababisha Vita vya Maji-Maji.[44]

Maelezo ya Edwin Hennig kuhusu "hali ya shamrashamra"[45] ya wapagazi wakati wa safari zao kwa miguu muda wa siku kadha hadi wafike pwani yanawiana na picha (picha 1) inayoonyesha: mwendo mwepesi wa wapagazi na mstari wa mshazari unaotawala mwelekeo wa picha, ukibashiri safari isiyo na vipingamizi, na vile vile mapato yasiyo na vipingamizi. Hotuba za Hennig na pia ripoti kuhusu safari yake iliyochapishwa mwaka 1912, pamoja na picha zilizomo, zinasisitiza istiari hii ya "mpagazi wa kuchekesha na mwenye furaha siku zote"[46]. Ajabu ya kushangaza ni kwamba hakuna hata mmoja katika wakurugenzi wa msafara aliyejitokeza kwenye picha kama kiongozi – kwa mfano akionyeshwa kwenye picha au kutajwa kuwa mpigapicha. Tofauti na picha inayoitwa 'msafara wa watu' kwenye (picha 3); wapagazi wametazamana na mpigapicha, kwa hivyo mtazamaji wa picha hii ataweza kukisia namna mpigapicha alivyohusika kwenye picha.

Kuhusu kujitokeza kwa wafanyakazi wenyeji katika picha za uchimbaji wa kisayansi, mwanzoni mwa karne ya 20, mwanahistoria wa sanaa Christina Riggs

36 Linganisha MfN, HBSB, S II, Tendaguru-Expedition, 5.1. Sehemu fulani ya maandishi yake imenukuliwa kwa maneno yale yale ya ndani ya barua zake katika ripoti yake ya kwanza rasmi ya msafara na katika baadhi ya magazeti ya siku na ya wiki. Linagnisha Janensch / Hennig 1908, uk. 360; Anonymus: Von der Tendaguru-Expedition, katika: Königlich-privilegierte Berlinische Zeitung 19.6.1909; Anonymus: Von der Tendaguru-Expedition, katika: Vossische Zeitung 19.6.1909; Anonymus: Aus unserer Kolonie. Die Tendaguru-Expedition, katika: Deutsch-Ostafrikanische Zeitung 11.8.1909.

37 Hennig 1912, uk. 8.

38 Heintze 2002. Kukataa kufanya kazi pia inaweza kufahamika kama aina nyingine ya upinzani.

39 Linganisha ibid.

40 Ibid., kr. 311–312; Becker / Beez 2005; Wimmelbücker 2005.

41 Linganisha Kretschmann 2011; Albertini 1987, kr. 304–309.

42 Hennig 1912, uk. 32. Taswira hii iliendelea hata baada ya Vita Vikuu vya Kwanza, hoja zenyewe zikibadilika. Katika ripoti ya safari yake Ina Reck, ambaye alimsindikiza mkurugenzi wa msafara Hans Reck katika muhula wa nne wa uchimbaji uliofanywa Tendaguru, mwaka 1924 alieleza kwa hisia kwamba kusafiri na msafara wa wapagazi kwa watu wote ni kama "sherehe": "Ni kwa shamrashamra isiyo kifani, kwa kuimba na kushangilia kwa furaha kubwa [wapagazi] walipokuwa wanaanza safari asubuhi hiyo […]. Kweli, safari kama hii […] ilikuwa ni sherehe kwetu sisi sote. Kwa watu weupe vile vile kwa watu weusi. Kila mmoja alifurahi kwa namna yake!" Reck 1924, uk. 73.

43 Janensch 1914, uk. 41.

44 Kiwango cha kodi kilikuwa tofauti mjini na mashambani. Mashambani kodi ilikuwa kati ya rupia tatu na sita, wakati wapagazi walilipwa rupia mbili tu kwa safari moja ya kutoka Tendaguru kwenda pwani. Baina ya mwaka 1905 na 1911/12 kodi za nyumba ambazo zililipwa kwa kila nyumba, pole pole iligeuzwa kuwa kodi ya kichwa. Sasa kila mtu alitakiwa alipe kati ya rupia tatu na sita. Linganisha König 1909; Bursian 1910.

45 Hennig 1912, uk. 32.

46 Ibid., uk. 18.

anasema: "Kila mwanaakiolojia awapo kazini vibarua wenyeji walionekana pia kushiriki kuchangia kwa namna moja au nyingine katika juhudi hizo za pamoja zenye manufaa ya kisayansi na kiakiolojia."[47] Kujitokeza kwa wakurugenzi wa misafara kwenye picha, na kwa namna gani wamejitokeza unaeleza ni kwa kiwango gani wasaidizi wa Kiafrika waliruhusiwa kuonekana na walichukua nafasi ipi katika kushiriki katika mradi huu. Katika mikusanyo ya picha ambayo Riggs ameifanyia utafiti, wanaakiolojia wa Kizungu na wafanyakazi wa Kiafrika mara nyingi wamepigwa picha pamoja. Katika picha zilizochapishwa, mpangilio kama huu haumo kwenye picha zilizopigwa kwenye msafara wa Tendaguru. Kinyume chake: mara nyingi, Mzungu haonekani kabisa kwenye picha. Maonyesho ya picha ya msafara wa uchimbaji huu yalihitilafiana na maonyesho ya picha mengine ya wakati huo. Mpangilio huu wa kibaguzi kwenye picha pia ulitumika katika msafara uliofuata ule wa Tendaguru na ambao uliandaliwa na Makumbusho ya Elimu Viumbe ya London baina ya miaka 1924 mpaka 1931 (picha 9). Karibu katika ripoti zote za misafara ya kisayansi yenye picha, wakurugenzi wa msafara wamo ndani ya picha. Wamepozi kwenye picha au wameonyeshwa kufanya kazi tofauti tofauti. Lakini katika picha za msafara wa kwanza wa Tendaguru, wale ambao kwa kawaida ni 'watendaji wasioonekana', wameonyeshwa na kuchukua nafasi yote ndani ya picha.[48]

Kwa sababu hakuna Mzungu anayeonekana katika picha hii ya wapagazi, inayochunguzwa hapa, na katika picha nyingine za msafara wa Tendaguru, huu ni uthibitisho wa mfumo wa usimamizi ambao huakisi uhusiano wa kikazi na wa madaraka ya kikoloni (picha 1). Dalili zimo kwenye picha yenyewe, au bora: dalili ni katika kuielekeza kamera. Kamera, imesimamishwa mbali kidogo na njia, katika nyasi. Pahali aliposimamia mpigapicha pamoja na mwelekeo wa wale wanaopigwa picha, unamleta mpigapicha na sisi watazamaji karibu na yale yanayotokea, ingawa hakika tuko mbali nayo. Inatufanya tujione kama tumo katika mazingira yaleyale lakini hakika hatumo katika kikundi chao. Namna hii ya kuielekeza kamera inaakisi mgawanyo wa kazi, ambao picha zimekusudiwa kudokeza: Kwenye kazi za suluba, kama ile ya kikundi cha wapagazi, kamera imewakabili tofauti na kazi ya akili (kazi ya kisayansi na ya uhifadhi) ya mtu binafsi, yaani ya wanasayansi wawili, ambao wamebeba kamera kama ishara ya maendeleo ya teknolojia.[49] Katika picha ya wapagazi, wao wamepewa heshima ya kuonekana tu kama kikundi cha wafanyakazi; hawakupewa muonekano wa heshima kwa watazamaji wa picha hiyo. Kwa hivyo uamuzi wa namna ya kuielekeza kamera ulihifadhi mambo mawili: kwanza kazi ya upagazi na pili kazi (ya kupiga picha) iliyofanywa na wakurugenzi wa misafara. Hii inadhihirisha hulka ya wakurugenzi wa msafara na pia msimamo wao juu ya kazi ionekanayo na ionyeshwavyo kwenye picha).[50] Kwa sababu hakuna kiongozi anayeonekana kwenye picha, mtazamaji wa picha hii hupata dhana ya kwamba uchukuzi wa vitu kwa kutumia wapagazi ulijipanga na kufanyika wenyewe bila usimamizi na bila ugumu wowote.[51]

Ili kuwaongoza wapagazi, wasimamizi wa msafara walifuata mbinu pana za utaratibu. Wadau wa mambo haya hawaonekani sana kwenye picha, ila walitenda kama watawala wa daraja ya pili, au waongozaji wasiokuwemo au wasiojihusisha na kiongozwacho. Msafara uliendeshwa na kusimamiwa na mtandao mzima wa watendaji, ambao walikuwa Berlin, Dar es Salaam, Lindi na Tendaguru. Kwa kuwa ilikuwa mara yao ya kwanza kufika Afrika mwaka 1909, wakurugenzi wote wawili wa msafara, mwanzoni walitegemea shirika za ubia ambazo zilikuwapo tayari huko Afrika. La kwanza msafara huu wa kisayansi ulijijengea miundombinu kwa kutumia misafara ya kiuchumi ambayo ilikuwa inaendeshwa huko tangu kabla ya ukoloni. La pili msafara ulitegemea miundo ya usimamizi kwa taratibu za kikoloni zilizokuwako tayari.[52]

Wakati wapagazi waliweza kuajiriwa siku yoyote kutoka sehemu za karibu au za mbali, wafanya kazi walioajiriwa kuchimba au kufanya kazi nyinginezo ilibidi kwanza wafundishwe kazi yao hapo katika machimbo.[53] Kabla ya msafara, Bernhard Sattler, yule mhandisi wa kulipua miamba, Mjerumani wa kampuni ya madini ya Lindi, ambaye, miaka miwili kabla, ndiye aliyekuwa mtu wa kwanza kuripoti kuhusu

47 Riggs 2017, uk. 350.

48 Mwanasosholojia wa elimu na sayansi Steven Shapin alitumia sana neno la watendaji wasioonekana katika utafiti wake wa historia ya elimu na sayansi. Tangu siku hizo mada hii pia imechunguzwa sana katika muktadha wa hali ya utendaji kazi wakati wa koloni. Juu ya neno "watendaji wasioonekana" katika utaratibu wa sayansi linganisha Shapin 1989. Na katika muktadha wa kikoloni linganisha Shepherd 2003.

49 Linganisha Pinheiro: "Kudhibiti wale wanaopigwa picha na mpiga picha ulikuwa ni aina ya udhalimu waliotumia Wazungu kwa watawaliwa. Nguvu zilizotumika kulazimisha watu wakae kama alivyopendekeza mpiga picha kuliakisi mfumo wa udhalimu waliotumia watawala. Macho ya mpiga picha na macho kamera yalikuwa sawa na macho ya unyapara yaliyotumika kudhibiti watawaliwa". Pinheiro 2008, uk. 499.

50 Linganisha Hartmann / Silvester / Hayes 2001; Thompson 2012.

51 Mabadiliko haya yanaweza kufahamika kama mabadiliko katika mbinu za kiserikali, ambayo imehamishwa kutoka kwenye maonyesho ya watu wenye mahakama wa kuadhibu watu katika kutawala maisha yote ya wakazi wote, siyo kwa kutumia nguvu lakini kwa kutumia usimamizi. Hii huendana na mwelekeo mpya wa siasa ya kikoloni katika Ujerumani ya Afrika ya Mashariki tangu 1907. Waziri wa Koloni Bernhard Dernburg aliingiza mbinu mpya ya kupanga kazi, yaani mbinu ambayo haikulazimisha tena kazi na kufuatilia adhabu kali bali yenye kuwatazama Waafrika kama "vifaa vya mapato" ya kiuchumi. Mbinu huu lakini pia ilitofautisha kwa nguvu zaidi baina ya alama za kikabila. Linganisha kwa mfano Pogge von Strandmann 2009, hasa kr. 428–463.

52 Miaka miwili kabla mwanapalaeontolojia Eberhard Fraas kutoka Stuttgart tayari amefanya "'Saffari' [sic]" ya kwenda Tendaguru pamoja na "msafara ulioandaliwa vizuri na wapagazi 60, maaskari na watu wengine walioshindikizwa na afisa wa mkoa na daktari mkuu wa jeshi la ulinzi (Schutztruppe)". Fraas 1908, uk. 947. Linganisha pia Hennig 1912, uk. 17. Kuhusu misafara ya kiuchumi Afrika Mashariki linganisha Beez 2005; Pesek 2005, hasa kr. 40–101. Kuhusu miundo ya usimamizi wa utaratibu linganisha ibid.

53 Wakati wafanyakazi katika machimbo walipata mshahara maalum wa mwezi, wapagazi walilipwa kila walipokwenda msafara. Walipewa rupia 1,50 kwa njia moja; rupia 1 wakati huo ilikuwa takriban 1,33 Mark. Linganisha MfN, HBSB, Pal. Mus. S II, Tendaguru-Expedition 2.3, uk. 3.

62 THE SPHERE [JANUARY 17, 1925 — JANUARY 17, 1925] THE SPHERE 63

BIGGER THAN ALL KNOWN LIVING CREATURES: UNCOVERING THE WORLD'S BIGGEST FOSSIL REPTILE.

First Results of the British Museum East African Expedition to Tanganyika to Recover the Bones of the Biggest Fossil Remains yet Found

A GIANT DEINOSAUR OF AMERICA (TYRANNOSAURUS REX), WHICH IS OUTDONE IN SIZE BY THE GIGANTOSAURUS FROM TANGANYIKA

MR. CUTLER NOTING DETAILS OF A HUGE TIBIA OF A DEINOSAUR—IT HAS BEEN CLEANED AND COMPLETELY BANDAGED

AN EAST AFRICAN NATIVE CLEANING CLAY AND SAND FROM A GIGANTIC HUMERUS IN DITCH 1 AT TENDAGURU

HUMERUS OF A GIANT DEINOSAUR AT THE NATURAL HISTORY MUSEUM. THE MAN IS HOLDING THE CORRESPONDING HUMAN BONE

IN SOME CASES BONES LIE ACTUALLY ON THE SURFACE, IN OTHERS THEY ARE TO BE FOUND BENEATH A LAYER OF HARD ROCK

A 74-INCH SHOULDER-BLADE PARTLY PLASTERED AND BANDAGED, LYING READY FOR REMOVAL IN THREE SECTIONS

MR. W. E. CUTLER, ON LEFT (MANITOBA UNIVERSITY), AND MR. L. S. B. LEAKEY, ON RIGHT (CAMBRIDGE), FAMILIAR WITH NATIVE LANGUAGES

Hard rock in background — *Bone on pillar of sand* — *Mr. L. S. B. Leakey* — *Bone just rolled off pinnacle*

AFTER CUTTING THROUGH HARD ROCK, THE REMAINS ARE DISCOVERED IN SOFTER GROUND, FROM WHICH THEY ARE GRADUALLY DISINTERRED, BEING LEFT ON LITTLE PILLARS OF SAND UNTIL FULLY PLASTERED

Pictures by courtesy of the British Museum

THE DISTRICT IN WHICH THE GREAT FINDS HAVE BEEN MADE—THE TENDAGURU SITE IS ON A HILL AT SOUTHERN END OF SHADED AREA

Picha 9:
Picha ya wakurugenzi wa msfara na wachimbaji wa Kiafrika wakati wa msafara wa Tendaguru wa Kiingereza mwaka 1925, katika: Bather: Bigger Than All Known Living Creatures. Uncovering the World's Biggest Fossil Reptile, katika: The Sphere, 17.1.1925, UB Mannheim.

kupatikana kwa mifupa hapo Tendaguru, tayari alikwishapanga kuajiri wapagazi kwa safari za Tendaguru. Katika utaratibu mwingine uliofuata, ofisi ya serikali mkoa wa Lindi hususan Kampuni ya Kiuchumi ya Ujerumani ya Afrika ya Mashariki kupitia idara zake mijini Dar es Salaam na Lindi,[54] ilishughulikia ajira na malipo ya wapagazi katika muda ule wa miaka minne wa uchimbaji wa visukuku. Kwa hivyo wafanyakazi wa Kampuni hiyo mara kwa mara, walipeleka idadi ya wapagazi waliotakiwa, pamoja na vyakula, zana za uchimbaji na barua kutoka Lindi hadi Tendaguru. Kutoka huko, wapagazi walirudishwa tena pwani na mzigo wa visukuku pamoja na habari mpya kuhusu maendeleo ya uchimbaji.

Mawasiliano baina ya watendaji hawa yalihusu uchukuzi wa vitu vilivyosafirishwa na pia yalihusu mpangilio wa uchukuzi. Kampuni ya Uchumi ya Ujerumani ya Afrika ya Mashariki ilipeleka taarifa sahihi kuhusu idadi ya wapagazi, kuhusu malipo na uzito wa mzigo – kupitia wapagazi wenyewe – kwa Janensch na Hennig waliokuwa hapo Tendaguru.[55] Wakurugenzi hawa wa msafara waliziandika takwimu hizi walizotumiwa kwenye kumbukumbu zao na katika ripoti za kila wiki ya pili, ambazo zilipelekwa Berlin kwa mkuu wa Makumbusho, bwana Branca. Kwa namna hii takwimu za malipo na hesabu za wafanyakazi zilizunguka kati ya Koloni, Ujerumani ya Afrika ya Mashariki na Berlin. Barua hizi baadaye zilikuwa hifadhi za rekodi (na baada ya miongo zimekuwa hifadhi za nyaraka) ya misafara ya kisayansi ya Makumbusho. Upekee wa kihistoria wa uzoefu wa kuandika na kutazama kazi za binadamu kama takwimu, huonekana katika orodha hizi za kazi.[56] Kulikuwa na mpangilio wa mawasiliano kuhusu ubebaji na usafirishaji wa mifupa; siyo kuhusu usafirishaji wa mifupa pekee, bali kuhusu namna za usafirishaji wenyewe; kuhusu masharti na sheria za usafirishaji – orodha, barua na maagizo yaliyowasilishwa baina watendaji kwa kutumia wapagazi. Kwa hivyo, wapagazi pia waliwasilisha habari ambazo pia zilihusu kazi yao wenyewe (picha 10).

54 Linganisha Werner Janensch kwa Wilhelm von Branca, 24.9.1911, katika: MfN, HBSB, Pal. Mus. S II, Tendaguru-Expedition 5.1, uk. 210; Janensch 1912, uk. 124. Malipo ya wapagazi yameshughulikiwa na Kampuni ya Ujerumani ya Afrika ya Mashariki mjini Lindi. Branca 1914, uk. 10.

55 Kwa mfano linganisha na: MfN, HBSB, Pal. Mus. S II, Tendaguru-Expedition 2.3, uk. 3, 23, 29.

56 Kama James Delbourgo alivyotambua, kwamba mambo haya yamelingana na utumwa wa Waafrika: "Katika zama zilizoshuhudia kuzuka kwa taratibu mpya za kisiasa zinazowaona watu kama rasilimali za kazi, Waafrika walihesabika kama bidhaa zisizo na bei mara baada ya biashara ya utumwa kupitia Bahari ya Atlantiki. Kwa hiyo walionekana hawastahili kutajwa au kuthaminiwa kama washiriki waliochangia kwenye historia ya sayansi ya mambo asili." Delbourgo 2012, uk. 739.

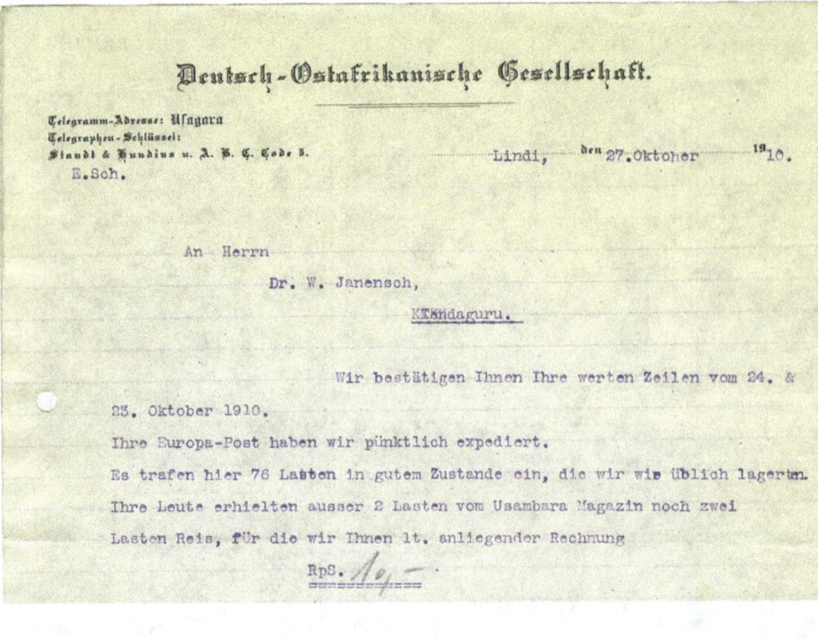

Deutsch-Ostafrikanische Gesellschaft.

Telegramm-Adresse: Usagara
Telegraphen-Schlüssel:
Staudt & Hundius u. A. B. C. Code 5.
E.Sch.

Lindi, den 27.Oktober 1910.

An Herrn
Dr. W. Janensch,
KTendaguru.

Wir bestätigen Ihnen Ihre werten Zeilen vom 24. & 23. Oktober 1910.
Ihre Europa-Post haben wir pünktlich expediert.
Es trafen hier 76 Lasten in gutem Zustande ein, die wir wie üblich lagertn.
Ihre Leute erhielten ausser 2 Lasten vom Usambara Magazin noch zwei Lasten Reis, für die wir Ihnen lt. anliegender Rechnung
RpS. 10,–

Katika uchukuzi wa vitu, wapagazi wenyewe walikuwa wakipelekwa mbio na mbinu za udhibiti wa kiofisi. Uhusiano na usafiri baina Tendaguru, Dar es Salaam, Lindi na Berlin ulikuwa hatua muhimu ya kujenga ripoti ambayo msafara wa wapagazi ni kifaa cha msururu wa takwimu ambazo ziliingizwa kwenye rekodi ambazo wapagazi wenyewe walizisafirisha. Uchukuzi wa vitu, na habari kwa kutumia watu ulikuwa sehemu moja katika mtandao mkubwa wa usafirishaji wa ugavi na mawasiliano, ambayo hupanga mikondo ya usafirishaji. Rekodi zilizosafirishwa zilikuwa vifaa vya kitafiti na vile vile vifaa vya utawala wa koloni. Rekodi hizo ziliwezesha vitu vilivyosafirishwa na wapagazi kusimamiwa na kudhibitiwa. Picha ya wapagazi wanaotembea ni alama ya mvutano huu baina ya kazi tofauti: wakati kubeba kunaonekana wazi katika picha, kule kuficha watendaji wenye madaraka wasionekane katika picha ndiko kulikohimiza ufanisi wa mipangilio ya usafirishaji wa vitu na watu.

WAFANYAKAZI WASIO NA MAJINA NA 'WASAIDIZI WENYE JUHUDI'

Takwimu, zinazoeleza kuhusu usafirishaji wa vitu na safari za watu zilizoko katika Makumbusho ya Berlin, hazikutumika kwa madhumuni ya usimamizi peke yake. Lengo lilikuwa kutangaza hadharani kuhusu mafanikio mazuri ya msafara kwa kutaja takwimu za uzito wa mizigo na idadi ya wapagazi.[57] Kwa hivyo katika hotuba na katika ripoti zilitajwa takwimu na siyo majina yao sahihi. Wazungu ndio waliotajwa kama watendaji wenye bidii walioleta mafanikio ya msafara. Katika ripoti ile ile ambayo Branca ametaja mizigo ya wapagazi, kuna orodha ya kurasa mbili zenye majina ya wafadhili wa msafara wa Tendaguru. Tangu mwanzo, katika Makumbusho, majina ya wafadhili yaliorodheshwa (picha 11).

Ilikuwa muhimu kuweka wazi orodha ya majina haya na kuyatangaza hadharani. Kwa hivyo katika ripoti yake, Branca aliwataja baadhi ya watu ambao walichangia shughuli ya msafara kwa majina yao, ili kuwashukuru.[58] Aliendelea kusema: "Katika orodha hii nitataja majina ya watu wote ambao ninawashukuru kwa dhati kwa msaada wao mkubwa katika maendeleo ya mradi huu."[59]

Jedwali yenye takwimu za wapagazi wasio na majina na idadi ya mizigo yao ilikuwa mkabala na orodha ya majina hayo yaliyotajwa. Tangu karne ya 17, katika muktadha wa kisayansi, ilikuwa kitendo cha kawaida kutangaza majina hadharani kwa mdomo ama kwa maandishi. Waliorodheshwa wafadhili na pia majina ya watu ambao waliwapatia wanasayansi na watafiti vitu muhimu kwa utafiti na sayansi.[60]

Kutangaza majina na shukrani hadharani – zamani na hata leo – ni kitendo muhimu katika kuendeleza sayansi; kwani sayansi ilihitaji kukuza rasilimali yake ya kifedha na pia ya kiishara. Kupitia orodha hizi za majina zilizochapishwa, watu waliohusika walijulikana na kuheshimika kwamba walihusika na uwapo wa kwenye makumbusho na kwa hivyo mchango wao ulijulikana katika kufanikisha msafara huu wa kisayansi.[61]

Katika hotuba yake aliyoitoa katika mkutano wa kufunga mradi wa uchimbaji mwaka 1912, Gustav Torniers, kwa wakati ule alikuwa mkuu wa kikundi cha Berlin cha marafiki wa utafiti wa mazingira, aliwataja wafadhili hao kama 'watu wenye majukumu' wa msafara. Wa kwanza kutajwa alikuwa mwanapalaentolojia kutoka Stuttgart, bwana Eberhard Fraas, ambaye mwaka 1907 alikuwa mwanasayansi wa

Picha 10: Mawasiliano baina ya Kampuni ya kiuchumi ya Ujerumani ya Afrika Mashariki na wakurugenzi wa msafara wa Tendaguru. Kampuni ya kiuchumi ya Ujerumani ya Afrika Mashariki (Deutsch-Ostafrikanische Gesellschaft) kwa Werner Janensch, 27.10.1910, katika: MfN, HBSB, Pal. Mus. S II, Tendaguru-Expedition 2.3., uk. 9.

57 Kwa mfano linganisha Branca 1914, uk. 7: Mwaka wa kwanza kwa mfano kulisafirishwa mizigo 500, idadi hii ilipandishwa kulinganisha na wafanyakazi walioongezeka, hata kwa jumla mizigo 4000 iliweza kuletwa nyumbani kama faida." Pia linganisha Porter 1995.

58 Katika ripoti ya Werner Janensch, iliyochapishwa katika toleo lile lile la *Archiv für Biontologie* (Nyaraka la Biontology), pia walitajwa gavana "Se. Exzellenz der Herr Gouverneur Freiherr von Rechenberg", mkurugenzi wa kampuni ya Ujerumani ya Afrika ya Mashariki wa zamani bwana Besser "Leiter der Niederlassung der Deutsch-Ostafrikanischen Gesellschaft Herrn Besser", afisa wa mkoa "Herr Bezirksamtmann Wendt" na naibu wake "Assessor Dr. Auracher" wa ofisi ya kikaisari ya mkoa wa Lindi na kutajwa tena "Herr Sattler". Linganisha Janensch 1914.

59 Branca 1914, kr. 5–6.

60 Linganisha Delbourgo 2012.

61 Uhusiano mkubwa zaidi baina ya mfadhili na vitu vya msafara ulijitokeza katika majina waliyopewa dinosaria wa Tendaguru, kwani dinosaria wengine walipewa majina ya watu; kwa mfano dinosaria anayeitwa *Brachiosaurus brancai*; yeye alipewa jina lake kutokana na bwana Wilhelm von Branca.

kwanza kutafiti visukuku hapo mahali vilipotoka, alimsifu kama 'Mwanamume wa vitendo'. Katika safu hii pia alimtaja mhandisi Bernhard Sattler. Kulingana na kauli yake, mhandisi huyu alikuwa "mvumbuzi wa kwanza", ambaye kwa bahati tu, ghafla, alipookota pande la fupa, alitambua asili yake mara moja.[62] Katika hotuba hiyo, mara nyingi Torniers alirudia kuwasifu watendaji na matendo yao. Mwanzoni tayari alishatamka: "Katika maandishi ya Goethe inayoitwa Faust kuna neno lisemalo: Bora ndilo Tendo. Matendo pia huleta hisia za mafanikio na za sherehe." Baada ya haya aliwataja wanapalaentolojia kwa majina yao na aliwasifu kama watu ambao, "walitenda kazi kwa kujituma wenyewe"[63] na alizisifu kazi zao ambazo mara nyingi katika hotuba yake, alizipa sifa mbalimbali kama "tendo kubwa la kisayansi"[64]. Katika kusema hivyo, pia aliwataja wafadhili binafsi – yaani wale waliohudhuria mkutano huo – pamoja na "matendo yao ya kifedha"[65]. Kwa jumla alisifu kwa kauli ya msisitizo akiuita ufadhili wao "Tendo kubwa la ukarimu wa kijerumani, ushirikiano muaminifu na ujasiriamali wa kisayansi".[66]

Kwa hiyo suala la namna ya kumtaja mtu hadharani, lilieleza mengi kuhusu ni yupi angepewa mamlaka, yaani nani angepewa ile hadhi ya mtendaji. Hata kama kazi ya suluba iliyo ngumu kama ubebaji mifupa ilionyeshwa katika ripoti za msafara na za magazeti kwa njia ya kuchapisha picha na maelezo, kuwa ilikuwa ni kitendo cha kuthaminiwa na cha ubia baina ya Waafrika na watafiti wa kizungu; 'kazi' ya Waafrika ilikabili neno la 'kitendo' kilichobaguliwa na kutengwa hususan katika kazi za Wazungu zilizopewa heshima – kama kwa ufadhili wao wa kifedha au kwa kazi ya uhifadhi wa kumbukumbu za mambo yaliyotokea katika muktadha wa sayansi

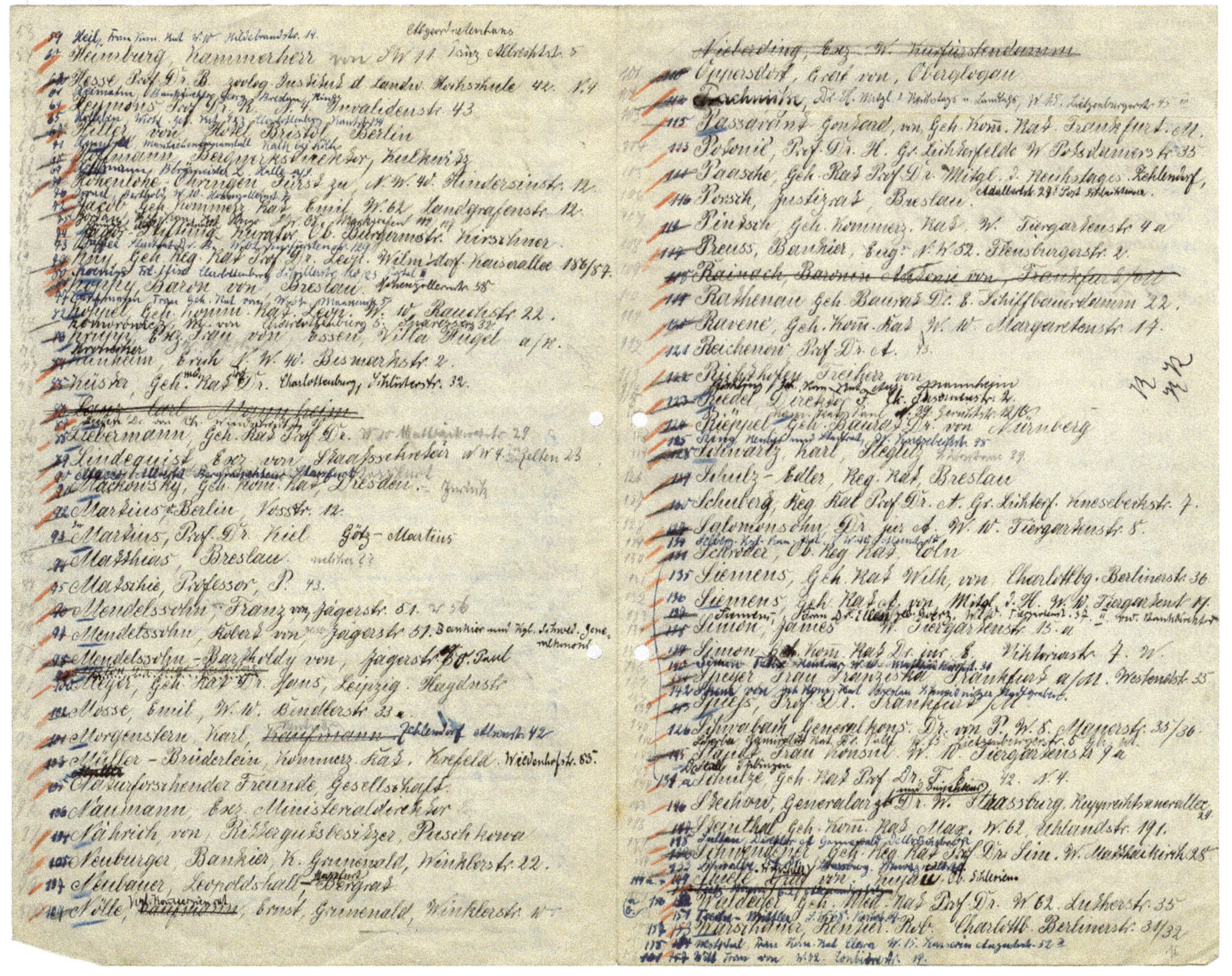

Picha 11: Orodha ya majina ya wanaoweza kuwa wafadhili wa msafara wa Tendaguru, katika: MfN, HSBS, Pal. Mus. S II, Tendaguru-Expedition 10.1, uk. 16.

62 Tornier 1912a, uk. 120.

63 Ibid. uk. 123.

64 Tornier 1912b, uk. 150

65 Tornier 1912a, uk. 123.

66 Ibid. uk. 120.

na kwa kazi za usimamizi. Kwa hivyo kule kutaja wanasayansi na wafadhili ambao walikuwa na uwezo wa kupeleka mbele mambo, yaani historia, kulienda sambamba na kuficha mchango wa vikundi vizima vya watendaji wasioonekana; kwa mfano hawa wapagazi. Kuweka bayana: masimulizi haya ya mafanikio ya msafara huu kulifaulu kwa sababu ya kuwaonyesha wapagazi katika picha; yaani kwa sababu ya maelezo na picha za kazi yao, na kwa kuorodhesha mizigo yao. Lakini hawakutunukiwa kwa utendaji wao. Wale waliotiwa katika picha walibaki viumbe tu wasio na majina na walioko kwenye vikundi. Hasa katika picha ambayo huwaonyesha wakiwa kwenye kazi zao, wapagazi hawa wamefanywa wasionekane kama watu wenye nafsi wala hadhi kama watendaji muhimu wa msafara huu wa kisayansi. Kwa hivyo, jambo muhimu linalojitokeza siyo tu yale ambayo hizi picha zinayaonyesha na maandishi yanavyosema, bali muhimu pia ni yale ambayo picha na maandishi vimeyaficha. ■

MAREJEO

Albertini, Rudolf von: Europäische Kolonialherrschaft 1880–1940. Beiträge zur Kolonial- und Überseegeschichte, Stuttgart 1987.

Anonymus: Aus unserer Kolonie. Die Tendaguru-Expedition, katika: Deutsch-Ostafrikanische Zeitung 11.8.1909, uk. 2.

Anonymus: Von der Tendaguru-Expedition, katika: Vossische Zeitung 19.6.1909.

Anonymus: Von der Tendaguru-Expedition, katika: Königlich-privilegierte Berlinische Zeitung 19.6.1909.

Anonymus: Die Ausgrabungen auf dem Tendaguru, katika: Tägliche Rundschau 30.3.1912.

Anonymus: Die Ausgrabungen von Tendaguru in Deutsch-Ostafrika, katika: Deutsche Kolonialzeitung 4.5.1912, kr. 293–295.

Anonymus: Die deutsche Tendaguru-Expedition, katika: Vossische Zeitung 28.2.1912.

Anonymus: Die Gesellschaft naturforschender Freunde, katika: Berliner Tageblatt 28.2.1912, uk. 2.

Anonymus: Die Tendaguru-Expedition, katika: Berliner Abendpost 30.3.1912.

Becker, Felicitas / Beez, Jigal (wahariri): Der Maji-Maji-Krieg in Deutsch-Ostafrika 1905–1907, Berlin 2005.

Beez, Jigal: Karawanen und Kurzspeere. Die vorkoloniale Zeit im heutigen Südtansania, katika: Felicitas Becker / Jigal Beez (wahariri): Der Maji-Maji-Krieg in Deutsch-Ostafrika 1905–1907, Berlin 2005, kr. 17–27.

Beinart, William / Hughes, Lotte: Enviroment and Empire, Oxford / New York 2007.

Bohrer, Frederick N.: Photography and Archaeology, London 2011.

Branca, Carl Wilhelm Franz von: Allgemeines über die Tendaguru-Expedition, katika: Archiv für Biontologie 3, 1 (1914), kr. 3–13.

Bursian, Alexander: Die Häuser- und Hüttensteuer in Deutsch-Ostafrika, Jena 1910.

Collins, Paul / MacNamara, Liam: Discovering Tutankhamun, Oxford 2014.

Delbourgo, James: Listing People, katika: Isis 103, 4 (2012), kr. 735–742.

Fraas, Eberhard: Die Dinosaurier in Deutsch-Ostafrika, katika: Umschau 12, 48 (1908), kr. 943–948.

Fraas, Eberhard: Die ostafrikanischen Dinosaurier, katika: Verhandlungen der Gesellschaft Deutscher Naturforscher und Ärzte 83, 1 (1911), kr. 27–41.

Guha, Sudeshna: Introduction. Archaeology, Photography, Histories, katika: Sudeshna Guha (mhariri): The Marshall Albums: Photography and Archaeology, Ahmedabad 2010, kr. 11–67.

Guha, Sudeshna: Visual Histories, Photography and Archaeological Knowledge, katika: Lalit Kala Contemporary 52 (2012), kr. 29–40.

Hartmann, Wolfram / Silvester, Jeremy / Hayes, Patricia (wahariri): The Colonising Camera: Photographs in the Making of Namibian History, Cape Town 2001.

Heintze, Beatrix: Afrikanische Pioniere. Trägerkarawanen im westlichen Zentralafrika (ca. 1850–1890), Frankfurt am Main 2002.

Hennig, Edwin: Am Tendaguru. Leben und Wirken einer deutschen Forschungs-Expedition zur Ausgrabung vorweltlicher Riesensaurier in Deutsch-Ostafrika, Stuttgart 1912.

Janensch, Werner: Verlauf und Ergebnisse der Expedition, katika: Sitzungsberichte der Gesellschaft Naturforschender Freunde zu Berlin 2 (1912), kr. 124–136.

Janensch, Werner: Bericht über den Verlauf der Tendaguru-Expedition, katika: Archiv für Biontologie 3, 1 (1914), kr. 17–58.

Janensch, Werner / Hennig, Edwin: Erster Bericht über die Tendagruru-Expedition, katika: Sitzungsberichte der Gesellschaft Naturforschender Freunde zu Berlin (1908), kr. 358–360.

Klamm, Stefanie: Olympia entsteht im Bild. Die Klassische Archäologie des 19. Jahrhunderts und ihre Abhängigkeit von medialen Praktiken, katika: Harald Müller, Florian Eßer (wahariri), Wissenskulturen. Bedingungen wissenschaftlicher Innovation, Kassel 2012, 87–116.

Klamm, Stefanie: Graben – Fotografien – und Zeichnen? Praktiken der Visualisierung auf deutschen Ausgrabungen um 1900, katika: Herta Wolf / Michael Kempf (wahariri): Zeigen und/oder beweisen? Die Fotografie als Kulturtechnik und Medium des Wissens, Berlin 2016, kr. 247–266.

Klamm, Stefanie: Bilder des Vergangenen. Visualisierung in der Archäologie im 19. Jahrhundert – Fotografie, Zeichnung und Abguss, Berlin 2017.

König, Bernhard von: Die Eingeborenen Besteuerung in Afrika, katika: Deutsche Kolonialzeitung 15 (1909), kr. 859–863.

Kretschmann, Carsten: Noch ein Nationaldenkmal? Die Deutsche Tendaguru-Expedition 1909–1913, katika: Stefanie Samida (mhariri): Inszenierte Wissenschaft. Zur Popularisierung von

Wissen im 19. Jahrhundert, Bielefeld 2011, kr. 191–209.
Passavant, Herman: Dinosaurier in Deutsch-Ostafrika, katika: Die Woche 18 (1911), kr. 753–758.
Pesek, Michael: Koloniale Herrschaft in Deutsch-Ostafrika. Expedition, Militär und Verwaltung seit 1880, Frankfurt am Main 2005.
Pinheiro, Nuno de Avelar Ethnography, katika: John Hannavy (mhariri): Encyclopedia 19th Century Photography, New York (et al.) 2008, kr. 499–503.
Pogge von Strandmann, Hartmut: Imperialismus vom Grünen Tisch. Deutsche Kolonialpolitik zwischen wirtschaftlicher Ausbeutung und "zivilisatorischen" Bemühungen, Berlin 2009.
Porter, Theodore M.: Trust in Numbers. The Pursuit of Objectivity in Science and Public Life, Princeton 1995.
Reck, Ina: Mit der Tendaguru Expedition im Süden von Deutsch-Ostafrika. Reisekizzen von Ina Reck, Berlin 1924.
Riggs, Christina: Photography and Antiquity in the Archive, or How Howard Carter Moved the Road to the Valley of the Kings, katika: History of Photography 40 (2016), kr. 267–282.
Riggs, Christina: Shouldering the Past: Photography, Archeology, and Collective Effort at the Tomb of Tutankhamun, katika: History of Science 55, 3 (2017), kr. 336–363.
Sampson, Gary D.: Expedition Photography, katika: John Hannavy (mhariri): Encyclopedia 19th Century Photography, New York 2008a, kr. 510–512.
Sampson, Gary D.: Geology, katika: John Hannavy (mhariri): Encyclopedia 19th Century Photography, New York 2008b, kr. 579–581.
Shanks, Michael: Photography and Archaeology, katika: Brian Leigh Molyneaux (mhariri): The Cultural Life of Images. Visual Representation in Archeology, London 1997, kr. 73–107.
Shapin, Steven: The Invisible Technician, katika: American Scientist 77, 6 (1989), kr. 554–563
Shepherd, Nick: 'When the Hand that Holds the Trowel is Black . . .'
Disciplinary Practices of Self-Representation and the Issue of 'Native' Labour in Archaeology, katika: Journal of Social Archaeology 3, 3 (2003), kr. 334–352.
Sösemann, Bernd: Olympia als publizistisches National-Denkmal. Ein Beitrag zur Praxis und Methode der Wissenschaftspopularisierung im Deutschen Kaiserreich, katika: Helmut Kyrieleis (mhariri): Olympia 1875–2000. 125 Jahre Deutsche Ausgrabungen. Internationales Symposion, Berlin 9.–11. November 2000, Mainz 2002, kr. 49–84.
Starl, Timm: Bildbestimmung. Identifizierung und Datierung von Fotografien 1839 bis 1945, Marburg 2009.
Thompson, T. Jack: Light on Darkness? Missionary Photography of Africa in the Nineteenth and Early Twentieth Centuries, Grand Rapids 2012.
Tornier, Gustav: Bericht des Vorsitzenden, katika: Sitzungsberichte der Gesellschaft Naturforschender Freunde zu Berlin 2 (1912a), kr. 115–123.
Wimmelbücker, Ludger: Verbrannte Erde. Zu den Bevölkerungsverlusten als Folge des Maji-Maji-Krieges, katika: Felicitas Becker / Jigal Beez (wahariri): Der Maji-Maji-Krieg in Deutsch Ostafrika 1905–1907, Berlin 2005, kr. 87–99.

Ladungs-No. 461 Post 7909

14354

Schiff No. 15

Schiffer BUSCH

D 9170

Lade

Berliner Lloyd

BERLIN NW., Kronprinzenufer

Name des Versicherers:

Versicherungssumme: Keine einschl. 10 % erwarteten Gewinn und Fracht.

Nachn

Formulare mit anderem Text werden nicht angenommen.

Wir bekennen auf Grund unserer zur Zeit der Unterzeichnung dieses Ladeschein

von Herrn Warnholtz & Gossler, Hamb

zur Beförderung nach Berlin

Zeichen	Nummer	Anzahl	Art der Verpackung	Inhalt
T. E Hamburg	26/80	55	Kisten	fossile Knochenreste
U. G. L.	13/11	Schr		Unmittelbare Frei

und verpflichten uns, dieses Gut gegen Zahlung der nebenstehenden nach den Verfrachtungs-Bedingungen zu berechnenden Nebengebühren

~~Herr~~ das Königl. Geologische Palaeontolog. der Universität, Berlin N. Inv

Zur Anerkennung des richtigen Empfanges der Ware wurden vie uns unterfertigt.

Hamburg, am 26. Okt 1913

Spillner

Picha: Hati ya shehena za visukuku, 1913, katika: MfN, HBSB, Pal. Mus. S II, Tendaguru-Expedition 2.2, uk. 156.

chein

ien-Gesellschaft

HAMBURG 8, Dovenfleth 40.

Stempel der Empfangs-Station:

A I 461 - 2

n Buchstaben: M. ~~Einhundertsiebenundfünfzig Mk. 60 Pf~~

en Verfracht.-Beding., welche auch für Absender und Empfänger verbindlich sind,

übernommen zu haben:

Berechnung von Havareikosten vorbehalten.

Wirkliches utto-Gewicht Kilogramm	Land der Herkunft und Erklärung wegen der etwaigen zoll- und steuer-amtlichen Behandlung
0457	Deutsch-Ost-Afrika

Rechnung

Frankatur-Vermerk:

	für 100 Kilogr.	M	Pf
Fracht	50	52.	30
Assekuranz-Prämie			
Abnahme	Minimal	18.	11
Nachnahme		157.	60
		1.	–
Nachnahmeprovision		1.	05
Statistische Gebühr		5	25
Zollspesen		~~1.~~	~~05~~
Zoll ~~deklaration~~		5.	25
Ueberladegebühr			
Vorfracht		2	10
Ufergeld		~~6~~	~~30~~
Krangeld			10
Porto und Avis			
Ausladegebühr			
Schleusengeld bei der Abnahme			
		~~246~~	~~70~~

ahme und Fracht sowie der Verläge auszuliefern an Institut & Museum ...denstr. 45

einfach gültige Ladescheine von

Unterschrift der Expedition:

Berliner Lloyd Aktien-Gesellschaft

Dazu sucht das unterzeichnete Komitee die Mithilfe einiger weniger deutscher, für die Förderung kultureller Aufgaben begeisterter Männer zu gewinnen.

Wir wenden uns deshalb auch an Sie, hochgeehrter Herr, da uns Ihr lebhaftes Interesse für alle wissenschaftlichen und vaterländischen Fragen bekannt ist, und bitten Sie ganz ergebenst, die geplante Expedition mit einer entsprechenden Summe freundlichst unterstützen und die Bereitwilligkeit dazu auf dem beiliegendem Formular aussprechen zu wollen.

Ehrenvorsitzender:

Seine Hoheit Herzog Johann Albrecht zu Mecklenburg,
Regent des Herzogtums Braunschweig,
Präsident der deutschen Kolonialgesellschaft.

Geschäftsführender Vorsitzender:
Geh. Rat Professor Dr. **Branca,** Mitgl. d. Pr. Akad. d. Wiss.

Schriftführer:
Dr. **Janensch,** Kustos.

Professor Dr. **Brauer,** Direktor des zoologischen Museums zu Berlin. Geh. Kommerz.-Rat **von Caro.** Se. Exz. Wirkl. Geh. Rat **Dernburg,** Staatssekretär. Geh. Rat **Friedel,** Stadtrat. **von Gwinner,** Direktor der deutschen Bank. Geh. Rat Professor Dr. **von Hansemann.** Kammerherr **von Heimburg,** Landrat, Mitgl. d. Pr. Abgeordn.-Hauses. Geh. Rat Professor Dr. **Kahl,** Rektor der Universität Berlin. **Rob. von Mendelssohn,** Generalkonsul. Geh. Rat Professor Dr. **Hans Meyer.** Wirkl. Geh. Ober-Reg.-Rat Dr. **Naumann,** Ministerialdirektor. Geh. Rat Professor Dr. **Paasche,** Vizepräsident des Reichstags. Geh. Kommerz.-Rat **von Passavant-Gontard.** Geh. Rat Professor Dr. **F. E. Schulze,** Mitgl. d. Pr. Akad. d. Wiss. Geh. Rat Professor Dr. **Waldeyer,** ständiger Sekretar d. Pr. Akad. d. Wiss.

Gesellschaft naturforsch. Freunde
Herrn Geh. Medicinalrat Dönitz, Vorsitzender der
Prof. Potonié
– An das Kuratorium d. Jagor-Stiftung
– Bamberg, Fabrikant

KUHUSU MICHANGO NA UFADHILI

UFADHILI WA "MSAFARA WA TENDAGURU"

Holger Stoecker

"Ningefurahi sana kama, nyenzo na mbinu za uchimbuaji wa kisasa zingeweza kupatikana mapema".[1] Kwa kutumia maneno haya, mwanapaleontolojia kutoka mji wa Stuttgart, Eberhard Fraas, aliitahadharisha Wizara ya Nchi, ya Koloni la Ujerumani iliyoko mjini Berlin, juu ya majukumu yajayo, baada ya kutembelea, kwa muda mfupi, sehemu masalia ya dinosaria yalipopatikana, katika eneo la Tendaguru, mwezi Septemba 1907. Alitembelea mahali hapo kwa ajili ya uchunguzi mfupi wa awali, na kutabiri upatikanaji mkubwa sana wa masalia hayo yatakapochimbuliwa. Hata hivyo, ulipita muda hadi kipindi cha majira ya joto cha mwaka uliofuata, ndipo hatimaye, ofisi kuu ya usimamizi wa makoloni, mjini Berlin, nayo iliposhawishika kuwa "uchimbuaji wa utaratibu maalum (systematic) ni namna pekee" ambayo "itawawezesha kufichua hizo mali zenye thamani kuu za kisayansi, kwa watu waliovutiwa nazo".[2] Kutokana na kushawishika huku, Gavana wa Koloni la Ujerumani la Afrika Mashariki, Albrecht Freiherr von Rechenberg, aliweka msukumo katika Makao Makuu ya Usimamizi wa Koloni, mjini Berlin, mnamo mwezi Oktoba 1908, ambapo ilikuwa tayari ni mwaka mmoja tangu Fraas kutembelea Tendaguru, ili wahusika wa usimamizi huo wajadiliane na "vyuo vya kisayansi vya Ujerumani vilivyovutiwa na suala hilo. Lengo la majadiliano haya ni hatimaye kuwezesha safari ya utafiti kufanyika kwa ajili ya uchimbuaji na uhifadhi wa masalia ya kale".[3]

Kutokana na mazingira haya, swali la ufadhili wa msafara wa kitafiti ndipo lilipojitokeza. Uamuzi wa ofisi ya kutekeleza suala hili, tayari katikati ya mwaka 1908, ulikuwa umefanywa kulingana na mapendekezo ya Jumba la Makumbusho la mjini Berlin. Hata hivyo, kati ya vyuo vya kisayansi vyote, ni viwili tu, vilionyesha kuvutiwa na mradi huu wa uchimbuaji katika eneo la Tendaguru, na kujiandikisha katika Wizara ya Makoloni ya Ujerumani, ikimaanisha pia kujiandikisha katika Wizara ya Utamaduni ya Prussia: katika mwezi April 1907. Walijiandikisha katika Ofisi kuu ya Mkoa ya Jiolojia ya Kifalme ya Prussia[4] na Jumba la Makumbusho la Chuo Kikuu cha Friedrich-Wilhelm.[5] Ofisi zote mbili zipo jirani katika barabara ya Invalidenstraße, Berlin.

Kitu cha kwanza muhimu, kilikuwa kujitahidi kupata ufadhili kwa kazi ya uchimbuaji, kutoka kwenye nyenzo za kifedha za taifa, kwani hata hivyo, umiliki wa masalia hayo ya wanyama wa kale, ulihamia rasmi katika Mamlaka ya Koloni la Ujerumani la Afrika Mashariki. Hii ilitokana na tamko la serikali kwamba, eneo yalipopatikana masalia, limekuwa Ardhi ya Hifadhi ya Serikali na kutokana na hilo, tangu mwezi machi 1908, umiliki huo ulihamia katika Hazina ya Serikali ya Kijerumani. Kwa upande mwingine, Jumba la Makumbusho la Kifalme, ambalo ni asasi ya kiserikali, na ndiyo iliyoandaa hiyo safari ya uchunguzi, kwa hiyo ndiyo pia iliyotakiwa kuwa

Picha 1 upande wa kushoto: Wajumbe wa "Tume ya Tendaguru". Nakala kutoka kwenye tangazo la michango 1908 (na nyongeza) ambayo ilitumika kama mfano kwa ajili ya ombi la pili la michango 1911, katika: MfN, HBSB, Pal. Mus. S II, Tendaguru-Expedition 10.1, uk. 10.

1 Fraas kwa Wizara ya Makoloni ya Ujerumani, 31.10.1907, katika: BArch Berlin, R 1001–6112, kr. 119–120; linganisha pia: Eberhard Fraas kwa Hermann Meyer (mkuu wa Tume ya Ardhi), 26.9.1907, katika: BArch Berlin, R 1001–6112, uk. 114; Fraas: Auf Saurierjagd in Ostafrika, katika: Schwäbische Kronik, 26.10.1907.

2 Golinelli (Wizara ya Ukoloni ya nchi) kwa Wizara ya Utamaduni ya Prussia, 28.6.1908, katika: GStA PK, 1, I. HA Rep. 76, Va, Sekt. 2, Tit. X, Nr. 21 adh A 1, uk. 1.

3 Rechenberg kwa Wizara ya Ukoloni ya nchi, 3.101908, katika: BArch Berlin, R 1001–6112, uk. 152.

4 Franz Beyschlag (Mkuu wa ofisi kuu ya Jiolojia ya mkoa) kwa Wizara ya Makoloni ya Ujerumani, 20.4.1907, katika: BArch Berlin, R 1001–6112, uk. 97; Beyschlag kwa Wizara ya Ukoloni ya Nchi, 6.1.1908, ibid., uk. 136.

5 Branca kwa Wizara ya Utamaduni ya Prussia, 107.1908, katika: GStA, PK, I. HA Rep. 76 Va, Sekt. 2, Tit. X, Nr. 21adh A 1, uk. 5.

mmiliki wa baadaye na ndiyo itakayonufaika na matokeo ya uchimbuaji huo. Hata hivyo mamlaka za serikali za huko Prussia zilizofuatwa zilikataa ufadhili wa Uchimbaji mapema kama zilivyofanya mamlaka zingine za nchi.

Shabaha ya kwanza ya mahali, ambapo mkuu wa Jumba la Makumbusho, Wilhelm von Branca alikuwa amelenga kuomba ruzuku ya (hela za Kijerumani) Mark 50,000, kwa ajili ya uchimbuaji uliokisiwa kuchukua muda wa miezi tisa, ilikuwa ni katika "Tume ya Upimaji wa Ardhi katika maeneo ya hifadhi" (Kommission für die landeskundliche Erforschung der Schutzgebiete). Tume hii ilikuwa katika Wizara ya Makoloni ya Ujerumani[6]. Tume hii, iliyokuwa inaongozwa na mwanajiografia wa makoloni, Hans Meyer kutoka mji wa Leipzig, ilikuwa na uwezo wa kupata "mchango wa hela ya Afrika" iliyokuwa nyingi na ambayo ilitazamiwa kuchangiwa na nyenzo za serikali, ambazo tayari, zilishafadhili safari kadhaa za uchunguzi katika makoloni ya Ujerumani, moja wapo ikiwa safari ya mchunguzi wa makabila ya Karl Weule kutoka mji wa Leipzig, aliyofanya mwaka 1906/07, kusini mwa Koloni la Ujerumani la Afrika Mashariki. Pia nyenzo hizi zilifadhili safari ya mwanajiografia Fritz Jaeger kutoka mji wa Heidelberg, mwaka huo huo, alipofanya uchunguzi katika eneo la kaskazini ya koloni hilo.[7] Hata hivyo, awali, katika jaribio la kushawishi Wizara ya Makoloni ya Ujerumani, kufadhili uchimbuaji huo, mwenyekiti wa Tume, Meyer, tayari alishashindwa.[8] Ikiwa kama sababu ya kukataa Wizara ya Makoloni iliegemea kwenye tamko la Ardhi ya Makoloni kuwa, "Eneo masalia yalipopatikana, lililindwa kisheria na utawala, dhidi ya uvamizi wa watu wasiofaa", kwa kutumia tamko lililobadilisha eneo hilo kuwa hifadhi ya ardhi ya Serikali ya Mfalme wa Ujerumani, na kwa hiyo, tayari walishawezesha ulinzi wa masalia hayo kwa kiasi cha kuridhisha.[9] Uongozi wa Koloni "hauwezi kusaidia kifedha kwa utafiti wa utaratibu maalum (systematic) kwa wakati huu, kutokana na hali ya sasa ya kifedha ya nchi."[10] Hata wizara ya fedha ya Prussia, mwaka 1908, ilikuwa haina uwezo "kutokana nahali ndogo sana ya akiba ya sasa". "Fedha ambayo ilionekana inahitajika, iliyokisiwa kuwa Mark 50,000, ilikuwa kubwa mno kutoka kwenye akiba ya juu iliyobaki katika hazina kuu ya Serikali". Hii ilimaanisha kuiandaa kutoka kwenye bajeti binafsi ya Kaisari Wilhelm II na Mfalme wa Prussia.[11] Kurejeshwa kwa mradi kutokana na hali ya kifedha ilikuwa kawaida zamani na wakati wowote mwingine. Sababu nyingine za kukataliwa huku, ambazo zilijirudia kila wakati zilifichwa na mara nyingi hazikuweza kufuatiliwa tena.

Kama nyenzo za kifedha za kiserikali zilikosekana kwa ajili ya Msafara wa Tendaguru, kulikuwa na uwezekano upi mwingine tofauti, kutoka kwenye Koloni ambao ungeweza kutumika katika kutekeleza kazi hii? Kwenye koloni la Ujerumani ya Afrika, njia zipi, na kulikuwa na uwezekano upi, wa wazi, katika utawala wa kifalme wa Ujerumani miaka ya 1900, ambao ungeweza kuinyanyua kifedha safari ile ya uchimbuaji, ambayo ilionekana kuwa na makisio makubwa ya gharama? Safari za kitafiti kama zile, kimsingi, ni miradi ya kiuchumi ambayo mara nyingi ilikuwa na bajeti kubwa sana. Hata hivyo, safari kama hizi, mara chache sana ziliweza kuleta faida za kiuchumi. Hii ndiyo sababu mara nyingi, wasafiri wa safari za uchunguzi walikuwa wakitegemea ruzuku kutoka kwa watu binafsi au kutoka kwenye umma kwa ujumla.[12]

Katika miaka ya 1900, kulikuwa na aina tofauti za ufadhili wa misafara ya kitafiti.[13] Aina mojawapo ilikuwa ni *ufadhili binafsi*. Mahitaji ya ufadhili wa aina hii, yalikuwa kwamba, yule anayesafiri kwa ajili ya uchunguzi, awe anamiliki nyenzo binafsi za kutosha, jambo ambalo lilikuwa likihusisha zaidi ndugu wa viongozi wa ufalme na wanafamilia kutoka kwenye familia kubwa katika utawala. Mfano mashuhuri wa jambo hili ni Herzog Adolf Friedrich zu Mecklenburg, ambaye katika miaka ya 1890 na 1920, alifanya safari kadhaa za uchunguzi, zilizomfikisha hadi Afrika ya Mashariki pamoja na Bara la Asia. Hata hivyo, mara nyingi ilikuwa desturi kuwa, wasafiri wa uchunguzi wasiokuwa na mali nyingi, walijifadhili kwa njia ya kufanya makubaliano ya awali na matajiri wanaowafadhili. Wanakubaliana kwamba wao watakusanya vitu katika msafara watakaofanya, na mauzo ya baadaye ya vitu vilivyokusanywa yatarejesha gharama za ufadhili wa safari. Njia nyingne ilikuwa kwa kupitia matumizi ya vyombo vya habari, ambavyo vilirekodi kipindi chote cha safari, ili kulipia gharama za safari.

6 Branca kwa Tume ya Upimaji wa Ardhi ya maeneo ya hifadhi, 9.7.1908, katika: GStA PK, I. HA Rep. 76, Va, Sekt. 2, Tit. X, Nr. 21adh A I, kr. 8–9; Branca kwa Wizara ya Utamaduni ya Prussia, 10.7.1908, idib., uk. 3.

7 Gräbel 2015, kr. 64–69.

8 Meyer kwa Branca, 5.7.1908, katika: MfN, HBSB, Pal. Mus. S II, Tendaguru-Expedition 7.3, kr. 10–11.

9 Golinelli (Wizara ya Makoloni ya Ujerumani) kwa Wizara ya Utamaduni ya Prussia, 28.6.1908, katika: GStA PK, I. HA Rep. 76, Va, Sekt. 2, Tit. X, Nr. 2ladh A I, uk. 1.

10 Golinelli kwa Wizara ya Utamaduni ya Prussia, 30.10.1908, katika: GStA PK, I. HA Rep. 76, Va, Sekt. 2, Tit. X, Nr. 21adh A I, uk. 15.

11 Wizara ya Fedha ya Prussia kwa Wizara ya Utamaduni ya Prussia, 20.8.1908, katika: GStA PK, I. HA Rep. 76, Va, Sekt. 2, Tit. X, Nr. 21adh A I, uk. 14.

12 Juu ya ufadhili wa utafiti katika Ufalme wa Ujerumani linganisha kwa mfano Feldman 1990; Penny/Bunzl 2003; Gräbel 2015. Utafiti wa kupangilia vipengele vya kiuchumi vya safari za uchunguzi walau haipatikani katika eneo linalozungumza lugha ya Kijerumani. Utafiti mmoja mmoja katika mfano wa kimataifa unatolewa kwa mfano na Bell u. a. 2013; Fitzpatrick / Monteath 2018.

13 Essner 1985; Fabian 2001, kr. 43–78.

Kulikuwapo pia uwezekano wa ufadhili wa tafiti za kisayansi kupitia *taasisi za kiserikali.* Hata hivyo, mpaka mwisho wa himaya ya kifalme, kulikuwa hakuna taasisi kuu za ufadhili wala hapakuwa na taratibu za maombi zilizokuwa rasmi. Kutokana na mazingira haya ya kukosekana ufadhili rasmi, wakati mwingi wahusika wa safari za uchunguzi walitakiwa, binafsi, kuwashawishi viongozi wa serikali kuhusu mipango yao. Mara chache mkuu wa nchi alitunuku ufadhili kwa mtu mmoja kutoka kwenye mfuko wa akiba, ikimaanisha nje ya bajeti ya kawaida. Msaada binafsi – ni aina ya bajeti ambayo, kimsingi, ilikuwa ni jambo la kizamani sana, ambalo lilikuwa halina uhakika wa kutegemewa. Ndipo, wakati huu wa shida ya sayansi ya Ujerumani, kuanzia mwaka 1920, katika Jamhuri ya Weimar, kiliundwa chama cha kutoa misaada kwa kuishirikisha jamii. Baadaye chama hiki ndicho kilikuja kuwa Umoja wa Utafiti wa Ujerumani (Deutsche Forschungsgemeinschaft). Umoja huu ni chombo cha ufadhili chenye utaratibu wa maombi unaokubalika kiujumla, na ambao pia ulikuwa unafadhili safari za kisayansi za utafiti.[14]

Vyanzo vingine vya ufadhili vilitokana na posho kutoka kwenye *tume za kisayansi na vyama vya kisayansi*, pamoja na *vyama vya misaada*, ambavyo hata hivyo, mara nyingi vilitoa posho kwa miradi ambayo iliendana na muundo na masharti yao. *Makampuni ya kiuchumi* yalitoa ruzuku mara nyingi tu, hasa kama safari za utafiti zilikuwa na matumaini ya kurudisha faida ya haraka, kwa mfano kama uchunguzi huo utasababisha upatikanaji wa mali ghafi au kama msafara utavitangaza vifaa vya safari vilivyotumika.

Kutokana na kuwapo aina tofauti za ufadhili, mara nyingi ulitokea mchanganyiko wa wafadhili kutoka kwenye vyanzo tofauti. Hili halikuwa jambo la kushangaza, kwani mpaka kati ya ufadhili wa kiserikali na ufadhili binafsi wa kukuza sayansi ulikuwa hafifu (permeable) katika karne yote ya 19.[15] Uhamasishaji kupata ufadhili binafsi mara nyingi ulikuwa ni muhimu sana. Kwa hiyo, *ukusanyaji wa misaada ya mikopo* kwa ajili ya kufadhili safari za utafiti, lilikuwa jambo la kawaida hadi mwisho wa Ufalme wa Kijerumani. Ukusanyaji wa michango kwa ajili ya safari za kitafiti uliongezeka hadi mwanzo wa karne ya 20. Ukaendelea mpaka miaka ya 1920, ambapo idadi ya kampeni hatimaye iliongezeka sana. Ahadi ambazo zilitolewa kuwavutia wachangaji, hazikuwa na mipaka hata kidogo.

Kutokana na hali hii, miito ya michango mara nyingi ilikutana na mwangwi. Katika Gazeti la kila siku la Berlin, ulitokea mgogoro mkubwa katika mwaka 1913/14, kuhusu uzito, ukweli na usadikifu wa safari za nje za utafiti ukilinganishwa na kiwango cha kampeni za michango iliyoizunguka jamii. Msomi mmoja wa Berlin asiyetaja jina lake, alilalamika katika *Berliner Lokal-Anzeiger* juu ya matumizi makubwa mno ya miradi hiyo ya kitafiti, ambayo faida yake ya kisayansi ilikuwa haiaminiki sana. Kwa mfano, alitaja mpango wa safari ya uchunguzi ya afisa na msafiri wa safari za kijasura (adventure expeditions) katika Afrika, Paul Graetz, aliyetaka kuichunguza nchi ya New Guinea kwa kutumia meli ya Zeppelin.[16] Meli hii ilikuwa puto kubwa lirushwalo angani likiwa limefungiwa sehemu ya kubebea abiria na mizigo. Mfano wake wa pili ulikuwa ni safari ya pili ya Utafiti ya Ujerumani ya Ncha ya Kusini ya Dunia, chini ya Uongozi wa Wilhelm Filchner, katika mwaka 1911/12, iliyoishia katika maafa[17]. Na mfano mwengine ulikuwa ni mpango wa "kijana na mtafiti maalum kwa ajili ya Afrika ya Kati, Bwana Leo Frobenius". Huyu wa mwisho alisisimua watu "kupitia taarifa zake katika magazeti kuwa aliamini kuwa amegundua nchi ya kale ya Atlantis katika nchi ya Nigeria, ambayo ilileta mawazo yaliyogawanyika kwa jamii". Taarifa ilisema, "Sasa hivi Frobenius anajiandaa kwa safari kubwa ya utafiti, ili kufanya uchimbaji katika makoloni yetu Barani Afrika, na anatumaini kuwa ataweza kupata Mark Millioni moja kwa ajili hiyo safari, kupitia ridhaa ya bahati nasibu na michango mingine."[18]

Mkuu wa Jeshi la Majini Karl Behm, na mkuu wa Kituo cha Usalama cha Bahari katika mji wa Hamburg, naye baada ya muda mfupi alipiga mbiu ileile:

14 Flachowsky 2008, kr. 46–75.

15 Pfetsch 1990, kr. 136–137.

16 Luteni a.D. Paul Graetz alijipatia umaarufu wa aina fulani baada ya kusafiri Afrika ya kusini yote kwa kutumia gari mwaka 1907–1909. Uchunguzi wa ndegeputo kupita juu ya nchi ya Guinea Mpya haukufanikiwa. Linganisha Buchholz, bila mwaka.

17 Safari ya pili ya Kijerumani ya Uchunguzi wa Antaktika ilisimama chini ya "ulinzi wa heshima" wa kiongozi mkuu wa Bavaria Luitpold. Ilifadhiliwa kupitia bahati nasibu iliyoidhinishwa na Dola ya Bavaria pamoja na michango binafsi, ambayo iliingia kutokana na wito wa michango ya tume kwa ajili ya safari ya utafiti ya Antaktika, ambayo ilijumuisha wanasayansi, wanasiasa, wanajeshi na waandishi wa habari waliofahamika 209. Linganisha Krause 2011, uk. 105.

18 Bila jina: Maarifa au wavumbuzi?, katika: Berliner Lokal-Anzeiger 8.9.1913.

"Katika maandalizi ya safari za uchunguzi, ambazo zilijipachika majina kama 'ya Kijerumani' na 'ya kisayansi' [...] au yanatanguliza mbele malengo ya kisayansi, kawaida wafanyabiashara wakubwa hujihakikishia kwanza ripoti ya uchunguzi wa kitaalam wa msomi anayekubalika kisayansi na mwenye jina linalofahamika. Kutokana na jina la huyo mtaalamu ndipo mipango ya upatikanaji wa marejeo ya kiserikali na majina mengine ya wataalamu yaliyoridhiwa na mwishoni mfuko wa pesa hujengwa."

Na pia aligundua kuwa, "kosa linalofanyika mwanzoni kabisa, lilikuwa katika mfumo, ikimaanisha kwamba haukuwapo mfumo kabisa"[19]. Katika hali ya kukubaliana, Jarida la chama cha Wanajiografia (*Zeitschrift der Gesellschaft für Erdkunde*) liliandika, "katika miaka iliyopita, kiasi kikubwa sana cha miradi mikubwa ya safari za uchunguzi za kitaifa zilijitokeza, ambazo ni mara chache tu, ziliongozwa na mahitaji ya kisayansi, lakini zaidi ziliongozwa na matakwa ya waandaaji".[20] Safari za uchunguzi ambazo kampeni zake za ufadhili zimejazwa balagha ya uzalendo, isiyofuatilia malengo ya kisayansi bali malengo ya kiuchumi au zilipangwa kama safari zenye changamoto, kwa sasa zimezidi: "ukusanyaji wa nyara adimu za asili, au bidhaa za makabila ambayo hayajaendelea, upigaji picha, na majaribio ya vifaa tofauti vya usafirishaji katika maeneo yaliyo magumu sana kupita, siku hizi imekuwa ni ajira."[21]

Wakati Behm akipigania uanzilishaji wa "tume ya kudumu" kama chombo cha kuratibu na kuthibitisha ukweli na uzito wa malengo ya safari za utafiti,[22] aliungwa mkono na watu wengi kwa jambo hilo. Wengine, kama mwanajiografia Otto Baschin, ambaye binafsi alishafanya safari ya uchunguzi kuelekea Bara la Aktiki, waliweka msimamo[23] wao katika ukosoaji wa kiwango cha kueleweka kwa umma na kilicho katika kuvipa uhuru wa uamuzi, vyuo na idara za makumbusho,[24] kwani "kufanya uendeshaji wa safari za uchunguzi wote kuwa sawasawa ni kitu cha hasara na chenye kupotosha."[25]

Mdahalo wa umma uliofanyika katika miaka ya 1913/1914 katika uongozi wa Wilhelm, uliweka wazi hili suala la hali ya safari za uchunguzi nchini Ujerumani, na ulipamba moto. Tukirejea kwenye "safari ya Kijerumani ya Tendaguru" iliyoanzishwa miaka michache kabla ya mdahalo huo ni kwamba, ule utaratibu wa kupata nyenzo za kifedha uliokosolewa hadharani na Behm, ulitumika pia katika misingi yake, kwenye kutathmini upatikanaji wa fedha kwa ajili ya safari hiyo. Ili kukwepa wapinzani katika michango, hapa walipendelea zaidi kufanya kampeni yenye malengo. Hawakulenga umma kwa ujumla katika kampeni yao, bali kikundi cha "wazee bora wanaofaa".[26]

TUME YA TENDAGURU

Kufikia majira ya mpukutiko, mwaka 1908, ndipo mkuu wa Jumba la Makumbusho, Wilhelm von Branca alipotambua kuwa hakuna tegemeo lolote la msaada wa kifedha kutoka upande wa serikali. Yeye pamoja na mpambanaji mwenzake kutoka Chama cha Marafiki wa Utafiti wa Asili (Gesellschaft Naturforschender Freunde) katika mji wa Berlin, mwanapaleontolojia David Paul von Hansemann,[27] walianzisha "Tume ya Upatikanaji wa Fedha kwa ajili ya safari ya Uchunguzi kuelekea mlima wa Tendaguru katika Koloni la Ujerumani la Afrika Mashariki".

Wote wawili walifanikiwa ndani ya wiki chache, katika Novemba/Desemba ya mwaka 1908, kuwashawishi wawakilishi mashuhuri kutoka nyanja za ukoloni, siasa, uchumi, sayansi na viongozi waungwana, katika kuunga mkono "Tume ya Tendaguru". Dhumuni la kuwapata watu hawa lilikuwa ni kuanzisha kampeni ya michango, kwa kutumia misaada ya hao watu kufanikisha safari ya uchunguzi ya Tendaguru iliyopangwa. Muundo wa Tume hiyo, unaonesha kwa jinsi gani, Jumba la Makumbusho, lilisajili msaada kutoka kwenye mitandao ya kisiasa, kiuchumi na kisayansi kwa ajili ya mpango wake wa safari hiyo na kwa kikundi na tabaka lipi suala hili lilielekezwa katika nchi ya Ujerumani wakati wa Uongozi wa Wilhelm.

19 Behm: Ugomvi juu ya misafara ya kitafiti ya Kijerumani, katika: Der Tag (nyongeza kwa Berliner Lokal-Anzeiger) 21.9.1913.

20 Bila jina: kwenda kwa shirika la safari za ncha ya dunia na safari za utafiti, katika: Zeitschrift der Gesellschaft für Erdkunde, 3 (1914), uk. 223.

21 Baschin: Tathmini ya safari za utafiti, katika: Berliner Tageblatt 26.4.1914.

22 Behm: Ugomvi kuhusu safari za uchunguzi, katika: Der Tag (nyongeza kwa Berliner Lokal-Anzeiger) 21.9.1913.

23 Kama kwa hakimu wa wilaya Wilhelm Schwarze, mwanachama wa Bunge na bunge la wawakilishi wa Prussia, na kutoka kwa Prof. Otto Tetens, mchunguzi katika jengo la kifalme la kutazama anga Lindenberg/Beskow, linganisha Schwarze: Tathmini ya safari za utafiti za Ujerumani, katika: Der Tag (nyongeza katika Berliner Lokal-Anzeiger) 2.10.1913; Tetens: Ushauri wa Mkuu wa Jeshi la Wanamaji Behm, katika: ibid.

24 Baschin: Tathmini ya safari za utafiti, katika: Berliner Tageblatt (toleo la jioni) 26.4.1914..

25 Singer: Safari thabiti na zisizo thabiti za utafiti, katika: Berliner Tageblatt 26.3.1914.

26 Hansemann kwa Herzog zu Mecklenburg, 4.12.1908, katika: Berliner Tageblatt 26.4.1914, katika: BArch Berlin, R 8023, kr. 202–203.

27 Branca na Hansemann walikuwa wameunganishwa na maslahi ya kawaida ya kitaalamu na urafiki wa familia. Linganisha Mogge 2018, uk. 203.

Kweli, Hansemann aliweza kumshawishi kiongozi, Herzog Johann Albrecht zu Mecklenburg, ambaye ni kaka mkubwa wa Herzog Adolf Friedrich zu Mecklenburg, kuwa rais wa heshima wa tume hiyo.[28] Kama bango la matangazo lilivyoonekana katika nchi nzima kuitangaza Tume hiyo, kiongozi Herzog Johann Albrecht, aliongoza pia kama Rais kwa Deutschen Kolonialgesellschaft (kuanzia 1885 mpaka 1920). Katika ripoti ya vyombo vya habari ilisemekana kwamba "aliweza kuchukua nafasi ya Mkuu wa heshima wa sababu ya urais wake wa miaka mingi katika Klabu ya Ukoloni".[29] Akiwa mtawala wa Eneo la Braunschweig, na pia Afisa mwenye wadhifa wa juu, na mwakilishi wa vyama vingi vya ukoloni na taasisi; kiongozi Johann Albrecht alikuwa ni mmoja wa watu waliong'ara sana wakati wa mwisho wa kipindi cha kikabaila cha Wilhelm nchini Ujerumani.

Ili kutoikosa ridhaa ya kiongozi huyo, Branca na Hansemann walitumia mbinu kali kwenye uchaguzi wa wanachama waliokuwa katika tume hiyo. "Kwanza ilikuwa muhimu kuwashawishi wasomi kadhaa, wenye heshima katika jamii, kujiunga na tume", ndipo "tutakuwa na tume ambayo kiongozi Herzog, bila shaka, angekubali kuwa mkuu wake wa heshima kama angeamua hivyo."[30] Wakati huohuo, Hansemann aliomba kuachana na kusudi la kuwaita kufanya kazi pamoja nao, mzee tajiri na msomi binafsi, Ludwig Darmstaedter na mkuu wa Benki na mwanasiasa-mchumi, Max Goldberger.[31] Baada ya kuwa watu maarufu sana katika jamii, sifa nyingine pia iliwaunganisha hawa wazee: wote wawili walikuwa ni Wayahudi ambao hawakuficha chimbuko lao. Kwa sababu majina yote mawili yalitajwa kwa pamoja, inaweza kukisiwa kuwa Hansemann alijaribu kuwa mwangalifu kwa hali ya chuki dhidi ya Wayahudi, iliyokuwapo wakati huo. Pengine aliona ni heri, angalau akwepe kusudi hilo, mpaka wapate ridhaa ya kiongozi Herzog, ambayo ilikuwa bado haijapatikana. Branca na Hansemann walitegemea nguvu kubwa sana ya kuvutia michango kutokana na tume kuwa chini ya kiongozi huyo mwenye wadhifa mkuu na heshima. Kutokana na hilo tunaweza kufahamu kwa nini, katika barua aliyoiandika Hansemann kwa Kiongozi (Herzog) ya kumpatia wadhifa wa Mkuu wa Heshima wa Tume ya Tendaguru, hakuliorodhesha jina la mmiliki wa benki, Robert von Mendelssohn kutoka mji wa Berlin, pamoja na majina mengine ya wanachama walioshawishiwa kuunga Tume hiyo.[32]

Tume ya Branca na Hansemann, iliyoundwa kwa uangalifu wa hali ya juu (picha 1), ilijumuisha *wanasayansi*, wawakilishi kutoka kwenye siasa na *utumishi wa serikali* pamoja na *wamiliki wa viwanda na mabenki*. Eneo la siasa na utumishi wa serikali, lilikuwa limewakilishwa na katibu mkuu wa Makoloni Bernhard Dernburg, kiongozi wa ukoloni wa juu kuliko wote katika nchi ya Ujerumani; pamoja na Mkurugenzi wa Wizara, Otto Naumann, ambaye alikuwa ni kiongozi wa kitengo cha elimu ya juu na sayansi, katika Wizara ya Elimu ya Prussia, na ambaye alifuatilia mipango ya uchimbuaji kuanzia mwanzo. Hermann Paasche, mtaalamu wa takwimu za uchumi katika Technische Hochschule Charlottenburg, alikuwa makamu wa Rais wa Bunge kwa chama cha Nationalliberale Partei na hapohapo, Makamu wa Rais wa Deutsche Kolonialgesellschaft.[33] Friedrich von Heimburg, afisa mkuu msimamizi wa Prussia, Mkuu wa wilaya ya Wiesbaden na mwanachama wa bunge dogo, inasadikika aliingia katika Tume kwa sababu ya uhusiano wake na watu katika uongozi wa Prussia. Meya wa mji wa Berlin, Ernst Friedel, alikuwa siyo tu, mshabiki mkubwa sana wa sera za Ukoloni za Ujerumani, lakini pia alikuwa mwanasiasa wa kijamaa na mwanzilishi na kiongozi wa muda mrefu wa "Märkisches Provinzialmuseum", ambalo leo ni Jumba la Makumbusho la Berlin (Berliner Stadtmuseum); aliunganisha uzoefu wake binafsi wa kisiasa na utaalamu wake wa majumba ya makumbusho.

Kati ya matajiri kutoka kwenye viwanda na mabenki waliokuwa katika Tume, Kommerzienrat Oscar Caro aliwakilisha viwanda vya uchomeleaji wa magari katika eneo la Oberschlesien. Richard von Passavant-Gontard, mmiliki wa kiwanda cha hariri huko Frankfurt am Main, hakuwa tu, Rais wa Chama cha Wafanyabiashara biashara cha huko, bali alikuwa pia mmoja wa wafadhili wa Jumba la Makumbusho la Senckenberg. Mmiliki wa Benki kutoka mji wa Berlin, Robert von Mendelssohn, alijulikana kama mkusanyaji wa sanaa, na mlezi wa jumba la kiserikali la makumbusho ya sanaa la Berlin. Pia Arthur von Gwinner, mkuu wa Benki ya Ujerumani, alijitokeza

28 Hansemann kwa Herzog von Mecklenburg, 4.12.1908, katika: BArch Berlin, R 8023, kr. 202–203; Hansemann kwa Herzog von Mecklenburg 17.12.1908, ibid., uk. 205a.

29 Taarifa za kila siku 24.12.1908.

30 Hansemann kwa Branca, 20.11.1908, katika: MfN, HBSB, Pal. Mus. S II, Tendaguru-Expedition 7.3, kr. 14–15.

31 Ibid.

32 Hansemann kwa Herzog von Mecklenburg, 4.12.1908, katika: BArch Berlin, R 8023, kr. 202–203.

33 Mtoto wa kiume wa Paasche alishiriki kama afisa wa jeshi la majini katika Vita vya Maji Maji katika Koloni la Ujerumani la Afrika ya Mashariki, na baada ya muda alibadilika kuwa mpinzani wa ukoloni na mpinga-vita, anayetaka amani.

kama mfadhili wa mkusanyiko wa vitu vya kisayansi. Alisaidia mara nyingi Jumba la Makumbusho ya Mambo ya Asili la Berlin na alikuwa akiendesha mkusanyiko binafsi wa mimea na mawe ya thamani. Tangu uanzilishaji wake mwaka 1912, Gwinner alikuwa mjumbe wa Chama cha Paleontolojia.

Katika upatikanaji wa wanasayansi kwa ajili ya Tume, iliwezekana dhahiri kutegemea mitandao ambayo tayari ilishakuwepo. Wajumbe wa tume walikuwa wameungana zaidi na taasisi mbili: ya Kitivo cha Fizikia ya Kihesabu ya Chuo cha Sayansi cha Kifalme cha Prussia (Königlich-Preußische Akademie der Wissenschaften) na Chama cha Marafiki wa Utafiti wa Asili (Gesellschaft Naturforschender Freunde) cha Berlin. Kiongozi mkuu wa Tume, mkuu wa Jumba la Makumbusho, Branca, tayari alikuwa mjumbe wa Chuo cha Uchumi cha Prussia, vilevile Wilhelm Waldeyer, mkuu wa Chuo cha Anatomia cha Berlin, na mwanasayansi wa wanyama wa Berlin, Franz Eilhard Schulze. Kwa miaka mingi Waldeyer alikuwa katibu mkuu wa Kitivo cha Fizikia na Hesabu. Mwanapaleontolojia na mtaalamu wa upasuaji katika hospitali ya Rudolf-Virchow, David Paul von Hansemann alikuwa na uhusiano wa karibu sana na Jumba la Makumbusho la Mambo ya Asili hasa kwa kupitia Chama cha Marafiki wa Utafiti wa Asili wakati huohuo yeye, pamoja na Branca, walikuwa nguvu iliyosukuma mbele Tume ya Tendaguru. Kikundi cha uongozi cha Chama cha Marafiki wa Utafiti wa Asili, kilijumuisha pia mwanabiolojia wa bahari, August Brauer, mkuu wa Jumba la Makumbusho la Wanyama, pamoja na Waldeyer. Werner Janesch, karani wa Tume ya Kustos katika Jumba la Makumbusho la Paleontolojia na miamba na mkuu wa baadaye wa Msafara wa Tendaguru, alichukuliwa baadaye sana mwaka 1924, katika hiki chama cha wanasayansi maridhawa.[34] Pamoja na mwanasheria Wilhelm Kahl, aliyekuwa akishikilia ofisi ya mkuu wa Chuo Kikuu cha Berlin mwaka 1908/09, na mwanajiografia wa Makoloni na mtafiti wa Afrika kutoka mji wa Leipzig, ambaye pia wakati huohuo alikuwa akiongoza kampuni ya uchapishaji ya Bibliographisches Institut (wasambazaji wa Meyer's Konversationslexikon (kamusi ya mazungumzo ya Meyer)), Tume ilijumuisha pia wasomi wawili waliokuwa na vyeo muhimu vya kisayansi na kisiasa. Kama kiongozi wa Tume ya Ardhi ya nchi katika Wizara ya Makoloni ya Ujerumani, Meyer alikuwa na ushawishi mkubwa katika matumizi ya Mfuko wa Fedha wa Afrika wa Wizara ya Makoloni ya Ujerumani ambao tayari ulishatajwa. Kutokana na hilo, Hansemann alisema, "nilipendekeza kumchagua yuleyule katika tume".[35] Hansemannn alishawishi kutoingiza wawakilishi wengine kutoka Leipzig katika Tume, kwa sababu aliogopa kuwa: "Wazee wa Jumba la Makumbusho la huko, wangedai, kwa kushiriki kwao, wapewe gawio la vitu vitakavyopatikana kwenye msafara kwa ajili ya Jumba la Makumbusho la Leipzig".[36]

Kwa muda mrefu Tume ya Tendaguru ilikuwa imeundwa kwenye maandishi tu. Ni mara moja tu, ndipo walipoitana, katika Februari ya mwaka 1911, miaka miwili tangu tume hiyo ilipoanzishwa- na kukutana kwa pamoja, kujadili, "kama suala la uchimbuaji lisitishwe kutokana na ukosekanaji wa fedha au hapana",[37] pia ilijadiliwa kuandaa michango mingine ya pili. Kazi kubwa ya washiriki wa Tume ilikuwa ni kutumia majina yao katika kudhamini uzito wa safari ya uchimbaji iliyopangwa kufanyika. Pia wakiwa kama wawakilishi, walijipa jukumu la kusambaza wito wa michango katika mitandao yao, kwani wito wa kutangaza michango katika umma wa Wajerumani ulikuwa haujapangwa kabisa. Mpango wa Hansemann na Branca, ulilenga zaidi "kutumia msaada wa baadhi ya Wajerumani kushawishi watu walioonesha nia kushiriki katika ufadhili wa kazi za kitamaduni". Kutokana na hilo, Hansemann na Branca walimhakikishia Herzog zu Mecklenburg, kuwa tangazo hilo litumwe kwa "wazee wanaofaa", ambao "ushabiki wao katika mradi huo unafahamika."[38] Gwinner alishauri barua ya michango itumwe pia kwa viongozi wafuatao: Guido von Henckel-Donnersmarck na Maximilian Egon zu Fürstenberg; pamoja na Franz-Hubert Graf von Thiele-Winkler ambaye ni tajiri wa viwanda vya magari kutoka eneo la Oberschlesien. Akiwa mkuu wa Benki ya Ujerumani, Gwinner alifahamu kwamba watu hao "ndio kati ya watu matajiri waliokuwa wanatoa misaada kwa mambo yanayohusu jamii. Donnersmarck, mahususi, alikuwa ni mtoaji mkubwa sana wa misaada".[39] Hansemann pia, kwenye barua, aliweza kutaja "matajiri kadhaa ambao wangeweza kuvutiwa na mradi huu".[40]

Picha 2 upande wa kulia:
Orodha ya anuani na majina ya wafadhili muhimu kwa ajili ya kampeni ya kwanza ya michango 1908/09, katika: MfN, HBSB, Pal. Mus. S II, Tendaguru-Expedition 7.5, uk. 25.

34 Böhme-Kaßler 2005, uk. 176.

35 Hansemann kwa Branca, 20.11.1908, katika: MfN, IBSB, Pal. Mus. S II, Tendaguru-Expedition 7.3, uk. 15.

36 Hansemann kwa Janensch, 28.11.1908, katika: ibid., uk. 18.

37 Branca: Majukumu juu ya utoaji wa mifupa kutoka Msafara wa Tendaguru ambayo nilipokea, katika: GStA PK, I. HA Rep. 76, Va, Sekt. 2, Tit. X, Nr. 21adh A I, kr. 207–208.

38 Hansemann kwa Herzog von Mecklenburg, 4.12.1908, pamoja na tarakibu iliyowekwa kama kiambatanisho ya karatasi ya uombaji wa michango, katika: BArch Berlin, R 8023, kr. 202–205.

39 Gwinner kwa Branca, 23.12.1908, katika: MfN, HBSB, Pal. Mus. S II, Tendaguru-Expedition 7.3, uk. 22.

40 Hansemann kwa Janensch, 15.1.1909, katika: ibid., uk. 30.

- 1 -

Adressen.

Konsul Fritz Achelis, Bremen, am Dobben 25. u. v. 5

Geh.Kommerzienrat Eduard Arnhold, Berlin W. Regentenstr. 19.

Dr. Paul Arons, Berlin W. ~~Mauerstr. 34.~~ W 64 Behrenstr. 6. 6

Reichsrat Adolf von Auer, München.

Kommerzienrat Fritz Baare, Bochum. 7

Verlagsbuchhändler Fritz Baedeker, Leipzig. Nürnbergerstr. 46. 250.– 8

Generalkonsul Max Baer, Frankfurt a/M. 24

Wirkl.Geh.Rat Excellenz Graf von Ballestrem, Schloss Plawniowitz b/Rudzinitz Oberschles. 9

Generaldirektor Albert Ballin, Hamburg, Alsterdamm 25. 25

Kommerzienrat C.Bechstein, Berlin, Johannis Str. 5/7. 10

Kommerzienrat E. Bassermann-Jordan, Deidesheim. 11

Generalkonsul Ed. Behrens, Hamburg, Heimhuderstr. 26

Victor Benary, Berlin, ~~Joachimsthalerstr. 17, I.~~ W 35 Derfflingerstr 11 12

Generalkonsul John v. Berenberg-Gossler, Hamburg, Alsreglacis 8 27

Geheimrat Dr. von Bering, Marburg. 13

~~Kommerzienrat Heinrich Berolzheimer, Nürnberg.~~ † 14

~~Kommeerzienrat Wilhelm Boeddinghaus, Elberfeld.~~ † 15

Kommerzienrat Robert Böker, Remscheid. 16

Wilhelm B. Bonn, Frankfurt a/M. Miquelstr. 200.– 28

Geh.Reg.Rat Dr. von Böttinger, Elberfeld, Brillerstr. 16. 100.– 17

Verlagsbuchhändler Alb. Brockhaus, Leipzig, Humboldtstr. 14. 18

Kommerzienrat Arthur Camphausen, Köln, Rheinaustr. 22. 19

Freifrau Elisabeth von Cramer-Klett, München.

~~Professor Dr. L. Darmstädter~~, Berlin W. Landgrafenstr. 18a.

Ludwig Delbrück, Mitglied des Herrenhauses, Berlin, Mauerstr. 60/61 20
Kais. Gesandter m. I. R. u. A.

Geh. Legationsrat von Dirksen, Berlin W. Margarethenstr. 11. 21

~~Graf Dr. Hugo~~ Sholto Douglas, Berlin W. Bendlerstr. 15.

Geh.Kommerzienrat Wilhelm Finck, München, Pfandhaus Str. 4.

Ottilie Freifrau von Faber, Stein a/d. Rednitz. 22

~~Geheimrat Fritz von Friedländer-Fuld~~, Berlin, Pariser Platz.

Bankier (direktor) Carl Fürstenberg, Berlin W. 64 ~~Bellevuestr. 6a.~~ Behrenstr. 33 23

Geh. Kommerzienrat Dr. L. Gans, Frankfurt a/M. Barkhaus Str. 29

(25)

Kauli muhimu katika ule wito wa mchango ulioandikwa na Branca ilisema, "ni heshima kubwa sana kushiriki katika kwenda kuokoa ile mali ya thamani ya kisayansi iliyopo katika ardhi ya eneo la Afrika la Ujerumani kwa manufaa ya Ujerumani".[41] Huo wito wa jukumu la "Heshima ya kitaifa" ulikuwa kawaida wakati huo, na uliendana na mwelekeo wa wakati huo. Pia katika wito wa maombi ya misaada mengine mengi katika mipango ya aina hii, uliweza kuukuta wito huu. Vilevile kundi la walengwa wa wito huo, lilikuwa ni la mazingira ya aina moja: uaminifu kwa Kaisari na uzalendo wa Kijerumani, sifa za uongozi, wasomi wa hali ya juu, matajiri na karibu wote walikuwa ni wanaume.

Kati ya maandiko ya Msafara wa Tendaguru, katika hifadhi ya nyaraka, kwenye makumbusho ya viumbe hai, zipo orodha nne kutoka vyanzo tofauti. Nyaraka hizo zina majina na anuani tofauti karibu 400 za wasomi, wamiliki na wakurugenzi wa viwanda, wamiliki wa benki, mawaziri wa wakati huo na waliostaafu; na makatibu wakuu wa nchi, wanasiasa wenyeji, vyama vya sayansi, wachapishaji na jumuiya ya elimu ya sayansi ya asili (picha 2). Mwishoni mwa mwaka 1908 na mwanzoni mwa 1909 walitumiwa barua ya Tume ya Tendaguru ambayo ilikuwa imechapishwa nakala.[42] Orodha nyingine ya wafadhili waliotegemewa ya mwaka 1911 ilikuwa na majina na anuani 167. Baadhi yao waliombwa mchango katika kipindi cha kampeni za mchango wa pili.[43]Anuani nyingi kati ya hizo zilipatikana katika Ufalme wa Prusssia; Shabaha kuu ya propaganda za michango ilikuwa miji ya Berlin, Frankfurt (pembezoni mwa mto Main), Mkoa wa Rheinland na Oberschlesien. Ila anuani zingine pia zilikuwa zimetumwa katika mkoa wa Sachsen, Hamburg na kwingineko. Pato la michango lilipatikana kwa kupeleka barua kwa majina na anwani hizo, ambazo zilikuwa katika mitandao ya wasomi waheshimika wa jamii, wa uchumi na wa sayansi.

MICHANGO NA WACHANGAJI

Baada ya Msafara wa Tendaguru kufikia kikomo katika mwaka 1913, Branca alitoa maelezo kwa ufupi katika ripoti aliyohutubia jamii ya wanasayansi, kuhusu matokeo ya awamu mbili za michango zilizofanyika katika mwaka 1909/11 na 1912 kwa ajili ya uchimbuaji.[44] Katika kuoanisha ripoti hii iliyotolewa na orodha[45] nyingine zilizotengenezwa katika miaka ya 1910 na 1913, inapatikana picha iliyolingana. Jumla ya mapato yote kwa ajili ya Msafara huo ilikuwa Mark (za kijerumani) 231,607.45.[46] Kiasi kikubwa cha mapato hayo Mark 183,607,45 kilitokana na wito wa kwanza wa michango wa mwaka 1908, ambao uliwasilishwa kati ya mwaka 1909 na 1911.

Kwa kukisia, takriban moja ya sita ya michango kwa ujumla ilitolewa na vyama vya sayansi pamoja na taasisi za kisayansi. Walitoa kiasi kikubwa sana cha michango Mark 38,000, na kati ya hao wachangaji walioongoza walikuwa Chama cha Marafiki wa Utafiti wa Asili wa Berlin,[47] ambao walikuwa wakiungana kwa karibu sana na Jumba la Makumbusho la Elimu ya Viumbe la mji wa Berlin. Mchango mkubwa zaidi ulitoka kwenye Taasisi ya Alexander von Humboldt kwa Utafiti wa Asili na Safari za Utafiti (Alexander von Humboldt Stiftung für Naturforscher und Reisen). Taasisi hiyo ilianzishwa na wanachama wa Chuo cha Sayansi cha Kifalme cha Prussia (Königlich-Preußische Akademie der Wissenschaften) katika mji wa Berlin mwaka 1860, kama kumbukumbu ya Alexander von Humboldt, aliyefariki mwaka mmoja kabla, ili kutangaza safari za wanasayansi wa Kijerumani nje ya Bara la Ulaya.[48] Rasilimali ya taasisi hiyo ilitokana na michango kutoka vyuo vikuu na vyuo vinginevyo ndani na nje ya Ulaya pamoja na kutoka kwa watu binafsi. Taasisi ilisimamiwa na Chuo cha Sayansi cha Berlin na ilikuwa chini ya usimamizi wa Wizara ya Utamaduni ya Prussia. Wilhelm Waldeyer, mkuu wa Chuo Kikuu cha Anatomia cha Berlin, aliongoza bodi ya wadhamini wa taasisi hiyo kuanzia mwaka 1896 hadi 1920.[49] Mwanapaleontolojia wa Berlin, Rudolf Virchow, aliyefahamika sana, alitumikia kama makamu, na mwaka 1902, alifuatia Karl Möbius, mkuu wa Makusanyo ya Zoolojia katika Jumba la Makumbusho la Elimu ya Viumbe la Berlin. Baada ya kifo chake, Wilhelm von Branca ambaye kuanzia mwaka 1900 alikuwa mwanachama wa Kitivo cha Hesabu

41 [Wito wa michango], katika: GStA PK, I. HA Rep. 76, Va, Sekt. 2, Tit. X, Nr. 21adh A I, uk. 20.

42 MfN, HBSB, Pal. Mus. S II, Tendaguru-Expedition 7.5, kr. 17–18; 19–20; 21–22; 25–27.

43 MfN, HBSB, Pal. Mus. S II, Tendaguru-Expedition 10.1, kr. 15–16.

44 Branca 1914a, uk. 10.

45 [Orodha ya awali ya wachangaji, 1910], katika: GStA PK, I. HA Rep. 76, Va, Sekt. 2, Tit. X, Nr. 21 adh A I, uk. 46.

46 Kutokana na mahesabu ya Benki kuu ya Ujerumani Mark ya Ujerumani ya mwaka 1909 na 1913 ilikuwa na nguvu ya ununuzi ukilinganisha na Euro ya wakati huu ya takribani 5,7 na 5,2 (linganisha. https://www.bundes-bank. de/Redaktion/DE/Downloads/Statistiken/ Unternehmen_Und_Private_Haushalte/Preise/kauf kraftaequivalente_historischer_betraege_in_deutschen_waehrungen.pdf?_blob=publicationFile, 18.9.2018). Kutokanan na hilo mapato ya jumla ya Msafara wa Tendaguru zinakadiriwa kuwa kati ya Euro 1.320.162,47 na 1.204.358,74.

47 Juu ya Chama cha Marafiki wa Uchunguzi wa Mazingira linganisha Böhme-Kaßler 2005.

48 Masharti ya Taasisi ya Humboldt kwa ajili ya utafiti wa mazingira na safari, 4.2.1861, katika: GStA PK, I. HA Rep. 76 Kultusministerium, Vc Sekt. 1, Tit. II Teil 1, Nr. 27, Bd. 2, bila uk.

49 Dunken 1959, uk. 165.

na Fizikia cha Chuo cha Sayansi cha Kifalme cha Prussia, alijiunga mwezi Novemba mwaka 1908, katika bodi ya usimamizi wa Taasisi ya Alexander von Humboldt, ambapo alibaki mpaka mwaka 1917.[50] Kujihusisha kwa Branca katika taasisi hiyo, kulianza tu, wakati ule alipokuwa anatafuta michango ya Msafara wa Tendaguru ya jumba lake la makumbusho, na hakika, alihusika kwa msaada katika kutoa idhini ya misaada wakati wa safari ya uchunguzi na pia baadaye kwa ajili ya maagizo ya mwisho baada ya uchapishaji.[51]

Taasisi ya Jagor inayosimamiwa na Mji wa Berlin kwa ajili ya *kuongeza Elimu na Maarifa*, iliyopatiwa jina kutokana na mwanzilishi wake, aliyekuwa ni mtafiti, mwanaethnografia Mjerumani – mwenye asili ya Urusi, Andreas Fedor Jagor, aliyefariki 1900, ilitoa kiasi kikubwa cha msaada, Mark 8,000 – ingawa ilizitoa kwa awamu.[52] Jagor alirithisha utajiri wake kwa mji wa Berlin utumike kwa ajili ya "kuanzisha taasisi ya kuendeleza elimu na maarifa yenye faida kwa jamii katika mambo yahusuyo sayansi na teknolojia."[53] Katika ripoti ya Branca, michango kutoka kwenye Taasisi ya Jagor ya mji wa Berlin pamoja na Taasisi ya Alexander von Humboldt, ilihesabiwa kwenye Chuo cha Sayansi cha Prussia, lakini kiuhalisia ilitoka kwa wachangiaji binafsi na siyo kutoka kwenye bajeti iliyochangiwa na umma.

Michango mingine, mikubwa sana, ilitoka kwenye Taasisi binafsi ya Georg Speyer kwa ajili ya kuendeleza sayansi na elimu ya sayansi ya juu (Georg-Speyer-Studienstiftung zur Förderung der Wissenschaften und des höheren wissenschaftlichen Unterrichts), kutoka mji wa Frankfurt. Makazi ya Taasisi hii yalikuwa pembeni mwa mto Main. Kulikuwa na michango kutoka kwa hisani ya taasisi ya Kiyahudi ambayo inaitwa Taasisi ya Emil na Gertrud Mosse (Emil und Gertrud Mosse Stuftung),[54] na ambayo iko mjini Berlin. Na pia michango ilipatikana kutokana na Umoja wa Chama cha Marafiki wa Mazingira ya Asili wa Freiburg (Verein der Naturfreunde Freiburg) iliyoko Schlesien. Kama taasisi ya nchi na kutokana na hilo, ni mfuko unaochangiwa na nchi, kwa hiyo Idara ya Utamaduni ya Prussia[55] na kitivo cha Hisabati na Fizikia cha Chuo cha sayansi cha Prussia, walitoa kiasi cha Mark 15,000. Hii ni chini ya nusu ya kile walichotoa taasisi na vyama vya sayansi vingine.

Makampuni yalichangia kiasi cha Mark 1,159.75 ambacho kwa kulinganisha, ni kiasi kidogo cha fedha. Katika wafadhili hao walikuwemo, Bima ya Moto ya miji ya "Aachen-Münchener Feuerversicherung" katika mji wa Berlin, mchapishaji wa Jarida la Tiba (Verlag der ärztlichen Sammelmappe), kiwanda cha teknolojia na uhandisi (Maschinenbauanstalt Humboldt) eneo la Kalk karibia na mji wa Kolon, na kiwanda cha mafuta ya nishati ya jua (Zeitzer Paraffin und Solaröl Fabrik) huko Halle. Kwa upande mwingine kampuni nyingine hazikutoa fedha taslimu kufadhili Msafara wa Tendaguru, bali waliusaidia kwa huduma na maslahi mengine. Kwa mfano: Kampuni ya usafirishaji, Deutsche Ost-Afrika Linie, ililipatia Jumba la Makumbusho la Berlin punguzo kwa mizigo ya kusafirisha. Kwa kukisia maslahi hayo yalifikia kiasi cha Mark 16,000 katika muda wa miaka minne ya uchimbuaji wa Tendaguru.[56] Kampuni ya Maggi ilitoa bure makopo ya supu kwa kipindi chote cha uchimbuaji.[57] Arthur von Gwinner alifanikisha uwezekano wa kupitisha fedha za malipo kwa kutumia Benki ya Ujerumani (Deutsche Bank).[58]

Kiasi kikubwa cha michango kati ya mwaka 1909 na 1911, kilitoka kwenye akiba za watu binafsi. Michango binafsi 94 ilikaribia kiasi cha Mark 128.000, zaidi ya nusu ya michango yote kwa ujumla. Kati ya watu waliochangia pesa hizi, walikuwemo, familia za wamiliki wa mabenki, matajiri wa kampuni za uchimbaji wa rasilimali wa eneo la Rhein, wakurugenzi wa makampuni ya uchimbaji madini ya Silesia na wamiliki wa viwanda wa Berlin. Pia waliochangia pesa hizo walikuwamo makabaila na mamyinyi, wasomi matajiri na maprofesa, madaktari mjini Berlin na wachapishaji vitabu mjini Leipzig, wafanyabiashara na watumishi wa serikali- waliowakilisha safu ya juu ya viongozi wa serikali. Katika wachangiaji, walikuwamo pia wawekezaji walionufaika na kundi la tabaka la mabwanyenye wa elimu ya zamani ya Wilhelm.

50 Chuo cha Sayansi cha Prussia kwa Wizara ya Utamaduni ya Prussia, 14.11.1908, katika: GStA PK, I. HA Rep. 76 Kultusministerium, Vc Sekt. 1. Tit. 11 Teil 1, Nr. 27, Bd. 1, uk. 330; Chuo cha Sayansi cha Prussia kwa Wizara ya Utamaduni ya Prussia, 10.5.1917, ibid., Bd. 2, bila uk.

51 BBAW Hifadhi ya nyaraka, II–XI, 88–91: Taasisi ya Alexander-von-Humboldt-Stiftung kwa ajili ya utafiti wa mazingira na safari.

52 Kirschner (bodi ya wadhamini wa Taasisi ya Jagor) kwa Janensch, 22.5.1909, 19.6.1909, katika: MfN, HBSB, Pal. Mus. S II, Tendaguru-Expedition 7.3, kr. 54, 55; Kirschner kwa Branca, 4.4.1910, ibid., uk. 66.

53 Katiba ya Taasisi ya Jagor ili kuongeza maarifa muhimu na ustadi, katika: BBAW Archiv, II–XI, 98: Jagor-Stiftung, (Taasisi ya Jagor), uk. 3.

54 Gertrud Mosse kwa Branca, 31.3.1911, katika: MfN, HBSB, Pal. Mus. S II, Tendaguru-Expedition 7.3, uk. 104.

55 Naumann (Wizara ya Utamaduni ya Prussia) kwa Branca, 4.9.1911, katika: ibid., uk. 127.

56 Branca: Majukumu juu ya utoaji wa mifupa kutoka Msafara wa Tendaguru ambayo mimi niliipokea, katika: GStA PK, I. HA Rep. 76, Va, Sekt. 2, Tit. X, Nr. 21 adh A I, uk. 208.

57 MfN, HBSB, Pal. Mus. S II, Tendaguru-Expedition 2.5.

58 MfN, HBSB, Pal. Mus. S II, Tendaguru-Expedition 6.1.

Ich erkläre mich hiermit bereit, die Tendaguru-Expedition nach Deutsch-Ostafrika zum Zwecke der Ausgrabung fossiler Dinosaurier mit einer Summe von

Mk. Eintausend.

unterstützen zu wollen.

(Name) Frau Wilh. Staudt.

95

Mfadhili wa mchango mkubwa kuliko wote, iliyoletwa alikuwa David Hansemann, aliyetoa kiasi cha Mark 50,000. Alitaka asifahamike jina.[59] Wafadhili wengine wakubwa walikuwa Mkurugenzi wa Benki ya Ujerumani, Arthur von Gwinner, wamiliki wa viwanda: Paul Bamberg wa Berlin na August Röchling[60] wa Mannheim, Afisa daktari mkuu, Walther Stechow[61] huko mjini Strassburg na familia za wawekezaji, Siemens na Krupp.

Ingawa ukusanyaji wa michango uliwalenga kwanza "wazee wanaojiweza"[62], katika orodha ya anuani za barua ya kuomba michango, majina kadhaa ya wanawake yanapatikana humo. Wengi wa wanawake hawa walikuwa wajane matajiri, ambapo zaidi ya nusu yao walikuwa wamevutiwa na mradi huo. Kama wale – "wazee wanaojiweza", wanawake hao pia walichangia kiasi kikubwa sana katika harambee hiyo. Kati ya wajane hao, walikuwamo Ottilie von Hansemann, ambaye ni mjane wa Adolph von Hansemann, Mmiliki wa Benki na shangazi wa David Paul von Hansemann, aliyekuwa kwa wakati huo, mlezi wa Chama cha Harakati cha Wanawake wa Ujerumani na Wanawake Katika Sayansi. Pia walikuwapo Franziska Speyer, kutoka mji wa Frankfurt, pembezoni mwa mto Rhein, pamoja na Emmy Friedländer na Gertrud Mosse wa Berlin, waliotoka kwenye familia ya Kiyahudi ya wamiliki mabenki, familia za wasomi na wawekezaji. Kati ya wajane waliochangia, alikuwapo pia Elisabeth Staudt, kutoka mji wa Berlin pamoja na Margarethe Krupp, wa huko mjini Essen. Elise Königs, mlezi ambaye anatokea katika familia ya wamiliki mabenki ya mji wa Kolon, aliyekuwa akiishi mjini Berlin, pia alisaidia kifedha miradi mingi ya Chuo cha Prussia cha Sayansi kwa miongo mingi.[63]

Kupata picha kamili jinsi upatikanaji wa michango tofauti ulivyofanyika katika mitandao tofauti, na kwamba ukusanyaji huo kwa Msafara wa Tendaguru, halikuwa suala tu, linalojiongoza lenyewe; inaonekana katika mawasiliano baina ya mwekezaji Paul Bamberg na Georg Baum, aliyekuwa mhandisi wa madini na profesa katika Chuo cha Uchimbaji Madini cha Berlin (Berliner Bergakademie); pia mawasiliano hayohayo yalifanyika na Werner Janensch, katibu wa Tume ya Tendaguru. Katika Januari ya mwaka 1909, Kampeni ya kwanza ya michango ilipoanza, Baum, ambaye inaonekana alikuwa na uhusiano wa karibu na viwanda vya uchimbaji wa makaa ya mawe, alimuandikia Bamberg:

> "Nikiwa na waraka wako unaovutia, unaoeleza juu ya vitu vipya vilivyopatikana Ujerumani ya Afrika Mashariki, niliongea na wazee wengi wa busara kuhusu suala hilo, ila kwa bahati mbaya, hawakuipenda sana. Paleontolojia na Uchimbaji Madini ni vitu vyenye uhusiano wa mbali sana kati yao, kiasi kwamba siyo rahisi kuamini kuwa matajiri wetu wa makaa ya mawe watawekeza chochote hapo. [...] Ila ingekuwa ni suala tofauti kama kiongozi, Duke Johann Albrecht, ambaye [...] anaheshimika sana katika eneo la Ruhr, angetoa ombi dogo kwa kikundi cha umoja wa wafanyabiashara wa makaa ya mawe mjini Essen (mkurugenzi mkuu wa kikundi ni Bergrat Grassmann). Nina uhakika kuwa mafanikio yangekuja haraka sana.

Picha 3:
Bi Wilhelm Staudt (Elisabeth Staudt) alionyesha nia yake kwenye hii fomu, kuchangia Mark 1,000 kwa ajili ya uchimbuaji wa visukuku vya dinosaria, katika: MfN, HBSB, Pal. Mus. S II, Tendaguru-Expedition 6.1, uk. 95.

59 Hansemann kwa Janensch, 5.2.1909, katika: MfN, HBSB, Pal. Mus. S II, Tendaguru-Expedition 6.1, uk. 53.

60 Röchling kwa Branca, 4.8.1911, katika: MfN, HBSB, Pal. Mus. S II, Tendaguru-Expedition 7.3, uk. 123.

61 Stechow kwa Branca, 5.4.1911, katika: ibid., kr. 106–107.

62 Hansemann kwa Herzog von Mecklenburg, 4.12.1908, katika: BArch Berlin, R 8023, uk. 202.

63 Vogt 2003, kr. 164–166.

Chama cha Uchimbaji wa Makaa ya Mawe hivi karibuni kimedai kwetu kuwa, mfuko wake wa akiba ulikuwa umefilisika kabisa.Walichangia Mark 100,000 kwa ajili ya Zeppelin, Mark 20,000 kwa ajili ya mashine nyingine ya kupaa, halafu kiasi kikubwa cha fedha kwa maafa ya Radbod na Italia.[64] Kwa hiyo kuna uwezekano mkubwa kuwa, kwa sasa, hawana fedha. Kikundi cha Umoja wa Wafanyabiashara wa Makaa ya Mawe ni mahodari zaidi katika kutafuta fedha kwa uchangishaji. Labda ujaribu kumdokeza suala hilo Diwani Branca. *Kama kiongozi, akiulizia suala hili, lazima atafanikiwa.*"[65]

Kutokana na mazingira kama haya, uwanja wa washindani kwa ajili ya michango ulikuwa ni mgumu na wenye changamoto za aina nyingi. Hata hivyo, kampeni ya michango haikukosa matumaini. Kwa hiyo Bamberg aliituma barua ya Baum kwa Janensch na akashauri kama ifuatavyo:

> "Pendekezo kuhusisha kikundi cha Umoja wa Wafanyabiashara wa Makaa ya Mawe linaonesha ni matumaini, kwa hiyo kuna umuhimu wa kumsisitizia mheshimiwa katika hatua hiyo, ambayo, kwa maoni yangu, halitakuwa tatizo. Labda ungejaribu kuwasiliana na Umoja wa Uchimbaji wa mjini Essen. Kutuma barua tu, inatosha na haitakugharimu. Kibaya pekee kinachoweza kutokea ni kutokuwa na mafanikio, kama tayari ilivyotokea katika miradi mingine. Hata hivyo, kama ungeweza kueleza kwenye barua kwamba hata mchango wa Mark 1000–2000 ungeweza kusaidia sana, basi nina uhakika utapata mafanikio kwa sababu unyenyekevu kama huo utaweza kuleta mguso mkubwa wa hisia ukilinganisha na maombi ambayo kawaida hutumwa kwa umoja huo."[66]

Kwa wakati huo, haiwezi kufahamika kama kweli kiongozi Herzog wa Mecklenburg aliongeza juhudi kuchangisha viwanda vya eneo la Rhein na Ruhr kwa ajili ya Msafara wa Tendaguru. Hata hivyo inakumbukwa kuwa, kiasi kikubwa sana cha michango kwa ajili ya Uchimbuaji wa Tendaguru, ilitoka kwenye makampuni ya uchimbaji na utengenezaji wa vyuma.

Wachangiaji na wafadhili wengi wa Msafara wa Tendaguru walitokea katika kundi la makabaila, Wajerumani wenye asili ya Kiyahudi wa miji ya Frankfurt, Kolon na Berlin. Familia za watu hawa, zilifanikiwa kuwa matajiri na kuwa na heshima katika jamii kutokana na uwekezaji, umiliki wa mabenki na kujihusisha na elimu. Katika Tume ya Tendaguru iliyokuwa ikihofia madhara ya wageni, Wayahudi waliofahamika hawakukaribishwa kwenye tume, lakini michango yao ilikaribishwa sana. Kati ya wachangiaji wa Kiyahudi, walikuwamo wamiliki wa mabenki: Franz na Robert von Mendelssohn; Paul von Mendelssohn-Bartholdy, pamoja na Dr. Salomonsohn. Pia alikuwamo msomi na mkusanyaji wa sanaa, Ludwig Darmstaedter, mfanyabiashara Robert Warschauer, mfanyabiashara wa uchapishaji wa vitabu Emil Mosse na mwanasayansi wa kutafiti volkeno Immanuel Friedländer. Wote waliitikia "wito wa heshima" ya taifa na walichangia kufanikisha Msafara wa Tendaguru.

Isisahaulike kuwa, pamoja na Hans Reck na Wilhelm Kronecker, pia wanasayansi kutoka Jumba la Makumbusho la Historia ya Asili la Berlin (Berliner Museum für Naturkunde) walijumuishwa kati ya wawezeshaji binafsi wa hiyo Safari ya Uchunguzi.

Baada ya kutumika na kuisha kwa akiba ya fedha za Msafara wa Tendaguru katika mwaka wa 1911, kutokana na gharama za wafanyakazi wengi na usafirishaji wa visukuku, kazi za uchimbuaji zilitakiwa zisimamishwe. Tume ambayo ilishapanuka, ilianzisha kampeni ya pili ya wito wa michango. Branca ndiye alikuwa nguvu inayoongoza kampeni hii. Wito wa pili ulileta michango michache sana. Mchango mmoja pekee wa Mark 3,000 ndio ulipokewa kutoka kwa mwekezaji wa viwanda vya vyuma kutoka Mannheim, August Röchling. Ruzuku ya Mark 48,000 pia ilipatikana kutoka Wizara ya Utamaduni ya Prussia. Mapato haya yalitosha kuendeleza Msafara katika mwaka 1912 na kumalizia mwanzoni mwa mwaka 1913.

64 Mnamo tarehe 12.11.1908, ajali kubwa ya shimo kwenye mgodi wa Radbod katika eneo la Ruhr ilisababisha vifo vya watu 350. Kutokana na tetemeko la ardhi kutoka Messina tarehe 28 Desemba 1908 zaidi ya watu 100,000 walikufa. Kabla ya kampeni ya Tendaguru mara moja mchango ulikusanywa nchini Ujerumani kwa wale walionusurika kifo katika ajali zote mbili.

65 Katika Toleo la kwanza sentensi ya mwisho imepigwa mstari mwekundu chini. Baum kwa Bamberg, 24.1.1909, katika: MfN, HBSB, Pal. Mus. S II, Tendaguru-Expedition 7.3, kr. 34–35.

66 Bamberg kwa Janensch, 26.1.1909, katika: MfN, HBSB, Pal. Mus. S II, Tendaguru-Expedition 7.3, uk. 35v.

Ukusanyaji wa pili wa michango uligeuza uwiano wa michango baina ya watu binafsi na ruzuku ya Taifa ukilinganisha na ulivyokuwa mchango wa kwanza. Utaifishaji wa ufadhili uliendelea kuwa hivyo kwa miaka na miongo iliyofuata, ilipofikiwa kazi ya uandaaji wa visukuku katika Jumba la Makumbusho la Berlin, kuvitathmini kisayansi, kuchapisha matokeo na kuviandaa kwa ajili ya maonyesho. Ingawa Chama cha Marafiki wa Utafiti wa Mambo ya Asili na Taasisi ya Alexander von Humboldt waliendelea kufadhili uchapishaji wa matokeo ya uchimbuaji kwa muda.[67] Baada ya Vita vya Kwanza vya Dunia, ufadhili wa kazi iliyofuata ya visukuku vya Tendaguru na hatimaye hata uchapishaji, ulifanyika kwa kutegemea Bajeti ya Jumba la Makumbusho pekee. Katika majadiliano ya Bajeti na wizara husika ya Utamaduni ya Prussia, Mkuu wa wakati huo wa Jumba la Makumbusho, Josef Pompeckj, alitoa hoja ya kukumbusha mabadiliko ya mamlaka ya koloni: "hatutakiwi tuache matunda ya kazi ya mikono yetu kutekwa na maadui, ambao sasa wamekuwa watawala wa iliyokuwa Ujerumani ya Afrika ya Mashariki. Eneo lililopatikana masalia ya kale ya dinosaria lipo wazi kwao, kuvuna. Lakini tunaweza kutimiza jukumu lililoko, kama tutapatiwa msaada na serikali wa nyenzo na watendaji wasomi."[68] Kutokana na hoja hii, sasa serikali ilipewa jukumu la ufadhili. Kama ilivyo kawaida ya tafiti, hata katika Msafara wa Tendaguru, wachangiaji binafsi mwanzoni, ndio waliowezesha kitendo hiki kikubwa cha kisayansi, lakini hatimaye gharama zilizofuata zililipwa kutoka kwenye bajeti ya serikali.

MANUFAA KWA UFADHILI?

Wachangiaji na wafadhili binafsi katika Ufalme wa Ujerumani, tofauti na ilivyozoeleka kwenye michango ya kiasasi ya hivi sasa, hawakutarajia fidia. Kwa hiyo walinufaika kwa namna gani, kutokana na ushiriki wao kama wafadhili? Je, kutoa kwao pia kulifuatwa na kupokea? Hakika kwa namna fulani, wafadhili walioshiriki pasipo kufahamika, katika jambo la kizalendo, ilikuwa muhimu mchango wao kuonekana au pia ilitegemewa watambulike katika mazingira yao ya jamii. Katika michango ya Tendaguru, baadhi ya watu, kama mwekezaji, Paul Bamberg, Mkurugenzi wa benki, Arthur von Gwinner au mwanapaleontolojia, David Paul von Hansemann; kilichowahamasisha ni kuvutiwa kwao na sayansi, kuhusika katika makusanyo ya historia ya sayansi na uhusiano wao binafsi na Jumba la Makumbusho la Berlin. Kwa mfano Bamberg alisoma jiolojia na paleontolojia kwa Branca, na mara nyingi, alishiriki katika makongamano ya jiolojia na paleontolojia katika Jumba la Makumbusho la Historia ya Asili, na pia alikuwa akifanya kazi za kisayansi kuhusu jiolojia nchini Ufaransa na Uingereza.[69]

Lakini baadhi ya wafadhili walipewa kitu kama shukurani ya fadhila yao – hakika sababu muhimu ilikuwa ni, kutambulika kwa mchango wao katika jamii, kujitolea kwao, pamoja na kutambulika kwa kiasi cha mchango walichotoa (picha 4). Baadhi ya watu waliomba kupatiwa kitu kama mrejesho wa fadhila waliyotoa. Kwa mfano, kiongozi, Herzog Johann Albrecht zu Mecklenburg, aliyekuwa wakati huo kiongozi wa eneo la Braunschweig, alitegemea kupewa baadhi ya mifupa iliyopatikana kwa ajili ya Jumba la Makumbusho la Braunschweig[70], kama malipo ya kazi yake ya Urais wa Heshima wa Tume ya Tendaguru. Richard von Passavant-Gontard na daktari Gustav Spiess waliweka sharti la mchango wao kwamba Jumba la Makumbusho la Senckenberg (Senckenberg-Museum) mjini Frankfurt lipatiwe baadhi ya visukuku vilivyopatikana. Vivyo hivyo August Röchling alitaka apatiwe visukuku kwa ajili ya Makusanyo ya Jiolojia mjini Mannheim (Geologische Sammlung); na Adolph Woermann, mmiliki wa Deutsche Ostafrika-Linie aliyetoa mchango, alidai visukuku kwa ajili ya Makusanyo ya Jiolojia ya mjini Hamburg (Geologische Sammlung).[71] Hata Bamberg, pia aliunganisha mchango wake na ombi la kiasi cha vitu vya utafiti huo kwa kuandika: "Kama baadaye kitapatikana kitu kidogo kwa ajili yangu, katika vitu vilivyokusanywa Afrika, itanipendeza sana".[72]

Picha 4 upande wa kulia:
Orodha ya majina ya wafadhili waliochangia na pesa zaidi ya Mark 1.000, katika: MfN, HBSB, Pal. Mus. S II, Tendaguru-Expedition 7.2, uk. 17.

67 Mwaka 1921 taasisi ya Alexander von Humboldt ilipitisha 4,000 Mark kwa ajili ya kuchapishwa kwa nyenzo za Msafara wa Tendaguru kama moja ya mchango wake wa mwisho, linganisha Max Rubner kwa Wizara ya Utamaduni ya Prussia, 21.1.1922, katika: GStA PK, I. HA Rep. 76, Vc Sekt. 1, Tit. 11, Teil 1, Nr. 27, Bd. 2. Tangu 1922 taasisi ilifungwa kutokana na kukosa fedha, linganisha Heymann: ripoti ya maendeleo, 12.4.1927, ibid.

68 Pompeckj kwa Wizara ya Utamaduni ya Prussia, 7.2.1921, katika: BArch Berlin, R 4901–1333, bila uk.

69 Branca kwa mkurugenzi wa Wizara Naumann (Wizara ya Utamaduni ya Prussia), 21.1.1910, katika: GStA PK, I. HA Rep. 76, Va, Sekt. 2, Tit. X, Nr. 21 adh A I, kr. 44–45.

70 Branca: wajibu juu ya utoaji wa mifupa kutoka kwenye Msafara wa Tendaguru ambayo nimeichukuwa, katika: ibid., uk. 327r; Branca kwa Wizara ya Utamaduni ya Prussia, 8.1.1916, ibid., kr. 328–329.

71 Branca: wajibu juu ya utoaji wa mifupa kutoka kwenye Msafara wa Tendaguru ambayo nimeichukuwa, katika: GStA PK, I. HA Rep. 76, Va, Sekt. 2, Tit. X, Nr. 21 adh A I, uk. 208.

72 Bamberg kwa Branca, 11.1.1912, katika: GStA PK, I. HA Rep. 76, Va, sekt. 2, Tit. X, Nr. 21 adh A I, uk. 132 v+r.

Stifter von Beträgen von 1000 Mk u. mehr.

Name	Vorname	Titel	Anschrift	Betrag
Preuß. Kultusministerium				50,000
Pr. Akademie d. Wiss.				19,000
Magistrat Berlin				8,000
Ges. naturf. Freunde				9,000
Bamberg	Paul	Fabrikbesitzer		15,000
+ Röchling	Aug.	Geh. Komm. Rat		12,000
Stechow	Walter	Dr. Exz. Ober Gen. Arzt a.D.	NW. 40 Alsenstr. 5.	8,000
v. Krupp Frau	Margarethe	Exz.		5,000
v. Gwinner	Arthur	Dr. Direktor	Rauchstr. 1 W. 10	5,000
+ v. Siemens	Wilh.	Geh. Reg. Rat		5,000
+ v. Mendelssohn	Rob.	Generalkonsul	W. 56 Jägerstr. 49/50	2,500
? ~~Ed.~~ Simon	Ed.	Dr. Geh. Komm. Rat	W. 10 Victoriastr. 7	2000
+R v. Passavant-Gontard	R.	Geh. Komm. Rat		2000
Darmstädter	Ludwig	Prof. Dr.	W. 62 Landgrafenstr. 18	1500
Meyer	H.	Geh. Rat Prof. Dr.		1,000
+ Herzog Joh. Albrecht				1,000
v. Mendelssohn	Franz	Generalkonsul	Grunewald Herthastr. 5	1,000
+ v. Hansemann Frau	Ottilie			1,000
Staudt Frau	Elisabeth	Konsul	Tiergartenstr. 9a W. 10	1,000
Speyer Frau	Franziska			1,000
Friedländer Frau	Emmy	Dr.	W. 15 Lietzenburgerstr. 13	1,000
Aachen. Münch. Feuer V.				1000
Gruhl	Carl			

17

Namna nyingine ya kuheshimu mchango wa watu, ilikuwa kutambuliwa katika ripoti ya mwisho ya Branca, ambapo wafadhili walitajwa kwa majina na, ingalau wakapandishwa kwenye jukwaa la wanasayansi.[73] Utambuzi ulikuwa endelevu zaidi katika uainishaji wa majina ya kisayansi kwa spishi mpya za dinosaria, waliotambuliwa na kupewa wasifu kwa taratibu za utambuzi na uainishaji wa kisayansi wa visukuku vya Tendaguru. Hata hivyo, heshima hiyo walipatiwa tu, wafadhili wakuu wachache, waliokuwa wamechaguliwa, kama: Paul Bamberg, Walther Stechow, David Paul Hansemann na August Roechling. Tangu hapo waliendelea kuishi wakifahamika kwa majina ya spishi za dinosaria wafuatao, *Elaphrosaurus bambergi*, *Labrosaurus stechowi*, *Dicraeosaurus hansemanni* na *Ceratosaurus roechlingi*. Kama walezi wakuu, milele waliwekwa katika historia ya paleontolojia, ya Msafara wa Tendaguru na habari za kisayansi.

Mpaka hivi sasa, nyenzo za ufadhili aina mbili zinaweza kuonekana katika uhamasishaji wa michango kwa ajili ya Msafara wa Tendaguru: Mitandao binafsi ya Branca na Hansemann iliyafikia matabaka ya uongozi wa kifalme wa tabaka la kati, pamoja na tabaka la makabaila waliokuwa na msimamo wa kihafidhina, wazalendo- na huru; pia iliwafikia wasomi waliojiwekezea, wenye nguvu za kifedha; watu wenye uwezo wa kiuchumi, na pia waliokuwa na uwezo mkubwa wa kisiasa. Mafanikio ya upatikanaji wa michango yaliwezekana tu, kutokana na uwapo wa mitandao ambayo, kwa kiasi, tayari ilikuwepo na baadhi, ilianzishwa upya, pamoja na ushirikiano wa wanasayansi, wachumi na wanasiasa. Matabaka haya yalishawishika kwa hoja mbili – "hazina za kisayansi" na "heshima ya Taifa". Siyo tu, hotuba bali pia michango ilichangia kuonesha utofauti mpana wa wachangiaji na kudhihirishwa na aina ya vitu vilivyopatikana. Mvumo wake unaonekana siyo tu, katika majina ya kisayansi ya mifupa ya viunzi katika ukumbi wa dinosaria, bali pia katika ushabiki wa kizamani na majisifu. Msafara wa Tendaguru na mafanikio yake mpaka leo, unazungumzwa: kama uchimbuaji wa dinosaria mkubwa na wenye mafanikio makubwa zaidi kuliko yote duniani; uliokuwa na washiriki wengi zaidi na uliopata mavuno makubwa sana ya visukuku, ambavyo hatima yake ni kusimamishwa kwa kiunzi cha dinosaria kikubwa kuliko vyote duniani.[74] ■

73 Branca 1914a, kr. 5–6, 10.

74 Tendaguru, katika: https://de.wikipedia.org/wiki/Tendaguru, 24.9.2018.

MAREJEO

Anonym: Eine Organisation für Polar- und Forschungsexpeditionen [ripoti ya mkutano], katika: Zeitschrift der Gesellschaft für Erdkunde, 1914, kitabu cha 3, kr. 223–224.

Anonym: Wissenschaft oder Abenteuer?, katika: Berliner Lokal-Anzeiger, No. 456, 8.9.1913.

Baschin, Otto: Die Begutachtung von Forschungsreisen, katika: Berliner Tageblatt, No. 209, 26.4.1914.

Behm, Karl: Der Streit um die deutschen Forschungsexpeditionen, katika: Der Tag (Nyongeza la Berliner Lokalanzeiger), 21.9.1913.

Bell, Joshua A. / Alison K. Brown / Robert J. Gordon (wahariri): Recreating First Contact: Expeditions, Anthropology, and Popular Culture, Washington D.C. 2013.

Böhme-Kaßler, Katrin: Gemeinschaftsunternehmen Naturforschung. Modifikation und Tradition in der Gesellschaft naturforschender Freunde zu Berlin 1773–1906, Stuttgart 2005.

Branca, Wilhelm von: Allgemeines über die Tendaguru-Expedition, katika: Archiv für Biontologie, toleo la 3, Berlin 1914, kr. 3–13.

Buchholz, Bernhard: Die geplante deutsch-englische Luftschiff-Expedition über Neuguinea 1914, katika: http://www.traditionsverband.de/download/pdf/luftschiff_expedition.pdf, 9.9.2018.

Dunken, Gerhard: Die Geschichte der "[Alexander von] Humboldt-Stiftung für Naturforschung und Reisen", katika: Alexander von Humboldt-Kommission der Deutschen Akademie der Wissenschaften zu Berlin (mhariri): Alexander von Humboldt 14.9.1769–6.5.1859. Gedenkschrift zur 100. Wiederkehr seines Todestages, Berlin 1959, kr. 161–178.

Essner, Cornelia: Deutsche Afrikareisende im neunzehnten Jahrhundert. Zur Sozialgeschichte des Reisens, Stuttgart 1985.

Fabian, Johannes: Im Tropenfieber. Wissenschaft und Wahn in der Erforschung Zentralafrikas, Munich 2001.

Feldman, Gerald D.: The Private Support of Science in Germany, 1900–1933, katika: Rüdiger vom Bruch / Rainer A. Müller (wahariri): Formen außerstaatlicher Wissenschaftsförderungen im 19. und 20. Jahrhundert. Deutschland im europäischen Vergleich, Stuttgart 1990, kr. 87–111.

Fitzpatrick, Matthew P. / Peter Monteath (wahariri): Savage worlds. German Encounters Abroad, 1798–1914, Manchester 2018.

Fraas, Eberhard: Auf Saurierjagd in Ostafrika, katika: Schwäbische Kronik, No. 502, 26.10.1907.

Fraas, Eberhard: Entdeckung von Überresten großer Dinosaurier in Ostafrika, katika: Gaea. Natur und Leben. Zentralorgan zur Verbreitung naturwissenschaftlicher und geographischer Kenntnisse, sowie der Fortschritte auf dem Gebiete der gesamten Naturwissenschaften 44 (1908), kitabu cha 1, kr. 55–56.

Gräbel, Carsten: Die Erforschung der Kolonien. Expeditionen und koloniale Wissenskultur deutscher Geographen, 1884–1919, Bielefeld 2015.

Krause, Reinhard A.: Zum hundertjährigen Jubiläum der Deutschen Antarktischen Expedition unter der Leitung von Wilhelm Filchner, 1911–1912, katika: Polarforschung 81, 2 (2011), kr. 103–126. http://epic.awi.de/31408/1/Polarforschung_812_103-126.pdf, 9.9.2018.

Maier, Gerhard: African Dinosaurs Unearthed. The Tendaguru Expeditions, Bloomington 2003.

Mogge, Winfried: Wilhelm Branco (1844–1928). Geologe – Paläontologe – Darwinist. Eine Biografie, Berlin 2018.

Penny, H. Glenn / Matti Bunzl (wahariri): Worldly Provincialism: German Anthropology in the Age of Empire, Ann Arbor 2003.

Pfetsch, Frank R.: Staatliche Wissenschaftsförderung in Deutschland 1870–1975, katika: Rüdiger vom Bruch / Rainer A. Müller (wahariri): Formen außerstaatlicher Wissenschaftsförderungen im 19. und 20. Jahrhundert. Deutschland im europäischen Vergleich, Stuttgart 1990, kr. 113–138.

Schwarze, W.: Die Bewertung deutscher Forschungsexpeditionen, katika: Der Tag (Nyongeza la Berliner Lokalanzeiger), 2.10.1913.

Singer, H.: Solide und unsolide Forschungsreisen, katika: Berliner Tageblatt, No. 156, 26.3.1914.

Tetens, [Otto]: Der Vorschlag des Admiral Behn, katika: Der Tag (Nyongeza la Berliner Lokalanzeiger), 2.10.1913.

Vogt, Annette: Von der Ausnahme zur Normalität? Wissenschaftlerinnen in Akademien und in der Kaiser-Wilhelm-Gesellschaft (1912–1945), katika: Theresa Wobbe (mhariri): Zwischen Vorderbühne und Hinterbühne. Beiträge zum Wandel der Geschlechterbeziehungen in der Wissenschaft vom 17. Jahrhundert bis zur Gegenwart, Bielefeld 2003, kr. 159–188.

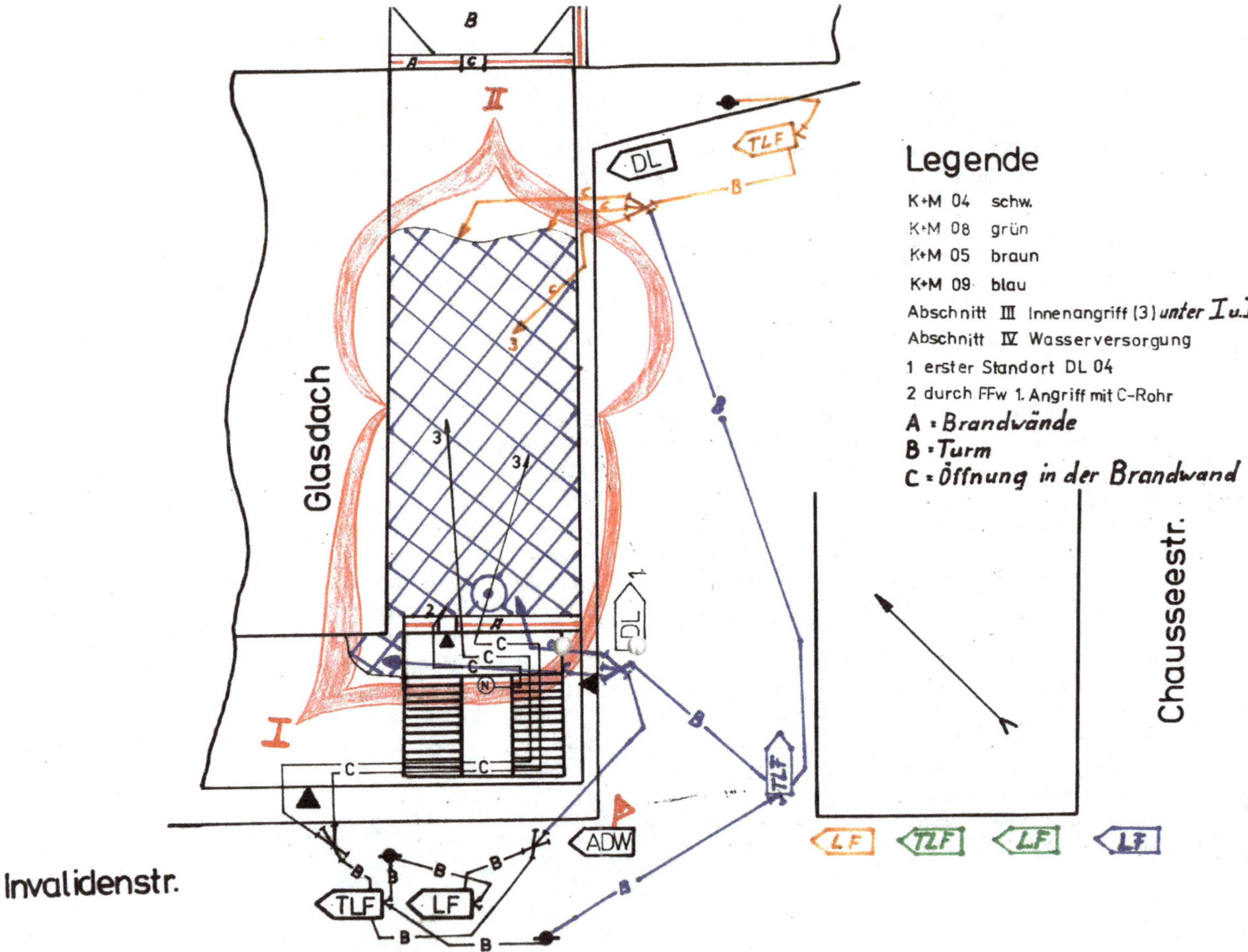

Legende
K+M 04 schw.
K+M 08 grün
K+M 05 braun
K+M 09 blau
Abschnitt III Innenangriff (3) unter I u.I
Abschnitt IV Wasserversorgung
1 erster Standort DL 04
2 durch FFw 1. Angriff mit C-Rohr
A = Brandwände
B = Turm
C = Öffnung in der Brandwand
Glasdach
Chausseestr.
Invalidenstr.
II
I
DL
TLF
ADW
LF
TLF
LF
LF
TLF
LF
LF

ONESHO LA DINOSARIA MKUBWA KULIKO WOTE DUNIANI

BRACHIOSAURUS BRANCAI MJINI TOKYO, MWAKA 1984

Ina Heumann

Tarehe 3 Februari mwaka wa 1982, saa za mchana, paa la jengo la Makumbusho ya Mambo ya Asili Berlin, lilitoka moshi.[1] Klaus Eschke, ambaye ni mwenye kushughulikia vipasha moto na jotoridi ndani ya Makumbusho, mara moja alitambua kwamba kulikuwa na hatari. Saa 12:42 aliwapigia simu Zimamoto wa Berlin, na baada ya dakika tatu aliwapigia simu Zimamoto wa Kujitegemea wa Makumbusho. Wa Makumbusho ndio walifika haraka na kuchunguza tatizo. Walitoa watu wote ndani ya Makumbusho na kujaribu kuzima moto huo. Dakika chache tu baada ya hapo askari wa zimamoto sitini wa mji wa Berlin pia walifika pamoja na magari tisa ya zima-moto, ngazi ndefu mbili, na kibebasilaha kimoja.[2] Uchunguzi wa matokeo ulionyesha ya kuwa moto sakafuni ulitapakaa kwenye uwanja wa mita za mraba mia tatu ($300m^2$). Paa liliungua karibu lote na sehemu moja ya dari lililoungua iliangukia gorofa ya chini, ambako kulikuwa na vyumba vya kazi vya wanapaleontolojia. Moto huo uliweza kusambaa kwa haraka mno kwa sababu, baada ya Vita Vikuu vya Pili, paa lilikarabatiwa na kuwekwa mbao, maboksi na mbao za pamba tu.[3] Ili kuzuia moto usiendelee kusambaa, askari wa zimamoto walitoboa njia kupitia chumba kilichokuwa chini ya paa. Kama michoro katika ripoti ya wazimamoto inavyoonyesha, mbinu hii iliwawezesha kuzima moto kutoka pande tatu na kutoka gorofa mbili (picha 1).

Askari wa zimamoto walipambana na matatizo mengi: kwa sababu siku za baridi za mwezi wa Februari kulikuwa na theluji juu ya paa. Pia nguo za askari wa zimamoto zilikuwa baridi. Hii ilibidi kufuatilia hatua nyingine za kuhakikisha usalama. Moto, moshi mwingi na sehemu ya paa lililoanguka iliwazuia askari wa zimamoto kufanya kazi yao. Lakini, kulingana na ripoti moja katika gazeti la zimamoto linaloitwa *Unser Brandschutz*, moto hatimaye "ulikomeshwa" saa nane na dakika arubaini na tano za mchana (14:45) kwa sababu askari wa zimamoto walipambana na moto huo "kwa uvumilivu na kijasiri" na "bila ya kuogopa hatari".[4]

Baada ya wiki chache, Idara ya Zimamoto ya Uchunguzi ya Polisi ya Ujerumani Mashariki, ambayo ilishughulikia chanzo cha moto, ilitoa ripoti yao. Matokeo yalikuwa haya: Hitilafu ya umeme. Isemavyo katika ripoti:

> "Ilikuwa ni rahisi kutokea moto kwa sababu, mfumo wa umeme ambao hupeleka umeme katika vyumba vya kazi, uliwekwa mwaka wa 1951, na tangu miaka hiyo haujafanyiwa marekebisho. Nyaya zake nyingi zilikuwa sakafuni na kwa miaka 30 zilishindana na hali mbalimbali za hewa."[5]

Picha 1 upande wa kushoto: Ramani ya terehe 3 Februari mwaka 1982 ya kuzima moto uliotokea katika Makumbusho ya Mambo ya Asili, katika: Auswertungsbericht zum Brand am 3.2.1982 im Museum für Naturkunde, 29.3.1982, BArch, Ministerium des Inneren, Hauptabteilung Feuerwehr, DO 1/29393.

1 Maelezo zaidi juu ya matokeo haya, linganisha: Auswertungsbericht zum Brand am 3.2.1982 im Museum für Naturkunde, 29.3.1982, katika: BArch, Ministerium des Inneren, Hauptabteilung Feuerwehr, DO 1/29393.

2 B. 1982, uk. 28.

3 Ripoti kuhusu moto wa terehe 3.2.1982 uliotokea Makumbusho ya Mambo ya Asili, 29.3.1982, BArch, Ministerium des Inneren, HA Feuerwehr, Großbrandberichte, DO 1/29393.

4 B. 1982, uk. 29.

5 Ibd.

Hasara ya moto ilikuwa kubwa mno (picha 2). Baada ya paa lenye ukubwa wa mita 300 ya mraba, pia vyumba vya kazi 12, makabati mengi ya mikusanyo ya vitu asili, vitu vya mikusanyo na pia vifaa vya kazi kama vifaa vya kupiga picha, hadubini, machapisho na barua viliungua. Inakadiriwa moto huo ulisababisha hasara ya Mark 300,000. Jengo la Makumbusho na mikusanyo yake lilipata hasara kubwa kama hiyo kutokana na uharibifu wa maji yaliyotumika kuzima moto. Wakati wa kuzima moto, maji yalimwagika sakafuni na kutiririka chini katika vyumba vyenye mikusanyo ya vitu vya asili na hata katika ukumbi maalum ambao walionyeshwa dinosaria.[6] Sababu ilikuwa ni makosa katika kutengeneza upya mfumo wa vipasha moto. Vipasha moto, ambavyo vilikuwa vikiwashwa kwa kutumia makaa, katika jengo la Makumbusho lenyewe, na ambavyo vilitumika mpaka enzi hizo, vilitakiwa kubadilishwa na utumike mfumo joto wa mtaa, ambao hupasha moto mtaa mzima kutokana na vipasha moto vilivyoko mbali na nje ya Makumbusho. Kuta na mapaa yalitobolewa matundu ya kupitisha mabomba ya hewa ya moto. Maji ya zimamoto yalipitia kwenye matundu hayo na kumwagika gorofa zote. Haya yaliyotokea yalifanya Makumbusho yawe katika hali ya dharura: Milango ya jengo la Makumbusho ilifungwa kwa kipindi kisichotabirika.[2]

Ilikuwa ni kama 'baada ya dhiki faraja', mkuu wa Makumbusho, Manfred Barthel, alipopokea barua kutoka Ujapani, miezi michache tu, baada ya moto. Barua iliomba kupewa visukuku maarufu vya dinosaria kwa ajili ya maonyesho yaliyokusudiwa kufanyika mjini Tokyo.[8] Waliotoa maombi haya ilikuwa ni Kampuni ya Kijapani kwa Ubadilishanaji wa Utamaduni na Nchi za Nje, inayoitwa – Taibunkyō. Kampuni hii ilianzishwa mahsusi kukuza uhusiano mzuri wa kitamaduni baina ya Ujapani na nchi za kijamaa. Kwa kuwa nyakati hizo Makumbusho ya Berlin yalikuwa ni sehemu ya Chuo Kikuu cha Humboldt, Berlin, baada ya siku chache Barthel alimwelezea kiongozi wake, Mkuu wa Chuo, maoni yake kuhusu ombi hilo:

Picha 2:
Ukumbi ulioungua pamoja na milango ya vyumba vya ofisi za kipaleontolojia, katika: MfN, HBSB, MfN B III 463., Mpiga picha Retzlaff/Film- und Bildstelle der HUB.

6 Mazungumzo pamoja na Manfred Barthel, 25.4.2013.

7 Makao ya 79 ya MR ya tarehe 5. März 1984, Beschluß zur Leistungssteigerung der wissenschaftlichen Museen und Sammlungen im Bereich des Ministeriums für Hoch- und Fachschulwesen, 28.2.1984, katika: BArch, DC 20-I/3/2024, kr. 124–144, hapa uk. 136; pia linganisha mswada wa hotuba ya Manfred Barthel: Die große Reise des *Brachiosaurus*, uk. 4, katika: MfN, HBSB, MfN V, Japan Sehemu ya II, L–Z [haijachunguzwa].

8 Nakala ya barua ya Koji Surimori (Japan Cultural Association with Foreign Countries) kwa Helmut Klein, Mkuu wa Chuo Kikuu cha Humboldt, 14.10.1982, Mlango wa Makumbusho tarehe 3.11.1982, katika: MfN, HBSB, MfN V, Japan Teil I, A–K [haijachunguzwa].

"Pendekezo la kampuni ya Kijapani ni zuri sana na, kama litafanikiwa, basi litaleta faida kubwa kwa Taifa letu na kwa Chuo chetu. Kutokana na kazi zetu za pamoja na Jumba la Makumbusho ya Taifa ya Tokyo, tunajua kwamba wanapata wageni wengi wa kutazama maonyesho maalum. Pia tunajua kuwa maonyesho ya vitu vya mambo ya asili na historia yanapendwa sana na watu wenye madaraka katika serikali yao."[9]

Lakini mambo mazuri haya yalikabiliwa na udhaifu kutokana na hali iliyokuwa "kwamba Makumbusho ya Mambo ya Asili ya Berlin (MfN) hayakufanikiwa kutengeneza upya chumba cha maonyesho hata kimoja, katika miaka yote 13 iliyopita (hasa kwa sababu ya kukosa vifaa vya kiufundi) na pia kwa kukosa ujuzi wa kutosha kwa upande wa maonyesho".[10] Mkuu wa Makumbusho pia alikuwa ni msimamizi wa Jumba la Makumbusho la Makusanyo ya Kipaleobotaniki, kwa hiyo alifahamu vizuri sana uhafifu wa vitu vya kipaleontolojia. Aliwauliza viongozi wake mambo ya kimsingi sana, kwa mfano: "Je, GDR kweli itaweza kuutekeleza mradi huu (kulingana na uwezo mdogo wa kufungasha mzigo, na kusafirisha mzigo huo kwa njia ya barabara na kwa ndege)?" Na: "Kwa hali halisi, ni vitu gani ambavyo vinaweza kuazimwa kwa sababu za kiufundi, kwa usafirishaji salama wa vitu? (Sisi wenyewe hatuwezi kujibu maswali haya)."[11] Maswali juu ya usalama wa usafirishaji wa vitu husika yaliendelea kuulizwa na kujadiliwa katika mazungumzo na uchunguzi katika wiki na miezi iliyofuata. Matokeo ya uamuzi yalikuwa kama ifuatavyo: Majira ya joto ya mwaka 1984, vitu vya kipaleontolojia 340 vya Makumbusho ya Berlin vilionyeshwa Ujapani, katika jengo ambalo lilijengwa mahususi kwa maonyesho hayo. Visukuku vilistahamili usafirishaji na pia matetemeko ya ardhi nane yaliyotokea wakati wa maonyesho[12] na pia vilistahamili kufunguliwa na kufungwa tena, mara mbili, yaani: Berlin na Tokyo.

Mkuu wa Makumbusho, Bwana Barthel, aliweza kukisia hatari na fursa za mradi huu. Kama kweli viunzi vya dinosaria visafirishwe Ujapani au la, lilikuwa ni swali ambalo siyo wafanyakazi wa Makumbusho pekeyake walijiuliza, bali, watu wengi tofauti walichangia maoni katika uamuzi wa mambo haya. Kwa mfano watu wa vyuo vikuu, watu wa wizara na umma wa wananchi. Tokyo ilikuwa mbali na Berlin Mashariki, siyo tu, kwa masafa. Lakini ilionekana uwezo wa kuushinda umbali wowote ulikuwapo. Ilikuwaje hazina yenye thamani kubwa ya Makumbusho kusafirishwa upande wa pili wa dunia ili kuwekwa kwenye maonyesho ya Wajapani kwa siku 100? Iliwezekanaje kuunganisha sehemu hizi mbili za kisiasa baina ya Tokyo na Berlin Mashariki?

GDR (UJERUMANI MASHARIKI) NA UJAPANI

Jawabu moja kwa maswali yaliyoulizwa kuhusu mradi huu lilikuwa ni uhusiano baina Ujapani na Ujerumani Mashariki na uhusiano ulivyoendelea baada ya Vita vya Pili vya Dunia. Wakati wa Vita vya Baridi, GDR na Ujapani zilikuwa katika kambi mbali mbali. Katika miaka ya 1950, GDR ilisema Ujapani ni nchi ya "siasa za kifashisti-kirevanshisti"[13]. Lakini hadi katika miaka ya 1970, Ujapani ilifuata msimamo na siasa za BRD (Ujerumani Magharibi) na Washirika wa Nchi za Magharibi. Hii inamaanisha kwamba, walishikilia Kanuni ya Hallstein, ambayo inasema nchi yeyote isikubali uhusiano na nchi yeyote ambayo imekubali Ujerumani Magharibi kuwa ni nchi yenyewe. Uhusiano mpya wa Ujapani na nchi za Magharibi ulipingwa kwa sababu Wajapani waliogopa nguvu za Urusi ya Kisovieti; na GDR ilitizamwa kama mkia wao.[14] Kwa maoni ya viongozi wa GDR, Ujapani ilitazamwa kama moja kati ya nchi za nje ambazo zilifuata 'siasa za taifa la kibeberu': "Inawezekana hakukuwa na nchi nyingine katika nchi zote za 'ulimwengu wa ubepari', ambayo ilikuwa ni vigumu kwa GDR kulainisha Kanuni ya Hallstein na kujenga nayo uhusiano mzuri wa kidiplomasia."[15]

Katika hali kama hii, utamaduni ulikuwa muhimu katika siasa za nje za Berlin Mashariki. Tangu miaka ya 1970, muziki, riadha, tamthiliya, fasihi, sanaa na sayansi zilifanya kazi za kidiplomasia kwa nchi hiyo. Michezo ya tamthiliya ya Gewandhau-

9 Manfred Barthel kwa Helmut Klein, 16.11.1982, katika: MfN, HBSB, MfN V, Japan Teil I, A–K [haijachunguzwa].

10 Ibd.

11 Ibd.

12 Linganisha Gottfried Böhme, Bericht über Sonderausstellung "175 Jahre Humboldt-Universität, Hauptstadt der DDR in Japan vom 7. Juli bis 14. Oktober 1984", katika: MfN, HBSB, S V, Saurierausstellung in Japan 1984, 2.2., kr. 1–34, hapa uk. 16.

13 Neuß 1989, uk. 267.

14 Linganisha Modrow 1983, kr. 55 ff. na vile vile Stanzel 2016, uk. 230.

15 Herrmann 2006, uk. 1032. Pia linganisha Marwege 1984, kr. 6–9.

sorchestra ya Leipzig, au michezo ya Komische Opera ambayo ilifanyikia Ujapani, na pia maonyesho ambayo yalionyesha vitu kutoka Makumbusho ya Pergamon (Pergamonmuseum) au sini za Meißener, yalifanywa ili kuonyesha "maendeleo ya GDR ya kielimu" nchini Ujapani, ili kuelimisha kuhusu historia na siasa za Utaifa na kukuza msingi wa uhusiano katika sehemu mbalimbali.[16] Chama cha Wafanyakazi na jamii za kirafiki za ubia zilichukua nafasi kubwa katika siasa hii ya kukaribisha utamaduni; kama vile Taibunkyō, ambayo ilianzishwa tangu miaka ya 1960.[17]

Juhudi hizi za kujenga uhusiano mzuri wa kisiasa kwa njia ya ubadilishanaji wa utamaduni, hatimaye mwaka wa 1973, zilisababisha uhusiano mzuri baina ya Ujapani na GDR. Uhusiano huu mzuri ulifanikiwa kwa sababu mwaka 1972 Ujerumani Magharibi (BRD) na Ujerumani Mashariki (GDR) zilikubaliana kuwa nchi mbali mbali. Kwa namna hii Kanuni ya Hallstein pia haikuwa na maana tena.. Makubaliano ya kisiasa na mabadilishano ya mambo ya kitamaduni pia yalianza kurahisisha uchumi baina ya Ujapani na GDR. Nia ya GDR ilikuwa kupata teknolojia ya kisasa kwa urahisi pasipo siasa yao kuathirika kutokana na upatikanaji huo. Kwa upande mwingine Ujapani, nchi ambayo, tangu miaka ya sabini, uchumi wake ulishuka na kutawaliwa na Marekani, ilikuwa inatafuta masoko mapya ya bidhaa zao. Kufanya biashara na GDR ilikuwa ni fursa nzuri ya kuanza biashara na kuwa na soko jipya katika nchi za Mashariki na pia ilikuwa nafasi kutangaza uzuri wa bidhaa za Kijapani katika kitovu cha Ulaya.[18] Mwaka 1975 nchi hizi mbili, kwa mara ya kwanza, zilisaini mikataba rasmi ya kibiashara. Ubadilishanaji wa kiuchumi uliendelea.[19] Mwaka 1972 tayari, Ujapani ilisafirisha kwenda GDR, bidhaa yenye thamani ya Dola za Kimarekani milioni 47. Baada ya muongo mmoja zilifika Dola za Kimarekani milioni 200. Wakati huohuo bidhaa za kutoka GDR kwenda Ujapani zilipanda mara tatu.[20] Makampuni ya Kijapani yaliwekeza na kujenga ofisi Berlin, Leipzig na Schwedt. Juu ya hayo, mwanzoni mwa miaka ya themanini, viongozi wa GDR waliagiza maelfu ya magari ya kampuni ya Kijapani inayoitwa Mazda: "mtandao wa kupambana kibiashara uliimarika".[21] Mwaka 1983, Hans Modrow, mwenyekiti wa Jamii ya Kirafiki ya Wabunge baina ya GDR na Ujapani, alisema:

> "Miaka kumi iliyopita kulikuwa na athari kidogo tu za GDR nchini Ujapani, leo alama hizo zimepanuka na kuwa mtandao wa uhusiano mzuri wa ubia, unaotuunganisha katika siasa, uchumi, utamaduni na riadha na ambao, hasa katika uwanja wa sayansi na teknolojia huukuza umuhimu wake. Katika miaka hii ya themanini tunaona uhusiano mzuri baina ya nchi zenye mipangilio ya kijamii tofauti lakini ambayo hushirikiana kwa amani; hii inajionesha katika maisha yetu ya kila siku – siyo tu, kwa sababu kuna Mazda 10 000 zinazoendeshwa barabarani, kulijengwa jengo la biashara, barabara ya Berliner Friedrichstraße, na hoteli mjini Leipzig na hoteli nyingine ambayo inajengwa mjini Dresden."[22]

Katika miaka ya themanini kulikuwa na sababu nyingi kuliko siku zingine, za kukuza uhusiano wa kiuchumi baina ya nchi mbili hizi: Uchumi wa GDR ulikuwa dhaifu. Kuanzia Urusi ilipovamia Afghanistani mwaka wa 1979, mataifa yote ya Ulaya Mashariki yalikuwa taabani kwa sababu ya vikwazo walivyowekewa na nchi za Magharibi. Madeni ya GDR yaliongezeka, rasilimali kutoka Urusi na Poland haikuletwa tena. Katika hali hii, ilikuwa ni muhimu kuendeleza "utaratibu wa siasa za nje ya nchi [ya GDR] pia kwa kupitia propaganda za kutoka nje" na kubuni "mbinu mpya za upatikanaji wa taarifa juu ya mahali pa kusafirisha bidhaa", kama inavyosemekana katika "Mradi wa hatua za uhusiano wa kisiasa wa GDR" mwaka wa 1983.[23]

Pamoja na mawazo ya kiuchumi, pia kulikuwa na fikra na nia za kisiasa ili kujitahidi kuwa na uhusiano mzuri na Ujapani. Kwa sababu ya hali ya kijiografia na ya kisiasa na vile vile kwa sababu ya mapendekezo yao ya kiuchumi na ya kisiasa, nchi hii ya Asia Mashariki ilipewa "nafasi ya pekee katika uhusiano wa nchi za Mashariki na za Magharibi".[24] Ilionekana watafaidika kutumia nafasi hii na "kuukuza uhusiano mzuri wa Ujapani katika nyanja za siasa, za kiuchumi, kiutamaduni na kisayansi na teknolojia; na kutumia nguvu za siasa za nje ya GDR na kulinda mawazo ya kisiasa, ya kiuchumi na ya kitamaduni".[25]

16 Linganisha maonyesho na mabadilishano ya kitamaduni, kwa mfano BArch, Ministerium für Kultur, HA Internationale Beziehungen, DR 1/18805; DR 1/18811; DR 1/18814, DR 1/18826; kuhusu siasa za kitamaduni za GDR nchini Japan pia linganisha Heideck 2014, kr. 180–182 na vile vile Leims 1997.

17 Kuhusu historia ya jamii za kirafiki Johannsen 2014; Stanzel 2016, kr. 236–237.

18 Linganisha Stanzel 2016, kr. 231–233.

19 Linganisha Neuß 1989, kr. 281–283.

20 Ibd., uk. 301. Kulingana na wingi kwa jumla wa vitu vilivyoingia na kutoka kwenye nchi zote mbili, nambari hizi ziko chini, linganisha Stanzel 2016, uk. 235.

21 Modrow 1983, uk. 16.,

22 Ibd., uk. 17.

23 Makao ya 44 ya Baraza la Mawaziri ya terehe 27 Januari 1983, Hauptrichtungen und Aufgaben der Außenpolitik der DDR in Verwirklichung der Beschlüsse des X. Parteitages der SED im Jahre 1983 (Plan der politisch-diplomatischen Maßnahmen), katika: BArch, DC 20-I/3/1911, uk. 93.

24 Rasimu ya mpango wa kujenga uhusiano baina ya GDR na Japan katika miaka ya 1986–1990, 1984, katika: PA AA, MfAA, M1 Zentralarchiv LS A 644, uk. 72. Kuhusu maoni juu ya Japan mwanzoni miaka ya 1980 pia linganisha: Haltung Japans zu aktuellen Fragen, streng vertraulich, Volkskammer der DDR, Delegation der Volkskammer nach Japan, 31.3.–6.4.1980, katika: BArch, DA 1/13667.

25 Rasimu ya mpango wa mbinu za kujenga uhusiano baina ya GDR na Japan katika miaka ya 1986–1990, 1984, katika: PA AA, MfAA, M1 Zentralarchiv LS A 644, uk. 74.

Kwa sababu ya malengo haya ya kiuchumi na kitamaduni, Taibunkyō, iliyokuwa jamii ya kitamaduni ambayo iliundwa ili ishikamane na GDR upande wa kazi ya ubia, ilipendekeza maonyesho chungu nzima. Mapendekezo yalihusu mikusanyo ya Makumbusho ya GDR na yalikuwa na mada tofauti tofauti kama "Goethe na wakati wake", "Mchango wa Wajerumani katika Utamaduni wa Ulimwengu" mpaka "GDR na maendeleo ya sayansi na teknolojia ya Kijerumani katika karne za 19 na 20".[26] Ili kutekeleza mapendekezo yake, Taibunkyō iliwahoji watu kutoka idara tofauti za kisiasa na za kiuchumi – kwa mfano Wizara ya Utamaduni (Ministerium für Kultur), Chuo cha Sayansi (Akademie der Wissenschaften), Balozi ya GDR nchini Ujapani. Wakati mwingine kulikuwa na mashaka kwa upande wa GDR, kwani hawakujua yale "mawazo yenye ukungu ambayo hayaeleweki" yalimaanisha nini.[27] Lakini katika wiki zilizofuata, kwenye majadiliano baina Ujapani na GDR, washiriki wa GDR walikubali zaidi mapendekezo ya Ujapani kushiriki kwenye sherehe ya Chuo Kikuu cha Humboldt Berlin, kufikisha miaka 175, kwa kuandaa maonyesho yanayosafirishwa, ambamo dinosaria wa Makumbusho ya Mambo ya Asili Berlin walikuwa vitu muhimu katika maonyesho hayo. Uhusiano wa historia ya Chuo Kikuu na vitu vya kipaleontolojia katika Makumbusho ulianza tangu Makumbusho kuundwa, na yalikuwa ni sehemu ya Chuo cha Berlin. Hata hivyo, Wajapani hawakupendekeza vitu vya Makumbusho vilivyohusiana na historia ya Chuo Kikuu, bali walipendelea vitu vya Msafara wa Tendaguru, visukuku vya kutoka Holzmaden na Solnhofen na, ilivyojulikana baadaye, pia walipendelea ndege wa asili maarufu *Archaeopteryx*. Kwa ufupi, kama Bwana Barthel alivyofasilisha, vilikuwa ni "vitu vyenye thamani kubwa kuliko vyote katika Makumbusho, tena ni urithi wa kitamaduni wenye thamani kuliko vitu vyote vingine katika Taifa letu".[28]

Wakati mmoja wa mashauriano, Januari 1983, ambapo idara zote zinazohusiana na mapendekezo ya Wajapani zilikusanyika – kama vile mabalozi na wawakilishi wa Wizara ya Mambo ya Nje (Ministerium für Auswärtige Angelegenheiten), wawakilishi wa Wizara ya Utamaduni na Wizara ya Sayansi na Teknolojia (Ministerium für Wissenschaft und Technik), pia Chuo cha Sayansi, Makumbusho ya Taifa ya Goethe (Goethe-Nationalmuseum) na ya Mji wa Weimar, na pia Chuo Kikuu cha Humboldt, Berlin – Manfred Barthel alitamka tena maoni yake ambayo yalikuwa ni ya fahari lakini ya tahadhari:

> "Kutokana na maoni ya Makumbusho ya Mambo ya Asili ya Berlin [...] hata kama ni kulingana na umuhimu wake wa kiutamaduni na siasa za nje, kwetu sisi (na kwa wanaoazima!), kiteknolojia pendekezo hili ni operesheni hatari sana. Haijatokea Makumbusho ya Mambo ya Asili yeyote dunia nzima, ambayo ilikubali mambo haya; kwani kufungua na kufunga tena kwa kurudiarudia, viunzi vya visukuku vyenye mamia ya vipande vidogo vidogo, na kisha kuvisafirisha kwa kutumia teknolojia ile tuliyonayo, itachukua miaka mingi na kuna uwezekano mkubwa, vipande vya visukuku dhaifu (vilivyounganishwa na gundi pekeyake) vitavunjika."[29]

TAHADHARI KWA HATARI ZILIZOKUWAKO

Majadiliano ya miezi iliyofuata yalihusu hatari ambazo Bwana Barthel alizitaja. Baada ya Chuo Kikuu cha Humboldt na Makumbusho ya Mambo ya Asili, pia Wizara ya Shule za Sekondari na Vyuo vya Ukufunzi (Ministerium für Hoch- und Fachschulwesen), Wizara ya Mambo ya Nje na washirika wa Kijapani, waliunga mazungumzo hayo. Hata kama mapendekezo ya Taibunkyō tayari yaliheshimiwa sana[30], wazo la kuvisafirisha visukuku vya dinosaria Ujapani lilipendelewa zaidi, ilipojulikana Marchi mwaka 1983, kwamba maonyesho haya yatafanyika, basi Jamii ya Utamaduni ilifanya kazi pamoja na gazeti la kila siku liitwalo *Yomiuri Shimbun*, ambalo huchapisha magazeti mengi zaidi kwa siku kuliko kampuni yeyote nyengine duniani.[31] "Kutokana na maoni ya Ubalozi ingekuwa bora sana kushiriki katika mradi huu na kuutekeleza pamoja na Taibunkyō. Kwa vile *Yomiuri Shimbun* pia itashiriki, tunatarajia kuwa na mafanikio makubwa na kujulikana zaidi katika nchi

26 Juu ya dhana ya maonyesho linganisha kwa mfano Horst Krüger, Kuratorium Japan – DDR, Aktennotiz, katika: PA AA, MfAA ZR 507/86; W. Schmidt, Botschaft der DDR in Japan, Politische Abteilung: Vermerk über ein Gespräch mit dem Generalsekretär von Taibunkyo, Sugimori, am 9.2.83, 10.2.83, katika: PA AA, MfAA ZR 507/86; H. Hillmann, Akademie der Wissenschaften, an MfAA, Abt. USA/Japan: Gesprächsnotiz, katika: PA AA, MfAA ZR 507/86.

27 Helmut Tautz (Wizara ya Utamaduni, Mkuu wa Idara ya Uhusiano wa Kimataifa) kwa Herbert Barth (Wizara ya Mambo ya Nje, mkuu wa idara ya USA/Japan), 8.11.1982, katika: PA AA, MfAA ZR 507/86.

28 Manfred Barthel / Hans-Hartmut Krueger: Expertengutachten zum Leihersuchen der Japan Cultural Association [...] Bestätigt mit sehr großer Mehrheit vom Rat des Museums am 20.10.1983, katika: PA AA, MfAA ZR 507/86.

29 Manfred Barthel kwa Wizara ya Shule za Sekondari na Vyuo vya Ukufunzi, 1.2.1983, katika: MfN, HBSB, MfN V, Japan Teil I, A–K [haijachunguzwa].

30 Kwa mfano linganisha Horst Krüger, Kuratorium Japan – DDR, Aktennotiz, katika: ibd., uk. 5.

31 Mwezi wa Juni mwaka 1982 *Yomiuri Shimbun* ilitoa pendekezo lake kufanya maonyesho ya Dinosaria Ujapani kwa Wizara ya Shule za Sekondari na Vyuo vya Ukufunzi, lakini pendekezo lake halikujibiwa miezi mingi; linganisha ukurasa wa madokezi wa M. Barthel [?], 17.11.1982, katika: MfN, HBSB, MfN V, Japan Teil I, A–K [haujachunguzwa]. Linganisha W. Schmidt (Kulturattaché der Botschaft der DDR in Japan) kwa Matter (Ministerium für Hoch- und Fachschulwesen, Abt. Internationale Beziehungen), 22.3.1983, katika: PA AA, MfAA ZR 507/86.

An den Rektor der Humboldt-
Universität zu Berlin

Gen. Prof. Dr. H. Klein

3. 6. 1983

Sehr geehrter Genosse Rektor,

unsere Position zum Ausstellungsangebot der japanischen Gesellschaft "Taibunkyo" ist durch einige Erfahrungen der letzten Monate klarer geworden:

1. Bei notwendigen Räumarbeiten (wegen der umfangreichen Bauarbeiten im Sauriersaal) über wenige Meter Entfernung auf der gleichen Ebene sind bereits Skelett-Elemente gefährdet und beschädigt worden. Obgleich von einem Team unserer besten und kompetenten Mitarbeiter (in meiner Gegenwart) ganz behutsam transportiert und abgesetzt, fielen Knochenteile aus dem separat ausgestellten Original-Schädel des Riesensauriers Brachiosaurus heraus. Die Schäden sind in diesem Fall reparabel, da alle Knochensplitter erhalten blieben und ihre Lage von den anwesenden Fachwissenschaftlern und Präparatoren sofort fixiert werden konnte. Diese Schäden wurden durch leichte Schwingungen der Metallstütze des Schädels ausgelöst und sind durch die Sprödigkeit des in den 30er und 50er Jahren verwendeten Leim-Gips-Gemisches als Kleber bedingt.

Der gegenwärtige Stand der Präparation der Saurierknochen schließt also jeden Transport aus.

2. Eine bessere Konservierung der Saurierknochen mit modernen farblosen und elastischen Kunststoffen (Polyester-Gießharzen, Kalloplast etc.) setzt voraus, daß das alte Knochenleim-

- 2 - 3.6.1983

Gips-Gemisch als Kleber vorher restlos entfernt wird, da es sonst zu Zerfallserscheinungen beim Benetzen durch die flüssige Komponente kommt.

Diese Umpräparation (nach Demontage der Skelette) wäre unter den jetzigen Bedingungen eine mehrjährige Arbeitsaufgabe für unsere 3 Fach-Präparatoren.

3. Die Montage eines freistehenden Saurierskeletts ist nicht nur ein technisch-präparatives, sondern auch ein wissenschaftliches Problem. Es ist eine Rekonstruktionsaufgabe der Funktionellen Morphologie, die unlösbar mit der wissenschaftlichen Auffassung des bearbeitenden Wirbeltier-Paläontologen verbunden ist. (Daher erfordern neue Erkenntnisse des revidierenden Bearbeiters eine Ummontage des Skeletts von Corythosaurus in "The Academy of Natural Sciences of Philadelphia", wie ich im Mai 1983 auf einer Studienreise beobachten konnte). Im Museum für Naturkunde arbeitet gegenwärtig kein Paläontologe wissenschaftlich über Saurier.

D. h. wir haben keinen Spezialisten, der die wiederholte Montage der Skelette im Sinne des Erstbearbeiters JANENSCH oder seiner eigenen, neuen Erkenntnisse anleiten könnte.

4. Im 2. Weltkrieg wurde das Skelett des Riesensauriers Brachiosaurus angesichts der Bombengefahr in mehrmonatiger Arbeit teildemontiert und im Keller eingelagert. Die Wiederaufstellung war eine komplizierte Arbeit mehrerer Jahre und wurde erst 1951/52 vollendet [siehe Abb. 14 auf S. 201 der Wiss. Z. HUB, Math.-Nat. R. 19 (1970) 2/3]
Dabei hatte mein Vorgänger das Glück, die wissenschaftliche Leitung dieser Arbeit noch dem Erstbearbeiter und Autor dieser Saurier-Art, dem hochbetagten Prof. Dr. Janensch selbst übertragen zu können, und auch die Präparatoren waren die gleichen, die das Skelett 20 Jahre vorher aufgestellt hatten.

Unter den jetzigen Voraussetzungen ist dieses (und einige andere Skelette im Sauriersaal) praktisch ortsfestes Kulturgut der Kategorie I.

Aus den genannten Gründen kann ich für das betreffende Kulturgut nicht die Verantwortung einer mehrfachen De- und Montage, eines langen Transports unter häufig wechselnden Bedingungen

- 3 -

Picha 3:
Barua ya Manfred Barthel kwa Mkuu wa Chuo Kikuu cha Humboldt Berlin, ya tarehe 3 Juni mwaka 1983, katika barua yake aliomba mapendekezo ya Wajapani yakataliwe. MfN, HBSB, MfN V, Japan Teil I, A-K [haijachunguzwa].

nyingine", ndiyo sauti iliyotokana na Ubalozi wa GDR, nchini Ujapani.[32] Wizara ya Mambo ya Nje pia iliamini hivyo. Huko Ujapani walidhani, ya kwamba "maonyesho kama hayo yataleta manufaa makubwa kwa GDR, lakini haiwezekani kuamuliwa kufanya maonyesho kama tahadhari zote hazijafikiriwa".[33]

Mwezi wa Juni, mwaka 1983, hadhari zote zilichunguzwa na uamuzi ulifanywa katika Makumbusho ya Mambo ya Asili, Berlin. Katika barua yenye kurasa tatu kwa Mkuu wa Chuo Kikuu cha Humboldt, Bwana Barthel alitoa sababu nne kwa nini "hawezi kubeba wajibu wa majukumu ya kufungua na kufunga viunzi vya visukuku mara nyingi, kwenye safari ndefu na hali ya kutotabirika".[34] Jambo muhimu kwa Mkuu wa Makumbusho, hasa ilikuwa ni hali ya usalama wa visukuku. Baada ya moto uliotokea, ilibidi kuviondoa na kuhamisha baadhi ya visukuku vya msafara wa Tendaguru kwa ajili ya kurekebisha jengo la Makumbusho. Na huko kuhamisha kidogo tu, tayari ilionekana wazi kiasi gani visukuku vya mifupa vilianza kuharibika. Kulingana na maelezo ya Barthel, sababu ya kuharibika huko ilikuwa ni kulegea kwa gundi iliyounganisha sehemu za viunzi na chokaa iliyotumika kusimamishia viunzi vya *Brachiosaurus* kwa mara ya kwanza, mwaka 1937: "Kwa hivyo, hali ya uhifadhi wa mifupa ya dinosaria haikuruhusu usafirishaji"[35] (picha 3).

Hoja ya pili ya Barthel ilihusu ufundi ambao uliwezekana kutumika wakati visukuku vitakapoandaliwa tena kwa uhifadhi wao: "Dawa ya uhifadhi wa mifupa ya dinosaria nzuri zaidi ya kisasa yenye plastiki ya kuvutika na isiyo na rangi (Poliesta-sandarusi, Kalloplast n.k.) inatakiwa, ili ile gamu ya zamani iliyotengenezwa kwa gundi la mifupa, iwe imesafishwa kabisa; ama kutaonekana kuchakaa itakapokutana na gamu mpya."[36] Kazi hii ingechukua muda wa miaka mingi.

Hoja ya tatu, kusimamisha kiunzi cha dinosaria "ilikuwa si tatizo la ufundi wa kuhifadhi pekeyake, bali pia kulikuwa na tatizo la kisayansi". Ulihitajika ujuzi mkubwa wa mofolojia tendeshi, ujuzi ambao haukuwapo kwa wakati huo hapo katika Makumbusho ya Mambo ya Asili Berlin: "Maana yake, hatuko na mabingwa ambao wangeweza kufunga viunzi kwa namna ile ile alivyovifunga Janensch mara ya kwanza,

32 Ibd.

33 Dokezo juu ya mazungumzo ya Mkurugenzi wa Idara ya USA katika MfAA, Gen. Dr. Barth pamoja na Mkurugenzi wa Idara ya Mambo ya Nje ya Nchi II katika MHF, Gen. Eiteljörge, 31.5.1983, 9.6.1983, katika: PA AA, MfAA ZR 507/86.

34 Manfred Barthel kwa Helmut Klein, 3.6.1983, katika: MfN, HBSB, MfN V, Japan Teil I, A–K [haijachunguzwa].

35 Ibd., uk. 1.

36 Ibd., uk. 2.

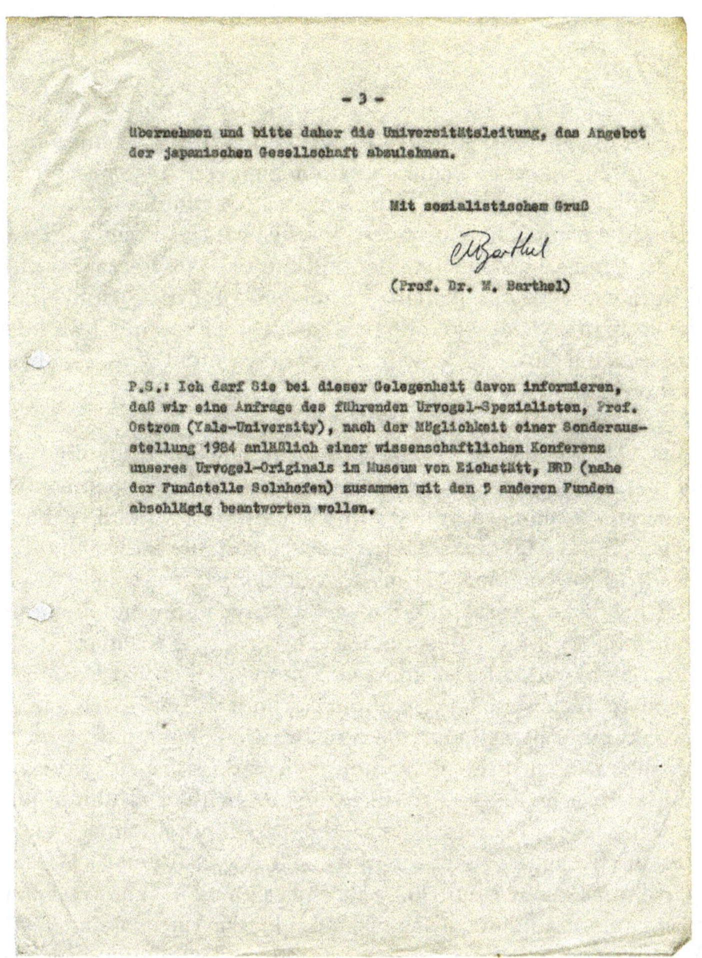

- 3 -

übernehmen und bitte daher die Universitätsleitung, das Angebot der japanischen Gesellschaft abzulehnen.

Mit sozialistischem Gruß

(Prof. Dr. M. Barthel)

P.S.: Ich darf Sie bei dieser Gelegenheit davon informieren, daß wir eine Anfrage des führenden Urvogel-Spezialisten, Prof. Ostrom (Yale-University), nach der Möglichkeit einer Sonderausstellung 1984 anläßlich einer wissenschaftlichen Konferenz unseres Urvogel-Originals im Museum von Eichstätt, BRD (nahe der Fundstelle Solnhofen) zusammen mit den 5 anderen Funden abschlägig beantworten wollen.

ama pia bingwa ambaye angejua kueleza namna ya kuvifunga kivingine."[37] Mwishowe Barthel alitaja namna walivyovifungua na kuvifunga viunzi wakati wa Vita Vikuu vya Pili. Wakati wa vita; viunzi vya visukuku vya Tendaguru vilifunguliwa ili kuhamishiwa chini ya jengo la Makumbusho ili visiharibiwe na mabomu. Baada ya vita ilibidi viunzi virudishwe na kufungwa tena. Ingawa Janensch na wafanyakazi walikuwa na uzoefu wa kuunganisha viunzi, kazi hiyo ngumu ilichukua miaka mingi sana.

Kwa hiyo Barthel alifahamu ya kwamba: "Kutokana na hali hii ya sasa (yaani ya wakati huo) [kiunzi cha *Brachiosaurus brancai*, ndani ya jengo] (na baadhi ya viunzi vingine katika chumba cha dinosaria) ni urithi wa kitamaduni wa kategoria nambari moja, ambao hauhamishwi."[38] Kwa sababu hiyo, alimuomba Mkuu wa Chuo Kikuu, "kukataa mapendekezo ya kampuni ya Ujapani".[39]

Helmut Klein alitekeleza mara moja na pia kumwendea Waziri wa Shule za Sekondari na Vyuo vya Ukufunzi, Hans-Joachim Böhme, mwanzoni mwa mwezi Juni 1983 ili kumshawishi kuachana na mpango wa Taibunkyō wa kuandaa maonyesho.[40]

Lakini huu haukuwa uamuzi wa mwisho, kwa sababu wakati ule ule Ujumbe wa Taibunkyō uliondoka Ujapani na kuwasili Berlin tarehe 13 Juni mwaka 1983.[41] Dokezo la kuandikwa kwa mkono wa Barthel kwenye nakala ya barua yake linalokataa maonyesho, lilionyesha ya kwamba Wajapani walikubaliana. Kwa ajili ya tahadhari, maonyesho yatafanyika Tokyo pekeyake na kwa miezi michache tu, kati ya mwezi wa Julai na Septemba. Pamoja na hayo, Wajapani waliwasilisha ahadi kuwa wao watalipa gharama za usafirishaji na ikibidi, pia gharama za marekebisho. Walikuwa tayari kuleta mafundi wa kufungasha mzigo Berlin na kufanyia kazi viunzi vya dinosaria pamoja na kutumia nakala pacha (replica) za visukuku.[42] Mjadala kati ya Shirika la Kijapani na Günter Heidorn, naibu wa Waziri wa Shule za Sekondari na Vyuo vya Ukufunzi, uliishia kwenye suluhisho tatu muhimu: La kwanza, lazima kikundi cha mabingwa wa Makumbusho ya Mambo ya Asili, wakiwemo Mkuu wa Makumbusho, mwanapaleontolojia mmoja na mtaalamu wa kuandaa visukuku mmoja, wajiunge kwenye safiri ya kwenda Ujapani. La pili, walipanga kujadiliana

37 Ibd.

38 Ibd. Urithi wa kitamaduni wa kategoria ya I ulielezwa katika maagizo juu ya Hazina ya Kitaifa ya Makumbusho ya Jamhuri ya Kidemokrasia ya Kijerumani ya tarehe 12 April 1978 kama "vitu na mkusanyo wa Makumbusho, ambao una thamani kubwa sana kwa sayansi, historia na urithi na hakuna kinachoweza kuchukua nafasi yao". Vitu hivyo vilikuwa chini ya Waziri wa Utamaduni. Linganisha Verordnung über den Staatlichen Museumsfonds der Deutschen Demokratischen Republik ya tarehe 12 April 1978, katika: Mößle 1999, kr.271–285, hapa 275-276.

39 Ibd.

40 Helmut Klein kwa Hans-Joachim Böhme (Waziri wa Shule za Sekondari na Vyuo vya Ukufunzi), 8.6.1983, katika: MfN, HBSB, MfN V, Japan Teil I, A–K [haijachunguzwa].

41 Telegrafu ya Hans-Dieter Jäger (Balozi wa DDR nchini Japan) kwa Helmut Tautz (Wizara ya Utamaduni, Mkurugenzi wa Uhusiano wa Kimataifa), 3.6.1983, katika: PA AA, MfAA ZR 507/86.

42 Madokezo ya kuandikwa kwa mkono wa Barthels katika nakala ya pili ya barua yake kwa Helmut Klein (Mkuu wa Chuo Kikuu cha Humboldt Berlin), 3.6.1983, katika: MfN, HBSB, MfN V, Japan Teil I, uk. 3 [hayajachunguzwa].

na wanasayansi wenzao wa Ujapani na kufanya majaribio mapya ya mbinu mpya za kuhifadhi visukuku vya Tendaguru na kuahidi kuvibomoa na kuviunganisha tena visukuku kwa haraka zaidi. La tatu, ilibidi wafanyakazi wa Makumbusho watayarishe maelezo yatakayosaidia uamuzi na kuyapeleka kwenye baraza la mawaziri wa GDR.[43] Baada ya mwezi mmoja Hiroichi Tsujihara, Mkuu wa Taibunkyō, pia alijaribu kuwashawishi watu wa GDR kukubaliana na hoja ya kufanyika maonyesho. Wakati wa safari yake ya Berlin Mashariki, alifanya kampeni ya kuomba kwa kila namna maonyesho yawezekane "msaada wowote kwa ajili ya mradi huo", ambao ulitarajiwa kuvutia watazamaji milioni moja.[44]

Ingawa majadiliano yalikwenda vizuri pamoja na Ujumbe wa Taibunkyō na *Yomiuri Shimbun*, na matarajio ya idadi ya wageni watakaotembelea maonyesho kuwa ya kuvutia na kubadilisha maoni ya watu wa Makumbusho na wa Chuo Kikuu, safari ya wafanyakazi wawili wa Makumbusho kwenda Ujapani mwezi wa Oktoba 1983 ndiyo hatimaye ilibadilisha uamuzi wa mwanzoni kuhusu mapendekezo ya Wajapani. Manfred Barthel na Hans-Hartmut Krueger ambaye ni mwandaji mkuu wa Makumbusho, walisindikizwa na Alfons Sommer, mkurugenzi wa Idara II ya Nchi za Nje katika Wizara ya Shule za Sekondari na Vyuo vya Ukufunzi.[45] Ratiba yao ilijumuisha "matembezi ya heshima" ya Taibunkyō, bodi ya uhariri ya gazeti la *Yomiuri Shimbun*, Makumbusho ya Taifa ya Sayansi ya Ujapani na mazungumzo pamoja na waandaaji wa maonyesho na kampuni ya kusafirisha vitu iitwayo Yamato, ambayo ilishirikishwa na Taibunkyō, ili ipange usafirishaji. Muhimu pia katika mjadala wa kupeana maoni ilikuwa ni "mazungumzo kuhusu namna ya kufungasha viunzi" yaliyofanywa katika Makumbusho ya Taifa ya Sayansi ya Japani. Mazungumzo hayo yalichukua muda mrefu. Pia walitumia siku mbili "kuonyeshana na kushauriana kuhusu namna za kuunganisha visukuku katika kujenga viunzi".[46] Katika safari hiyo, Krueger na Barthel walichukua kilo 20 za visukuku vya Tendaguru katika mizigo yao, ili vikatumike kufanyiwa majaribio kwa kutumia vifaa vya uhifadhi vya Kijapani.[47]

Mara baada ya kurudi kutoka Ujapani, Krueger na Barthel walitoa nyaraka mbili za maelezo kuhusu safari yao: ripoti kuhusu safari, ambayo walisaini pamoja na Bwana Sommer, na "ushauri wa kitaalamu juu ya maombi ya Chama cha Utamaduni cha Ujapani kuazima visukuku vya Makumbusho ya Asili, Berlin". Kuandika ushauri huu kulichukua muda na jitihada kubwa:

> "majaribio katika warsha za mbinu za kuandaa visukuku, majadiliano mengi pamoja na wanasayansi wa Makumbusho ya Paleontolojia, mahojiano ya wanasayansi wa kipaleontolojia wa Kisovieti na wa Kicheki, kutazama picha za Makumbusho ya Taifa ya Sayansi, Tokyo, mbinu za usafirishaji na ujenzi wa maonyesho ya dinosaria walizofanya Uchina (1981), uhakikisho kwa kuona majaribio ya vifaa vya uhifadhi na mbinu za Kijapani za kuunga visukuku kwenye mifupa yetu ya dinosaria, kuhakikishwa uimara wa nakala pacha (replica) za visukuku zilizotengenezwa katika Makumbusho ya Taifa ya Sayansi Tokyo kwa maonyesho ya Makumbusho, mazungumzo ya kina pamoja na mabingwa wa Makumbusho, kukagua vifaa vya kufungashia mizigo ya usafirishaji wa kampuni ya Yamato na mazungumzo pamoja na mabingwa wa kampuni hii ya usafirishaji; pia kutembelea sehemu yao maalum ya kiteknolojia za uhifadhi na usafirishaji; kukagua vifaa vya kutunza hali ya hewa katika vyumba vya Makumbusho ya Taifa ya Sayansi Tokyo ambavyo maonyesho hayo yatafanyikia; usawa na unadhifu wa vyumba hivyo, vifaa vya usalama wa moto na kengele za kutoa ilani, kukagua maonyesho yao ya kijiografia na ya sayansi ya mabadiliko ya kinasaba katika Makumbusho; yaani kiwango cha ufahamu wao kuhusu vitu vya kipaleontolojia kulingana na sayansi na ulimwengu katika maonyesho ambayo walikwishawahi kuyafanya."[48]

Mwanzoni, katika mwezi wa Juni mwaka 1983, watu waliohusika na Makumbusho walidai kuwa udhaifu au hatari ya visukuku vya dinosaria kuvunjika kwa urahisi ndiyo sababu ya kukataa visiazimwe kwa Wajapani. Lakini, baada ya nusu mwaka tu,

43 Ibd., uk. 3. Juu ya mwaliko wa wafanyakazi wa Makumbusho kwenda Japan pia linganisha Klaus Rottkowski (Kulturattaché, Balozi wa DDR nchini Japan): Dokezo juu ya mazungumzo baina ya mkurugenzi wa Idara ya Utamaduni wa *Yomiuri Shimbun*, Kazunari Ogawa, na wfanyakazi wengine katika idara hiyo, Kyoko Imazu na Youichi Ohta, tarehe 20.7.1983, katika: PA AA, MfAA ZR 507/86. Kuhusu matokeo ya mazungumzo haya: Liga für Völkerfreundschaft: Zum gegenwärtigen Stand und der Weiterführung der Zusammenarbeit der Liga für Völkerfreudschaft mit der Japanischen Gesellschaft für kulturelle Verbindungen mit dem Ausland "Taibunkyo", Aug. 1983, katika: PA AA, MfAA ZR 507/86, uk. 8.

44 Ibd., uk. 6, uk. 8.

45 Alfons Sommer (Mjumbe mkuu wa Wizara ya Shule za Sekondari na Vyuo vya Ukufunzi), Manfred Barthel, Hans-Hartmut Krueger: Reisebericht über eine Dienstreise nach Japan in der Zeit vom 4. Oktober bis 14. Oktober 1983, 18.10.1983, katika: MfN, HBSB, MfN V, Japan Teil I, A–K [haijachunguzwa].

46 Ratiba [Verhandlungsreise Sommer – Barthel – Krueger, 3.–14.10.1983, maongezo yaloandikwa kwa mkono], katika: MfN, HBSB, MfN V, Japan Teil I, A–K [haijachunguzwa].

47 Barthel kwa U. Zückert (Chuo Kikuu cha Humboldt Berlin, Mkurugenzi wa Uhusiano wa Kimataifa), 27.9.1983, katika: MfN, HBSB, S V, Intern. Bez. Japan.

48 Manfred Barthel / Hans-Hartmut Krueger: Expertengutachten zum Leihersuchen der Japan Cultural Association [...] Bestätigt von sehr großer Mehrheit vom Rat des Museums am 20.10.1983, katika: PA AA, MfAA ZR 507/86.

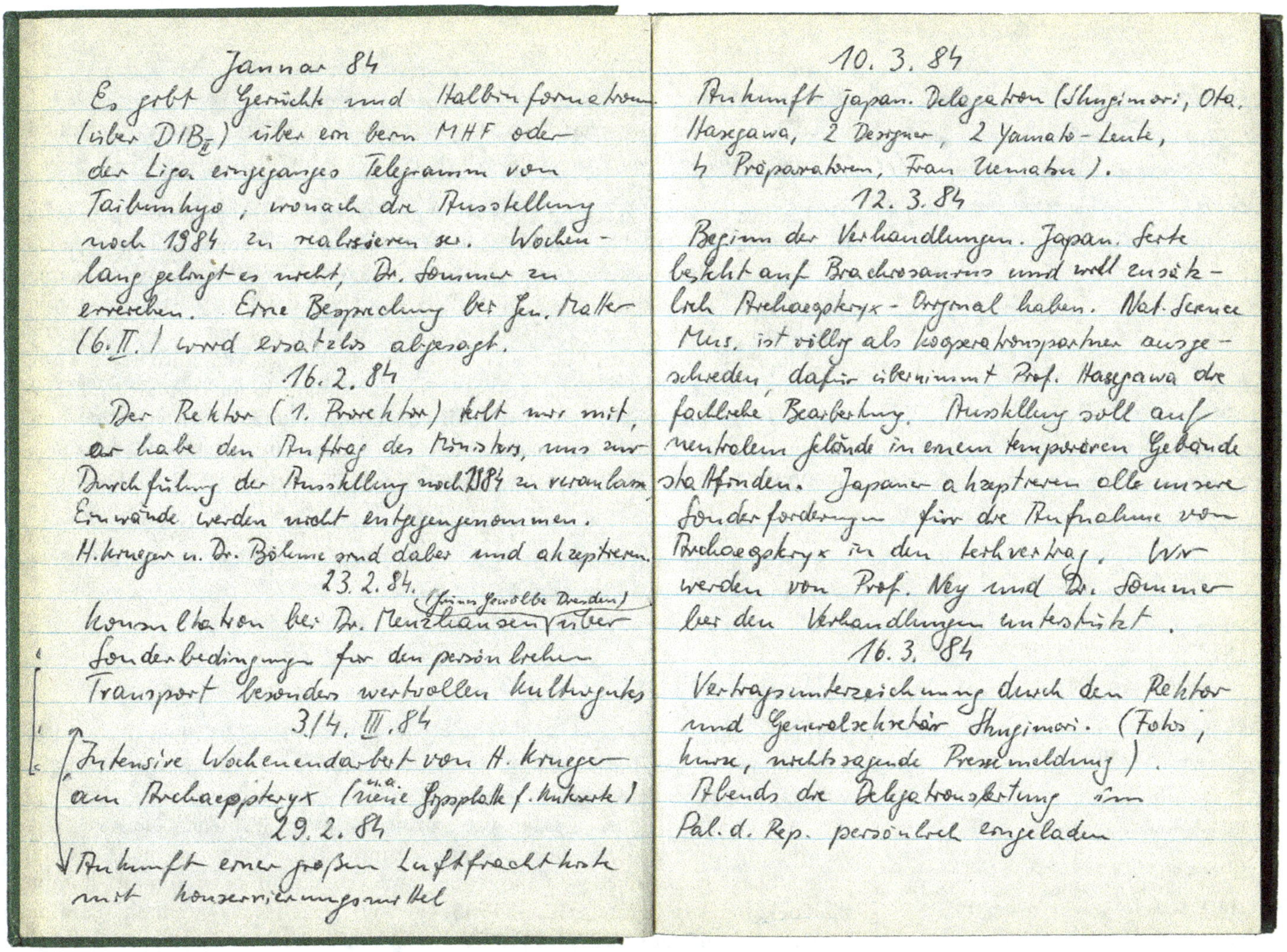

Januar 84
Es gibt Gerüchte und Halbinformationen (über DIB[II]) über ein beim MHF oder der Liga eingegangenes Telegramm von Taibunkyo, wonach die Ausstellung noch 1984 zu realisieren sei. Wochenlang gelingt es nicht, Dr. Sommer zu erreichen. Eine Besprechung bei Gen. Matke (6.II.) wird ersatzlos abgesagt.

16.2.84
Der Rektor (1. Prorektor) teilt mir mit, er habe den Auftrag des Ministers, uns zur Durchführung der Ausstellung noch 1984 zu veranlassen. Einwände werden nicht entgegengenommen. H. Krueger u. Dr. Böhme sind dabei und akzeptieren.

23.2.84
Konsultation bei Dr. Menzhausen (Grünes Gewölbe Dresden) über Sonderbedingungen für den persönlichen Transport besonders wertvollen Kulturgutes

3/4.III.84
Intensive Wochenendarbeit von H. Krueger am Archaeopteryx (neue Gipsplatte u.a. f. [illegible])

29.2.84
Ankunft einer großen Luftfrachtkiste mit Konservierungsmittel

10.3.84
Ankunft japan. Delegation (Shugimori, Ota, Hasegawa, 2 Designer, 2 Yamato-Leute, 4 Präparatoren, Frau Uematsu).

12.3.84
Beginn der Verhandlungen. Japan. Seite besteht auf Brachiosaurus und will zusätzlich Archaeopteryx-Original haben. Nat. Science Mus. ist völlig als Kooperationspartner ausgeschieden, dafür übernimmt Prof. Hasegawa die fachliche Bearbeitung. Ausstellung soll auf zentralem Gelände in einem temporären Gebäude stattfinden. Japaner akzeptieren alle unsere Sonderforderungen für die Aufnahme von Archaeopteryx in den Leihvertrag. Wir werden von Prof. Ney und Dr. Sommer bei den Verhandlungen unterstützt.

16.3.84
Vertragsunterzeichnung durch den Rektor und Generalsekretär Shugimori. (Fotos; kurze, nichtssagende Pressemeldung). Abends die Delegationsleitung im Pal. d. Rep. persönlich eingeladen.

mambo yalibadilika na udhaifu ule ule wa visukuku ukawa ndiyo sababu ya kuhimiza maombi ya Ujapani yakubaliwe. Katika ripoti zao ilirudiwa kutajwa kwamba, "Hali ya vitu vyetu hivi sasa, ni mbaya kwa kiasi kadhaa".[49] Hasa kiunzi cha *Brachiosaurus* kilisemwa kwamba ni dhaifu (yaani uimara wake ni mdogo). Kiunzi cha *Brachiosaurus* kilisimamishwa katika chumba cha dinosaria mwaka 1937 baada ya kukiandaa kwa muda wa muongo mmoja mzima. Kama ripoti inayosisitiza, kiunzi chake kiliandaliwa kwa umakini sana: Sehemu kubwa ya uti wa mgongo umeshikanishwa na msingi wake wa chuma kwa nguvu, hata mifupa yake haiwezikani kukoboka tena, labda kwa kutumia nguvu kubwa. Kwa mfano makanyagio ya *Brachiosaurus* yameunganishwa na msingi kwa kutumia saruji. Pia kamwe haiwezekani kuufungua uti wa mgongo. Nakala pacha ya uti wa mgongo umeunganishwa na msingi wa chuma katika mgongo halisi kwa namna ambayo, "hata mabomu ya Vita Vikuu vya Pili hayakuweza kukiangusha" kiunzi hicho. Kwa hivyo pia kulikuwa ni shida "kutenganisha mbavu za asili na uti wa mgongo wa plastiki".[50] *Brachiosaurus* lote lilikuwa ni pandikizi la kisukuku, la chokaa na la chuma.

Lakini haitoshelezi. Kama ripoti inavyoonyesha: Vingi vya visukuku vilikuwa ni vipande vilivyounganishwa pale mahali vilipochimbwa. Gamu iliyotumika kuviunganisha ilitengenezwa kwa mifupa na saruji ya chokaa, ambayo haikuthibitisha uimara na usalama wa visukuku. La muhimu zaidi lilikuwa utaratibu uliotumika kuandaa visukuku ungewekwa kwenye kumbukumbu ili utumike kama mwongozo. Lakini haukurekodiwa. Kwa hivyo walishindwa kujua visukuku vipi viliandaliwa kivipi. Shida ya kuhakikisha uimara/usalama wa visukuku tayari ilishughulikiwa kwa namna mbalimbali, bila kupata suluhisho: mfano walisema, "Jitihadi yetu ya kuunganisha tena mifupa kwa kutumia sandarusi ya plastiki (plastic resin), ilikuwa ni kazi ya bure, kwa sababu tulipotia gamu mpya ile ya zamani ilibabuka."[51] Kwa hivyo, Mkuu wa Makumbusho, Bwana Barthel na mkuu wa waandaaji-visukuku, Bwana Krueger walimalizia ripoti yao kwa kusema kwamba, "shida za kufanya haya maonyesho maalum zimeongezeka kwa sababu ya shida za kitaaluma na kiufundi za

Picha 4:
Daftari ya Manfred Barthel kuhusu shughuli za Kijapani. Ni mali binafsi ya Manfred Barthel.

49 Ibd.

50 Ibd.

51 Ibd.

uungaji viunzi vya dinosaria": "Kwa sababu ya uhifadhi mbaya, uunganishaji dhaifu na kwa sababu ya uchache wa visukuku, mafanikio ya mradi huu ni bahati na sibu."[52]

Ilikuwa wazi kwamba kulikuwa na shida ya vifaa: Dawa za uhifadhi za kisasa hazikupatikana GDR. Lakini ushirikiano pamoja na wanapaleontolojia na waandaaji wa Kijapani uliahidi kuleta msaada. Kwani waandaaji wa visukuku wa Ujapani walitumia dawa ya uhifadhi inayoitwa Paraloid. Hii ni dawa ya plastiki mumunyifu (soluble) ambayo haizeeki na haiathiriwi na mwanga.[53] Kutokana na ripoti, majaribio ya uhifadhi yaliyofanywa kwenye visukuku vya Tendaguru kwa kutumia dawa hii, wakati wa safari ya Barthel na Krueger kwenda Ujapani, ilifanikiwa vizuri: "Gamu ya zamani haikubabuka, dawa majimaji ya Paraloid iliingia ndani vizuri na kuwa ngumu haraka. Uhifadhi wa nje na uimara wa sehemu zilizounganishwa kwa gamu uliboreshwa zaidi."[54] Kwa hiyo matumaini ya kuandaa visukuku vya Tendaguru kwa kutumia Paraloid yaliwashawishi washauri kukubali safari hata kama kulikuwa na uwezekano wa hatari nyingine: "*Tuko tayari kukabili madhara yatakayotokea* [wakati wa kuandaa maonyesho maalum Ujapani] *ikiwa masharti yaliyotolewa katika rasimu ya mkataba yatatimizwa.*"[55]

KUBAHATISHA

Masharti muhimu, ambayo usafirishaji wa viunzi vya dinosaria ulitarajia yatekelezwe, kulingana na wahusika wa Makumbusho walivyoyataja katika ripoti: Wajapani waliwajibika kuwapa Wajerumani Paraloid ya kutosha. Kwa hivyo, Barthel, Krueger na Sommer katika ripoti ya safari yao walisisitiza kuwa walitenda pia kwa "faida ya Makumbusho ya GDR" na kutia saini "Azimio" kuhusu maonyesho ya ubia bila ya kuathirika na matokeo ya mahojiano: "Jamii ya Utamaduni na Yomiuri Shimbun iliahidi katika kesi ya tarehe 12.10.1983, kuwa wataleta dawa ya uhifadhi (Paraloid) ya bure kwa uhifadhi wa kwanza wa viunzi vya dinosaria utakaofanywa Berlin. (Uhifadhi wa pili utafanywa Ujapani baada ya mkataba kukubalika)."[56]

"Azimio" hili lilikuwa Pendekezo la Muswada wa Mkataba wa Kuazimana Viunzi, ambalo Barthel, Krueger na Sommer walijadiliana wakati wa safari yao kwenda Ujapani wakati wa majira ya mpukutiko mwaka 1983. Hivyo waliweza kuonyesha baadhi ya mafanikio, k.m. maagano ya uhakika wa kiufundi na maagano ya kifedha. Hesabu za bima kwa vitu vilivyoazimwa ililipwa kwa Dola za Kimarekani na ilikuwa juu zaidi kuliko thamani ya bima ya visukuku vya dinosaria ilivyokuwa wakati huo. Pia walikubaliana kuwa pesa zitakazotumika kulipa fidia zitalipwa kwa Yen (Hela ya Kijapani), siyo kwa Mark ya GDR.[57] Pia katika mambo ya uhifadhi walikuwa na muafaka mzuri sana. Kwa mfano Wajapani walikubali kutoa na kulipia zana za kufungashia visukuku na vilevile kugharamia usafirishaji. Katika ibara ya 17 ya Azimio ilithibitishwa kwa njia ya "makubaliano maalum" kwamba Wajapani watalipa gharama zote za uhifadhi mkamilifu wa *Plataeosaurus* na dinosaria wa Tendaguru wote watakaokuwa kwenye maonyesho.[58]

Baada ya haya mazuri kuhusu maonyesho ya Ujapani, kikundi cha safari pia kilitoa habari mbaya: Makumbusho ya Taifa ya Sayansi Tokyo ilighairi maonyesho ya Berlin. Haikuku-

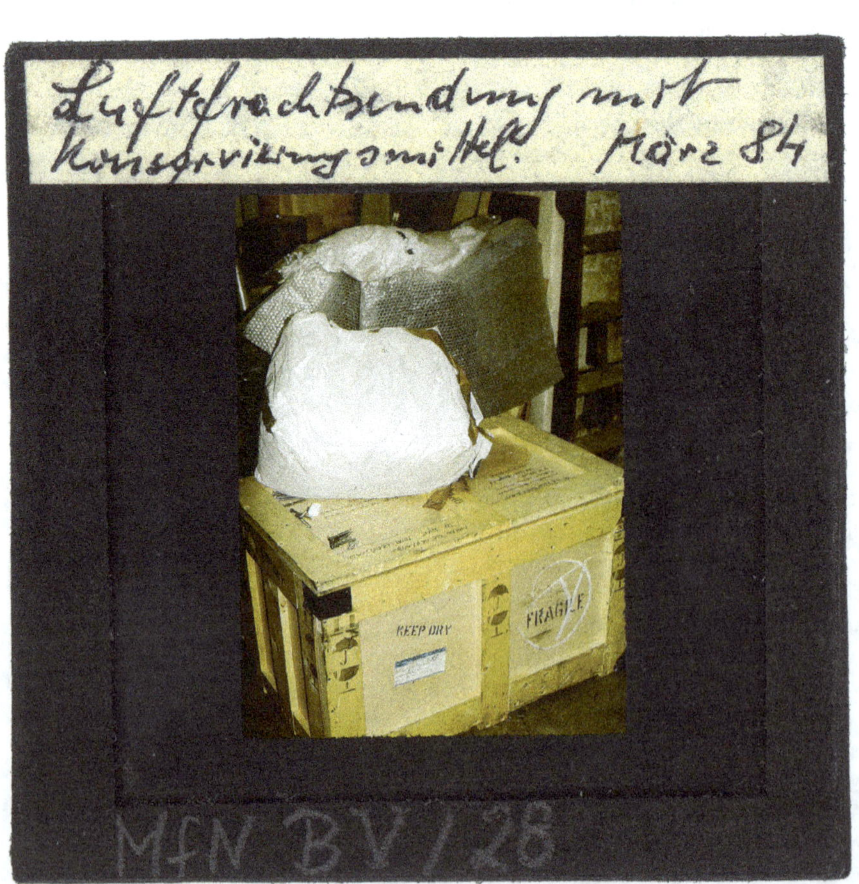

Picha 5:
Mzigo wa dawa ya uhifadhi Paraloid ukisafirishwa kwa ndege, katika: MfN, HBSB, MfN B V 28.

52 Ibd.

53 Tangu miaka ya 1950 Paraloid ilitumika kuhifadhi vitu vya aina nyingi.

54 Manfred Barthel / Hans-Hartmut Krueger: Expertengutachten zum Leihersuchen der Japan Cultural Association […] Bestätigt von sehr großer Mehrheit vom Rat des Museums am 20.10.1983, katika: PA AA, MfAA ZR 507/86.

55 Ibd. [msisitizo katika nakala halisi].

56 Alfons Sommer (Mjumbe mkuu wa Wizara ya Shule za Sekondari na Vyuo vya Ukufunzi), Manfred Barthel, Hans-Hartmut Krueger: Reisebericht über eine Dienstreise nach Japan in der Zeit vom 4. Oktober bis 14. Oktober 1983, 18.10.1983, uk. 5 [msisitizo katika nakala halisi], katika: MfN, HBSB, MfN V, Japan Teil I, A–K [haijachunguzwa].

57 Ibd., kr. 3–4.

58 Ibd., uk. 15.

Picha 6:
Mkuu wa Chuo Kikuu cha Humboldt Berlin Helmut Klein na Rais wa Taibunkyo, Sugimori Koji waliposaini mkataba. Manfred Barthel ni wa pili kutoka upande wa kushoto, nyuma, MfN, HBSB, MfN B III 944.

bali tena kufanya, "maonyesho juu ya historia ya miaka 175 ya Chuo Kikuu cha Humboldt Berlin (HUB), hususan, kuhusu kazi za wataalamu wa chuo hiki (k.m. Marx, Einstein, Virchow)".[59] Ikawa ni pigo kubwa, kwa sababu hasa Makumbusho ya Taifa ya Sayansi ilikuwa na mabingwa wa kipaleontolojia na wa uhifadhi wa Kijapani. Walisisitiza tena kwa upande wa siasa ya kwamba "kulingana na mambo ya nje [...] inapendeza sana kuandaa maonyesho hivi karibuni".[60]

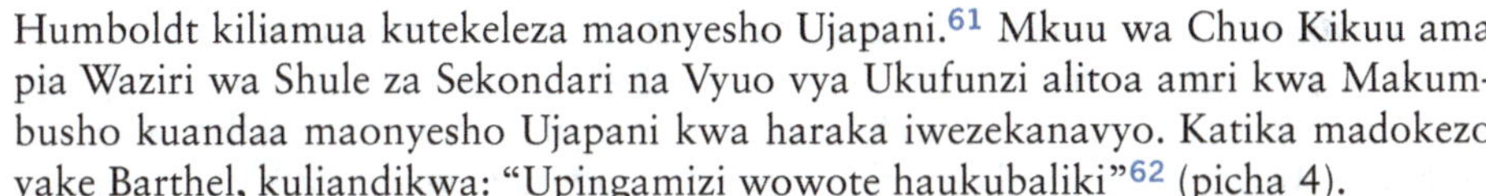

Mwanzo wa mwaka ndipo mambo yalipoanza, mwezi Februari 1984. Chuo Kikuu cha Humboldt kiliamua kutekeleza maonyesho Ujapani.[61] Mkuu wa Chuo Kikuu ama pia Waziri wa Shule za Sekondari na Vyuo vya Ukufunzi alitoa amri kwa Makumbusho kuandaa maonyesho Ujapani kwa haraka iwezekanavyo. Katika madokezo yake Barthel, kuliandikwa: "Upingamizi wowote haukubaliki"[62] (picha 4).

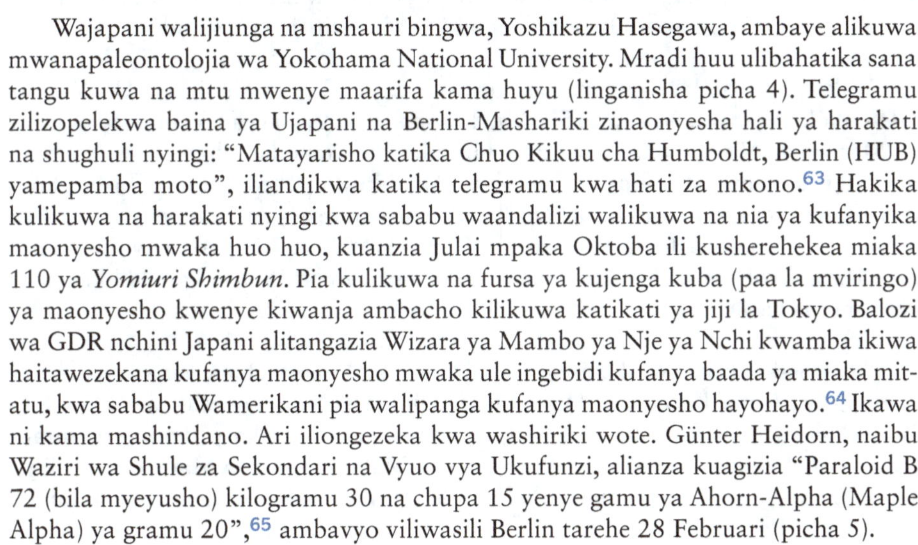

Wajapani walijiunga na mshauri bingwa, Yoshikazu Hasegawa, ambaye alikuwa mwanapaleontolojia wa Yokohama National University. Mradi huu ulibahatika sana tangu kuwa na mtu mwenye maarifa kama huyu (linganisha picha 4). Telegramu zilizopelekwa baina ya Ujapani na Berlin-Mashariki zinaonyesha hali ya harakati na shughuli nyingi: "Matayarisho katika Chuo Kikuu cha Humboldt, Berlin (HUB) yamepamba moto", iliandikwa katika telegramu kwa hati za mkono.[63] Hakika kulikuwa na harakati nyingi kwa sababu waandalizi walikuwa na nia ya kufanyika maonyesho mwaka huo huo, kuanzia Julai mpaka Oktoba ili kusherehekea miaka 110 ya *Yomiuri Shimbun*. Pia kulikuwa na fursa ya kujenga kuba (paa la mviringo) ya maonyesho kwenye kiwanja ambacho kilikuwa katikati ya jiji la Tokyo. Balozi wa GDR nchini Japani alitangazia Wizara ya Mambo ya Nje ya Nchi kwamba ikiwa haitawezekana kufanya maonyesho mwaka ule ingebidi kufanya baada ya miaka mitatu, kwa sababu Wamerikani pia walipanga kufanya maonyesho hayohayo.[64] Ikawa ni kama mashindano. Ari iliongezeka kwa washiriki wote. Günter Heidorn, naibu Waziri wa Shule za Sekondari na Vyuo vya Ukufunzi, alianza kuagizia "Paraloid B 72 (bila myeyusho) kilogramu 30 na chupa 15 yenye gamu ya Ahorn-Alpha (Maple Alpha) ya gramu 20",[65] ambavyo viliwasili Berlin tarehe 28 Februari (picha 5).

Kwa kuyaandaa, kuyatekeleza na kuyaondosha maonyesho, Barthel aliitisha kikao cha waandalizi, wanapaleontolojia na wanasayansi wa tanzu nyingine, ambacho kilisimamiwa na mwanapaleontolojia Gottfried Böhme[66]

Tarehe 10 mwezi Machi 1984, ujumbe wa Kijapani uliwasili Berlin, ili kutangua viunzi na kufanya kazi nyingine: Pamoja na Hasegawa, walikuja wawakilishi wa Taibunkyō, *Yomiuri Shimbun* na wawakilishi wa kampuni ya usafirishaji Yamato. Katika mizigo yao walibeba tani mbili za vifaa vya kufungashia mizigo na madawa ya uhifadhi.[67] Katika ujumbe huo pia kulikuwa na wasanii ambao walinukuu visukuku vya dinosaria ambavyo haviwezikani kuhamishwa.[68] Tarehe 12 Machi majadiliano ya mkataba yalianzishwa na baada ya siku moja, tarehe 13 Machi, walianza kazi za kunukuu na tarehe 14 Machi walianza kutangua viunzi vya dinosaria na kuviandaa kwa madawa ya uhifadhi. Tarehe 16 Machi, Mkuu wa Chuo Kikuu cha Humboldt Berlin alisaini mkataba wakati Manfred Barthel akishuhudia (picha 6).[69]

59 Ibd., uk. 4

60 Ibd., uk. 5.

61 Linganisha Gottfried Böhme: Bericht Japan, Zeitlicher Ablauf, 16.2.1984–8.2.1985, katika: MfN, HBSB, S V, Saurierausstellung in Japan 1984, 2.3., Bl. 19.

62 Kitabu cha madokezo cha Manfred Barthel: Ablauf der Japan-Aktivitäten, Privatbesitz Manfred Barthel.

63 Hans-Dieter Jäger (Balozi wa DDR nchini Japan) kwa Herbert Barth (Wizara ya Mambo ya Nje ya Nchi, Mkuu wa Idara ya USA/Japan), 14.2.1984, katika: PA AA, MfAA ZR 507/86.

64 Ibd.

65 Günter Heidorn (Mwakilishi wa Waziri wa Wizara ya Shule za Sekondari na Vyuo vya Ukufunzi) kwa Ubalozi wa DDR nchini Japan, 13.2.1984, katika: PA AA, MfAA ZR 507/86.

66 Manfred Barthel kwa Wolfgang Freydank, Mkurugenzi wa Mambo ya Maonyesho, 5.3.1984, na Manfred Barthel kwa Hans-Joachim Hannemann, Mkuu wa Makumbusho ya Zoolojia, 5.3.1984, katika: MfN, HBSB, MfN V, Japan Teil II, L–Z [haijachunguzwa].

67 Barthel kwa Chuo Kikuu cha Humboldt, Uongozi wa Uhusiano wa Kimataifa, 2.3.1984, katika: MfN, HBSB, MfN V, Japan Teil I, A–K [haijachunguzwa].

68 Kuhusu waliokuwemo katika kikundi cha Safari linganisha Hans-Dieter Jäger (Balozi wa DDR nchini Japan) kwa Günter Heidorn (Mwakilishi wa Waziri wa Wizara ya Shule za Sekondari na Vyuo vya Ukufunzi), 21.2.1984, katika: PA AA, MfAA ZR 507/86.

69 Ratiba kwa wajumbe wa Taibunkyo/Japan tangu 10.–18. Machi 1984, katika: MfN, HBSB, MfN V, Japan Teil II, L–Z [haijachunguzwa].

Yamato Transport iliungana na kampuni ya Hasenkamp kutoka Berlin Magharibi, ambayo ilikuwa na uzoefu wa miaka mingi wa kusafirisha vitu vya sanaa na vya utamaduni na ambayo ilifungasha visukuku kulingana na "masharti ya usafirishaji wa mali ya sanaa", wakati viunzi vingine vikiendelea kutanguliwa.[70]

Mara nyingi mapendekezo ya Wajapani kuchagua visukuku walivyotaka yalikubaliwa. Pamoja na dinosaria wakubwa wa Tendaguru – *Brachiosaurus brancai, Dicreaosaurus hansemanni, Kentrorsaurus aethiopicus, Dysalotosaurus lettowvorbecki, Elaphrosaurus bambergi* – pia vilisafirishwa viunzi vya dinosaria ambavyo havikufungwa na mabapa ya visukuku vya viunzi vingi, mojawapo kilikuwa kisukuku cha *Archaeopteryx* lithographica, pamoja na vitu vingine vya kipaleontolojia vilivyopelekwa Ujapani.[71] Nukuu za mifupa ya uti wa mgongo ya *Brachiosaurus* zilifungiwa katika masanduku kumi na moja ya kusafirishwa kwa ndege.

Wakati huo kulikuwa na mawasiliano mengi ya telegramu baina ya Ubalozi wa GDR ulioko Ujapani, Wizara ya Shule za Sekondari na Vyuo vya Ukufunzi na Wizara ya Mambo ya Nje ya Nchi. Telegramu hizi zilihusu tamko la udhamini wa usalama wa vitu vya maonyesho, ambalo hatimaye liliandikwa tarehe 26 Aprili.[72] Mwishoni mwa Aprili meli zilipakiwa shehena bandarini Hamburg na timu ya Kijapani ya kunukuu na kufungasha mizigo ikarudi Ujapani. Meli ya Kijapani inayoitwa Thames Maru iliyobeba shehena hiyo iliondoka Aprili tarehe 28 mwaka 1984 kuelekea Ujapani (picha 7).

"Kama shukrani kwa kazi ya kujitolea katika kipindi cha kwanza cha mradi maalum wa Chuo Kikuu cha Humboldt, Berlin (HUB) Maonyesho ya Tokyo 84" Barthel aliwaruhusu Böhme na Krueger, waliopewa madaraka ya kuongoza mradi huu, likizo maalum "(ili waitumie kuwa nje ya Makumbusho ya Mambo ya Asili ya Berlin (MfN)!)", kabla ya wao kuondoka Berlin Mashariki kwenda Ujapani tarehe 30 Mei 1984.[73]

Wakati huo huo, safari ya viunzi vya visukuku maarufu vya Berlin kwenda Ujapani, ilisababisha habari za chuki na hasira katika vyombo vya habari vya Berlin ya Magharibi. "Berlin Mashariki wamekubali lawama yakitokea matokeo maovu katika usafirishaji", kilikuwa ni kichwa kimoja cha makala katika gazeti la *Berliner Morgenpost* tarehe 27 Mei mwaka 1984:

> "Wanasayansi maarufu wa pande zote mbili za Ujerumani wanafuatilia mienendo ya serikali ya GDR, kusafirisha vitu vyepesi kuvunjika na vya thamani kubwa kutoka Makumbusho ya Mambo ya Asili ya Berlin Mashariki kwenda Tokyo Japani, kwa wasiwasi na hofu."[74]

Maonyesho yalikosolewa kwa kukosekana uadilifu; viunzi vingi vya dinosaria tayari vilipatikana na madhara wakati vilipofunguliwa. Makala iliwanukuu wapasha habari kutoka Makumbusho ya Mambo ya asili ya Berlin ikisema: "Wanasiasa ndio walioamua kuazima Wajapani vitu vya asili. Upingamizi wote wa wanasayansi ulipuuzwa na wanasiasa."[75] Inawezekana kuwa, " 'GDR' ilikubali hasara ya vitu vya thamani kuvunjika safarini, kwa sababu ya tamaa ya kupata pesa za bima, ambazo zote zili-

Picha 7:
Meli ya Kijapani Thames Maru, yenye shehena ikiondoka bandarini Hamburg tarehe 28 Aprili 1984, ikisafirisha visukuku vya Tendaguru na vitu vingine vilivyoazimwa kutoka Chuo Kikuu cha Humboldt, katika: MfN, HBSB, MfN B III 945.

70 Gottfried Böhme, ripoti kuhusu maonyesho ya kipekee "175 Jahre HU, Hauptstadt der DDR" nchini Japan kuanzia tarehe 7 Julai mpaka tarehe 14 Oktoba 1984, katika: MfN, HBSB, S V, Maonyesho ya Dinosaria Japani 1984, 2.2, Bl. 7.

71 Linganisha MfN, HBSB, S V, Maonyesho ya Dinosaria Japan 1984, 1.2.

72 Manfred Barthel kwa Binnenzollamt Berlin, 11.4.1984, katika: MfN, HBSB, MfN V, Japan Teil I, A–K [haijachunguzwa]. Juu ya Tamko la Udhamini linganisha PA AA, MfAA ZR 507/86.

73 Manfred Barthel kwa Gottfried Böhme na Hans-Hartmut Krueger kuhusu Jochen Helms, 26.4.1984, katika: MfN, HBSB, MfN V, Japan Teil II, L–Z [haijachunguzwa].

74 Anonymus: Ost-Berlin nimmt irreparable Transportschäden in Kauf. "DDR" schickt unersetzliche Saurierskelette nach Japan, katika: Berliner Morgenpost 27.5.1984.

75 Ibd.

kuwa ni dola milioni 43."[76] Gazeti la kila siku la Berlin ya Magharibi, *Tageszeitung*, lilidokeza kwa kukadiria hesabu za bima – ambazo kwa kweli zilikuwa dola milioni 34 za Marekani – ya kwamba viongozi wa GDR walitarajia mapato kutoka kwenye hazina ya umma kwa kufanya maonyesho hayo. *Brachiosaurus* peke yake alidhaminiwa kwa dola za Marekani milioni mbili na *Archaeopteryx* kwa dola za Marekani milioni tano.[77] Kwa kweli hata Berlin Mashariki watu walihofia sana usalama wa visukuku hivyo vya Makumbusho. Telegramu iliyotumwa kujulisha kuwa wafanyakazi wa Makumbusho na mzigo umewasili Tokyo salama, ilijaribu kuwatoa watu wasiwasi ilinukuliwa ikisema: "Tafadhalini msiwe na wasiwasi".[78]

Lakini wasiwasi uliendelea hadi viunzi vya dinosaria viliposimamishwa tena. Wakati wa kutayarisha maonyesho ulikuwa mchache sana: Tarehe moja mwezi wa Juni 1984, meli ilifika bandarini Tokyo, na tarehe 5 Juni 1984, mzigo ulipelekwa kwenye ghala kwa muda. Katika ghala hiyo, ambayo ilikuwa umbali wa kilomita 100, nje ya Tokyo, wafanyakazi walianza kunukuu mifupa iliyokosekana. Wakati huo huo kulijengwa haraka sana, kuba la maonyesho, karibu na kituo kikuu cha treni, katika "uwanda huru"[79] (picha 8 na 9).

Ujenzi wa kuba haukukamilika hadi tarehe 20 Juni 1984, hapo ndipo masanduku yalitolewa ghalani na tarehe 23 Juni ndipo wafanyakazi walipoanza kufunga na kuvisimamisha viunzi vya dinosaria – vikiwa kwenye "hali mbaya kabisa", kama alivyosema Böhme.[80] Jumba lilikuwa halijawekwa mfumo wa umeme, kwa hivyo muda wote kulitumika jenereta. Ndani ya jumba bado kazi za kujenga ziliendelea. Mvumo mkubwa wa kelele za ujenzi ulifanya mawasiliano baina ya timu za Kijapani na wafanyakazi wa Berlin Mashariki yawe magumu zaidi. Terehe 3 Julai 1984, kazi za kumtayarisha *Brachiosaurus* na siku iliyofuata kutayarisha dinosaria wengine wote, zilikamilika.[81] Bwana Klein na Bwana Barthel walikuwa wamefika Tokyo wakati huo. Katika mizigo yao ya mkononi, walileta kilichokosekana – *Archaeopteryx* na Fimbo ya Enzi ya Chuo Kikuu cha Humboldt Berlin ya karne ya 14. Kama walivyokuwa wamepanga awali, walivisindikiza vitu hivi vya thamani kubwa kwa gharama za watendaji wa Berlin Mashariki mpaka vikafika Tokyo katika mabweta ya maonyesho. Tarehe 6 Julai 1984 matayarisho ya maonyesho yalikamilika na, siku moja baadaye, walisherehekea kufunguliwa kwa maonyesho.

Picha 8 kushoto:
Kuba la maonyesho lilijengwa kwa muda wa majuma machache tu kwenye kiwanja karibu na kituo kikuu cha treni ndani ya Tokyo, mali binafsi na picha ya: Gottfried Böhme.

Picha 9 kulia
Kuba la maonyesho Tokyo, mali binafsi na picha ya: Gottfried Böhme.

76 Ibd.

77 Linganisha mkataba wa kuazima, katika: MfN, HBSB, Maonyesho ya dinosaria nchini Japan, 1.4., Bl. 179 vilevile Koji Sugimori kwa Helmut Klein, 16.4.1984, katika: MfN, HBSB, MfN V, Japan Teil 2, L–Z [haijachunguzwa].

78 Miwako Uematsu kwa Barbara Eigendorf, 5.6.1984, katika: MfN, HBSB, Japan, Teil 2, L–Z [haijachunguzwa].

79 Kitabu cha madokezo cha Manfred Barthel: Ablauf der Japan-Aktivitäten, Privatbesitz Manfred Barthel.

80 Kuhusu mpangilio wa matokeo linganisha Gottfried Böhme, Bericht über Sonderausstellung "175 Jahre HU, Hauptstadt der DDR" in Japan vom 7. Juli bis 14. Oktober 1984, katika: MfN, HBSB, S V, Saurierausstellung in Japan 1984, 2.2, Bl. 2.

81 Gottfried Böhme na Hans-Hartmut Krueger kwa Jochen Helms, 11.7.1984, katika: MfN, HBSB, S V, Saurierausstellung in Japan 1984, 2.1., Bl. 10.

“MIAKA 175 YA KAZI NZURI YA KISAYANSI”

Uamuzi wa kufanya maonyesho ya dinosaria wa Berlin katika mji wa Tokyo umeamuliwa kwa kutanganya maoni tofauti ya watu wa Makumbusho. Lakini mradi huu uliathiriwa na shabaha na tamaa za kisiasa za viongozi wa GDR kwa kila namna. Sherehe ya kufunguliwa maonyesho ilikuwa uthibitisho wa kuipa heshima GDR. Maonyesho yalifunguliwa Julai tarehe 7 mwaka 1984, akiwepo Amiri Mikasa ndugu yake Kaisari wa Ujapani (picha 10).

Pamoja na wageni wa heshima 300 wa Kijapani katika ufunguzi wa maonyesho hayo, pia walihudhuria Balozi na Naibu Balozi wa GDR huko Japani, mwakilishi wa Wizara ya Shule za Sekondari na Vyuo vya Ukufunzi, wawakilishi wa Makumbusho ya Mambo ya Asili: Manfred Barthel, Hans-Hartmut Krueger na Gottfried Böhme, na pia Mkuu wa Chuo Kikuu cha Humboldt Berlin, Helmut Klein. Katika hotuba yake ya kufunguliwa kwa maonyesho, Bwana Klein alieleza vyema kuhusu Chuo Kikuu cha Humboldt, Berlin na historia yake ya elimu, mpaka akataja huduma na maendeleo ya GDR ya siku hizo:

> “Tunajivunia kwa desturi zetu za kiutu (humanistic tradition) na kwa huduma za kisayansi za Chuo Kikuu chetu. Katika walimu wa Chuo Kikuu chetu wako wataalamu ambao wanajulikana vizuri ulimwenguni: kwa mfano Einstein na Planck, Robert Koch, Helmholz [sic], Virchow, Alexander von Humboldt, Fichte, Schleiermacher na Hegel, akina ndugu Grimm na wengi wengine. Mwanafunzi maarufu kuliko wote alikuwa ni Karl Marx, ambaye alisoma chuo chetu tangu

Picha 10: Kufunguliwa kwa maonyesho na Amiri Mikasa tarehe 7 Julai 1984. Manfred Barthel, Hans-Hartmut Krueger na Gottfried Böhme wamesimama ubavuni upande wa kushoto, picha kutoka albam ya binafsi ya Manfred Barthel.

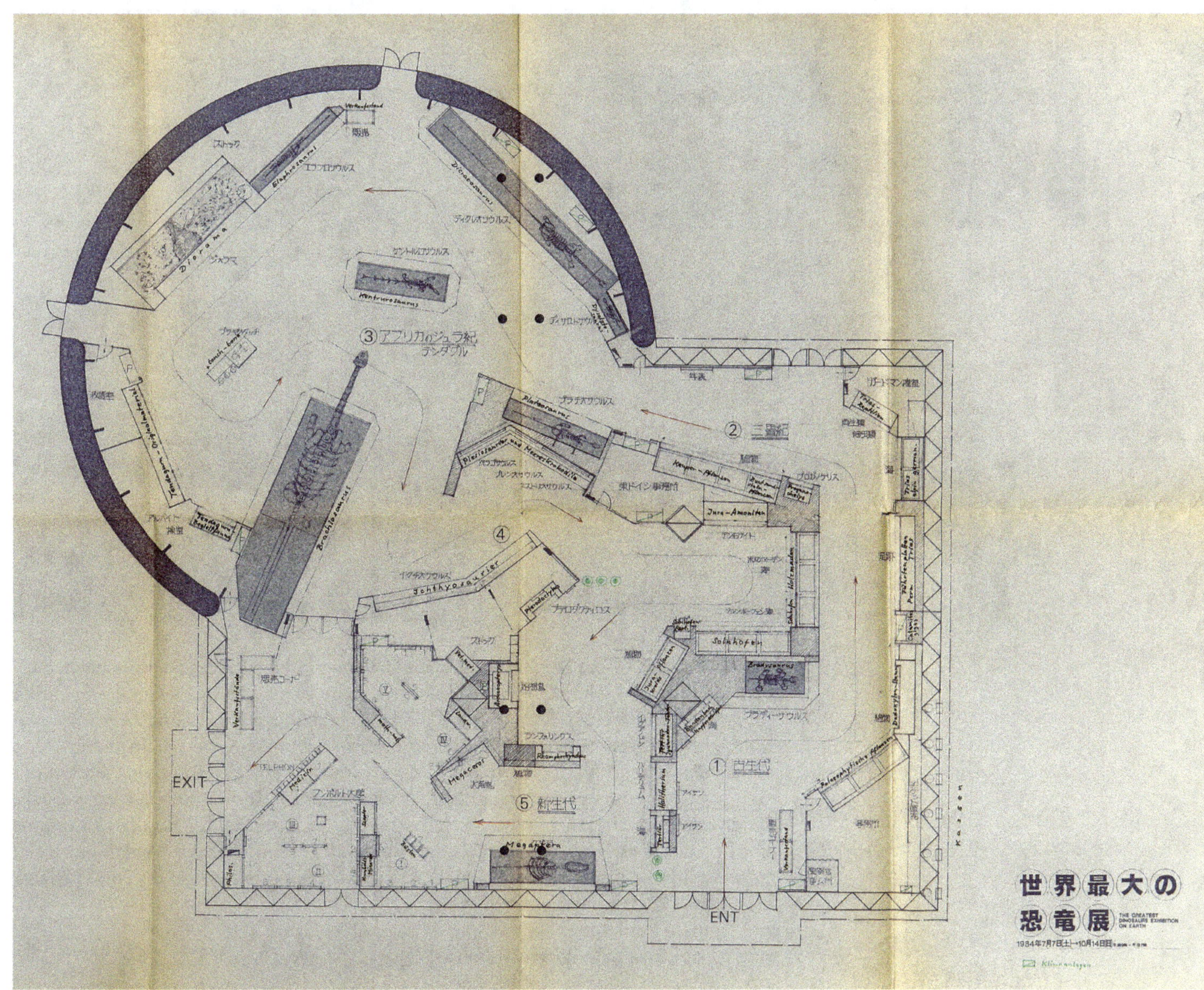

mwaka 1836 mpaka mwaka 1841. Maonyesho hufanyika baada ya miaka 35 ya kuweko Jamuhuri ya Kidemokrasia ya Kijerumani (GDR). Kutokana na maangamizi ya Vita vya Pili vya Dunia, GDR ilifanikiwa kusitawi na kuwa nchi inayojulikana na kuheshimiwa na nchi nyingine. Chuo Kikuu cha Humboldt kilichangia katika kuisitawisha GDR kwa sababu ya sifa zake katika mafunzo, utafiti na huduma za matibabu. Haya yote tunajaribu kuyaonyesha katika maonyesho yetu."[82]

Bwana Klein alimalizia hotuba yake kwa kudai, ya kwamba maonyesho haya ni "mchango mdogo tu, wa kazi za ubia baina ya Ujapani na Jamuhuri ya Kidemokrasia ya Ujerumani".[83]

Ilikuwa ni ajabu kwa namna gani maonyesho yalilingana na siasa za kidiplomasia za kiutamaduni, na pia namna gani utekelezaji wa kuandaa maonyesho ulivyobadilika kuliko ulivyopangwa mwanzoni. Historia ya Chuo Kikuu iliyotajwa na Bwana Klein, yaani "mkazo uliowekwa na Chuo Kikuu cha Humboldt Berlin (HUB) uliondoshwa na kufanywa vingine".[84] Maonyesho yalionyeshwa katika kuba ambalo lilisimamishwa kudumu kwa muda ule wa maonyesho pekeyake (linganisha picha 8 na picha 9).

Katika eneo la mita za mraba elfu na mia tano (1500 m^2), mita za mraba mia tatu tu (300m^2), ndizo zilitumika kuonyesha historia ya Chuo Kikuu cha Humboldt.[85] Mpangilio wa vyumba vya maonyesho (picha 11) ulilowekwa pamoja na "habari juu ya Chuo Kikuu cha Humboldt", mwisho wa mzunguko, unadhihirisha mapendekezo ya waandaaji wa maonyesho haya.

Kiini cha maonyesho kilikuwa ni dinosaria. Jina la maonyesho pia lilibadilishwa mara kadhaa. Kulingana na "sababu za teknolojia ya matangazo"[86] wadau walichagua jina ambalo lilifahamika kwa urahisi na kuvutia watazamaji: "Onesho la Dinosauria

Picha. 11: Mpango wa maonyesho. Mlango ulikuwa kwenye ukumbi wa pembe nne uliounganishwa na kuba, na katikati mwa kuba kulisimamishwa kiunzi cha *Brachiosaurus brancai*. Mwisho wa mzunguko wa maonyesho waliweka vitu vilivyohusiana na historia ya Chuo Kikuu cha Humboldt, katika: MfN, HBSB, MfN V, Japan Teil I, A-K [haijachunguzwa], picha: Carola Radke/MfN.

82 Helmut Klein: Ansprache zur Eröffnung unserer Ausstellung in Tokio, 7.7.1984, katika: HUB-Archiv, Rektorat II, 1037, uk. 1.

83 Ibd., uk. 4.

84 Gottfried Böhme, Bericht über Sonderausstellung "175 Jahre HU, Hauptstadt der DDR" in Japan vom 7. Juli bis 14. Oktober 1984, katika: MfN, HBSB, S V, Saurierausstellung in Japan 1984, 2.2.

85 Linganisha ibd., uk. 5.

86 Ibd., uk. 14.

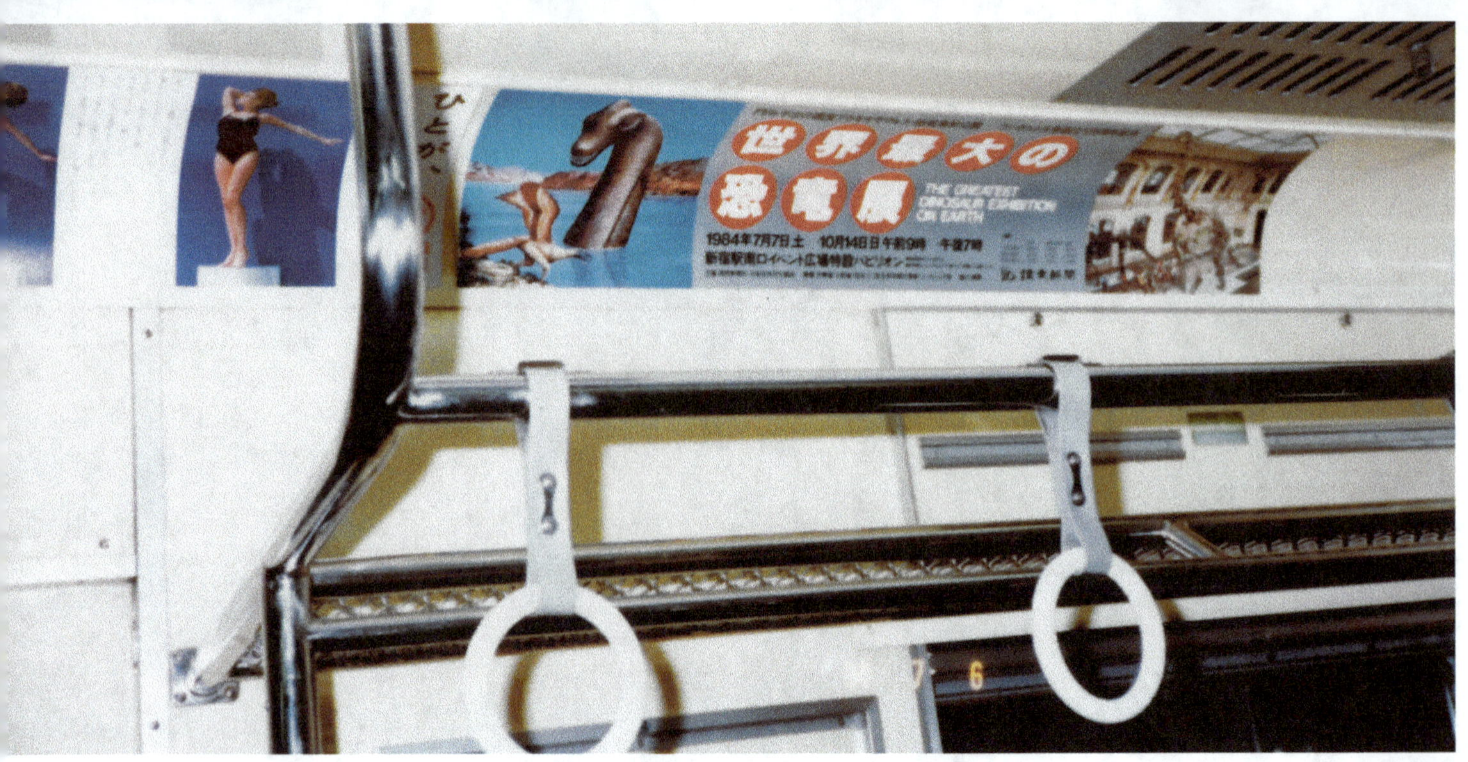

Mkubwa Kuliko Wote Duniani"; kichwa cha habari kidogo (undertitle) kilichochaguliwa na kuthibitishwa katika mkataba kilitajwa ndani ya maonyesho peke yake na katika kataloji ya maonyesho. Kwa hivyo Wajapani walibadilisha mno jina la maonyesho walilokubaliana mwanzoni katika mkataba wa kuazima vitu hivyo vya maonyesho. Jina la maonyesho lilikuwa "Miaka 175 ya Chuo Kikuu cha Humboldt, Berlin, mji mkuu wa Jamuhuri ya Kidemokrasia ya Kijerumani". Katika mswada wa kufuata maonyesho (screenplay) kichwa cha habari kilikuwa kirefu zaidi: "Miaka 175 ya kazi nzuri za kisayansi ya Chuo Kikuu cha Humboldt, Berlin. Kazi za wataalamu wake maarufu. Maonyesho kwa ajili ya miaka 35 ya kuweko Jamuhuri ya Kidemokrasia ya Kijerumani".[87] Umuhimu uliowekwa na Wajapani katika mabango na matangazo ulikuwa kusisitiza mambo ya kipaleontolojia yaliyoko katika maonyesho (linganisha picha 9, picha 12 na picha 14).

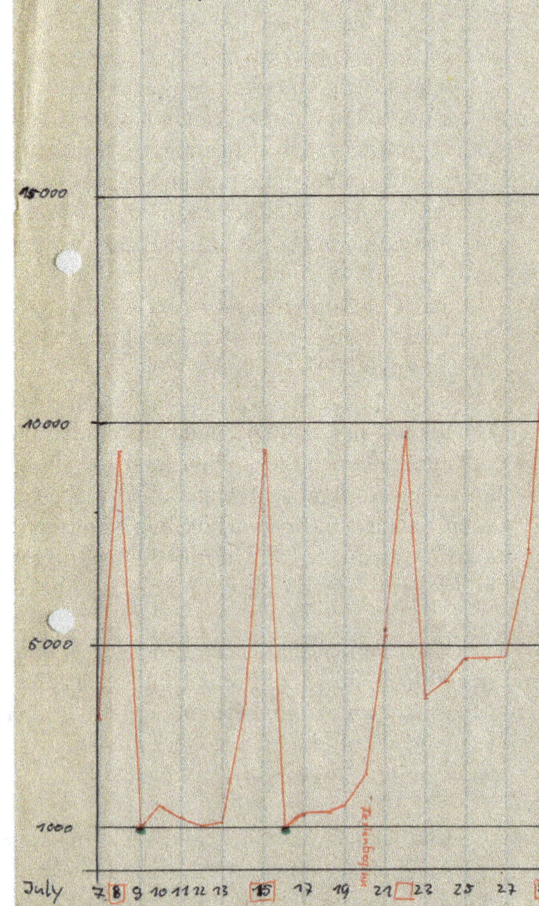

Vitu ambavyo vilikusudiwa kueleza historia ya Chuo Kikuu cha Humboldt havikuonekana sana, kwa sababu watu walivutiwa zaidi na dinosaria. Kwa mfano walionyesha sanamu la kumbukumbu ya Johann Gottlieb Fichte, ambaye alikuwa profesa wa falsafa na Mkuu wa Chuo Kikuu. Pia walionyesha mkufu wa huduma wa idara ya tiba ya mifugo na toleo la kwanza la kitabu cha Hegel kinachoitwa *Msingi wa Falsafa ya Sheria (Grundlinien der Philosophie des Rechts)*, na vilevile walionyesha zana nyingi za matibabu kama "kisu cha mifupa ya kati", "zana za kukata viungo katika kifuko cha bahameli" ama "kikombe cha uji" cha katikati ya karne ya 18. Vitu hivi vilionyeshwa ili kuwaelezea watazamaji kuhusu kazi za watafiti maarufu wa Chuo Kikuu cha Humboldt.[88] Lakini "Baadhi ya vitu hivi" vilikuwa "katika hali mbaya sana, hata viliwaaibisha wenyewe" ndivyo Gottfried Böhme alivyoeleza

Picha 12:
Tangazo la maonyesho ndani ya treni za chini ya ardhi (subway) mjini Tokyo, katika: MfN, HBSB, MfN S V, Saurierausstellung in Japan 1984, 2.5 Materialsammlung, picha: Gottfried Böhme.

87 Mswada wa maonyesho, April 1984, katika: MfN, HBSB, S V, Saurierausstellung in Japan 1984, 1.4., Bl. 40

88 Linganisha Gegenständliche Exponate laut Vertrag (Vitu vya maonyesho kulingana na mkataba), 31.5.1984, katika: MfN, HBSB, MfN S V, Saurierausstellung in Japan 1984, 1.4., Bl. 28–36.

katika ripoti yake kuhusu maonyesho.[89] Sanamu la kumbukumbu ya Fichte lilikuwa "chafu", picha ya karne ya 19, lithografia ya mtafiti-msafiri Alexander von Humboldt akiwa katika ofisi yake, ilikuwa na "alama za maji", toleo la kitabu kinachoitwa *Voyages aux régions équinoxiales du Nouveau Continent* kutoka mjini Paris kilipatikana na "madhara ya mabomu" na cheti cha tuzo la Nobeli cha daktari na bingwa wa mikrobiolojia, Robert Koch, kabla ya mwaka 1905, kilikuwa kimeharibika.[90]

Idadi za wageni waliohudhuria maonyesho ilithibitika ile idadi waliyodai wadau wa Kijapani: Maonyesho yalifanikiwa sana – ingalau, kutokana na maoni ya GDR. Maonyesho yalivutia wageni 600.000 katika muda wa siku 100 tu (picha 13). Katika wageni hao walikuwamo watu maarufu wengi: Wabunge wa Ujapani, Balozi wa GDR na familia ya Kaisari wa Ujapani.[91] Viunzi vya dinosaria ndani ya kuba viliwekewa mataa ili kuangaza utukufu wao. Kulingana na maoni ya wadau wa maonyesho wa kutoka Berlin, uzuri na utukufu wao "ulionekana wazi".[92]

Pamoja na kuonyesha visukuku vya Tendaguru, pia walieleza namna visukuku vilivyopatikana: "Ukuta wenye picha za uchimbaji wa Tendaguru ulivutia watu wengi", walisema Böhme na Krueger.[93] Zile picha za zamani za uchimbaji na usafirishaji wa visukuku katika Koloni la Ujerumani, Afrika ya Mashariki ya zama hizo, zilikuzwa na kuwekwa kwenye ubao. Maelezo kuhusu namna visukuku vilivyopatikana yalifuata maelezo yaliyotolewa katika kataloji ambayo ilichapishwa kusudi, kwa ajili ya sehemu ya kipaleontolojia ya maonyesho (picha 15).

Kataloji inaonyesha picha za kazi za ufukuaji, kazi za kufunga mizigo na za kuandaa visukuku zilizopigwa mwanzoni mwa karne ya 20. Matini,

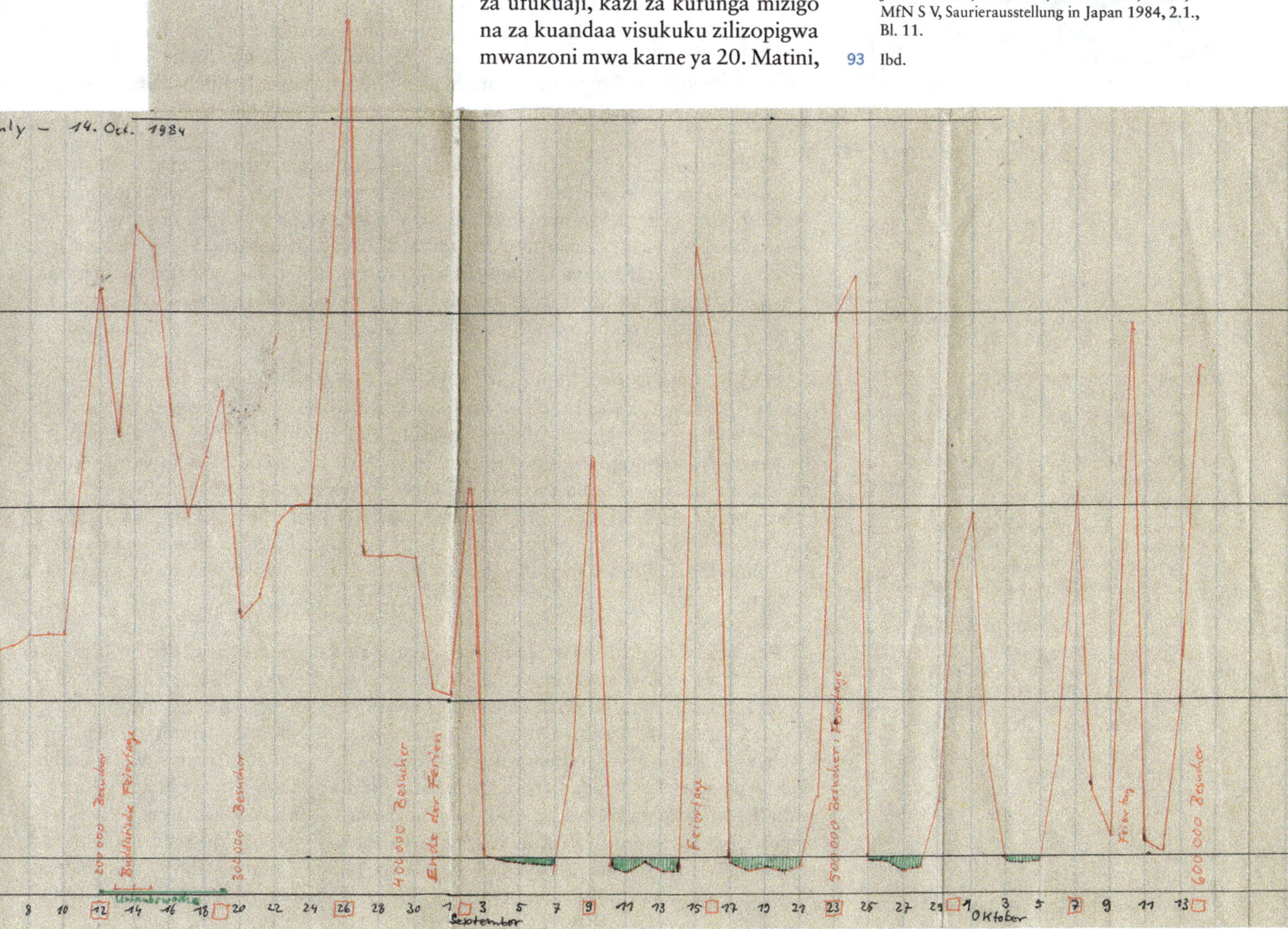

Picha 13:
Jedwali ya idadi ya wageni wa maonyesho iliyochorwa na Gottfried Böhme, katika: MfN, HBSB, MfN V, Japan Teil I, A-K [haijachunguzwa].

89 Gottfried Böhme, Bericht über Sonderausstellung "175 Jahre HU, Hauptstadt der DDR" in Japan vom 7. Juli bis 14. Oktober 1984, katika: MfN, HBSB, MfN S V, Saurierausstellung in Japan 1984, 2.2., kr. 13f.

90 Linganisha maelezo yaliyoandikwa kwa mkono ndani ya Gegenständliche Exponate laut Vertrag, 31.5.1984, katika: MfN, HBSB, MfN S V, Saurierausstellung in Japan 1984, 1.4., kr. 28–36.

91 Waliopanga maonyesho walidhani watapata wageni kama 20,000 kwa siku, lakini haikutokea hivyo. Linganisha Gottfried Böhme na Hans-Hartmut Krueger kwa Manfred Barthel, 19.8.1984 na 9.9.1984, katika: MfN, HBSB, MfN V, Japan Teil II, L–Z [haijachunguzwa].

92 Gottfried Böhme na Hans-Hartmut Krueger kwa Jochen Helms, 11.7.1984, katika: MfN, HBSB, MfN S V, Saurierausstellung in Japan 1984, 2.1., Bl. 11.

93 Ibd.

Picha. 14:
Bango na picha ya kadi za posta kwa ajili ya kutangaza maonyesho maalum, katika: MfN, HBSB, MfN V, Japan Teil I, A-K [haijachunguzwa].

ambayo inasemekana iliandikwa na Hasegawa na mfanyakazi mmoja wa *Yomiuri Shimbun*,[94] ilitambulisha kuwa ufukuaji wa visukuku ulifanywa katika hali ya ukoloni na kwa sababu ya masilahi ya Dola la Kaisari wa Ujerumani – ujuzi huu haukuonyeshwa wazi katika maonyesho yaliyofanywa Berlin wakati huo.

Mpangilio wa matini, picha na majina ya picha, ulijenga simulizi ambayo iliwasifu wanasayansi walioshiriki katika uchimbaji na kuwataja pamoja na wale wataalamu wakubwa waliotangulia. Maelezo hayohayo pia yalirudiwa katika hotuba ambazo zilitolewa kwenye maonyesho na ambazo zilitayarishwa na Böhme na Barthel: "Katika maonyesho ya 'Miaka 175 ya Chuo Kikuu cha Humboldt Berlin, mji mkuu wa GDR' pamoja na ugunduzi mkubwa mwengine wa wataalamu maarufu wa chuo kikuu chetu, tunawaonyesha dinosaria ambao waligunduliwa Afrika na profesa Janensch miaka 70 iliyopita."[95] Jambo la muhimu, kwa jumla, lilikuwa: "Brachiosaurus brancai wetu (!)" – kama ilivyosemwa katika jarida la Chuo Kikuu cha Humboldt mwaka wa 1985.[96]

MABALOZI WA KUVUTIA

Kutokana na maandishi mengi, tunaweza kutanabahi hali iliyokuwapo ya kutimiza wajibu wa kulinda "vitu vyenye thamani kuliko vitu vingine vyoyote" ilivyokuwa ngumu, hadi vitu hivyo vya makumbusho viliporudishwa Berlin Mashariki tarehe 5 Disemba 1984, chini ya ulinzi wa polisi:

> "Ni furaha kubwa kujua kwamba tumefanikiwa sana katika maonyesho yetu ambayo yameonyesha mafanikio na maendeleo ya kisayansi na ya kitamaduni ya chuo kikuu chetu, lakini pia wakati wote tulikuwa na wasiwasi mkubwa juu ya usalama wa vitu vya maonyesho, kama viunzi vya dinosaria, vyenye wepesi wa kuvunjika, kusafirishwa Ujapani ambako kuna matetemeko ya ardhi na pia hatari ya kuvifungua na kuvifungasha wakati wa kuvisafirisha, na tena kuvifungua na kuvifungasha wakati wa kuvirudisha nyumbani."[97]

Kuondosha maonyesho, kama kule kuyaweka, kulifanyika kwa harakati nyingi. Mara hii, sababu ilikuwa kutokuwa na pesa za kutosha. Wajapani walitarajia kupata wageni zaidi ya milioni moja, lakini hawakutimia idadi hiyo na kwa hivyo mapato pia yalikuwa ni kidogo kuliko walivyotarajia. Oktoba tarehe 14 ilikuwa ni siku ya mwisho ya maonyesho, na tarehe 15 Oktoba walianza kubomoa maonyesho. Walipewa muda wa wiki moja tu, ya kuondosha kila kitu.[98] Hata kabla ya sanduku za mwisho kuondoshwa, walianza ubomoaji wa jengo la kuba. Böhme na Krueger walisimamia udhibiti wa forodha na upakiaji wa mizigo mpaka wakati wa safari yao ya kurudi Berlin Mashariki mwanzoni mwa mwezi wa Novemba.

Pia wakiwa Berlin hawakuwa na wakati wa kupoteza, kwa sababu bima ya usalama kwa vitu vilivyoazimwa iliishia mwisho wa mwaka 1984. Kwa hivyo walimaliza kufungua masanduku na kusimamisha tena viunzi kwa wakati, kuwahi siku ya mwisho, tarehe 28. Wafanya kazi wa makumbusho walitambua baadhi ya madhara kwenye visukuku, ambayo pia yalitokea kwa sababu ya uhifadhi mbaya wa visukuku. Wakati wa kuelekea Ujapani, tayari kulishapatikana nyufa 60, kwa kukaza vifurushi wakati wa kufunga mzigo na kwa sababu dawa ya uhifadhi haikupenyeza ndani sana katika visukuku.[99] Wakati wa safari ya kurudi, pia visukuku vilipatikana na madhara kwenye sehemu 28 (picha 16), ambayo tarehe 2 Januari 1985 Dowa Fire & Marine Insurances walilipishwa bima ya Dola za Kimarekani 4.700.[100]

94 Linganisha imprint ya kataloji "The Greatest Dinosaur Exhibition on Earth" (1984), katika: MfN, HBSB, MfN V, Japan Teil I, A-K [haijachunguzwa], uk. 56.

95 Manfred Barthel: Die große Reise des Brachiosaurus, katika: MfN, HBSB, MfN V, Japan Teil II, L–Z [haijachunguzwa].

96 Ch. Dr.: Saurier im Original und auf Kinderzeichnungen. Der größte Saurier der Welt ist wieder zu Hause, katika: HUB-Archiv, 4, Nr. 21, 1984/85 [alama ya kichangao imo katika maandishi halisi].

97 Mswada wa barua ya Gottfried Böhme kwa Helmut Klein, bila terehe, katika: MfN, HBSB, MfN V, Saurierausstellung in Japan 1984, 2.5., Bl. 15. Zur Regelung des Polizeischutzes, der auch bei der Ausreise der Fossilien schon gewährleistest wurde, linganisha MfN, HBSB, MfN V, Japan Teil I, A–K [haujachunguzwa].

98 Linganisha ratiba katika Gottfried Böhme, Bericht über Sonderausstellung "175 Jahre HU, Hauptstadt der DDR" in Japan vom 7. Juli bis 14. Oktober 1984, katika: MfN, HBSB, MfN S V, Saurierausstellung in Japan 1984, 2.2., Bl. 2.

99 Ibd., Bl. 12–13.

100 Manfred Barthel kwa Dowa Insurances, 2.1.1985, katika: MfN, HBSB, MfN V, Japan Teil II, L–Z [haijachunguzwa].

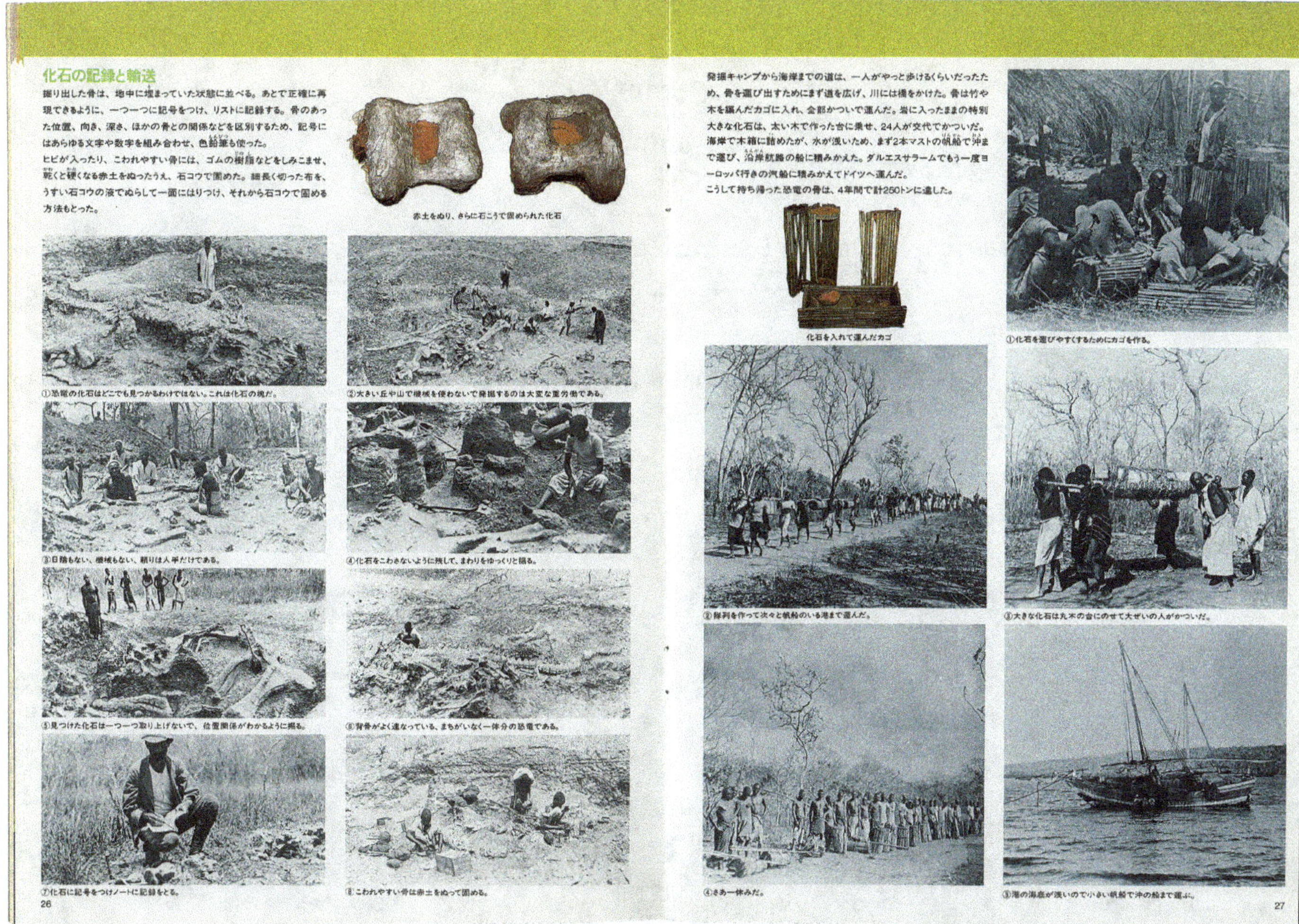
化石の記録と輸送

掘り出した骨は、地中に埋まっていた状態に並べる。あとで正確に再現できるように、一つ一つに記号をつけ、リストに記録する。骨のあった位置、向き、深さ、ほかの骨との関係などを区別するため、記号にはあらゆる文字や数字を組み合わせ、色鉛筆も使った。
ヒビが入ったり、こわれやすい骨には、ゴムの樹脂などをしみこませ、乾くと硬くなる赤土をぬったうえ、石コウで固めた。細長く切った布を、うすい石コウの液でぬらして一面にはりつけ、それから石コウで固める方法もとった。

赤土をぬり、さらに石こうで固められた化石

26

発掘キャンプから海岸までの道は、一人がやっと歩けるくらいだったため、骨を運び出すためにまず道を広げ、川には橋をかけた。骨は竹や木を編んだカゴに入れ、全部かついで運んだ。岩に入ったままの特別大きな化石は、太い木で作った台に乗せ、24人が交代でかついだ。
海岸で木箱に詰めたが、水が浅いため、まず2本マストの帆船で沖まで運び、沿岸航路の船に積みかえた。ダルエスサラームでもう一度ヨーロッパ行きの汽船に積みかえてドイツへ運んだ。
こうして持ち帰った恐竜の骨は、4年間で計250トンに達した。

27

Mambo mengi katika mkataba baina ya Chuo Kikuu cha Humboldt na wadau wa Kijapani hayakufuatwa – kwa mfano marekebisho ya hali ya hewa na usalama katika chumba alimowekwa *Archaeopteryx*, msaada wakati wa kuondosha maonyesho na, kitu ambacho labda kilikuwa muhimu zaidi ni kwamba, uhifadhi wa visukuku vyote vya Tendaguru haukukamilika. Visukuku vilitayarishwa kwa safari, lakini Wajapani hawakuviandaa vile walivyoahidi kuviandaa.[101] Hata hivyo Makumbusho na vitu vyake vilinufaika. Katika ripoti ya Bwana Barthel, mwanzo mpaka mwisho, anajivunia "ufaulu wa kimataifa" wa wafanyakazi wake. Katika ripoti yake pia alisisitiza kuwa maonyesho yalifaulu kwa sababu washiriki wa Kijapani "walileta teknolojia na vifaa vilivyohitajika kwa wakati". Kwa jumla, mradi huu wa ushirikiano wa kimataifa uliacha athari nyingi. Makumbusho ya Berlin ya Mashariki yalilinganishwa na mabingwa wa Kijapani na teknolojia yao na yalifaulu "vizuri sana": "'Teknolojia ya ajabu ya Kijapani' haikutumika – kila kitu tulijua tayari kutokana na miongozo ya Makumbusho na uzoefu wetu kwenye Makumbusho ya nchi nyingine."[102]

Matatizo yalikuwa hapa: Kwa upande mmoja teknolojia ilijulikana "kutokana na miongozo", lakini GDR haikuwa na dawa nzuri ya kuhifadhi visukuku. Watu wa makumbusho walikubali kufanya maonyesho hasa kwa sababu walihitaji hayo madawa ya uhifadhi wa visukuku, ambayo yalijulikana kutoka vitabuni ama kutokana na "Makumbusho ya nchi nyingine", lakini madawa hayo hayakuwepo Berlin Mashariki. Ni hiyo safari ndefu ya visukuku, ya maelfu ya kilomita, ambayo ilileta tamaa ya kupata kitu wasichokuwa nacho – nusura ndiyo iliwahangaisha washiriki. Hatimaye walibahatika: Baada ya kurudi kutoka safari, visukuku vyote viliweza kuhifadhiwa vizuri kwa kutumia Paraloid ya Kijapani.

Faida nyingine kubwa na ya kudumu ambayo ilipatikana kwa ajili ya maonyesho ya Ujapani ni ujuzi uliopatikana kwa kufungua na kufunga viunzi vya visukuku mara mbili. Waandaaji wa visukuku Hans-Hartmut Krueger na Lutz Berner walitayarisha kitabu cha Mwongozo wa kiufundi wa namna ya kufunga na kufungua viunzi vya visukuku na kuhusu sifa za umbile la visukuku. Michoro ya mkono (picha 17),

Picha. 15: Kurasa mbili za kataloji ya kijapani ya maonyesho "The Greatest Dinosaur Exhibition on Earth", juu ya historia ya Msafara wa Tendaguru 1984, katika: MfN, HBSB, [hazijachunguzwa].

101 Linganisha Gottfried Böhme, Bericht über Sonderausstellung "175 Jahre HU, Hauptstadt der DDR" in Japan vom 7. Juli bis 14. Oktober 1984, MfN, HBSB, MfN S V, Saurierausstellung in Japan 1984, 2.2., Bl. 17.

102 Manfred Barthel: Bericht über die Dienstreise nach Japan vom 2.– 15.7.1984, katika: MfN, HBSB, MfN S V, Internat. Bez. Japan.

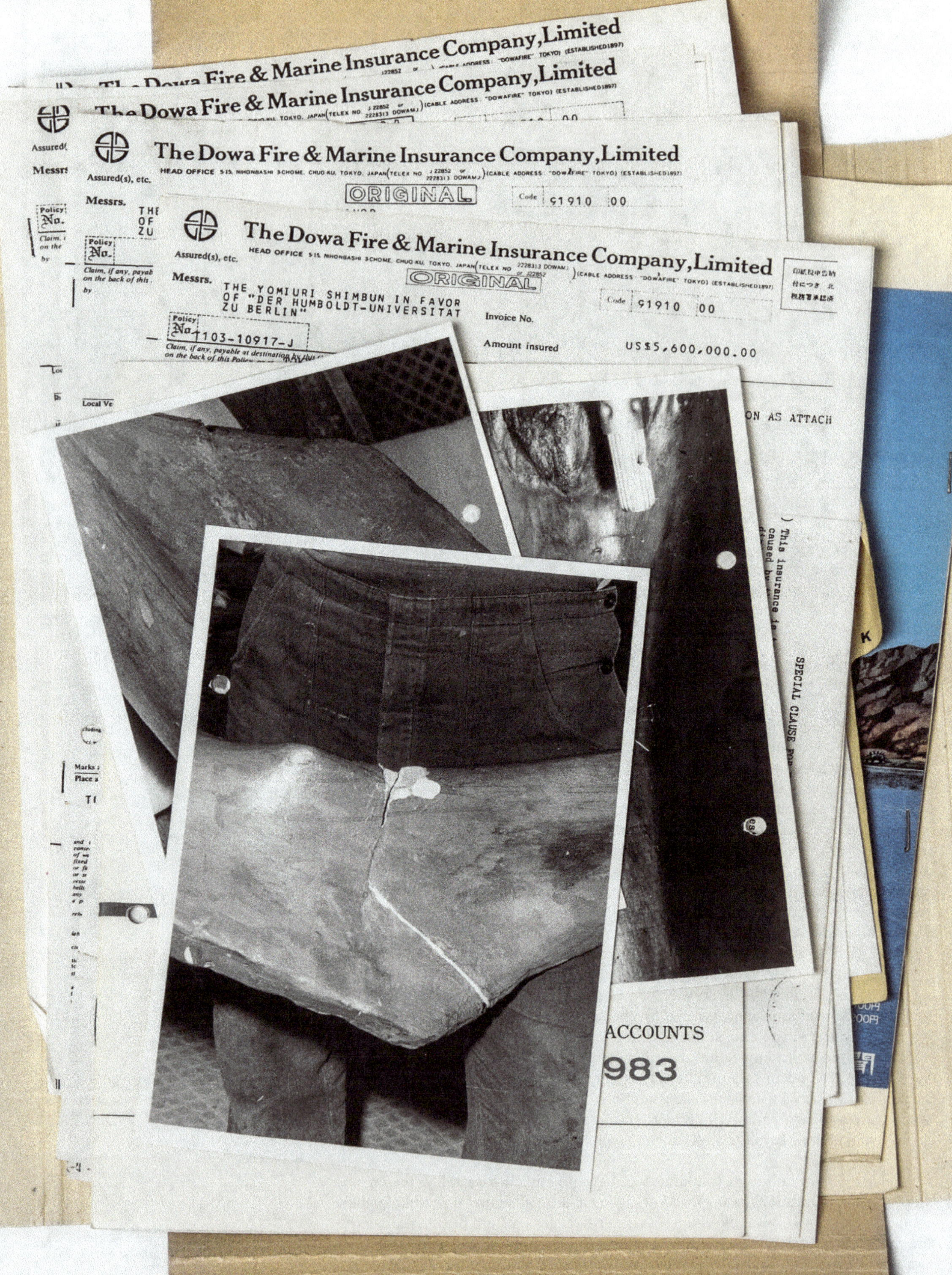

The Dowa Fire & Marine Insurance Company, Limited
ORIGINAL
Code 91910 00
Assured(s), etc.
Messrs.
THE YOMIURI SHIMBUN IN FAVOR
OF "DER HUMBOLDT-UNIVERSITAT
ZU BERLIN"
Policy No. 103-10917-J
Invoice No.
Amount insured
US$5,600,000.00
ON AS ATTACH
SPECIAL CLAUSE
ACCOUNTS
983

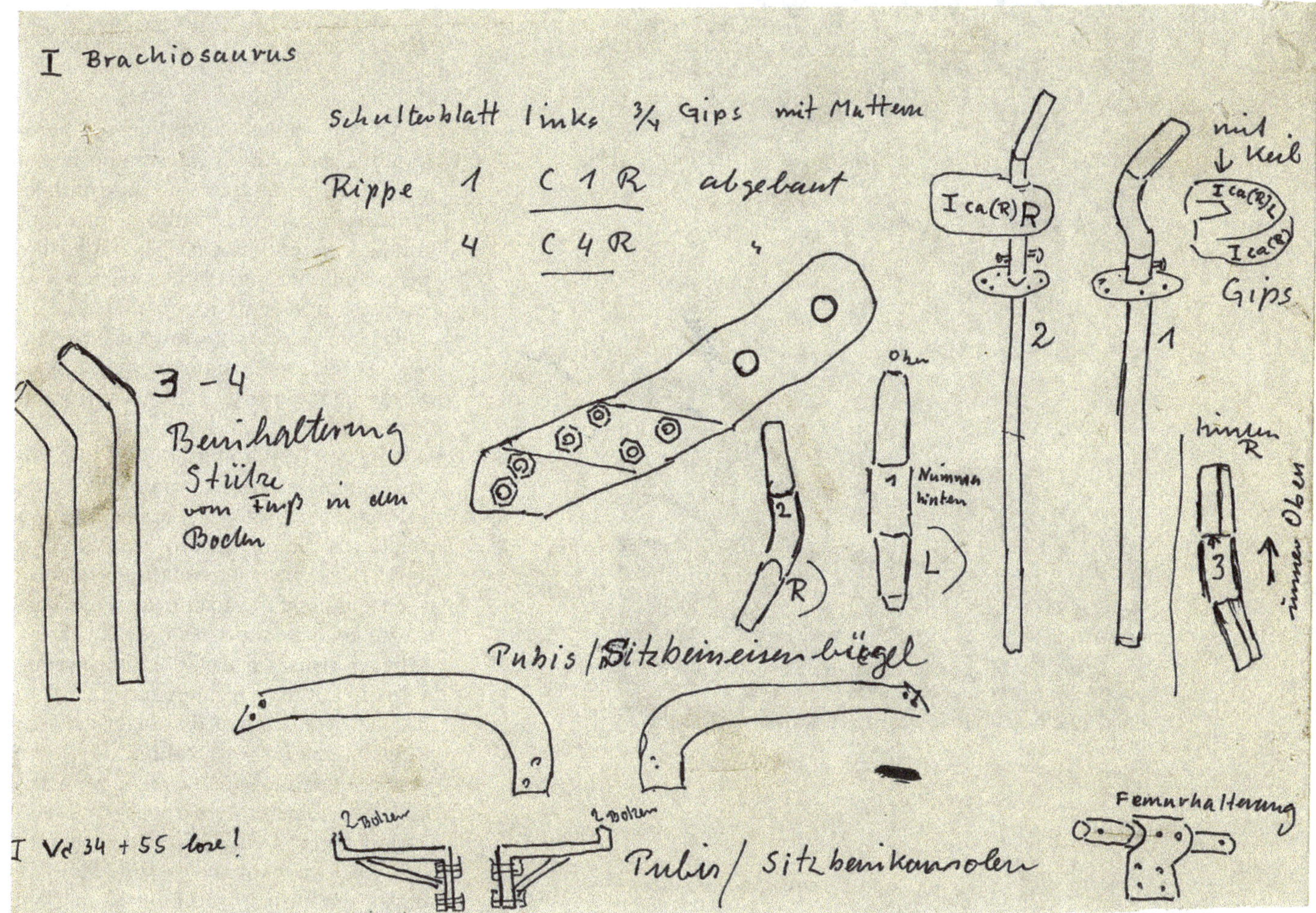

picha zenye maelezo (picha 18), na hasa ule mwongozo wa moja kwa moja ulisaidia kukumbuka yale yaliyobadilishwa kwenye viunzi wakati dinosaria waliporudishwa makumbushoni.

Ilikuwa ni mara ya kwanza kuweka kwenye rekodi namna ya kusimamisha kiunzi cha dinosaria, pale palipo na visumari na mabolti; kurekodiwa visukuku vipi vilitobolewa na vipi viligandishwa na chokaa na wapi palipokuwa na matatizo maalum. Kama katika kazi za uhifadhi hapa pia kazi zilifanyika kwa wakati unaofaa, dakika za mwisho. Kufungua kiunzi cha *Brachiosaurus* na kukifunga upya kulizuia kiunzi kilichodumu kwa miongo mitano kisiporomoke chenyewe kama kazi hii ya uhifadhi isingetokea. Hali mbaya ya kishikizo cha ndani kilicholiwa na kutu haikuwa inajulikana mpaka walipofungua kiunzi hicho. Hebu tufikirie ingelitokea nini kama sakafu la makumbusho halingewaka moto, na kama GDR haingehitaji wadau marafiki wapya na kama hapangekuwa na pendekezo kubwa la mambo ya kipaleontolojia na kupatikana madawa ya uhifadhi ambayo wakati huo yalihitajika sana Berlin ya Mashariki.

Licha ya matokeo haya mazuri, upimaji wa baadaye uliotokana na maoni ya kipaleontolojia ulikuwa wazi: "Kule kufunga na kufungua viunzi vya dinosaria zaidi ya mara moja kulionyesha kuwa hali ya mifupa haistahimili tena dharubu za kufunga na kufungua."[103] Hata kama safari ya pili haitafanyika, lakini safari ya kwanza ilileta faida: "Kulikuwa na uwezekano wa kupunguza tofauti kubwa baina ya uhusiano mzuri wa kiuchumi na kiutamaduni na uhusiano mbaya wa kisiasa, ambao kwa siku nyingi ulikuwa kawaida kwa uhusiano baina ya Ujapani na GDR", ndivyo inavyosema katika maelezo ya Tume Sera ya Nje la Baraza Kuu la Chama cha Kikomunisti SED mwisho wa mwaka 1985, karibu nusu mwaka baada ya maonyesho.[104] Kwenye mbiu ya "The Greatest Dinosaur Exhibition on Earth" kunaweza kuitwa "maonyesho muhimu kabisa ya GDR yaliyofanywa Ujapani; katika kuadhimisha 'Miaka 175 ya Chuo Kikuu cha Humboldt, Berlin'",[105] dinosaria ndio waliokuwa "mabalozi wa kuvutia" waliotekeleza bila kutarajiwa, uenezaji wa habari za utendaji wa Chuo Kikuu cha Berlin na kusisitiza siasa ya amani ya GDR.[106]

Picha 16 upande wa kushoto:
Maandishi ya kumbukumbu kuhusu madhara kwenye visukuku vya Tendaguru, katika: MfN, HBSB, MfN V, Japan Teil I, A-K [hayajachunguzwa]. Picha: Carola Radke/MfN.

Picha 17:
Mchoro wa ujenzi wa kiunzi cha *Brachiosaurus*. Sehemu ya mwongozo wa kufungua na kufunga viunzi vya visukuku vya Tendaguru, ambao ulitengenezwa na waandaaji Hans-Hartmut Krueger na Lutz Berner 1985, katika: MfN, HBSB, Präparatorenhefter "Saurierunterlagen" [haujachunguzwa].

103 Gottfried Böhme, Bericht über Sonderausstellung "175 Jahre HU, Hauptstadt der DDR" in Japan vom 7. Juli bis 14. Oktober 1984, katika: MfN, HBSB, MfN S V, Saurierausstellung in Japan 1984, 2.2., Bl. 34.

104 Mswada kwa Tume Sera ya Nje katika Baraza Kuu la Chama cha Wakomunisti SED; Betreff: Konzeption für die Gestaltung der Beziehungen der DDR zu Japan im Zeitraum 1986–1990, Oskar Fischer, Berlin, 2. Dez. 1985, Bl. 123–154, katika: BArch, SAPMO, DY 30/IV 2/2.155/26, Bl. 135.

105 Ibd.

106 Adolphi 1984.

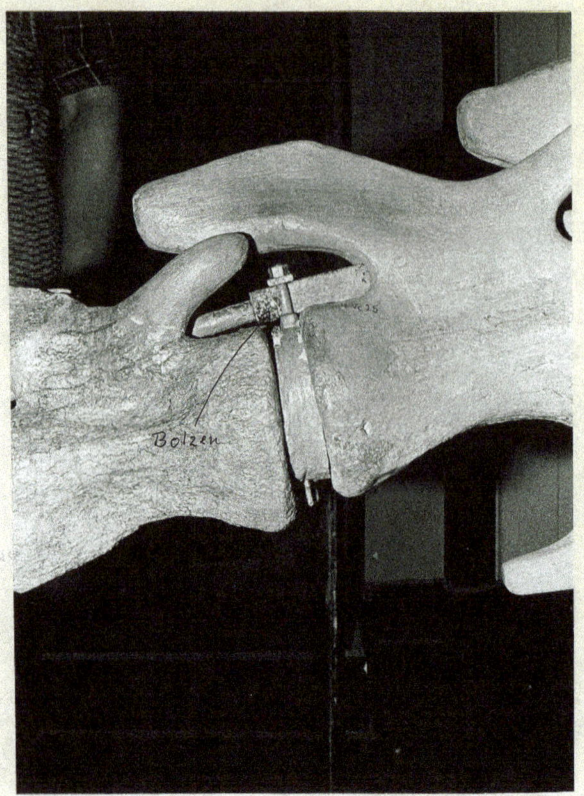

Steckverbindung vom Eisen 3 in Eisen 4.
1952/53 beim Wiederaufbau sehr schlecht zusammen gebaut. Nach Japanausstellung 1984 beim Aufbau im Januar 1985 in den Urzustand gebracht und mit Bolzen versehn. Dicraeosaurus war zw. 1942–1952 abgebaut und in den Kellern des Museums eingelagert. Durch Feuchtigkeit traten an den Klebstellen schwere Schäden auf. Gipsteile sind teilweise angelöst (zerfressen) worden. 1952 beim Aufbau unsachgemäß mit Leimgips verschmiert. Beim Abbau 1984 alle Teile mit neuen Klebern und Tränkungsmitteln behandelt. Beim Aufbau 1985 nochmaliges Konservieren vorgenommen.

Haya yote yaliwezekana kutokea kutokana na msukosuko wa mambo mengi tofauti, kama: matumaini ya kisiasa ya kutaka madawa ya uhifadhi ya kipaleontolojia kwa visukuku vya Makumbusho; msukosuko wa matatizo ya kiuchumi ya wakati huo pamoja na mahitaji ya uhifadhi wa Makumbusho; msukosuko wa kuingiza propaganda kwenye siasa za mambo ya nje ya nchi; na msukosuko wa tukio la ajali kwenye mfumo wa umeme wa Makumbusho ya Berlin, uliosababisha moto. Pamoja na kuwa na uamuzi wa kisiasa na utekelezaji wa Makumbusho, ilikuwa ni matukio haya ambayo yalivipeleka visukuku vya dinosaria katika safari yao kubwa ya pili, baada ya kuchimbwa Afrika Mashariki na kusafirishwa hadi Berlin, kisha kwenda Ujapani kutimiza mzunguko wa nusu ya dunia. Visukuku vya dinosaria viliweza kuwaunganisha watu tofauti na wenye maslahi tofauti. Katika enzi ile ya miaka ya 1980, vilihudumia matarajio ya kisiasa na kiuchumi ya GDR, vikawa nyenzo ya uchukuzi wa majivuno ya Taifa lao; viliunganisha maslahi ya utaifa na maslahi ya mitaani; viliunganisha ajenda za Makumbusho ya Mambo ya Asili na ajenda za kisiasa za Chuo Kikuu cha Humboldt; visukuku viliweza kuhudumia miradi ya kisiasa ya GDR *sambamba* na mahitaji ya habari kwenye gazeti la Kijapani la kila siku.[107] Hata hivyo, katika kumbukumbu, maonyesho ya "The Greatest Dinosaur Exhibition on Earth" yanadhihirisha kwamba Makumbusho ya Berlin Mashariki yalikuwa na vikwazo mbalimbali katika kufanya maamuzi yao. Vikwazo ambavyo vilisababishwa na Makumbusho kufungwa kiutendaji kutokana na upungufu wa vifaa vya kazi, kusababishwa na mfumo wa kiasasi kutii kanuni na madhumuni ya kisiasa. Safari ya visukuku vya Tendaguru kwenda Ujapani iliweka wazi mshikamano wa maslahi ya kisiasa, kiasasi, kiuchumi na kiuhifadhi. Pia safari hii iliondoa mitazamo hasi, kwa mfano Mashariki na Magharibi, ujamaa au usoshalisti na ubepari na kinyume cha maslahi ya Makumbusho na maslahi ya siasa. ■

Picha 18: Madokezo juu ya kufunga na kufungua kiunzi cha *Dicraeosaurus hansemanni*, yalitengenezwa na waandaaji Hans-Hartmut Krueger na Lutz Berner, katika: MfN, HBSB, Präparatorenhefter "Saurierunterlagen" [haijachunguzwa].

107 Kuhusu vitu vya makumbusho kufanya kazi ya usuluhishi katika siku za Vita Baridi linganisha kitabu chenye mada hiyo kinachoitwa The Object as Ambassador. Exhibitions in Contemporary History, katika: Representations 141, 2018.

MAREJEO

Adolphi, Wolfram: Berlins Saurier in Shinjuku, katika: horizont 7, 17 (1984), bila kutaja kurasa.

Anonymus: Ost-Berlin nimmt irreparable Transportschäden in Kauf, katika: Berliner Morgenpost 27.5.1984, uk. 4.

B., Manfred: Unersetzbare Sammlungen vor Vernichtung bewahrt, katika: Unser Brandschutz, 6 (1982), kr. 28–29.

Heideck, Christian: Zwischen Ost-West-Handel und Opposition. Die Japanpolitik der DDR 1952–1973, Munich 2014.

Herrmann, Hans-Christian: Japan – ein kapitalistisches Vorbild für die DDR?, katika: Deutschland Archiv 6 (2006), kr. 1032–1042.

Johannsen, Peter: Geschichte und Struktur der Japanisch-Deutschen Gesellschaften, Inauguraldissertation zur Erlangung des Grades eines Doktors der Philosophie in der Philosophischen Fakultät (Japanologie) der Rheinischen Friedrich-Wilhelms-Universität Bonn, Bonn 2014.

Leims, Thomas: Epische Theaterpracht: Die theatralischen Beziehungen zwischen Berlin und Tôkyô von 1945 bis heute, katika: Japanisch-Deutsches Zentrum Berlin (mhariri): Berlin – Tôkyô im 19. und 20. Jahrhundert, Berlin 1997, kr. 349–368.

Marwege, Ulf: Neuorientierung im Westhandel der DDR? Die Wirtschaftsbeziehungen mit der Bundesrepublik Deutschland, Frankreich, Japan und Österreich, Bonn 1984.

Modrow, Hans: Die DDR und Japan, Berlin 1983.

Mößle, Wilhelm: Handbuch des Museumsrechts 7: Öffentliches Recht, Opladen 1999.

Neuß, Beate: Die Beziehungen zwischen der DDR und Japan, katika: Konrad-Adenauer-Stiftung (mhariri): Die Westpolitk der DDR. Beziehungen der DDR zu ausgewählten westlichen Industriestaaten in den 70er und 80er Jahren, Melle 1989, kr. 265–316.

Stanzel, Volker: Peace, Business, and Classical Culture. The Relationship between the German Democratic Republic and Japan, katika: Joanne Miyang Cho / Lee M. Roberts / Christian W. Spang (wahariri): Transnational Encounters between Germany and Japan. Perceptiopns of Partnership in the Nineteenth and Twentieth Centuries, New York 2016, kr. 227–245.

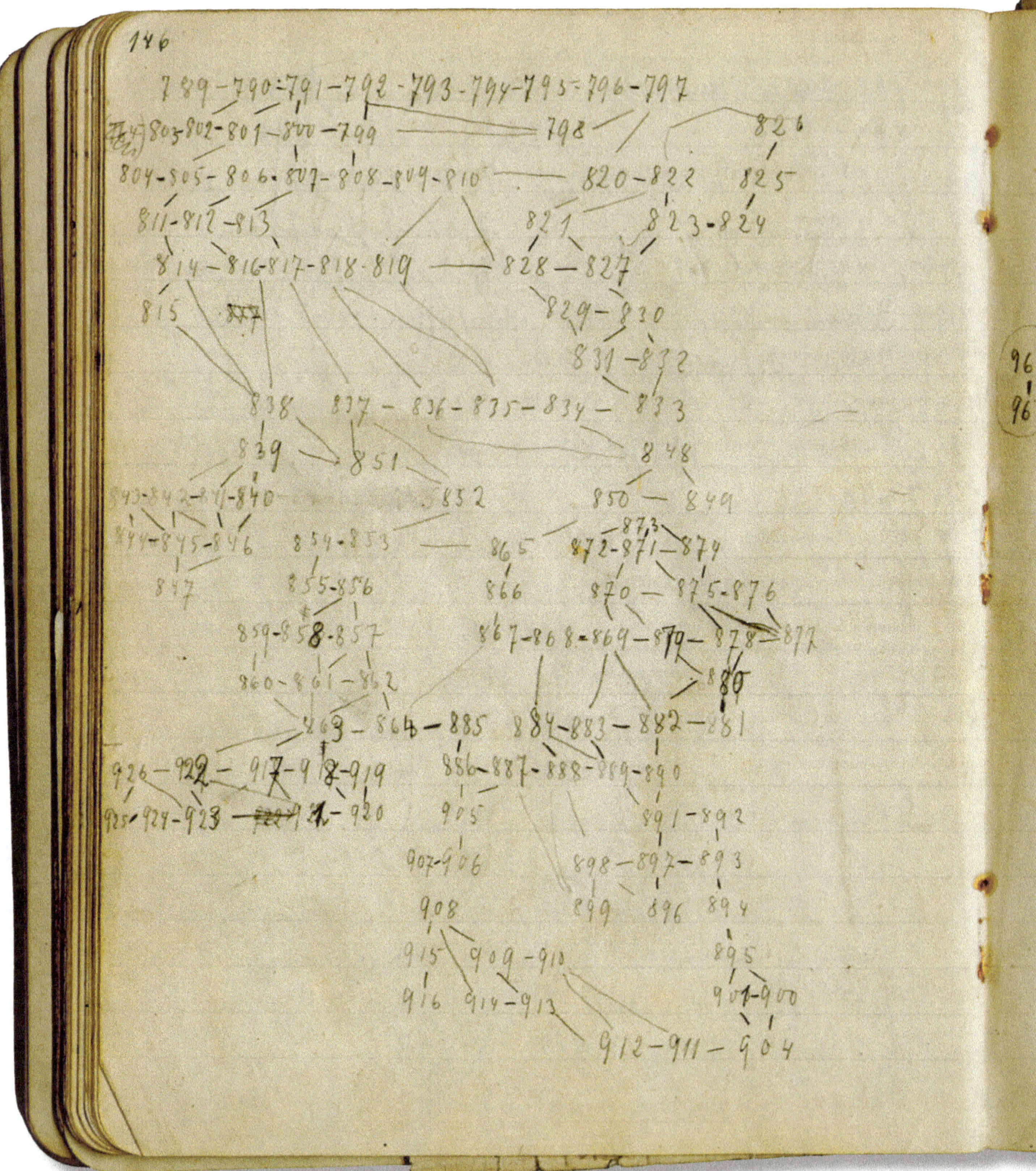

146
789-790-791-792-793-794-795-796-797
803-802-801-800-799
798
826
804-805-806-807-808-809-810
820-822
825
811-812-813
821
823-824
814-816-817-818-819
828-827
815
829-830
831-832
838
837-836-835-834-
833
839
851
848
843-842-841-840
852
850-849
844-845-846
854-853
865
872-871-874
873
847
855-856
866
870-
875-876
859-858-857
867-868-869-879-878-877
860-861-862
880
863-864-885
884-883-882-881
926-922-917-918-919
886-887-888-889-890
925-924-923
921-920
905
891-892
907-906
898-897-893
908
899
896
894
915
909-910
895
916
914-913
901-900
912-911-904
962
961

UJENZI WA VIUNZI VYA MIFUPA KUTOKANA NA METADATA KWENYE UTAFITI WA KIPALEONTOLOJIA

UCHIMBUAJI, UTAMBUZI NA UUNDAJI WA METADATA NA MATUMIZI YAKE

Marco Tamborini

Nambari zilizo na tarakimu tatu zilizounganishwa, pamoja na alama za mistari na alama za msalaba kwenye michoro, zimeenea juu ya kurasa mbili za daftari kuukuu (picha 1). Ni nini kinachotajwa na kuhesabiwa hapa? Ni nani anayeweza kusoma na kufichua ujumbe ulioko kwenye maandishi haya? Je, mchoro huu umefanywa na nani? Mchoro huu unatoka kwenye moja ya daftari za kumbukumbu za eneo la machimbo. Daftari hii ilitumiwa na mwanapaleontolojia Werner Janensch tangu mwaka 1909 hadi 1912 huko Tendaguru. Takwimu inawakilisha idadi ya mifupa tofauti iliyopatikana. Inaelezea mahali ambapo palikuwa na wingi na utofauti mkubwa wa visukuku kiasi kwamba haikuwa rahisi kutenganisha na kuainisha kila kimoja. Hata hivyo, katika kurasa za kumbukumbu hii, Janensch hakueleza utofauti wa mifupa pekee, lakini uhusiano tata baina ya mifupa hiyo, sifa na uhusiano ambao unaweza kuonekana katika mtazamo wa uchimbuaji wa kwanza. Nambari zinaonyesha mabaki ya visukuku, alama za mistari zinawakilisha uwezekano wa uhusiano wa ki-anatomia, hali ya kimofolojia. Kwa kifupi, kielelezo hicho ni sehemu ya fumbo linalolenga kuelezea habari za kiumbe aliyechimbuliwa kutoka kwenye kina cha kijiolojia.

Wanapaleontolojia hutumia mikakati mbalimbali ya uchoraji wa kijiolojia kutoa matokeo kwa njia ya michoro na tafsiri za michoro hiyo. Picha, michoro na jedwali, zilikuwa sehemu muhimu za taarifa za kazi ya wanapaleontolojia wakiwa kwenye uwanja wa kazi ya uchimbuaji na katika maabara za utafiti. Lengo la mikakati hii lilikuwa kutoa maelezo mazuri na ufafanuzi wa kina kwa kutumia nyenzo hizi za kuona. Kipindi cha utamaduni huu wa kutumia vielelezo vya namna hii, kilifikiwa mwisho wa karne ya 19 na mwanzo wa karne ya 20.[1] Hii ilikuwa hasa kutokana na mbio za kimataifa za uchimbuaji visukuku na utafiti kuhusu dinosaria, ambazo pia zinajulikana kama "Mbio za Pili za Dinosaria" ("Second Dinosaur Rush"). Wakati huo, ugunduzi wa kushangaza wa mabaki ya dinosaria yaliyohifadhiwa vizuri ulifanyika. Kwa mfano kupatikana kwa mifupa maarufu ya *Diplodocus carnegii*, iliyochimbuliwa kutoka nchini Marekani, ambayo ilionyeshwa kwenye makumbusho yote ya kihistoria ya asili yaliyoko Ulaya, kuliamsha udadisi wa umma kuhusu dinosaria.[2] Maendeleo haya, kwa upande wake, yalisababisha kusambazwa zaidi kwa habari za paleontolojia na yalisababisha kuanzishwa kwa taasisi ya mtazamo wa ki-paleontolojia. Ni

Picha 1 upande wa kushoto
Mchoro wa uwanja wa kazi, katika kumbukumbu ya Werner Janensch, 1909–1912, katika: MfN, HBSB, Pal. Mus. S II, Tendaguru-Expedition 8.6, uk. 146.

1 Linganisha Rudwick 1985; Rudwick 1997; Rudwick 2005; Tamborini 2017a

2 Tamborini 2016; Nieuwland 2010; Brinkman 2010; Manias 2015; Rieppel 2012.

mbinu gani, na nyenzo zipi za habari, zilitumiwa kujenga upya taswira ya wanyama wa kale waliotoweka? Je, taarifa zilisafirishwa vipi kutoka mahali pa ugunduzi hadi pahali pa maonyesho, na ni jukumu gani ambalo michoro, kama ilivyo katika jarida la Werner Janensch, ilichukua katika kuhamisha taarifa kutoka kwenye machimbo hadi kwenye jumba la makumbusho?

Kutumia mfano wa Msafara wa Tendaguru, kunatuwezesha kuona jinsi vyombo tofauti vya habari vilivyochangia katika kueleza habari za upatikanaji wa mifupa ya viumbe hawa waliotoweka, na hatua za kutengeneza na hatimaye kuunda upya viunzi vya viumbe hao. Msafara wa Tendaguru ni utafiti mzuri na ulio wazi sana, kwa sababu michoro iliyofanywa na wanapaleontolojia walioshiriki, inaonyesha jinsi utamaduni huu wa kuchunguza ulivyofanya kazi, na msingi wake ulikuwa nini. Je, Werner Janensch na mwenzake Edwin Hennig walitumia mbinu gani wakiwa machimboni? Je, walitumia mazoea ya usajili kwa picha au walitumia mbinu nyingine? Ili uweze kuchunguza mchakato huu wa ujenzi wa habari na utaratibu uliotumiwa, mtu hawezi kuepuka kujiuliza swali hili la msingi: Je, visukuku ni nini – ukizungumza kisayansi – na kiuhalisia?

Visukuku na Paleontolojia ni nadharia ya kihistoria na kibaiolojia. Inachambua na inaonyesha mabadiliko ya kimaumbile na kijenetiki ya uhai duniani, katika kipindi kirefu cha muda. Hapa, paleontolojia hutoa taarifa kuhusu vipindi vya muda mrefu sana – mamilioni au hata mabilioni ya miaka – na hiyo ina ushawishi mkubwa kuhusu mbinu za nadharia hiyo. Mwanasayansi wa Kifaransa Georges-Louis Leclerc, Comte de Buffon (aliyeishi mwaka 1707 hadi 1788), alikuwa mmoja wa watu wa kwanza kuchunguza kwa kina kuhusu dhana ya wakati, kwa mtazamo wa kijiolojia. Buffon alivutiwa na jinsi umbali wa hali hii ya *muda*, ilivyoweza kuongeza ufahamu wa binadamu kuhusu historia na sayansi ya asili. Wakati huohuo, hata hivyo, Buffon alisisitiza mtazamo tofauti wa dhana ya *muda* katika historia na sayansi ya asili: Mwelekeo huo wa dhana ya *muda*, unamvutia sana mwanasayansi, wakati huohuo humtupa kwenye kilindi cha kutojua, ambacho hawezi kujitoa. Kipengele cha muda (au wakati) katika paleontolojia hubadilisha mtazamo wa wanadamu kuhusu asili na kuifanya taaluma hii kuonyesha wazi kwamba hakuna uhakika wa kujua yaliyotokea katika vipindi virefu vilivyopita. Mnamo mwaka wa 1922, mtaalamu wa mambo ya asili kutoka Austria, Othenio Abel, alieleza:

> "Jinsi tunavyotazama nyuma, katika historia ya dunia, ndivyo kunavyokuwa na uwezekano mchache wa kulinganisha na hali ya sasa – viumbe ambavyo ni vigeni, na vilivyotoweka, au vile ambavyo tangu zamani vimebadilika mno, kiasi cha kutoweza kutambuliwa, huja kukutana nasi, na viumbe ambavyo tunavijua kama marafiki wetu wa zamani kutoka dunia ya wanyama wanaoishi, zinazidi kuwa chache."[3]

Inawezekana, Abel aliendelea kueleza vizuri kabisa, kuwa ni "uvumi wa ajabu usio na ukweli wa kisayansi wala uhakika"[4]. Kwa hivyo, visukuku siyo vyanzo vya kuaminika kwa utafiti wa kibaiolojia. Zaidi ya yote, ni kwamba, ni nadra sana kupata visukuku vilivyohifadhiwa vizuri, ambavyo vinafanana na viumbe hai na ambavyo vinaweza kuonyeshwa wazi, vilevile, kama vilivyofukuliwa kutoka ardhini. Kwa utaratibu wa taponomia[5], viumbe vilivyokufa vinavyoharibika na kubadilika hali ya uhalisia wake. Tishu laini zilizokuwapo, daima hutawanyika, na hata sehemu ngumu kama mifupa ni mara chache sana kubaki na ukamilifu wake. Yale yaliyokusanywa leo kutoka kwenye mamia ya dinosaria, hatimaye hujumlishwa kuwa vipande vidogo vya mfupa tu. Muda mrefu wa jiolojia hugandamiza, hubadilisha na kuharibu umbile la awali. Kwa hiyo rekodi zihusuzo visukuku, ujumla wa matukio yote ya kisayansi ya visukuku, daima lazima yachukuliwe kuwa siyo kamilifu na kwamba ni taarifa isiyokamilika. Hata hivyo, visukuku ndiyo njia pekee ya kujua habari za enzi zilizopita. Huo ndio mwanzo tunaoanza nao. Wanapaleontolojia hawana njia nyingine ila kuainisha visukuku na kueleza kuhusu kila kipande kilichokusanywa, kujaza mapungufu katika mifupa isiyo kamili, ili kuunda picha yenye taswira ya wanyama hawa waliotoweka. Kwa hivyo, picha zina jukumu kuu katika uzalishaji wa maarifa ya paleontolojia.

3 Abel 1922, uk. V.

4 Ibid.

5 Ilianzishwa mwaka wa 1940, neno taponomia (kutoka Kigiriki τάφος (kaburi) na νόμος (sheria) linajumuisha mchakato wa mabadiliko ya kiumbe baada ya kifo, ambayo husababisha kuundwa kwa visukuku, kati ya mambo mengine. Efremov 1940.

Upungufu na ukosefu wa ukamilifu wa taarifa za uchunguzi wa kipaleontolojia huleta maswali muhimu kama haya: Je, ni kwa kiasi gani mabadiliko yamefanyika kutoka kwenye visukuku vya kwenye data na nyaraka, hadi kuwa umbile au kiunzi kamili, kama kinavyoonyeshwa katika jumba la makumbusho? Ni jinsi gani wanapaleontolojia wanaweza kutambua mifupa ya visukuku ikiwa katika miamba ya mawe, kisha kuitenganisha kutoka kwenye miamba hiyo iliyoshikamana nayo kwa kuichimbua? Na ni kwa mazingira yapi ambapo visukuku visivyo na ukamilifu wa umbile na visivyokamilika idadi, vinaweza kuzalisha umbile kamili la kiumbe, kwa kutegemea data za kisayansi ambazo baadaye huwa msingi wa utafiti na msingi wa maonyesho ya viumbe hawa waliotoweka?

KUJUA KWENYE MAANA YA KUAMUA

Kitu cha muhimu zaidi kwa ajili ya ujenzi wa viunzi na uchunguzi wa viumbe ni kwanza mtazamo wa kiufundi wa wachimbuaji. Hadi leo visukuku hukusanywa na wataalamu wa paleontolojia pamoja na wasaidizi wenye taaluma ya uchimbuaji na wakazi binafsi wenye nia. Wote wanapaswa kuzoeza macho yao ili waweze kutambua aina za tabaka za kikaboni katika miamba. Mafunzo ya macho kuwa na ustadi wa kuchunguza yalionyesha maendeleo ya paleontolojia katika karne ya 19. Kwa mfano, mwaka 1835, mtaalamu wa jiolojia na mwanapaleontolojia wa Uingereza, Henry Thomas De la Beche, alichapisha kitabu kilichoitwa: *Jinsi ya Kuangalia*. Kitabu hiki kilikusudiwa kiwe mwongozo kwa wanafunzi na watafiti, wanaotaka kufanya uchunguzi wa kijiolojia. Imesemwa kwenye kitabu hiki kuwa, mwanasayansi mwenye ujuzi huchagua mambo ambayo ni muhimu na huficha mambo yote yanayochanganya, ambayo yanazuia mwelekeo na mtazamo wake unapolenga.

Hata hivyo, tofauti ya wazi kati ya mambo muhimu na yasiyo muhimu, si rahisi kuiona na wakati mwingine, haiwezekani kutofautisha baina ya: muhimu na isiyo muhimu. Hoja hii ilisisitizwa na mtaalam wa jiolojia wa Berlin, Ernst Heinrich von Dechen katika ufafanuzi wake wa tafsiri ya Kijerumani ya kitabu cha De la Beche, iliyochapishwa mwaka 1836: "Maneno kama hayo yanaonekana kuwa ya muhimu zaidi kuhusiana na ujuzi na ustadi wa jiolojia (geognosy), kuliko katika taaluma nyingine nyingi za sayansi, kwa sababu matatizo yanayomkumba yule anayeanza, asiye na ujuzi, na anapaswa kushindana nayo, kwake yeye, ni ya kipekee."[6] Wanafunzi wasiokuwa na ujuzi na hata wataalamu wa jiolojia, kama vile von Dechen alivyosisitiza, huwa si rahisi kwao kuweza kuyajua na kuyaondoa hayo mambo yanayosumbua.

Hata mwanzoni mwa karne ya 20, wanapaleontolojia bado walipaswa kukabiliana na matatizo haya ya mbinu za uchunguzi wa visukuku. Kwa hivyo, mwanapaleontolojia wa Stuttgart Eberhard Fraas, alizindua kitabu chake kilichochapishwa mwaka 1910 *The Petrefaktensammler*. Mwongozo wa Kukusanya na Kutambua Ukuzaji wa Ujerumani na ombi la uchunguzi sahihi wa kipaleontolojia. Kwani asili, pia, inafanya utani au ina miujiza yake, "ambayo mara nyingine huweza kudanganya siyo tu wanaoanza, bali pia wachimbuaji wenye uzoefu"[7]. Kama "miujiza ya asili" Fraas alielezea ni miundo ya miamba isiyo ya kawaida, ambayo ilikuwa inafanana na hali za maumbile zilizosababishwa na mabadiliko ya kikemikali (carbonification), kwa mfano visukuku vimetokana na hali hiyo. Hata hivyo, Fraas aliendelea kusema, "mtu hatakuwa na uhakika ikiwa ataelewa kwamba visukuku hutokana na ugumu wa mifupa kubadilika kuwa jiwe katika mchakato wa kikemikali uitwao carbonization au ukabonishaji wa mifupa, au matukio ya asili yanayoonyesha aina tofauti ambayo yanaweza kuwa tu, halisi kwa njia ya uhuishaji wa mawazo." Kwa hivyo, utambuzi sahihi wa visukuku unawezekana kama mwanapaleontolojia anaweza kutambua mifupa iliyogeuka kuwa jiwe kuwa ni visukuku. Ugunduzi na uchunguzi wa mifupa iliyogeuka kuwa mawe, mfano mabaki ya viumbe vilivyokufa zamani na kufukiwa ndiyo kiini cha ukusanyaji visukuku wa kipaleontolojia. Katika uchunguzi na ufafanuzi wa visukuku, hapo ndipo "thamani ya ukusanyaji" hupatikana. "Visukuku ni vitu vilivyokufa, visivyo na maana, na ndiyo sababu uchunguzi wa mabaki yake ni juhudi ya kuvifanya viwe kama viko hai tena, katika mtazamo wetu wa kipaleontolojia."[8]

6 De La Beche 1836, uk. iv.

7 Fraas 1910, uk. 39.

8 Ibid.

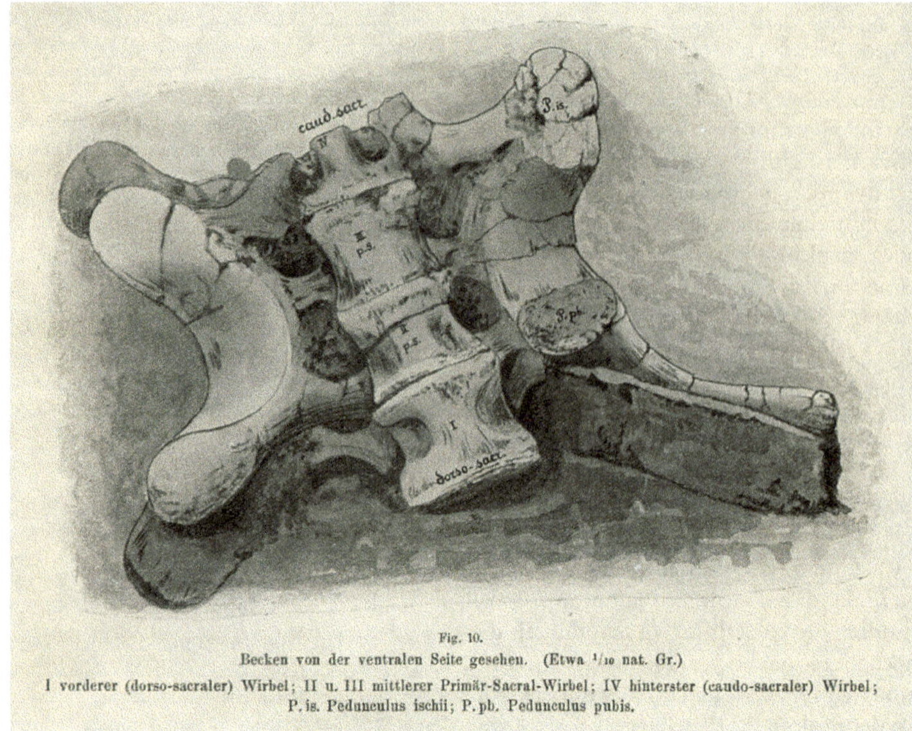

Picha. 2:
Mchoro wa mfupa wa nyonga ya dinosaria, katika: Fraas mwaka wa 1908, uk. 126.

"Tafsiri hii ya visukuku" ndiyo iliyotengeneza utaalamu wa paleontolojia mwanzoni mwa karne ya 19 na ilianzisha taaluma ya paleontolojia kuwa nyanja ya kisayansi inayojitegemea katika baiolojia. Mwanzoni maoni haya yalikuwa nadharia iliyoandikwa na Georges Baron de Cuvier, mwanzilishi wa paleontolojia ya kisayansi, tangu kuchapishwa kwa kazi yake: *Recherches sur les ossemens fossiles de quadrupèdes* (*Utafiti wa Visukuku vya Quadrupèdes* (*mwaka wa 1812*)). Mbinu hii imefafanua kazi ya kipaleontolojia katika eneo la kazi na katika maabara. Msingi wake ulikuwa matumizi ya mbinu ya kutafiti maumbile ya visukuku (mofolojia) aliyoitengeneza hapo awali katika taaluma ya Anatomia ya Visukuku.[9] Kanuni yake ilikuwa, 'sheria ya uwiano baina ya visukuku vinavyofanana'. Kanuni hii inadokeza kwamba, vipengele (wasifu) fulani hujitokeza kila wakati katika mazingira fulani; na kwa uwiano na visukuku vingine, kwa kuchunguza sifa za kisukuku kimoja, kuna uwezekano wa kujua sifa za kiumbe mzima alivyokuwa. Fraas alifupisha sheria hii kama ifuatavyo: "Kulingana na kanuni ya anatomia ya kulinganisha, tunaweza kufanya hitimisho fulani kwa ukamilifu kuhusu mnyama na, wakati mwingine, hata kuhusu hali yake akiwa hai na namna yake ya kuishi, kutoka kwenye taarifa tunazozipata, tukichunguza mfupa au jino."[10] Anatomia ya Kulinganisha, ilikuwa msingi wa utamaduni wa uchunguzi wa kipaleontolojia.[11] Upande wa mofolojia ya kulinganisha, kipengele cha pili chenye umuhimu wa kazi ya paleontolojia kinachotumika ni kuwa: visukuku lazima viwe vimeoneshwa kwa njia ya picha (au mchoro). Picha (au mchoro) inasisitiza na inakamilisha ufafanuzi wa kipaleontolojia.

KUFAFANUA KWA NJIA YA KUCHORA

"Kubainisha visukuku hufanyika zaidi kwa kutegemea kulinganisha picha (au michoro)."[12] Kwa maneno haya, waandishi wa kitabu cha weledi au ujuzi wa paleontolojia, kilichochapishwa mwaka wa 1928 kilichoitwa *Paläontologisches Praktikum*, walitoa muhtasari wa hali halisi ya taaluma ya paleontolojia uwanjani. Ili kuelewa umuhimu wa picha au michoro, katika utendaji wa taaluma hii, ni muhimu kuchambua jinsi picha au michoro ilivyotumiwa kwa uhakika katika maendeleo na kukua kwa taaluma ya paleontolojia. Jambo hili linaweza kuchunguzwa kwa kutazama mfano wa Msafara wa Tendaguru.

Baada ya mifupa kugundulika katika koloni la Ujerumani la Afrika Mashariki, mwanapaleontolojia Eberhard Fraas, ambaye tayari alikuwa katika eneo hilo, alitumwa na utawala wa kikoloni wa Ujerumani kwenda kwenye eneo hilo lililoko karibu na mji wa Lindi. Jukumu lake lilikuwa kupata maelezo zaidi kuhusu kile kilichogunduliwa, "kuhakikisha kama ni visukuku kweli au ni mifupa ya hivi karibuni [...], alitakiwa pia kujua uhifadhi wa visukuku hivyo hapo vilipo, usafirishaji wake kutoka pale vilipo kama unawezekana, kuhusu uchimbuaji na hatimaye uhifadhi vitakapowasili [...]"[13]. Kazi yake ya kwanza ilikuwa kujua visukuku vilivyopatikana, ili kutathmini kama ukusanyaji wake na usafirishaji wake hadi Ujerumani utakua wa manufaa. Kwa hivyo Fraas alichora kila kitu na pia kupiga picha baadhi ya yale aliyoyaona kwenye machimbo. Kwa upande mmoja, ufafanuzi huu ulifanya taarifa zilizo na upungufu kuwa kamilifu na kuonekana vizuri, na kwa upande mwingine, kuweza kutambua visukuku katika mipangilio pale vilipo, kwa usahihi zaidi. Miezi michache baadaye, alichapisha michoro na maelezo haya katika gazeti maarufu sana lililoitwa *Palaeontographica*.

9 Rudwick 1997.

10 Fraas 1910b, uk. 3.

11 Sepkoski 2012; Sepkoski / Ruse 2009; Sepkoski / Tamborini 2018; Tamborini 2015b.

12 Seitz / Gothan 1928, uk. 95.

13 Fraas 1908b, uk. 106.

Hatua za mchakato huu wa uamuzi zinaweza kufuatiliwa kwa kutumia mfano wa mchoro wa Fraas. Katika eneo lililochimbuliwa alipata mifupa ya dinosaria iliyohifadhiwa, ambayo alidhani ya kwamba jina alilompa dinosaria huyo lilikuwa halijatumika. Kabla ya hapo dinosaria huyo alikuwa amewekwa kwenye kundi la *Gigantosaurus*. Baada ya Msafara wa Tendaguru dinosaria hawa walipewa majina mapya ya *Barosaurus africanus*[14] au *Torneria robusta*.[15] Kwa kuwa sehemu zote za nyonga ziliharibiwa, isipokuwa mfupa wa ischiamu, ilikuwa muhimu kuzihifadhi vizuri, lakini pia kuhifadhi vipande vya mifupa ya nyonga, ambavyo vyote viliaminika kuwa vya jenasi hiyohiyo. Hata hivyo, "usafirishaji wa kipande hicho kizito kilichokuwa kimevunjika-vunjika haikuwezekana". Ili kutatua tatizo hili, Fraas aliamua "kuweka taarifa ya kipande hiki kwa kupiga picha na kwa kuchora" na kisha kutengeneza umbo la mfano wenye nyuso tatu zinazolingana na "kuweka rekodi hizi za umbile la asili la kisukuku hicho [...]"[16]. Kulingana na mchoro wake na picha nyingi za kipande hicho ambacho hakikuwa na ukamilifu, Fraas alichora picha na kuichapisha katika jarida la *Palaeontographica* (picha 2).

Wanapaleontolojia, ambao walikuwa wametumwa na Makumbusho ya Berlin kwa uchimbuzi mkubwa huko Tendaguru mwaka wa 1909, hawakuwa na utofauti wa utendaji wao na ule wa Fraas. Edwin Hennig na Werner Janensch waliandika kumbukumbu ya kile kilichoonekana kwenye eneo la kazi na pia, walikamilisha vipande hivi vya mfupa ambavyo havikuwa kamili wakitumia vipande vinavyo lingana navyo.

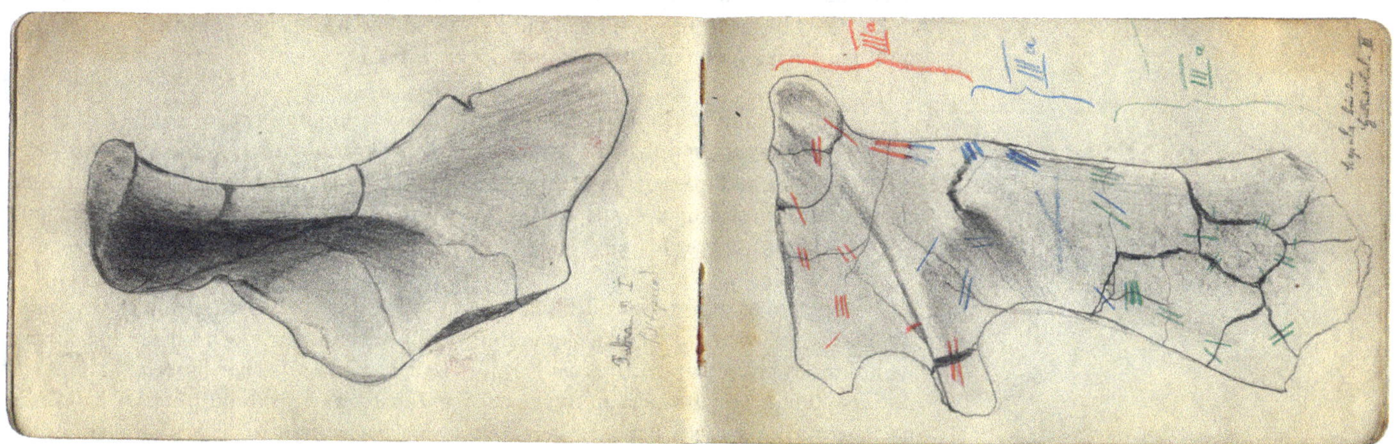

Picha ya 3 inaonyesha mfupa wa skapula ambao ulikuwa dhaifu sana kuweza kusafirishwa kwa ukamilifu wake. Kwa hivyo, wanapaleontolojia hao waliamua kuugawanya katika sehemu tatu na kuweka alama kwenye vipande hivyo vitatu vya bega wakitumia michoro na rangi tofauti. Kama ilivyokuwa kwa ujumla katika Msafara wa Tendaguru, ilikuwa ni muhimu kutoa matokeo ya kipaleontolojia kwa ukamilifu, uhalisi na usahihi iwezekanavyo, ili kusaidia kazi ya baadaye ya kipaleontolojia. Picha hiyo ilikuwa njia ambayo baadaye ilifanya kuwe na kumbukumbu na uwezekano wa kuvifanyia kazi visukuku na pia kuvitolea maelezo ya kisayansi kuhusu makusanyo kwa mtaalamu anayevihifadhi katika Makumbusho ya Berlin. Yeye hutengeneza ripoti ya kueleza uhusiano wa mifupa hiyo katika eneo la kazi. Michoro kutoka kwenye Makumbusho inatumika kama mwongozo katika sehemu ya utafiti na wakati huohuo inatumika kama vielelezo vya sanaa za viunzi vya mifupa iliyokusanywa na kuonyeshwa kwenye Makumbusho. Kwa kuchapisha vielelezo vya michoro na picha na maelezo, hali ya mazingira na hali ya kijiolojia ambayo visukuku vilichimbuliwa, habari zake zimeweza kupatikana kwa jumuiya pana ya kisayansi. Kama vile utaratibu wa Fraas unavyoonyesha, visukuku visivyo kamili vimefanywa kuwa kamili kwa kuundwa kwa kutumia nyenzo mbalimbali za kuhifadhi na kuwasilisha habari, ambazo zilijumuisha picha pamoja na michoro.

Picha za kipaleontolojia, hata hivyo, zina kazi nyingi. Mbali na kuwasilisha muonekano wa makusanyo ya visukuku, pia zilisaidia kusudi la utafiti wa sayansi. Msingi wake ulikuwa mofolojia ya kulinganisha au kufananisha visukuku. Kwa

Picha 3:
Mchoro wa kisukuku cha mfupa wa bega (skapula) kwenye kumbukumbu za machimbo (upande wa kulia), katika: MfN, HBSB, Pal. Mus. S II, Tendaguru-Expedition.

14 Janensch 1922.

15 Wild 1991, uk. 2.

16 Fraas 1908b, uk. 126.

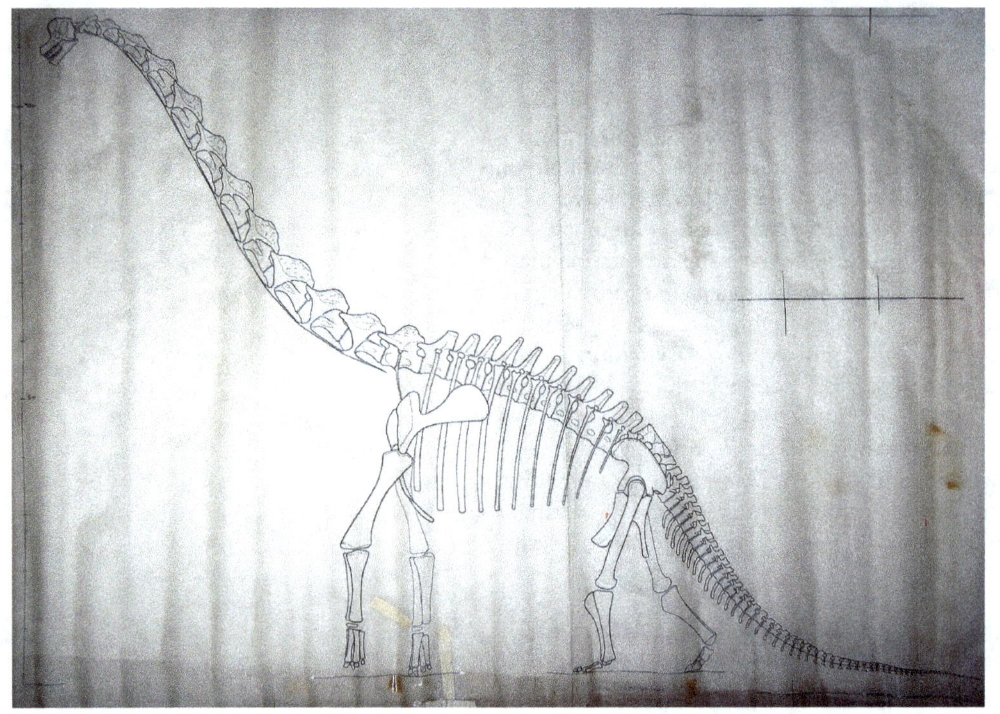

mfano, Fraas alilinganisha visukuku alivyochora na picha za aina mbalimbali ambazo tayari zilikuwa zimechapishwa katika vitabu na magazeti ya wataalamu wa paleontolojia. Ulinganisho wa picha ulifanya kuwe na uwezekano wa kufafanua utofauti na kufanana kati ya kielelezo ambacho tayari kinajulikana na kile kipya, ambacho hakijulikani. Matokeo hayo mapya yatakayopatikana yanaweza kusajiliwa rasmi katika uainishaji wa kisayansi kwenye kitengo cha taksonomia cha uainishaji wa kisayansi. Kwa msingi wa ulinganisho wake, Fraas aliamini kuwa visukuku vilivyopatikana Tendaguru vilikuwa vya spishi mpya na ni vile ambavyo bado havijawekwa kwenye vitengo vya kitaksonomia, ambavyo aliviainisha kama "*Gigantosaurus africanus*". Sasa ilikuwa ni lazima kuunganisha kikundi kipya cha dinosaria na vile ambavyo tayari vinajulikana ili kusajili uhusiano mpya wa mabadiliko ya kijenetiki. Picha zilikuwa na mchango muhimu katika mchakato huu, kama ripoti ya Fraas ya 1908 inavyoonyesha:

> "Ulinganishaji wa kundi la dinosaria linaloitwa *Gigantosaurus* na aina ya spishi ambayo tayari inajulikana, inatuelekeza jinsi ya kuliweka kundi hili jipya kwenye kundi la dinosaria hasa kwenye kikundi cha *Sauropoda MARSH*[1]. Mbali na utofauti wa mifupa ya uti wa mgongo, sifa zote za *Gigantosaurus* zinalingana na zile za *Saurapoda*."[17]

Kazi ya pili ya umuhimu wa picha, kusaidia katika ugunduzi na uainishaji wa visukuku, ilikuwa ni msingi wake katika uchimbuaji wa Tendaguru siyo kwa wanasayansi waliohusika pekee, lakini pia kwa wasaidizi wa Kiafrika. Werner Janensch alimwandikia Wilhelm von Branca, mkurugenzi wa Taasisi na Kumbukumbu ya Kijiolojia na Paleontolojia huko Berlin: "Watu wetu, hasa wasimamizi na wanataksonomia, wanavutiwa sana na picha zilizo kwenye Zittel, ambazo huwa tunawaonyesha mara kwa mara."[18] Kwa hivyo *Handbuch der Paläontologie (Miongozo ya Paleontolojia)*[19] ya Zittel ilikuwa inatumika moja kwa moja kwenye eneo la kazi kama chanzo kikuu cha kulinganisha, ili kutambua vipande vya mifupa – hata kama haikuleta uwazi wa taksonomia katika matukio yote, kama barua ya baadaye kwa Branca inavyoonyesha: "Kwa mfano kiunzi S, hakikuwa na mifupa mirefu ya miguu, mifupa midogo ya shingo ndiyo iliyoonekana. Kulingana na Zittel siwezi kujua ikiwa hayo yalikuwa ni mabaki ya ndege au ni ya Pterosaria."[20]

Hatimaye, picha pia husaidia katika ujenzi upya wa viunzi vya masalia ya viumbe yaliyohifadhiwa na ambayo visukuku vyake havikukamilika (picha 4).[21] Picha hizi zilisaidia kutoka kwenye hatua ya ujenzi wa visukuku hadi kusimamisha viunzi vya mifupa kwa madhumuni ya maonyesho kwa sababu ziliwezesha kutoa taswira ya kiumbe kuwa kama kiumbe kamili kinachoishi.

Michoro au picha za kipaleontolojia zina kazi tatu zinazohusiana: Kwanza, huwa picha ya visukuku vilivyopatikana. Hii itawapa wanapaleontolojia nyenzo ya msingi ya kutumia kwa kazi yao inayofuatia. Pili, picha zilizochapishwa katika vitabu zinawezesha kulinganishwa na kutumika kutambua visukuku ambavyo vimehifadhiwa kwenye miamba vikiwa vimevunjika vunjika. Tatu, picha husaidia katika kuelekeza ujenzi upya wa visukuku ambavyo haviko kamili ambavyo vimehifadhiwa katika ardhi viweze kuonekana kama viumbe kamili – kwa mfano, kwa ajili ya maonyesho. Picha ni muhimu *lakini siyo msingi wa kutosha* kwa haya.

Picha 4:
Mchoro wa ujenzi upya wa kiunzi cha mifupa cha *Brachiosaurus brancai*, katika: MfN, HBSB, Pal. Mus. B X 35.

17 Ibid.

18 Werner Janensch kwa Wilhelm von Branca, 7.10.1909, katika: MfN, HBSB, Pal. Mus. SII, Tendaguru-Expedition 5.1, uk. 38.

19 Ona Tamborini 2017b; Tamborini 2015b.

20 Werner Janensch kwa Wilhelm von Branca, 10.9.1910. katika: MfN, HBSB, Pal. Mus. SII, Tendaguru-Expedition 5.1, kr. 121–122.

21 Ulinganisho na mazoea ya akiolojia unaweza kudokezwa tu hapa. Ona Klamm 2017.

MAJEDWALI NA METADATA

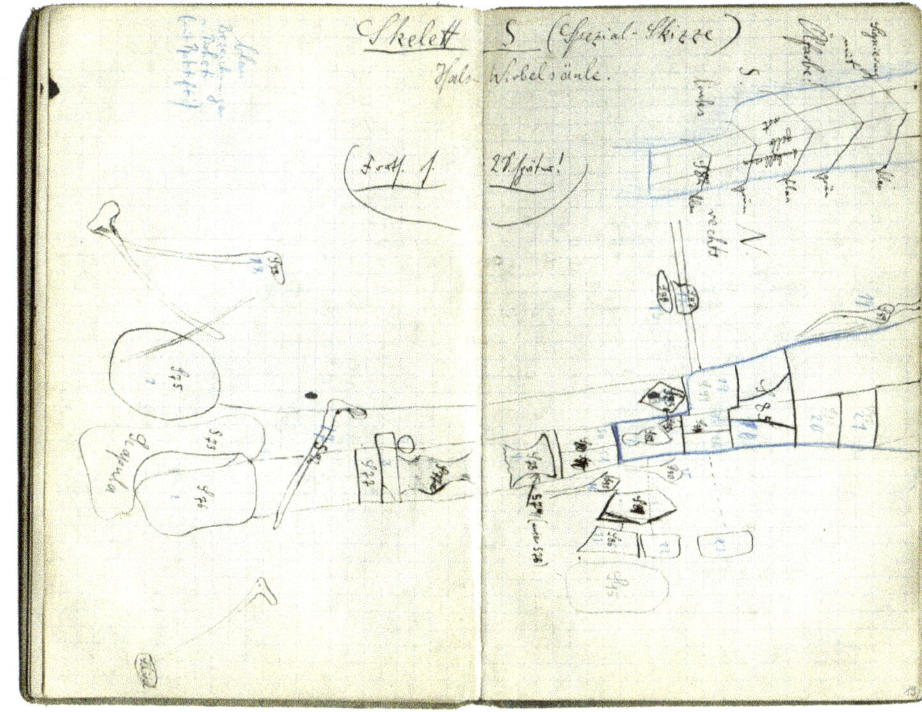

Michoro na vielelezo vya namna nyingi vilivyofanywa na Fraas, Janensch, Hennig na waandaaji wasaidizi wa Kiafrika wakiwa machimboni ilikuwa muhimu kuainisha vitu vilivyopatikana ili kutumia taarifa hizo za visukuku kujenga viunzi vya maonyesho kwenye jumba la makumbusho au kufanya habari za visukuku kuwa makala ya kitaaluma ya kuchapishwa katika vitabu au maandishi ya wataalam, ilibidi aina zaidi ya ujuzi na vyombo vya kutunza habari kuongezwa. Maarifa ya kuwapo utaratibu rasmi yalikuwa na jukumu kuu katika mabadiliko hayo.

Uhamisho wa ujuzi kati ya utaratibu rasmi na historia ya sayansi asili, ambao umekuwa ukitumiwa tangu karne ya 18, ulizidi kurasimishwa[22] katika karne ya 19, na hii ilisababisha misafara ya kipaleontolojia katikati ya karne ya 19 na mwanzo wa karne ya 20 kuwa na taratibu zinazofuatwa. Kwa mfano, wanapaleontolojia walitumia kuweka taarifa kwenye majedwali na namba za kumbukumbu ambazo kwa muda mrefu zilidumu katika nyaraka za picha za kisayansi. Mbinu hizi za kuzingatia kanuni zilikuwa muhimu kwa kufanya kazi na picha za paleontolojia. Kama wahifadhi nyaraka wazuri, wanapaleontolojia katika eneo la kazi walinakili yale yaliyohifadhiwa katika sehemu tofauti za matabaka ya ardhi ili kuhifadhi maelezo haya katika majedwali na orodha za visukuku husika.

Kwa kweli, wanasayansi wa Tendaguru walifanya zaidi kazi kwa weledi na uadilifu zaidi kuliko ya usayansi: Walisimamia, walirekodi na kuchapisha kile kilichokua kinafukuliwa. Katika kazi hii, metadata kama vile safu ya ardhi au miamba visukuku vilipopatikana na eneo uchimbuaji ulipofanyika, zilirekodiwa ili mifupa iliyofukuliwa iweze kukusanywa kwa njia sahihi na kupangwa vizuri katika makumbusho. Katika nyaraka za vitu vilivyopatikana Tendaguru, mifupa iliyofukuliwa ilipigwa picha ikiwa kama ilivyopatikana katika eneo la machimbo.

Mchoro katika daftari la Werner Janensch (picha 5 na 6) imeweka wazi kwamba kazi ya kuchora ilitokea kwa hatua kadhaa. Kwa mfano, Janensch alitumia penseli ya bluu kuongeza maelezo ya msimamizi na mnyapara mkuu wa Kiafrika Boheti bin Amrani, katika picha.[23] Kwa hivyo, kila mfupa ulipewa nambari ili kuutambua utakapofika katika makumbusho. Hii inaonyesha kwamba maandalizi ya michoro ilikuwa kazi ya ushirikiano ambayo utaalamu tofauti ulitumika.

Hatimaye, mifupa iliyopewa nambari inachorwa kwa michoro ya kianatomia ili itengenezwe viunzi vya mifupa na pia iwe katika hali ileile ilipopatikana. Msingi wa michoro hii ulikuwa iwekwe kwenye orodha ya kazi ya mifupa iliyopewa nambari (picha 7). Mwishowe, masanduku yalipewa nambari na usafirishaji wa masanduku hayo ulirekodiwa kwenye kumbukumbu kwa umakini na kwa kufuata utaratibu (picha 8).

Matokeo ya kazi hii ya paleontolojia kuwekwa kwenye mfumo rasmi yalikuwa, kupata metadata iliyoonyeshwa kwenye jedwali, vibandiko, na vyombo vingine muhimu vya kuhifadhi habari na takwimu, vilikuwa vya muhimu sana.[24] Kwa sababu visukuku na metadata zake vilikuwa na umuhimu wa kisayansi ikiwa tu, zitakamilishana kama kitu kimoja: "Visukuku visivyo na maelezo halisi ya eneo vilipochimbuliwa havina thamani yoyote"[25], haya alisema kwa uhakika mwanapaleontolojia Ernst Stromer. Thamani ya visukuku hutegemea ubora wa metadata yake. Tena

Picha 5:
"Mchoro maalum wa Mifupa" katika daftari la Werner Janensch, katika: MfN, HBSB, Pal. Mus. S II, Tendaguru-Expedition 8.2.

22 Ona Sepkoski / Tamborini 2018; te Heesen 2005; Koerner 1999.

23 Kuhusu Boehti bin Amrani tazama makala ya Stoecker / Ohl.

24 Ona Rudwick 1985. Ulinganisho na mazoea ya kibiolojia inaweza tu kutajwa katika makala hii. Ona Ohl 2015.

25 Stromer 1920, kr. 8–9.

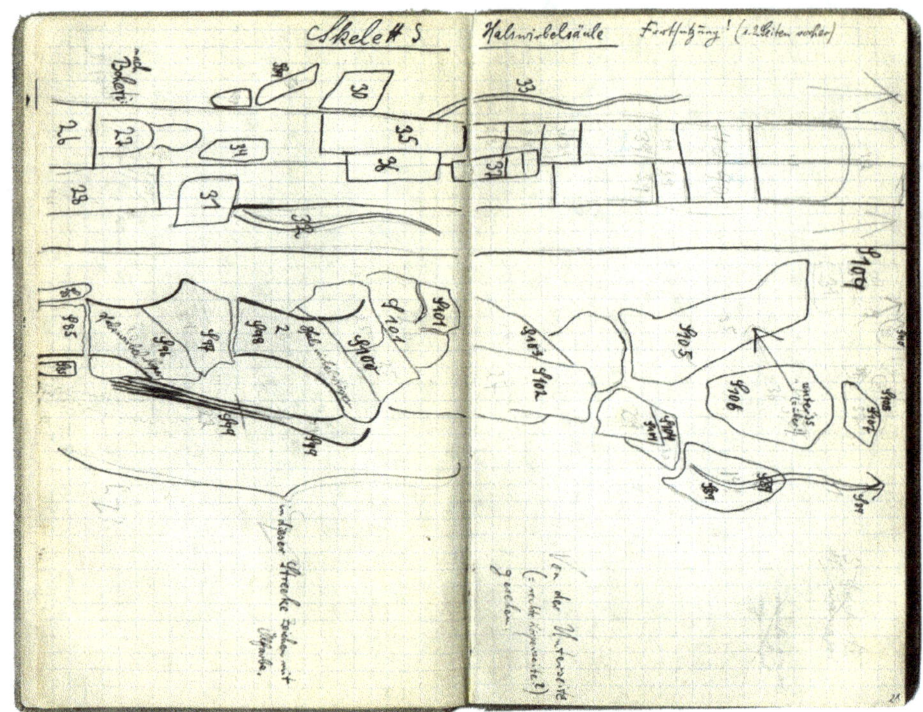

zaidi: kwa maelezo ya kisayansi na maswali mengi ya kipaleontolojia, metadata ilikuwa muhimu zaidi kuliko visukuku vyenyewe. Siyo kwa wanapaleontolojia wa Ujerumani pekee waliosisitiza maarifa haya yaliyo tata, kwamba ujuzi halisi unapatikana kutoka kwenye metadata na siyo kwa kisukuku chenyewe. Katika hotuba ya mwaka wa 1908, Adam Hermann, Mwandalizi mkuu wa Idara ya Paleontolojia ya Vetebra katika Makumbusho ya Historia ya Asili ya Marekani, alisisitiza jukumu kuu la metadata:

"Kitu muhimu zaidi katika upakiaji visukuku ni kuweka lebo [...] Kutokana na uzoefu, ninajua kwamba wakusanyaji wengine hawawi na umakini sana wakati wa kupakia na kuweka lebo kwenye kila paketi. Hii ni moja ya shughuli muhimu zaidi za ukusanyaji na haipaswi kamwe kupuuzwa." Na zaidi, "Ni wajibu wa wanataxidemia kuweka lebo hizi, yaani, zinapaswa kuondolewa kwenye sampuli kabla ya maandalizi ikiwa ziliwekwa hapo, au wanapaswa kuziondoa kwenye karatasi ya kufunika na kuzihifadhi kwa madhumuni ya kumbukumbu."[26]

Lebo zilipaswa kuondolewa na kuhifadhiwa kwa sababu zilitoa mwongozo kwa ajili ya ujenzi upya wa visukuku. Awamu ya mwisho ya kazi yenye msingi wa vyombo vya kuhifadhi habari ilianza kwa kuwasili katika makumbusho, visukuku vilivyopatikana vikiwa na lebo: Metadata iliyoandikwa kwenye lebo, daftari za kumbukumbu, na orodha zilitumiwa na wanapaleontolojia waliohusika katika Msafara wa Tendaguru katika ukusanyaji, ili kutafsiri taarifa za mifupa iliyokuwa imepigwa picha. Kwa hivyo, ujenzi wa kiunzi cha mifupa ya plastiki inaweza kuanza, hii ikiwa ni hatua ya mwisho, kabla ya kufanyika maonyesho ya wanyama waliotoweka na ambao sasa wamehifadhiwa katika makumbusho.

PICHA ZA MAISHA YA ZAMANI

Katika makala juu ya thamani ya utengenezaji upya wa plastiki wa visukuku vyenye uti wa mgongo, mwanapaleontolojia Othenio Abel alielezea umuhimu wa ujenzi wa picha na maonyesho ya visukuku vyenye uti wa mgongo: "Tangu utengenezaji upya wa visukuku vya wanyama ulipokuwa na msingi wa sayansi Amerika Kaskazini, wanapaleontolojia wa Ulaya pia wameanza kuchukua suala hili kwa umakini zaidi."[27] Abel alihitimisha, "utengenezaji upya wa plastiki wa visukuku vilivyo na uti wa mgongo ni furaha zaidi inayoweza kusaidia utafiti wa kisayansi"[28]. Lakini ni jinsi gani ujenzi upya wa plastiki wa visukuku vilivyo na uti wa mgongo unawezekana? Je, ni kwa kutumia mifano au kama mkusanyiko wa mifupa ya dinosaria kama tunavyojua kutoka kwenye makumbusho ya historia ya asili?

Mwanapaleontolojia Edgar Dacqué, alielezea mwaka 1928, hatua muhimu zinazofuatwa: "Msingi wa ujenzi upya ni kwanza ukusanyaji wa sehemu zote za mwili na viunzi vyote vya mifupa."[29] Kwa "mafanikio ya ukusanyaji wa viunzi vyote vya mifupa", ni lazima kuchanganua mifupa iliyohifadhiwa kwanza. Ukitumia orodha za visukuku, jedwali la kumbukumbu na picha zilizoundwa kutoka kwenye eneo la kazi, ni wazi kwamba "mifupa ya viumbe vyenye uti wa mgongo, isipokuwa samaki, huwa aina ya pekee na kwa kawaida hazipatikani zikiwa kamili kutoka kwenye safu za udongo ambazo kwa kawaida huwa zinachimbuliwa. Kwa hivyo

Picha 6:
"Mifupa ya Shingo" katika daftari la Werner Janensch, katika: MfN, HBSB, Pal. Mus. S II, Tendaguru-Expedition 8.2.

26 Hermann 1908, uk. 286.

27 Abel 1911, uk. 3.

28 Ibid.

29 Dacqué 1928, uk. 57.

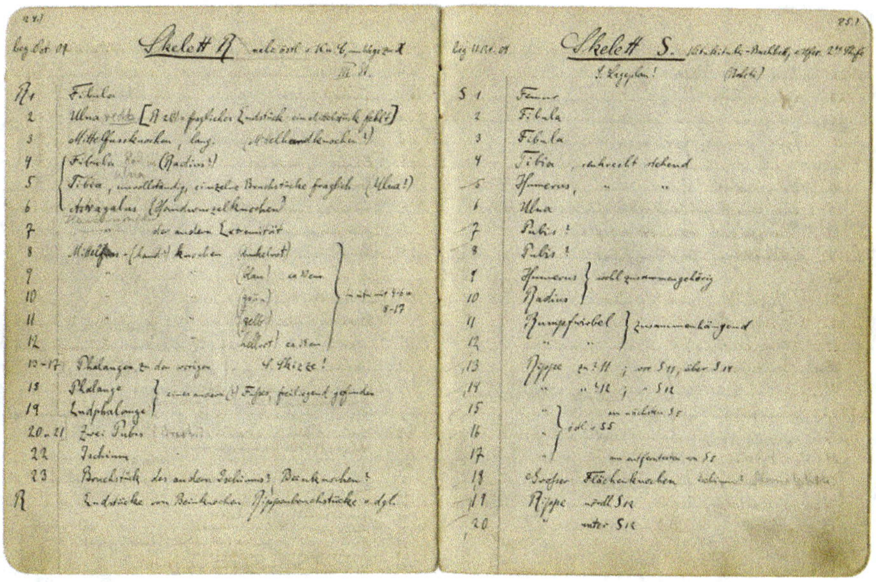

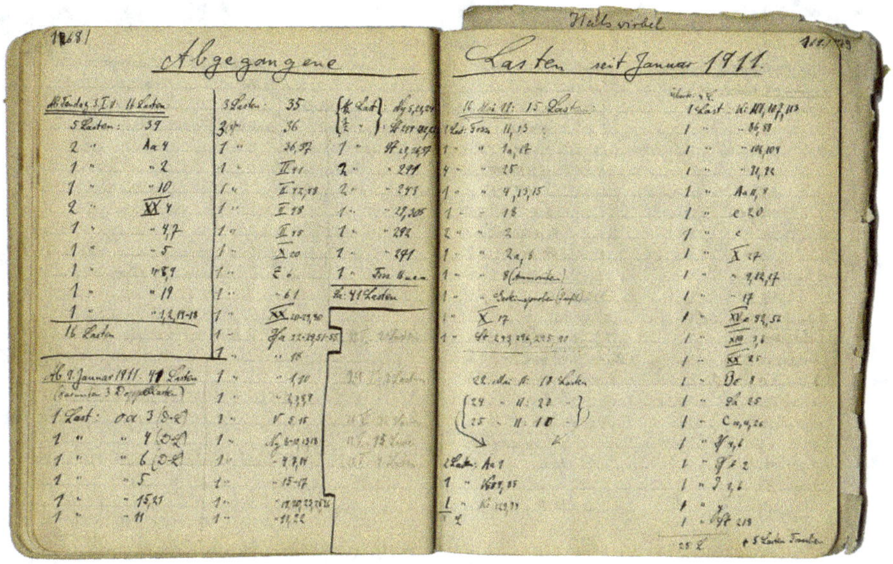

unapaswa kuzikamilisha"[30]. Baada ya mifupa hiyo ambayo si kamili kutoka kwenye eneo la uchimbuaji, ilikusanywa pamoja na taarifa zake kuhifadhiwa kwa njia ya picha au michoro, ndipo ujenzi upya wa plastiki wa kiumbe uliwezekana kwa kukusanya sehemu zote zilizopatikana ambazo zilikuwa za kiumbe kilichofukuliwa au za mnyama mwingine wa aina hiyo. Matokeo ya uzoefu huu wa kuunganisha mkusanyiko ni kwamba "Viunzi vingi vya mifupa vilivyofukuliwa, katika makumbusho yetu, hujengwa kwa namna hiyo kutoka kwenye mabaki ya viumbe kadhaa au kutoka kwenye vipande vilivyokusanywa"[31].

Mbinu hii pia ilitumika kwenye mifupa ya *Brachiosaurus brancai*. Huu ni mfano wa kiunzi kilichojengwa kwa "kukusanya visukuku vyote vya mifupa".[32] Janensch alielezea kwa undani mchakato huu maridadi wa kujenga kiunzi hicho: "Kwa utengenezaji wa mfano wa mifupa ya fuvu, S II ilitoa sehemu za fuvu la uso zilizopo sasa, [...] kwa zile zilizokosekana [...] zilitumika kukamilisha fuvu t1 kama kigezo [...]."[33] Baada ya hapo anasema: "Kwa upande mmoja, viungo na mikanda ya mikono ambayo ilikosekana ilinakiliwa kutoka kwenye ile iliyopo ili kutengeneza nakala za upande uliokosekana au zilibadilishwa na viungo vingine vinavyofaa au vinavyokamilishana. [...] Jambo hilo la mwisho pia hutumika kwa sehemu ambazo hazipo kabisa katika viunzi vya mifupa. [...] Sehemu zilizokosekana ambazo hazikupatikana kwa ukubwa unaofaa, zilipaswa kutengenezwa kutoka kwenye vipande vidogo."[34] Kwa jumla, orodha ya Janensch ya sehemu hizo zote za mifupa ambazo zinahitajika kuongezewa zinatengeneza maelezo kadhaa. Hata hivyo, nyongeza kutoka kwa viumbe vingine au sanamu zilihitajika ili kujenga upya kiumbe kamili.[35]

Ikiwa ni kiumbe ambacho hakijulikani na kinapaswa kujengwa upya kiplastiki, mofolojia ya kulinganisha ndiyo msingi pekee ambao hutumika. Wanapaleontolojia wanaweza kukusanya picha zao za visukuku na kuamua ni kipande kipi kilichopo kinaweza kuingiliana na kingine hadi umbo lipatikane. Ili kufahamu "tabia ya kibiolojia" ya kisukuku, wanategemea tena vielelezo katika vitabu vya kumbukumbu au majarida yaliyokwisha chapishwa:

> "Ujenzi mzuri, kwa kuunganisha viungo, na maelezo ya kutosha huelekezwa na kueleweka kwa tofauti zao kwa ‚biolojia' ya aina hizi za wanyama. Ujenzi mpya wa viunzi vya mifupa pamoja na kuvisimamisha vizuri hutegemea sana tabia ya kibiolojia ya mnyama."[36]

Kwa msingi huu, Janensch alijenga upya sehemu za mwili za *Brachiosaurus* zisizo kamili au sehemu zisizoweza kusafirishwa, kama uti wa mgongo. Kwa kutumia uchambuzi wa metadata ambazo Janensch alinakili katika takwimu na jedwali zilizoandikwa kwenye madaftari wakati wa uchimbuaji wa Tendaguru. Miaka ishirini baada ya msafara huo, Janensch bado alikuwa na uwezo wa kuelezea uhusiano kati ya visukuku mbalimbali vilivyokuwa katika uhifadhi wa asili. Baada ya hapo aliweza kuzikusanya na pia kuzijenga upya. Alikuwa pia na uwezo wa kutofautisha au

Picha 7: Orodha ya kazi ya mifupa ya "Kiunzi cha Mifupa R" na "Kiunzi cha Mifupa S", katika: MfN, HBSB, Pal. Mus. S II, Tendaguru-Expedition 8.6.

Picha 8: Orodha ya usafiri wa mifupa yaliyofukuliwa, katika: MfN, HBSB, Pal. Mus. S II, Tendaguru-Expedition 8.6.

30 Ibid.

31 Ibid.

32 Kwa kweli, mifupa ya dinosaria yaliyojengwa mara nyingi ilijumuisha na a) mfupa asili, b) mifupa ya plasta, na c) mifupa ya plasta iliyotengenezwa.

33 Janensch 1950a, uk. 98.

34 Ibid.

35 Kwa kuvutia ni kwamba upangiliaji wa kiunzi cha mifupa iko sawa na upangiliaji wa teknolojia za karatasi: yaani huanza kwa kupanga ujenzi, halafu kukamilisha na baadae kukandikia.

36 Dacqué 1928, uk. 59.

kuongezea moja kwa nyingine wakati wa kukusanya. Kwa mfano, aligundua kwamba "Ufukuaji kwenye machimbo S kulionyesha vetebra ya *presacral* ya wanyama wawili wenye ukubwa tofauti na *Brachiosaurus brancai*"[37]. Mapungufu katika desturi hii yalikuwa wazi pia katika hatua hii: "Ingawa [msururu wa mbele wa pingili za vetebra] ulihifadhiwa vizuri, mfululizo wa nyuma kutoka kwenye vetebra ya 9 hadi 15 lilikuwa limetoka katika sehemu yao ya juu na kilipotea kwa sababu ya athari ya nje, labda maji mengi yalikizoa. Kwa hivyo, siyo mifupa mingi ya vetebra imehifadhiwa, isipokuwa mifupa ya *zygapophyses*."[38] Ugumu huu uliweza kukabiliwa na Janensch kwa kuangalia tena mofolojia ya kulinganisha: "Mapengo yaliyoonekana [...] yangeweza kuchunguzwa kwa kulinganisha na picha zilizopo na kujumlisha hitimisho kutoka kwa matokeo ya kimofolojia yaliyopatikana."[39] Baada ya pengo kuzibwa katika ujenzi wa kisukuku, kwa kulinganisha mofolojia, uti wa mgongo ulitengenezwa na *Brachiosaurus* alitengenezwa kwa kutumia nyenzo ya muundo wa mbao (picha 9, 10 na 11).

"Matokeo ya kazi hii ya uti wa mgongo wa *Brachiosaurus* yanaweza kutumika katika ujenzi wa plastiki wa hicho kiunzi cha mifupa, ambayo iliwekwa katika ukumbi maalum wa mwangaza, wa Makumbusho ya Historia ya Berlin; vilionekana kuwa mfano mzuri wa vetebra (pingili ya uti wa mgongo) ya nyuma ya sakramu na ya sakramu yenyewe, ambavyo Mkuu wa Uandalizi wa Kisayansi E. Siegert alifanya kazi nzuri."[40] Kwa mujibu wa ujenzi upya wa kiunzi cha *Brachiosaurus brancai* katika Makumbusho ya Historia ya Asili ya Berlin, ujenzi upya wa plastiki ya vetebra za visukuku iliwezekana tu, kupitia matumizi ya nyenzo mbalimbali za kuhifadhi habari, pamoja na ujuzi wa kibaiolojia.

Historia ya Paleontolojia, inayojaribu kuchunguza kanuni zilizowekwa za taaluma hii kama sayansi, isingekamilika bila uchambuzi wa uhusiano wa kina na wa karibu kati ya maarifa ya kipaleontolojia na nyenzo zake za kurekodi, kutunza na kutumia habari. Katika hatua za kazi ya paleontolojia, nyenzo mbalimbali za habari hutumiwa. Ingawa ujuzi wa kibiolojia huwezesha wanapaleontolojia kutambua na kuchimbua visukuku katika miamba, vitu hivi havina thamani bila metadata kama zihusuzo mahali na mazingira. Ili kupata metadata, wanasayansi hutegemea vielelezo, jedwali za utendaji na orodha. Vielelezo kwa namna ya jedwali, orodha, michoro na uhifadhi

Picha 9:
Kabla ya ujenzi wa kiunzi cha mifupa ya *Brachiosaurus brancai* katika dari la makumbusho, mnamo mwaka wa 1937, katika: MfN, HBSB, Pal. Mus. B III 92.

Picha 10 upande wa kulia:
Kujenga ngazi kwa ajili ya ujenzi wa kiunzi cha *Brachiosaurus brancai* katika ukumbi wa maalum wa mwangaza wa makumbusho, mwaka wa 1937, katika: MfN, HBSB, Pal. Mus. B III 117.

37 Janensch 1950b, uk. 33.

38 Ibid.

39 Ibid., uk. 31.

40 Ibid.

wa taarifa kwenye daftari, huwezesha mchakato wa utambuzi wa kipaleontolojia na mofolojia ya visukuku na metadata zao. Vinasaidia kwenye kazi ya kukusanya mifupa mbalimbali kwenye makumbusho na hivyo huwezesha ujenzi upya wa kiunzi cha mifupa cha kiumbe aliyetoweka kabisa. Kwa hivyo nyenzo hizi za kuhifadhi habari ni muhimu kwa kazi ya paleontolojia. Kinyume chake, mafanikio katika maarifa ya kimofolojia yanaongeza kuleta picha dhahiri zaidi za wanyama waliotoweka. Upangaji huu hutumiwa tena kama nyenzo za kumbukumbu kujaza mapengo kwenye sehemu za visukuku ambazo wakati wa kufukua hazikupatikana, zilipotea au ziliharibika. Katika utaratibu huu wote, thamani ya visukuku vilivyofukuliwa hutafsiriwa katika maumbo kwa kutumia data kama vile nambari, alama za mistari na marejeo mtambuko, kama inavyoonekana kwenye mchoro wa Janensch (picha 1). Mchoro huu unaoonekana kuwa na maana au ujumbe uliofichwa, una kazi halisi ya sayansi; unawakilisha hatua fulani ya kazi ya utafiti, pia unaonyesha utofauti katika mabadiliko ya viumbe na data zao kutoka kwenye machimbo hadi kwenye makumbusho; alama hizi pia huonyesha mchakato wa uamuzi wa kisayansi na ujenzi wa kiunzi. Kwa wakati huohuo, mchoro kama huu una kazi ya kuwa mfano, ukirejelea kuhusu ugumu wa eneo la kazi na jinsi visukuku vilivyopatikana katika machimbo. Vilipatikana kwa hatua nyingi na pia kwa ugumu tofauti na kisha zikatafsiriwa kwa aina tofauti za michoro. Hii pia inaonyesha uhusiano usioweza kutenganishwa kati ya nyenzo za kuhifadhi habari, utaalamu na nadharia: Bila ujuzi wa kipaleontolojia, takwimu za mchoro huu haziwezi kusomeka na kueleweka; vilevile, bila uwakilishi wa habari wa aina hiyo, kuwakilisha visukuku vilivyopatikana, utajiri wa habari za eneo hili la uchimbuaji na visukuku vyake vingi havingeonekana wala kufahamika. Kwa hiyo, utambuzi na ujenzi wa viunzi vya viumbe, kama *Brachiosaurus brancai*, hutokea kwa ushirikiano kati ya ujuzi wa kibiolojia na nyenzo tofauti za kuchukua na kuhifadhi habari. Hakuna utenganisho wa kukipa kipaumbele kimoja zaidi ya kingine au kutenganisha utendaji kati ya nyenzo za kuchukua na kuhifadhi habari kwa upande mmoja na nadharia ya kibiolojia kwa upande mwingine. Badala yake, la muhimu ni kuonyesha kwamba zote zinategemeana na wakati wa matumizi haviwezi kutenganishwa. ■

Picha 11:
Uti wa mgongo wa *Brachiosaurus brancai* uliojengwa mbele ya mandharinyuma nyeupe na alama za utambulisho za kuchapishwa katika makala ya jarida, mwaka wa 1937, katika: MfN, HBSB, Pal. Mus. B III 132.

MAREJEO

Abel, Othenio: Über den wissenschaftlichen Wert plastischer Rekonstruktionen fossiler Wirbeltiere, katika: Friedrich König (mhariri.): Fossilrekonstruktionen. Bemerkungen zu einer Reihe plastischer Habitusbilder fossiler Wirbeltiere, Munich 1911, kr. 3–5.

Abel, Othenio: Lebensbilder aus der Tierwelt der Vorzeit, Jena 1922.

Brinkman, Paul: The Second Jurassic Dinosaur Rush: Museums and Paleontology in America at the Turn of the Twentieth Century, Chicago / London 2010.

Dacqué, Edgar (mhariri): Das fossile Lebewesen. Eine Einführung in die Versteinerungskunde, Berlin 1928.

De La Beche, Henry Thomas: Anleitung zum naturwissenschaftlichen Beobachten für Gebildete aller Stände: I. Geologie, Berlin 1836.

Efremov, I. A: Taphonomy: a new Branch of Paleontology, katika: Pan American Geologist, 74 (1940), kr. 81–93.

Fraas, Eberhard: Ostafrikanische Dinosaurier, katika: Palaeontology 55, 2 (1908), kr. 105–144

Fraas, Eberhard: Der Petrefaktensammler. Ein Leitfaden zum Sammeln und Bestimmen der Versteinerungen Deutschlads, Stuttgart 1910.

Hermann, A.: Modern Laboratory Methods in Vertebrate Paleontology, katika: Bulletin of the American Museum of Natural History 26 (1908), kr. 283–331.

Janensch, Werner: Das Handskelett von Gigantosaurus robustus und Brachiosaurus brancai aus den Tendaguru-Schichten Deutsch-Ostafrikas, katika: Central Journal of Mineralogy, Geology and Paleontology (1922), kr. 464–480.

Janensch, Werner: Die Skelettrekonstruktion von *Brachiosaurus braancai*, katika: Palaeontographica Supplement VII, 3 (1950a), kr. 95–103.

Janensch, Werner: Die Wirbelsäule von *Brachiosaurus Brancai*, katika: Palaeontographica Supplement VII, 3 (1950b), kr. 27–93.

Klamm, Stefanie: Bilder des Vergangenen. Visualisierung in der Archäologie im 19. Jahrhundert: Fotografie – Zeichnung – Abguss, Berlin 2017.

Koerner, Lisbet: Linnaeus. Nature and Nation, Cambridge 1999.

Manias, Chris: *Building Baluchitherium* and *Indricotherium*: Imperial and International Networks in Early-Twentieth Century Paleontology, katika: Journal of the History of Biology 48, 2 (2015), kr. 237–278.

Nieuwland, Ilja: The Colossal Stranger. Andrew Carnegie and Diplodocus Intrude European Culture, 1904–1912, katika: Endeavour 34, 2 (2010), kr. 61–68.

Ohl, Michael: Die Kunst der Benennung, Berlin 2015.

Rieppel, Lukas: Bringing Dinosaurs Back to Life: Exhibiting Prehistory at the American Museum of Natural History, katika: Isis 103, 3 (2012), kr. 460–490.

Rudwick, Martin J. S.: Scenes From Deep Time: Early Pictorial Representations of the Prehistoric World, Chicago 1985.

Rudwick, Martin J. S.: Georges Cuvier, Fossil Bones, and Geological Catastrophes, Chicago 1997.

Rudwick, Martin J. S.: Bursting the Limits of Time. The Reconstruction of Geohistory in the Age of Revolution, Chicago 2005.

Seitz, O. / Gothan, G.: Paläontologisches Praktikum, Berlin 1928.

Sepkoski, David: Rereading the Fossil Record: The Growth of Paleobiology as an Evolutionary Discipline, Chicago 2012.

Sepkoski, David / Ruse, Michael: The Paleobiological Revolution. Essays on the Growth of Modern Paleontology, Chicago / London 2009.

Sepkoski, David / Tamborini, Marco: "An Image of Science": Cameralism, Statistics, and the Visual Language of Natural History in the Nineteenth Century, katika: Historical Studies in the Natural Sciences 48, 1 (2018), kr. 56–109.

Stromer, Karl Heinrich Ernst Freiherr von Reichenbach: Paläozoologisches Praktikum, Berlin 1920.

Tamborini, Marco: Die Wurzeln der ideographischen Paläontologie: Karl Alfred von Zittels Praxis und sein Begriff des Fossils, katika: NTM 23 (2015), kr. 117-142.

Tamborini, Marco: Paleontology and Darwin's Theory of Evolution: The Subversive Role of Statistics at the End of the 19th Century, katika: Journal of the History of Biology 48 (2015), kr. 575–612.

Tamborini, Marco: "If the Americans can do it, so can we": How Dinosaur Bones Shaped German paleontology, katika: History of Science 54, 3 (2016), kr. 225–256.

Tamborini, Marco: "From the Known to the Unknown or Backwards": Visualization and Conceptualization of Paleontological Time in Nineteenth Century Paleontology, katika: Sibylle Baumbach / Lena Henningsen / Klaus Oschema (wahariri): The Fascination with Unknown Time, London 2017a, kr. 115–140.

Tamborini, Marco: The Reception of Darwin in late Nineteenth-Century German Paleontology as a Case of Pyrrhic Victory, katika: Studies in History and Philosophy of Biological and Biomedical Sciences 66 (2017b), kr. 37–45.

te Heesen, Anke (mhariri): Accounting for the Natural World. Double-Entry Bookkeeping in the Field, Philadelphia 2005.

Wild, Rupert: Janenschia n.g. robusta (E. Fraas 1908) per Tornieria robusta (E. Fraas 1908) (Repitila, Saurischia, Sauropodomorpha), katika: Stuttgarter Beiträge zur Naturkunde, Series B: Geology and Paleontology 173 (1991), kr. 1–4.

1) Scapula, 2.10m

2) Humerus 2,13m

3) Ulna

4) Radius } 1,1–1,

5) Metacarpalia

6) Femur,

7) Rippe

31. III 1916. 912.—

ca 1203+

Picha: Kitabu cha ushahidi kuhusu chapa za mifupa ya visukuku, katika: MfN, HBSB, Pal. Mus. S III, Gipsabgüsse.

[illegible]dorf 10 April 19[illegible].

Preise für Zeichnen der Gipsabgüsse von Fr. Marie Ranisch, Zeichnerin, Berlin W. Pallasstr. 4

Brachiosaurus.

Ulna 8 M

Radius 8. –

5 Wirbelkörper zu 5. 25 M.

Rippe 16 M.

Schulterblatt 20. –

Femur 20 –

Dazu für Farben 18. –

115. M.

2. Auftrag im Jan.–Febr. 1916 (einfachere Ausführung)

15 Mc zu 4 M. 60 –

Ulna 8. –

Radius 8 –

Schulterblatt 20. –

Farben 110. –

Skelett	A	} (Fraas)	Gigantosaurus	
"	B	}	Gigantosaurus	
"	C		Gigantosaurus	
"	D			„Salimosaurus"
"	E		Theropode	
"	F	[illegible] VII		
"	G	([illegible])		
"	H			„Mohammadisaurus"
"	I			„Mtapaiasaurus"
"	K		Gigantosaurus	„
"	L	([illegible])		Wangonisaurus"
"	M	([illegible])		„Nyororosaurus"
"	N			„Salesisaurus"
"	O			„Selimanosaurus"
"	P	(4 Füßen) ~~[illegible]~~		„Ntaregosaurus oedipus
"	Q			„Mtotosaurus
	~~R~~ S			Blancocerosaurus
"	R			„Abdallahsaurus

UAINISHAJI KISAYANSI WA DINOSARIA WA TENDAGURU

Michael Ohl na Holger Stoecker

Katika mwaka wa kwanza wa uchimbuaji, baina ya mwaka 1909 na 1911, mkurugenzi wa msafara wa utafiti, Werner Janensch aliandika na kuchora katika daftari ya kumbukumbu, kwa hati ya mkono, mambo yaliyotokea na vitu (visukuku) vilivyopatikana Tendaguru wakati wa uchimbuaji. Daftari hii pia ina orodha ya viunzi vya visukuku vya dinosaria vilivyochimbuliwa Tendaguru.[1] Aliandika orodha katika ukurasa wa mwisho wa daftari, ili aipate kwa urahisi, akihitaji orodha hiyo. Viunzi 18 vilipewa lebo za herufi kuu za kilatini kuanzia A mpaka S. Viunzi vinne, A mpaka C na K vilitambuliwa kuwa ni katika jenasi ya *Gigantosaurus*, na kiunzi E kilijulikana kama *Theropoda* (dinosaria mwenye miguu miwili). Kiunzi F hakikujulikana ni cha jenasi gani na kiunzi G, kulingana na Janensch, kilikuwa ni uti wa mgongo peke yake.

Majina ya viunzi vya spishi kumi na moja za dinosaria yalibakia; vilevile spishi D, H na I. Majina ya viunzi: spishi L mpaka S, ndiyo yanaonekana kuvutia sana. Labda Janensch na Edwin Hennig, mkurugenzi wa msafara wa pili, ndio waliotoa majina hayo. Kulingana na mtindo na kanuni za majina ya kisayansi, majina yote yanamalizikia kwa ki-jina *-saurus* (yaani: mjusi). Ili kuonyesha umuhimu wa spishi fulani ya kiunzi, Janensch aliwekea majina hayo alama za kunukuu; lakini haijulikani kwa sababu ya umuhimu gani, kwa sababu Janensch hakueleza kwa nini anaziweka alama hizo. Mpaka tulipolinganisha daftari hii ya kumbukumbu na nyaraka nyingine, hasa kulinganisha na "Katalogi ya Msafara wa Tendaguru" ambayo ilitengenezwa na Janensch na Hennig, ndipo tulipoweza kujua zaidi kuhusu maana ya kuvipatia viunzi vya spishi za dinosaria majina ya bandia wakati ule. Katika maelezo yanayofuata, tutazungumzia majina haya yaliyotumika mwanzoni, kwa kuvitambua viunzi vya dinosaria, kwa wakati huo, na majina ya kisayansi rasmi yaliyochapishwa baadaye kwa viunzi hivyo hivyo.

UAINISHAJI KISAYANSI (TAKSONOMIA): TARATIBU NA MFUMO WA KUBUNI MAJINA

Utafiti wa kisayansi, juu ya wingi wa viumbe duniani, umelingana na uvumbuzi, ufafanuzi na uainishaji wa mamilioni ya viumbe-hai vilivyopo na vilivyotoweka.[2] Uainishaji kibiolojia ndicho kitengo kikubwa na muhimu katika utafiti wa kisayansi, kuhusu historia ya asili ya viumbe, kwa sababu inaeleza mabadiliko ya kijenetiki ya spishi. Kwa majadiliano ya kisayansi, uainishaji wa viumbe (Taksonomia) ni muhimu sana. Taksonomia ni sayansi ya uvumbuzi, ufafanuzi na uainishaji wa viumbe na inajulikana kuwa moja katika mazoezi ya kale kabisa katika somo la historia ya asili ya viumbe.[3] Mpaka katikati ya karne ya 18, viumbe vilivyovumbuliwa vilipewa majina bila ya mpangilio maalumu. Baada ya hapo, katika karne ya 18, mtafiti wa mambo ya asili

Picha 1 upande wa kushoto:
Orodha ya majina ya kwanza ya visukuku vya dinosaria wakati wa uchimbuaji; orodha iliandikwa na Werner Janensch, katika: MfN, HSBS, Pal. Mus. S II, Tendaguru-Expedition 8.2, uk. 33v.

1 Skizzenbuch Hennig II, katika: MfN, HSBS, Pal. Mus. S II, Tendaguru-Expedition 8.2. Katika nyaraka, kitabu hiki kitapatikana kwa jina la Hennig, lakini hati za mkono zinajulikana kuwa ni za Janensch.

2 Ohl 2015.

3 Mayr 1953, uk. 3.

wa kutoka Sweden, Carl von Linné, aliweka kanuni za kuvipatia viumbe majina sanifu, ambazo kimsingi, hutumika mpaka leo. Mfumo wa majina mawili, yaani jina lenye sehemu mbili, mpaka leo ni kanuni inayofuatwa katika kuwapatia viumbe majina. Kila kiumbe hupewa jina lenye vipande viwili. Kipande cha kwanza ni jina la jenasi, na huanza kwa herufi kubwa, na kipande cha pili ambacho hueleza spishi, jina huanza kwa herufi ndogo, na hutumika kama jina la spishi. Jina jipya halitumiki rasmi, mpaka litakapokubaliwa na kuchapishwa. Haitoshi kuandika jina katika daftari kwa hati za mkono, kama inavyopatikana katika mikusanyo ya Makumbusho au kama alivyofanya Janensch katika daftari lake binafsi. Kawaida, katika machapisho, majina mapya huwekewa alama kama "sp.nov.", ambayo ni mkato wa Kilatini wa "species nova" unaomaanisha "spishi mpya".

Kila walipovumbuliwa wanyama au mimea mingi zaidi, haja ilionekana wazi kwa utafiti wa mambo ya asili kuwa na utaratibu maalum wa uainishaji; usiokuwa tata na ambao ulifuata kanuni maalumu. Kwa hivyo, tangu katikati ya karne ya 19, kulikuwa na majaribio mbalimbali ya kuanzisha kanuni ya namna moja ya uainishaji ambayo itafuatwa na mataifa yote. Hivi sasa kuna chapisho la nne la kanuni rasmi ambayo inajulikana kama "*International Code of Zoological Nomenclature*". Chapisho la mwanzo lilitolewa mwaka 1999. Hata hivyo kanuni hizi husaidia tu, kupanga namna ya kubuni na kutumia majina ya kisayansi, hazijibu baadhi ya maswali muhimu. Kwa mfano hazijibu kama kiumbe chenye jina husika, kwa mujibu wa kisayansi, kweli kiko, kinaishi duniani, au kilikuwako duniani, lakini sasa hakiko. Kwa hivyo, kanuni hizi zinahusu majina ya kisayansi ya kizoolojia lakini hazihusu sehemu ya taksonomia ya uvumbuzi na uainishaji wa viumbe.

Kanuni za majina ya kizoolojia hutumika kwa majina ya kisayansi, kuainisha viumbe waliopo duniani kwa sasa na pia kuainisha visukuku, ambavyo ni masalia ya wanyama waliotoweka (yaani hawapo tena duniani). "Visukuku ni mabaki ya miili ya wanyama iliyogeuzwa na udongo kuwa migumu kama mawe, pia alama kwenye mawe, koko la jiwe au alama za miguu ya wanyama ni visukuku." (Kipengee cha 1.2.1 cha Kanuni za Majina ya Kisayansi).[4] Kwa hivyo, ni lazima pia wanyama waliotoweka waainishwe kisayansi, hata kama umbo lao la asili limegeuka na kuwa visukuku, kitu ambacho ni kawaida katika taaluma ya paleo-toksonomia. Kwa ufupi: kanuni za kubuni majina ya kizoolojia kwa wanyama hai, pia hutumika kuvipa visukuku majina.

Tangu kuvumbuliwa, dinosaria wamekuwa maarufu sana kwa watu wa kawaida na kwa wanasayansi. Jina lenyewe "Dinosaria" limeanzishwa na mwanapaleontolojia na mwanazoolojia Mwingereza, Richard Owen, ambaye mwaka 1842, aliunganisha kikundi cha dinosaria ambao tayari walikwisha kuainishwa. Maelezo ya kwanza ya rasmi juu ya sifa za spishi za dinosaria yalifanywa na daktari, Mwingereza Gideon Mantell, mwaka 1827 alipomuainisha *Megalodon bucklandii*. Spishi ya dinosaria ya kwanza iliyovumbuliwa Ujerumani ni spishi ya *Plateosaurus engelhardti*, ambayo iliainishwa mwaka 1837 na mwanapaleontolojia Hermann von Meyer wa kutoka Frankfurt.

Picha 2:
Machimbo ya *Salimosaurus*, katika: MfN, HSBS, Pal. Mus. B IV 49.

4 Kraus 2000, uk. 38.

Historia ya utafiti wa dinosaria wa Afrika ilianza mwaka 1854, Richard Owen alipomuainisha *Massospondylus carinatus*, ambaye visukuku vyake vilipatikana Afrika Kusini mwaka moja kabla.[5] Tangu wakati huo, kuna spishi za dinosaria 113[6], ambao wamegawika katika jenasi 83[7], na ambao wameainishwa baada ya kuchimbuliwa kutoka kwenye Bara la Afrika. Ukilinganisha na spishi za dinosaria waliopatikana Ulaya (325) na Marekani Kaskazini (430), spishi za dinosaria wa Bara la Afrika ni chache, labda kwa sababu visukuku vya Ulaya na Marekani Kaskazini vilihifadhika vizuri zaidi.[8] Kwa ujumla, hivi sasa kuna spishi 1401 za dinosaria waliokwishajulikana. Inatarajiwa kuwa baadaye zitapatikana spishi za dinosaria zaidi katika Bara la Afrika. Lakini hakuna uwezekano mkubwa wa kupatikana chimbuko la visukuku ambalo litaongeza idadi ya viainisho vya spishi.[9]

Ugunduzi wa visukuku katika eneo la Tendaguru, lililokuwa kwenye koloni la Ujerumani ambalo sasa ni Tanzania, ulileta uainishaji wa idadi kubwa ya dinosaria. Baina ya mwaka 1909 na mwaka 1933, spishi mpya 15 zilitambuliwa, na mpaka leo, zinavumbuliwa spishi nyingine, kutoka kwenye visukuku vilivyohifadhiwa tangu wakati ule, katika Makumbusho ya Mambo ya Asili ya Berlin.

Uchunguzi na uainishaji wa kisayansi wa visukuku ni kazi ngumu ambayo kawaida haifanywi, ila katika idara (maabara) ya utafiti yenye vifaa na wataalamu wa kuainisha. Kama maabara haipo, inabidi visukuku visafirishwe baada ya kuvumbuliwa. Ili kuainishwa, visukuku sharti viandaliwe, na kusafirishwa, kwa kuwa haiwezekani kufanyiwa uainishaji pale pale vilipochimbuliwa. Kwa kueleza visukuku kimofolojia, inabidi kuvilinganisha na visukuku vingine na kutazama katika vitabu vya kisayansi, kufananisha na visukuku ambavyo vinafahamika tayari, kisha kulinganisha uhusiano wao na hivyo vipya. Lakini kuna ulazima wa kuweka alama na majina ya bandia (au ya muda mfupi) kwenye visukuku, pale pale vilipochimbwa, ili kuhifadhi kumbukumbu na uvumbuaji wao kwa uhakika. Hata hivyo, uainishaji kamili wa kisayansi haufanywi katika eneo la uchimbuaji ila unafanyika ule wa bandia tu. Hata hivyo, kuna wakati wanasayansi wanaainisha visukuku kwa kuvipa majina ya hapo hapo (bandia) baada ya kuchimbuliwa. Visukuku hivi vilivyoainishwa kwa majina bandia hurekodiwa pamoja na maelezo ya ile hali vilivyochimbuliwa. Majina ya kitaksonomia ambayo visukuku hupewa ki-bandia, lazima yachunguzwe, yathibitishwe au kurekebishwa baadaye. Majina hayo, kama yale aliyoyaandika Janensch katika daftari yake, ni ya muda tu, na kwa kawaida, hayatajwi tena katika machapisho.

Majina ya kitaksonomia si kwa sababu pekee ya kuwa nyenzo ya kuwasaidia wanasayansi kuratibu mrundikano usio na mpangilio, wa mambo yanayotuzunguka, bali baadhi ya majina ambayo yamebuniwa kwa kufuata kanuni za kuainisha kizoo-

Picha 3:
Werner Janensch pamoja na Salim Tombali katika uwanja wa machimbo, katika: MfN, HSBS, Pal. Mus. B IV 39.

5 https://de.wikipedia.org/wiki/Massospondylus, 26.8.2018.

6 Benton 2008, uk. 731.

7 https://en.wikipedia.org/wiki/List_of_African_dinosaurs, 26.8.2018.

8 Benton 2008, uk. 730.

9 Ibid., uk. 731.

Picha 4: Mwandaaji visukuku, Nyororo pamoja na mke wake, katika kijiji cha msafara wa kisayansi, katika: MfN, HSBS, Pal. Mus. B IV 86.

Picha 5: Msimamizi Salesi, katika: MfN, HSBS, Pal. Mus. B IV 92.

lojia, pia huwa na uhusiano na vitu, watu, simulizi mahususi na mambo mengine. Kwa hivyo, majina kama hayo huweza kutoa taarifa kuhusu fikra na mawazo ya wanasayansi waliobuni majina hayo. Pia majina kama hayo yanaweza kufahamisha kuhusu mazingira ya kitamaduni na kijamii ya makazi, wakati yalipotolewa.

Ingawa majina ya kisayansi yamehusiana zaidi na jenasi za viumbe na spishi za kibiolojia zilizopo duniani, majina haya pia hueleza kuhusu utamaduni wa wale waliobuni majina. Hiyo ndiyo sababu ya sisi kuchukulia majina ya visukuku, yaliyobuniwa na Janensch na Hennig kule Tendaguru wakati wa uchimbuaji, kama chanzo na kielelezo cha historia. Majina hayo yanaakisi historia, siasa na kuhusu mapendekezo ya mtu fulani wakati ule yalipobuniwa. Hapa tutaonyesha majina ya bandia yaliyotolewa na majina rasmi ambayo yalithibitishwa na kuchapishwa baadaye na, ambayo hutumika mpaka leo, katika kutaja spishi mbalimbali za dinosaria. Majina haya yalipatikana kwa kutafiti na kuainisha visukuku vilivyotoka Tendaguru. Kinachovutia zaidi ni asili ya majina yenyewe. Tunajaribu kukisia matilaba waliyokuwa nayo wale waliobuni majina na kulinganisha matilaba yao na muktadha wa kihistoria. Kwa kutumia machapisho muafaka, tunawaonyesha pia majina ya kisayansi ambayo yanatumika hivi sasa.

MAJINA YA KISAYANSI YA DINOSARIA WA TENDAGURU

Ukitazama historia na mazoea ya kubuni majina ya kisayansi, utaona kwamba, si ajabu wakurugenzi wa uchimbuaji, Werner Janensch na Edwin Hennig, kuvipatia visukuku vilivyopatikana Tendaguru, majina na, kuyaandika katika daftari ya kumbukumbu pale pale machimboni. Lakini cha ajabu ilikuwa kwamba, visukuku vile ambavyo, kwa wakati ule, bado havijatambulika ni vya spishi gani ama jenasi gani, vilipewa majina ya bandia ya mahali na ya wenyeji wa hapo vilipochimbuliwa. Lakini hakuna jina hata moja katika majina hayo ya awali ambalo baadaye lilichapishwa katika rekodi za kwanza za kisayansi.

Katika maelezo yafuatayo, tutafafanua kwa ufupi, kuhusu majina ya bandia yaliyotolewa Tendaguru na kutoa mifano yao. Pamoja na ile daftari na "Katalogi ya Msafara wa Tendaguru" iliyoandikwa na mwenzake Hennig, pia picha na majina ya picha, katika maalbamu ambayo Janensch aliyatengeneza baada ya msafara wa kisayansi, yanasaidia kueleza kuhusu tajiriba ya wanapaleontolojia wa Berlin kubuni majina ya kisayansi hapo machimboni.

Salimosaurus (kiunzi D) kilipewa jina la mchimbaji *Salim*, ambaye alijulikana kuwa mwandaaji hodari wa viunzi wa kutegemewa. Tarehe 21 mwezi Juni 1909 alianza kuchimba kiunzi hicho.[10]

Mohammadi Keranje, alisimamia uchimbuaji wa viunzi F na G na tarehe 17 mwezi Agosti 1909 katika msitu mkubwa "siyo mbali na mashamba ya zamani"[11] upande wa mashariki wa Tendaguru, alivumbua kiunzi ambacho baadaye kilipewa jina lake, ***Mohammadisaurus*** (kiunzi H).[12] Neno la Schamben/Schamba (linalotokana na neno la Kiswahili: Shamba) lilitumiwa na wakoloni wa Ujerumani ya Afrika ya Mashariki kuzungumzia mashamba. Walimaanisha shamba la shirika la kijiji. Kwa sababu haya "Schamben" au mashamba ya zamani, yalitajwa sana katika Katalogi ya Msafara, hili ni dokezo jingine kwamba, katika Hifadhi ya Serikali (Kronland) kulikuwa na makazi na mashamba ya watu kabla ya kuanza kwa uchimbuaji wa visukuku.

Tarehe pili mwezi Septemba 1909, kwenye njia inayoelekea kijiji cha *Mtapaia*, uchimbuaji wa ***Mtapoiasaurus*** (kiunzi I) ulianzishwa chini ya usimamizi wa Salim Tombali.[13]

Uchimbuaji wa ***Wangonisaurus*** (kiunzi L) ulianzishwa tarehe 6 mwezi Septemba 1909, karibu na kambi ya zamani ya Tendaguru. Pingili lake la uti wa mgongo ndilo lilikuwa kubwa kuliko mapingili yote ya uti wa mgongo yaliyopatikana Tendaguru. Lakini ilibidi kuacha palepale kiunzi chake chote kwa sababu hakikuwa kimehifadhika vizuri.[14] Kiunzi hiki kilipewa jina lake kutokana na Wangoni, ambao ni watu waliokuwa na makazi yao kusini mwa koloni na ambao waliwasili sehemu za Songea (takriban kilomita 350 km magharibi ya Tendaguru) kutoka Afrika ya Kusini mwanzoni mwa karne ya 19. Wangoni walijulikana kuwa watu wa vita. Hennig aliwaeleza kama watu wenye miili yenye nguvu nyingi, ambayo ilihitajika wakati wa kuchimbua visukuku.[15]

Chini ya usimamizi wa Mngoni, Seliman *Nyororo*, tarehe 24 mwezi Septemba 1909, walianza kumfukua ***Nyororosaurus*** (kiunzi M).[16] Kutokana na kiunzi hiki Werner Janensch baadaye aliainisha spishi ya kiunzi cha *Dicraeosaurus sattleri*, ambacho kisukuku chake kilikuwa mfano wa spishi hiyo.[17]

Uchimbuaji wa ***Salesisaurus*** (kiunzi N) ulifanyika chini ya msimamizi *Salesi* mwezi Septemba 1909.[18] Tangu mwanzoni mwa Oktoba 1909, mwandaaji visukuku, Selemani Kawinga, alichimbua kiunzi cha ***Selimanosaurus*** (kiunzi O).[19]

Kiunzi cha ***Nteregosaurus oedipus*** (kiunzi P) kilichimbuliwa chini ya usimamizi wa mwandaaji visukuku, Hizza, tangu mwanzoni mwa Oktoba 1909, karibu na barabara ya vumbi, katika bonde la Mbemkuru. *Nterego* lilikuwa ni jina la mahali kiunzi kilipokuwa, takriban kilomita 1.2 kaskazini-mashariki mwa Tendaguru.[20] Tunaweza kubahatisha tu, juu ya kisa cha kiainishi "*oedipus*". Hakika kiainishi hiki kilimlenga mhusika katika hadithi za Kigiriki ambaye, bila kujua, alimuua baba yake na kumzalisha mama yake. Haiju-

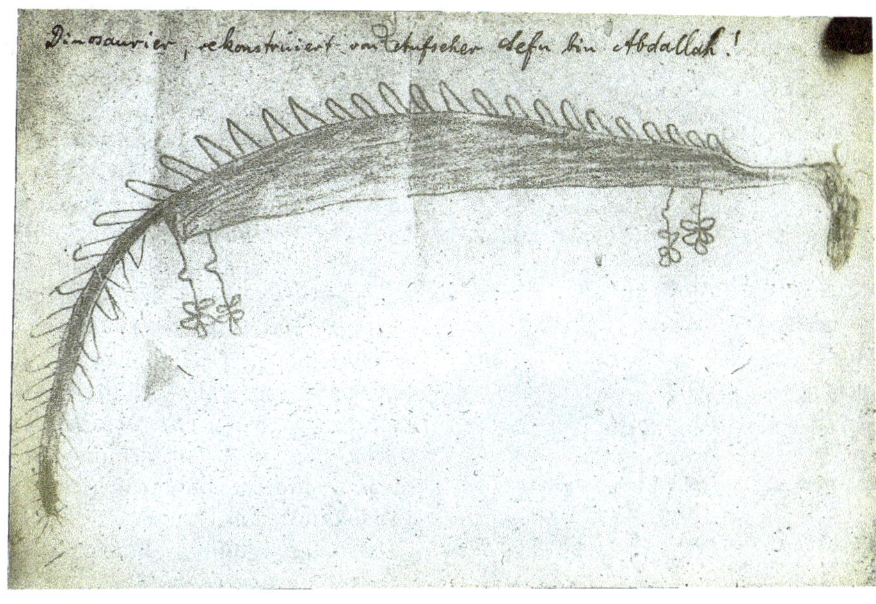

Picha 6:
Mwandaaji visukuku, Selemani Kawinga, katika: MfN, HSBS, Pal. Mus. B IV 93.

10 Tendaguru Expedition Katalog, uk. 4, katika: MfN, HSBS, Pal. Mus. S II, Tendaguru-Expedition 8.6; Maier 2003, uk. 35.

11 Tendaguru Expedition Katalog, uk. 11.

12 Maier 2003, uk. 39.

13 Tendaguru Expedition Katalog, uk. 12; Maier 2003, uk. 40.

14 Tendaguru Expedition Katalog, uk. 15.

15 Hennig 1912, kr. 41, 46, 116.

16 Maier 2003, kr. 40, 58, 254.

17 Tendaguru Expedition Katalog, uk. 16.

18 Tendaguru Expedition Katalog, uk. 19.

19 Tendaguru Expedition Katalog, uk. 20; Maier 2003, uk. 42.

20 Heinrich 1999a, uk. 37.

likani kuna uhusiano gani uliosababisha kiunzi kupewa jina hilo wakati kilipochimbuliwa. Mwanasaikolojia Sigmund Freud hakusambaza utafiti wake kuhusu matatizo ya Oedipus hadharani, mpaka baada ya miaka kadhaa, kwa hivyo haiwezekani kuwa yeye ndiye sababu ya kutumia jina hili.[21] Baadae Janensch alitambulisha visukuku hivi vya dinosaria ambaye ni mwakilishi mmoja wa spishi ya *Gigantosaurus robustus* aidha *Tornieria robusta*.[22]

Kiunzi cha ***Mtotosaurus*** (kiunzi Q), kikiwemo pamoja na "pingili la uti wa mgongo dogo kabisa, lilopatikana sehemu za juu ya ardhi", kilichimbuliwa na mwandaaji visukuku, Saidi Mwejelo, mashariki ya eneo la uchimbaji, karibu na kambi iliyoimarishwa kwenye mto wa Mbemkuru, sehemu za Kijenjire-Mtapaia.[23] Neno la kwanza lililotumika katika jina, yaani *Mtoto*, ni la Kiswahili.

Kiunzi cha ***Abdallahsaurus*** (kiunzi R) labda kilipewa jina lake kwa sababu ya mwaandaji visukuku Sefu *Abdallah*, ambaye alianza kuchimbua kiunzi hicho mwezi wa Oktoba mwaka 1909.[24] Sefu Abdallah alihusika na Msafara wa Kisayansi wa Tendaguru katika mambo mengi. Mwaka 1908 mwezi Machi, alikuwa Akida (mzee wa mji) katika tume ya ardhi ambayo ilitangaza eneo la uchimbuaji kuwa Hifadhi ya Serikali, na baadaye alikuwa msimamizi wa uchimbuaji na vilevile alikuwa mtumishi wa Janensch.[25] Lakini pia inawezekana kiunzi kilipewa jina kutokana na *Abdallah* Kimbamba ambaye pia alikuwa ni mwandaaji visukuku hapo Tendaguru.[26]

Tarehe 11 mwezi Oktoba 1909, msimamizi na mwandaaji visukuku, Boheti bin Amrani, alianza kuchimbua kiunzi cha ***Blancocerosaurus*** (kiunzi S) karibu na mkondo wa Kitukituki.[27] Hapa haijulikani jina lilipatikanaje. Baadaye kiunzi hiki kilileta visukuku vingi ambavyo viliunganishwa ili kusimamisha kiunzi cha *Brachiosaurus brancai* (leo kinaitwa: *Giraffatitan brancai*) kilichoko katika ukumbi maalum kwenye Makumbusho ya Mambo ya Asili Berlin.

Kiunzi cha ***Ligomasaurus*** (kiunzi U) hakikuorodheshwa katika kitabu cha Janensch, lakini kimetajwa katika "Tendaguru Expedition Katalog". Kulingana na katalogi hii, uchimbuaji wa kiunzi hiki ulianza tarehe 9 mwezi Novemba 1909 kusini mwa njia ya kuelekea kijiji cha Kerani *Ligoma*.[28] Hatimaye kiunzi cha ***Issasaurus*** (kiunzi m) kilipata jina lake kwa sababu ya msimamizi Issa bin Salim.[29] Baadaye Janensch alikiainisha kama *Dicraeosaurus*.

Majina yote yaliyotajwa hapa ni ya viunzi ambavyo vilianza kuchimbuliwa baina ya Juni 1909 na Septemba 1910. Baadhi ya viunzi (*Blancocerosaurus*, *Ligomasaurus*, *Mtapaiasaurus*, *Salesisaurus*, *Salimosaurus* na *Wangonisaurus*) baadaye viliainishwa kama wawakilishi wa spishi ya *Giraffatitan brancai*. Pia visukuku vingine, baadaye katika Makumbusho ya Berlin, vilipewa majina mengine yaliyodaiwa kuwa "sahihi" ya kitaksonomia. Kwa hivyo ilikuwa wazi kwamba, majina yaliyotolewa kwenye machimbo, hayakukusudiwa kuainisha jenasi za dinosaria, kama uainishaji halisi ulivyotakiwa kufanya. Majina ya mwanzoni yalitumika kutambulisha viunzi wakati wa uvumbuaji na uchimbuaji tu. Uvumbuaji wa visukuku ulifanyika mahali fulani (kama *Mtapaia*, *Nterego*, *Ligoma*) kisha, chini ya usimamizi wa watu maalumu kama, (*Salim, Mohammadi Keranje, Wangoni, Nyororo, Salesi, Seliman Kowinga, Sefu Abdallah, Issa bin Salim*); majina ya mahali na watu hao, pamoja na sifa za visukuku husika, vilitumika kubuni majina ya visukuku ya mwanzoni. Kwa hivyo majina haya yalidokeza kuhusu majukumu ya uchimbuaji na yalihusisha waandaji wa visukuku na mahali machimbo yalipokuwa.

Picha 7:
Uchoraji wa ujenzi wa dinosaria, uliochorwa na Sefu bin Abdallah, katika: MfN, HSBS, Pal. Mus. B V 207.

21 Freud 1913. Pia linganisha Shapiro 1993, kr. 28-33.

22 Tendaguru Expedition Katalog, uk. 21; Maier 2003, uk. 41.

23 Tendaguru Expedition Katalog, uk. 23.

24 Ibid., uk. 24.

25 Maier 2003, kr. 66, 257.

26 Ibid., uk. 66.

27 Tendaguru Expedition Katalog, uk. 25; Maier 2003, uk. 42.

28 Tendaguru Expedition Katalog, uk. 32; Maier 2003, uk. 45.

29 Edwin Hennig: Tagebuch, Teil 2, 1.9.1910, katika: Universitätsarchiv Tübingen, 407/81, nukuu ya: Maier 2003, uk. 58.

Jambo linalokumbukwa sasa ni kwamba, majina yaliyotolewa machimboni yanaonyesha uhusiano halisi wa visukuku na mazingira ya Afrika. Kwa hiyo majina haya yanaweza kutambuliwa kama majina ya kushirikisha visukuku na mazingira hayo ya asili. Majina haya, ambayo yalibuniwa na Janensch na Hennig wakati wa uchimbuaji, yaani yaliyotumika kwa muda fulani tu, yaliwezesha utambulishaji wa viunzi vya dinosaria kwa kipindi hicho tu, cha kuvumbua na kuchimbua visukuku. Kipindi hicho kilikuwa hatua muhimu katika utaratibu mzima wa upatikanaji na usafirishaji wa visukuku kutoka katika ardhi ya Afrika hadi kuingizwa katika mikusanyo ya Makumbusho ya Mambo ya Asili, Berlin, Ujerumani. Usafirishaji huu ulitekelezwa kama mabadiliko ya kutoka kwenye "Uasilia" wa Afrika na kuingizwa katika "Utamaduni" wa kimakumbusho wa sayansi wa Ulaya. Mchakato huu unagawanyika katika sehemu ya wakati na ya mahali, ambazo kila moja ina nafasi yake katika kuandaa na kuchukua visukuku. Katika kila hatua, visukuku vilikuwa na hadhi tofauti.

Majina ya Kiafrika yalikuwa yamelinganisha viunzi na mahali na wakati vilipopatikana; na yalitumika hadi viunzi vilipotengwa kutoka kwenye mazingira yao ya asili. Majina haya yote, daima yalikuwa yakitambulisha viunzi halisi, na siyo jenasi na spishi yao (ya kidhahania). Kwa hivyo, wanapaleontolojia wa Berlin wakati huo, hawakutumia kanuni za kitaksonomia. Lakini mofolojia ya majina, pamoja na kiainishi cha mwisho cha kilatini *-saurus*, kilidokeza ya kwamba, tayari walikuwa na azma ya kugeuza visukuku hivyo kuwa vitu vitakavyoainishwa kisayansi.

Majina haya ya mwanzoni yanaweza kufahamika kama namna ya wanasayansi wa Berlin ya kuheshimu kazi za waandaji visukuku wa Kiafrika. Majina yanadokeza kuwa, urasimu wa kikoloni ulivunjwa kwa muda ule, kazi za pamoja zikiendelea machimboni. Nyara za machimboni zilipoisha kutoka katika koloni na kuwasili Berlin, wanasayansi walianza kufuata desturi za majiji na kanuni za kisayansi za taaluma yao. Wakati wa vita na wakati ule baina ya vita viwili vikuu vya dunia; wakuu wa vyuo, wafadhili wakubwa wa Msafara na wawakilishi wa Ukoloni ndio walioamua namna ya kuainisha kisayansi na kubuni majina ya viunzi. Katika kubuni majina kitaksonomia kwa visukuku vya Tendaguru, maoni ya Waafrika hayakuzingatiwa mpaka karne ya 21.

MAJINA YA KISAYANSI YA DINOSARIA WA TENDAGURU

Wakati wanyama walio hai wengi, pia wana majina yanayotumika katika mazungumzo ya kila siku, dinosaria wana majina ya kisayansi peke yake. Hata kama kuna spishi ambayo, katika mazungumzo ya kila siku, hutambulishwa kwa majina mafupi, kwa mfano "T-Rex", majina hayo hutokana na ufupisho wa kitaksonomia (*Tyrannosaurus rex*). Maana ya majina imefichwa kwa makusudi kwenye majina ya kisayansi, kwa

Picha 8:
Uchimbuaji wa *Blancocerosaurus*, mkurugenzi wa msafara Janensch anasimamia kazi za uchimbuaji, katika: MfN, HSBS, Pal. Mus. B IV 51.

Picha 9:
Msimamizi mkuu Boheti bin Amrani akiandaa kisukuku, katika: MfN, HSBS, Pal. Mus. B IV 82.

kutumia vivumishi vya maneno ya kizamani na ya kigeni, ambayo mara nyingi ni wataalamu tu, wanaofahamu tafsiri yake. Ingawa mfumo wa uainishaji wa kisayansi haukubadilika sana tangu katikati ya karne ya 18, majina ya kitaksonomia, kama yalivyokuwa majina ya mwanzoni ya bandia yaliyotolewa na Janensch, majina rasmi pia yalibeba dhamira za matakwa ya watu waliobuni majina hayo. Majina yanaakisi taswira ya maadili ya zama hizo, kuhusu mapendekezo ya watu fulani, kuhusu mazingira ya kitaaluma, kuhusu mitazamo na mwelekeo wa kisiasa na kuhusu mambo mengine zaidi.[30] Hivyo hivyo majina ya kisayansi ya spishi za dinosaria waliyovumbuliwa Tendaguru, hadi leo yanavyoakisi taswira ya mambo mengi. Majina gani yalichaguliwa hapa na yana maana gani?

Gigantosaurus africanus Fraas, 1908
Gigantosaurus robustus Fraas, 1908

Mwanapaleontolojia, Eberhard Fraas, kutoka mji wa Stuttgart ndiye mwanasayansi wa kwanza kutembelea machimbo, mwezi Septemba 1907 na kuvipatia visukuku vya mwanzo Tendaguru majina yao. Fraas aliainisha mifupa mikubwa iliyopatikana katika ardhi na aliyoichukua Stuttgart, kwa kurahisisha na uchunguzi wa juujuu, kuwa ni ya jenasi ya *Gigantosaurus*. Jina hili linajumuisha maneno mawili ya Kigiriki γιγαντιαίος/gigantiaíos (jitu kubwa) na σαύρα/saúra[31] (mjusi): "Jina la Gigantosaurus hueleza vyema ukubwa hasa wa spishi zetu za Afrika"[32], aliandika Fraas. Jina hili la kijenasi ya dinosaria tayari lilianzishwa kutumika mwaka 1869 na mwanapaleontolojia Mwingereza Harry Govier Seeley. Hata hivyo Fraas aliona litafaa kutumiwa tena, kwa sababu jenasi ya dinosaria iliyopewa jina hili na Seeley wakati huo tayari iliainishwa na majina ya jenasi nyingine.

Fraas alitofautisha spishi mbili: mjusi dhaifu *G. africanus* ("Mjusi mkubwa wa Afrika") na mjusi mwenye nguvu *G. robustus* ("Mjusi mkubwa na imara"). Lakini mwanazoolojia (herpetologist) kutoka Berlin, Richard Sternfeld, alikuwa na wasiwasi kama kweli Fraas alifuata kanuni za uainishaji sawasawa alipowapatia wanyama hawa majina yao. Walishindana kama kweli majina yaliyotolewa na Seeley zamani, yameshafutwa na hayatumiki tena. Sternfeld hakukubali, na mwaka 1911, aliingiza jina lingine la jenasi kwa zile spishi mbili zilizoainishwa na Fraas; badala ya *Gigantosaurus* aliita *Tornieria*.[33] Kwa kuwaita jina hilo, alimtabaruku mwanazoolojia (herpetologist) wa kutoka Berlin, Gustav Tornier, ambaye mwaka 1909 alishiriki katika kusimamisha viunzi pacha vya dinosaria wa Marekani *Diplodocus carnegii* katika Makumbusho ya Mambo ya Asili Berlin. Gustav Tornier alikuwa ni mwanachama maarufu kuliko wote katika Chama cha Marafiki wa Utafiti wa Asili, (Gesellschaft Naturforschender Freunde zu Berlin) ambacho kilikuwa mfadhili mkuu wa Msafara wa Kisayansi wa Tendaguru. Kwa ajili ya taarifa mpya juu ya visukuku, ambavyo tayari vilishafanyiwa utafiti na kuandaliwa, Werner Janensch, mwaka 1922, aliwaingiza *Gigantosaurus africanus*/*Tornieria africana* katika jenasi ya *Barosaurus*, ambayo mwanapaleontolojia Mwamerika Othniel Marsh aliwaainisha mwaka 1890. Kutokana na neno βαρύς/barýs (mzito) jina la *Barosaurus* lina maana ya "Mjusi mzito".[34] Lakini pia kulikuwa na ubishani juu ya *Barosaurus* na hivi sasa jenasi hii haikubaliwi kwa mujibu wa kisayansi.[35]

Picha 10:
Mwandaaji visukuku Issa bin Salim pamoja na *Issasaurus* "wake", katika: MfN, HSBS, Pal. Mus. B IV 56.

30 Ohl 2015.

31 Jina la kike σαύρα/saúra mara nyingi hutumika baadili ya jina la kiume σαῦρος/saúros. Tunamshukuru Eleonora Vratskidou kutuelezea juu ya lugha ya Kigiriki.

32 Fraas 1908, uk. 120, maelezo 1.

33 Sternfeld 1911, uk. 398.

34 Janensch 1922, uk. 464.

35 Remes 2006; Remes 2009.

Visukuku vya *Gigantosaurus robustus*/*Tornieria robusta*, mwaka 1991, vilifanyiwa tena utafiti na mwanapaleontolojia wa kutoka Stuttgart, Rupert Wild, na kuingizwa tena katika jenasi yenye jina la Janenschia robusta ili kumtabaruku mkurugenzi wa msafara wa sayansi wa kutoka Berlin Werner Janensch.[36] Kulingana na utafiti mpya uliofanywa kuhusu historia ya jenasi za viumbe, *Tornieria* ni jenasi inayokubaliwa na kuna spishi moja tu ya jenasi hiyo ambayo ni *T. africana*.[37]

Brachiosaurus brancai Janensch, 1914
Giraffatitan brancai (Taylor, 2009)
Brachiosaurus fraasi Janensch, 1914

Jenasi ya *Brachiosaurus* tayari iliainishwa mwaka 1903 na mwanapaleontolojia wa Chicago, Elmar Samuel Riggs, ambaye alipata visukuku (B. *altithorax*) katika Colorado upande wa magharibi (USA) na alivipatia jina ambalo linautaja ukubwa wa ajabu wa mfupa wa mabega.[38] Jina hili la jenasi linatokana na neno la Kigiriki βραχίων/brachíōn (= mkono) na σαυρα/saura; na maana yake ni "Mjusi wa mkono".

Brachiosaurus brancai alikuwa ni dinosaria mkubwa kuliko wote aliyevumbuliwa Tendaguru, na pia alikuwa ni dinosaria wa kwanza wa Msafara wa Tendaguru ambaye alifanyiwa utafiti na kuainishwa kitaksonomia. Werner Janensch alichagua jina la spishi ili kumtabaruku "kwa heshima za shukrani" mwanajiolojia na mwanapaleontolojia na Mshauri Mkuu, Profesa Wilhelm von Branca, ambaye tangu 1899 mpaka 1917 alikuwa ni Mkuu wa Makumbusho ya Jiolojia-Paleontolojia Berlin (Geologisch-Paläontologischen Museums Berlin), na "tulifaulu kupanga na kutekeleza msafara wa kisayansi kwa ajili yake yeye tu".[39]

Muda si mrefu, baada ya kumuainisha *Brachiosaurus brancai*, kulikuwa na shaka kubwa juu ya uamuzi wa Janensch kusema spishi ya dinosaria hao ni mojawapo katika jenasi ya *Brachiosaurus*.[40] Mwaka 2009, karibu miaka mia moja baada ya uainishaji wa Janensch, mwanapaleontolojia Mwingereza Michael P. Taylor, baada ya kufanya utafiti wa marekebisho, ndipo alipogundua kuwa *Brachiosaurus altithorax* kutoka Marekani Kaskazini jenasi ya *Brachiosaurus* na *B. brancai* kutoka Afrika Mashariki ni wa jenasi mbalimbali. Hatimaye Taylor aliainisha *B. brancai* kuwa jenasi ya *Giraffatitan*, ambayo ni jenasi iliyoelezwa na Gregory S. Paul mwaka 1988.[41] Jina hili la jenasi lina akisia kwa lugha ya kilatini umbo wa mjusi mkubwa ambao umefanana na twiga.[42] La ajabu ni kuwa, huyu mnyama wa kale, ambaye kwa mujibu wa usawa wa kisayansi, angekuwa aitwe *Giraffatitan brancai* mpaka leo katika maonyesho na hata katika machapisho ya Makumbusho ya Mambo ya Asili ya Berlin na pia hadharani bado anaedelea kuitwa *Brachiosaurus brancai*.[43] Jina hili, ambalo halikufuata sawasawa kanuni za uainishaji, linaendelea kwa sababu ya umaarufu wa kudumu na wa miaka mingi wa kitu cha Makumbusho chenyewe. Jina ambalo kisayansi limepitwa na wakati, bado linatumika kila siku, na hivyo, kuendelea kuwavutia wageni kama sumaku katika Makumbusho.

Mwaka 1914 Janensch aliainisha spishi nyingine kutoka kwenye visukuku ambavyo vilipatikana katika tabaka la ardhi tofauti. Akaiita spishi hiyo *Brachiosaurus fraasi*. Kwa hivyo hapa tena alitumia jina la mwanasayansi, ambaye alikuwa muhimu katika msafara wa machimbo ya Tendaguru, kuunda jina la spishi ya dinosaria mpya iliyopatikana. Mwanapaleontolojia wa kutoka Stuttgart Eberhard Fraas alikuwa mwanasayansi wa kwanza kutembelea machimbo na kuchimbua visukuku huko, mwezi Septemba mwaka 1907:

> "Ninaipa spishi hii jina la Prof. Dr. E. Fraas, kwa sababu utafiti wa kisayansi wa kwanza wa dinosaria wa kutoka Tendaguru, ambao ulikuwa ni mgumu, ulifaulu kwa sababu yake yeye."[44]

Lakini mwaka 1929 Janensch mwenyewe aligundua ya kwamba *B. fraasi* ni spishi ileile ya awali lakini iliyoishi baadaye kidogo kuliko *B. brancai*[45]; hivyo majina yote mawili hueleza spishi hiyohiyo moja. Tangu wakati huo, jina la spishi *B. fraasi* halitumiki tena.

36 Wild 1991, uk. 2.
37 Remes 2006.
38 Riggs 1903, uk. 299.
39 Janensch 1914b, uk. 94.
40 Lull 1919, uk. 42.
41 Paul 1988; Taylor 2009.
42 Paul 1988, uk. 9.
43 Schwarz-Wings 2010a.
44 Janensch 1914b, uk. 98.
45 Janensch 1929, uk. 5.

Dicraeosaurus hansemanni Janensch, 1914

Jina la jenasi *Dicraeosaurus* linatokana na neno la Kigiriki δίκραιος/díkraios na maana yake ni "pembe-tawi" (pembe yenye matawi mengi) au "kihisio-tawi". Hapa jina linaakisi pembe-tawi kwenye shingo na mgongo wa mjusi (σαῦρος/saúros).

Jina la spishi, Werner Janensch alilichagua kutabaruku jina la David Paul von Hansemann, mtu wa Berlin aliyekuwa mwanapaleontlojia na mwalimu wa anatomia katika hospitali iliyoitwa Rudolf-Virchow. Janensch alisema: "Kwa jina hili la spishi ya dinosaria ambayo imeainishwa hapa, ninamtabaruku (Mshauri Mkuu) Prof. Dr. D. von Hansemann ambaye alitusaidia sana kuutekeleza Msafara wa Tendaguru."[46] Hansemann alitoka kwenye familia tajiri sana. Mjomba wake, Adolph von Hansemann, alikuwa na viwanda vya kuchakata madini na alikuwa na benki maarufu na kubwa ndani ya Ujerumani enzi hizo. David Paul von Hansemann alishirikiana na mashirika ya kisayansi, kama Chama cha Marafiki wa Utafiti wa Asili (Gesellschaft Naturforschender Freunde) na Chama cha Anthropolojia, Ethnolojia na Historia ya Asili, Berlin (Berliner Gesellschaft für Anthropologie, Ethnologie und Urgeschichte) na pia, mara kwa mara, alikuwa mhariri wa magazeti ya kisayansi ya mashirika haya.[47] Alidumisha mkusanyo wa dawa za asili na alikuwa mfadhili mkubwa wa Makumbusho ya Mambo ya Asili Berlin na wa mashirika mengine. Mwaka 1908 kulianzishwa kamati ya ufadhili wa uchimbuaji wa visukuku vya dinosaria, na Hansemann, mtu aliyejulikana na kuheshimiwa, akiwa kwenye kamati hiyo, alifaulu sana katika kampeni ya kukusanya michango na wafadhili wa kugharamia uchimbuaji huo. Yeye mwenyewe alichangia Mark 500, halafu alihamasisha Chama cha Marafiki wa Utafiti wa Asili (Gesellschaft Naturforschender Freunde) wachangie Mark 10,000; na juu ya hayo, alikabidhi mchango wa Mark 50,000 uliotolewa na mtu ambaye hakutaka kujulikana.[48] Kwa hivyo Hansemann, peke yake, alikusanya karibu nusu ya mchango wote uliopatikana.

Dicraeosaurus sattleri Janensch, 1914

Kwa kubuni jina la spishi, *sattleri*, Werner Janensch alimtabaruku mvumbuzi madini (mineral prospector) wa Shirika la Kuchimba Madini la Lindi, Wilhelm Bernhard Sattler. Alisema: "Spishi inayoainishwa hapa ninamtabaruku Bwana W. B. Sattler mvumbuzi wa machimbo ya visukuku vya dinosaria, Tendaguru, ambaye daima alikuwa mfadhili mkubwa wa utekelezaji wa misafara ya kisayansi."[49] Kwa kutumia jina hili, Janensch alimtabaruku Mzungu wa kwanza kufika katika machimbo, Tendaguru na wa kwanza kutambua thamani ya visukuku vilivyopatikana hapo na kupeleka habari za uvumbuzi wake Ujerumani. Ingawa ukweli ni kwamba, mara ya kwanza alipelekwa machimboni hapo na Mwafrika, mfanyakazi wa Shirika la Kuchimba Madini la Lindi, Sattler, ndiye, kuanzia hapo, aliyetambulika kuwa mvumbuzi wa visukuku vya dinosaria vya Tendaguru. Baadae Sattler alimsaidia na kumuunga mkono mwanapalaeontolojia Eberhard Fraas, kutoka Stuttgart, katika utafiti wake wa kisayansi wa kwanza katika machimbo, mwaka 1907 na pia katika miezi ya kwanza ya uchimbuaji uliofanywa hapo Tendaguru na Msafara wa Kisayansi wa Berlin, mwaka 1909. Sattler alibahatika kujua baadhi ya lugha za Kiulaya na za Kiafrika na alifahamiana na wenyeji wengi. Sattler aliishi Afrika tangu mwaka 1894. Mwanzo aliishi Afrika Kusini, mjini Johannesburg, ambapo alisomea ufamasia na kufanya kazi kama mkemia, katika kampuni ya kuchimba madini. Alikuwa Ujerumani ya Afrika ya Mashariki tangu mwaka 1901; na mwaka 1904, alijiunga na msafara wa utafiti wa kijiolojia wa kwenda bara ya kupita miji wa Lindi ambao uliongozwa na Wilhelm Arning. Muda si mrefu, aliajiriwa kuwa msimamizi na mvumbuzi madini (prospector) wa Shirika la Kuchimba Madini la Lindi. Katika Vita vya Maji-Maji, mwaka 1905, aliungana na Wajerumani na "kutumia wafanyakazi wake, Wanyamwezi, kama jeshi la msaada (ancillary troops)".[50] Kwa "kazi yake na mafanikio katika kuzima uasi uliotokea kwenye Koloni la Ujerumani Afrika Mashariki baina ya miaka 1906/07" mwaka 1907, Sattler alitunukiwa "medali ya taji ya Mfalme wa Kiprussi daraja la 4, pamoja na nishani ya panga kwenye utepe mweusi na mweupe". Kwa kusaidia Msafara wa Kisayansi wa Fraas, mwaka 1908 Sattler pia alituzwa "Msalaba wa mashujaha wa daraja la pili, wa medali ya Mfalme wa Württemberg, Friedrich".[51]

46 Janensch 1914b, uk. 107.

47 Böhme-Kaßler 2005, uk. 176; Zepernick 2009, uk. 136.

48 Orodha ya wafadhili wa Tendaguru-Expedition (1910), katika: GStA PK, I. HA, Rep. 76, Va, Sekt. 2, Tit. X, Nr. 21 adh AI, kr. 46–47.

49 Janensch 1914b, uk. 107.

50 Preußisches Kultusministerium kwa Reichskolonialamt, 18.11.1912, katika: GStA PK, I. HA, Rep. 76, Va, Sekt. 2, Tit. X, Nr. 21 adh AI, uk. 194.

Na, kwa ajili ya kusaidia kuchimbua visukuku vya Tendaguru, mwaka 1912, Sattler alipendekezwa kupewa Medali ya Tai Mwekundu (Roten Adler Orden). Mwaka 1912, alisimamia mashamba ya Kampuni ya Ujerumani ya Afrika ya Mashariki (Deutsch-Ostafrikanische Gesellschaft) huko Mikesse, karibu na mji wa Morogoro[52], na mwaka uleule alianzisha kampuni ya mashamba yake mwenyewe inayoitwa "Voertmann – Sattler Pflanzungen".

Kwa wenzake Sattler alikuwa ni mkoloni-mtendaji, ambaye hakusita kuwasiliana na Waafrika[53], kwa hivyo alikuwa mlanguzi, mpatanishi, na mjumbe mzuri baina ya wanasayansi wa Ujerumani na wenyeji wa Afrika. Mara kwa mara mtu huyu 'wa aina yake' pia alipatikana na makosa ya kuvunja sheria. Baina ya mwaka 1911 na 1913, alikuwa na kesi za uwindaji na kumiliki baruti bila ruhusa.[54] Mwaka 1914 Sattler alikuwa mmoja wa watangulizi wa mradi wa machimbo ya kipaleo-anthropolojia katika bonde la Olduvai kaskazini mwa Koloni. Mradi huu ulipangwa na mtaalamu wa mishipa na mwanapaleontolojia, Wilhelm Kattwinkel, wa kutoka mji wa Munich lakini haukutekelezwa tena kwa sababu ya vita kuanza. Katika Vita hivyo vya Kwanza vya Dunia, Sattler alihudumia kama askari -sajini katika jeshi la Kaisari wa Ujerumani. Alikufa tarehe 25 Oktoba mwaka 1915 kwa kupigwa risasi na askari wake Mwafrika aliyetoroka kikosi.[55] Katika kumbukumbu nyingine, imeandikwa kwamba Sattler aliuwawa katika gereza la Waingereza.[56]

Kentrosaurus aethiopicus Hennig, 1915

Jina la jenasi ya *Kentrosaurus* humuainisha mjusi mwenye mwiba (Kigiriki: κεντρί/ kentrí = mwiba). Kwa kutumia jina hili, Hennig alimuainisha dinosaria huyo kwa miiba mingi aliyokuwa nayo kwenye mkia wake. Edwin Hennig alichagua jina la spishi kuwa *aethiopicus* ili kutofautisha spishi hii ya Stegosaria na spishi nyingine ya Stegosaria "ambazo mpaka hivi sasa zimejulikana (na kupatikana katika mabara ya kaskazini ya dunia) peke yake".[57] Alipendelea kutumia jina la Kilatini *aethiopicus* kwa sababu jina la Kilatini *africanus* tayari lilishatumika sana kwa dinosaria ambao "hasa walipatikana Afrika Kusini na Afrika Mashariki".[58] Lakini jina la *aethiopicus* halikumaanisha eneo la Uhabeshi, kaskazini-mashariki ya Afrika, bali "Ethiopia/ Waethiopia" mpaka karne ya 20 ilitumika kama kisawe cha "Afrika/Waafrika". Mpaka leo, katika taaluma ya biojiografia (jiografia ya kibiolojia), eneo la Afrika, lililopo kusini mwa jangwa la Sahara, pamoja na Bukini (Madagaska) huitwa "Ethiopis".[59] Kwa hivyo, maana ya *Kentrosaurus aethiopicus* ni "Mjusi wa Afrika mwenye Miiba".

Mwaka mmoja baada kutoa jina hili, Hennig aligundua kuwa jina *Centrosaurus*, tayari mwaka 1904, lilishatumika kwa dinosaria *C. apertus* ambaye alivumbuliwa Kanada. Kwa sababu jina hilo tayari lilitumika, mwaka 1916, Hennig alibadilisha jina la jenasi *Kentrosaurus* kuwa *Kentrurosaurus* (Mjusi wenye Mkia wa Mwiba).[60] Kawaida, kulingana na Kanuni ya Kimataifa ya Uainishaji wa Kizoolojia (*International Code of Zoological Nomenclature*), ambayo imechapishwa kwa mara ya kwanza mwaka 1961, jina halitatumika mara mbili, kama majina yanatofautiana kwa ingalau herufi moja (Ibara 56a). Kanuni hii kawaida ilifuatwa tangu mwaka 1905, lakini tangu 1915 haikukubaliwa tena *Centrosaurus* na *Kentrosaurus* kutazamwa kama majina mawili tofauti. Kwa hivyo kulingana na kanuni za siku hizo, ilibidi Hennig alifute jina la *Kentrosaurus*; na jina moja likishakufutwa halikuruhusiwa kutumika tena.[61] Hata hivyo, jina la kwanza lililobuniwa na Hennig, *Kentrosaurus*, lilitumika katika vitabu muhimu vilivyochapishwa tangu miaka ya 1960, wakati jina *Kentrurosaurus* liliendelea kutumika mpaka miaka ya 1990.[62]

Dysalotosaurus lettowvorbecki Pompeckj, 1919/1920

Wageni wanaotembelea Makumbusho, wakiingia katika ukumbi mkubwa wa dinosaria, ubavuni mwao, upande wa kulia, watapata kiunzi chenye urefu wa kwenda mbele wa mita nne na wa kimo cha sentimita 90 (cm) na chenye jina la kisayansi

Picha 11:
Kentrosaurus aethiopicus, hapa bado akiitwa *Kentrurosaurus*, katika stampu ya Posta ya GDR ya mwaka 1990. Stampu hizi zilitengenezwa kwa minajili ya kuadhimisha miaka mia moja tangu kuanzishwa Makumbusho ya Mambo ya Asili ya Berlin. Archiv Juri Roller, Berlin.

51 Wasifu wa Sattler, katika kiambishi ibid., uk. 196.

52 Maier 2003, uk. 11.

53 Anonymus: Dem Andenken Sattlers, katika: Deutsch-Ostafrikanische Zeitung (Morogoro), 14.12.1915.

54 TNA, G21/79 na G21/336.

55 Maier 2003, kr. 109, 172; Anonymus: Dem Andenken Sattlers, katika: Deutsch-Ostafrikanische Zeitung (Morogoro), 14.12.1915.

56 Anonymus 1916.

57 Hennig 1915, uk. 235.

58 Ibid.

59 Brown/ Lomolino 1998, uk. 303.

60 Hennig 1916, uk. 176.

61 Anderson 1982.

62 Galton 1982, uk. 139.

Dysalotosaurus lettowvorbecki. Dinosaria huyu aliainishwa mwaka 1919 na mwanapaleontolojia na Mshauri Mkuu wa kampuni za madini kutoka Berlin, Josef Felix Pompeckj, ambaye tangu 1917 hadi 1930, alikuwa Mkuu wa Taasisi na Makumbusho ya Jiolojia-Paleontolojia. Jina la jenasi hii linatokana na maneno ya Kigiriki δυσάλωτος/ dysálōtos (mjanja/mchachari) na σαῦρος/ saúros (mjusi).

Katika jenasi hii, yenye dinosaria wadogo, wepesi, na wanaotembea kwa miguu miwili, ambao hula kila kitu na ni wagumu kukamata, kuna spishi moja tu, nayo ni: *D.lettowvorbecki.* Kiunzi kilichimbuliwa Kindope, karibu na Tendaguru. Kwa kutumia jina hili, Pompeckj alimtabaruku Paul von Lettow-Vorbeck (1870–1964), aliyekuwa Jenerali katika Jeshi la Kaisari, kwenye Koloni la Ujerumani la Afrika ya Mashariki. Katika Vita vya Kwanza vya Dunia, Lettow-Vorbeck alikuwa Kamanda Mkuu wa Jeshi la Koloni la Afrika Mashariki. Kwa kutumia mbinu za kigaidi alifaulu kuwakwepa Waingereza na Wabelgiji kwa zaidi ya miaka minne. Kwa hivyo Pompeckj alichagua makusudi jina la Lettow-Vorbeck ili kumpatia jina hilo mjusi ambaye ni vigumu kumkamata. Alisema: "Mtetezi wa Ujerumani ya Afrika ya Mashariki ambaye hakushindwa, General von Lettow-Vorbeck, aliniruhusu kutabaruku spishi hii kwa jina lake. Ninamshukuru kwa furaha nyingi."[63]

Wakati wa vita, askari wa Koloni la Ujerumani pia walipita eneo baina ya Lindi na mahali palipochimbuliwa visukuku. Wakati wa majira ya mpukutiko, mwaka 1917, karibu na Mahiwa, kusini mwa Tendaguru, kulitokea "mapigano makubwa kuliko yote katika wakati wote wa vita ndani ya Koloni la Ujerumani la Afrika ya Mashariki"[64]. Mbinu za ukatili wa kivita za Lettow-Vorbeck, zilivunja sheria za Haag, za vita vya nchi kavu (Haager Landkriegsordnung). Hususan, mbinu hizo zilidhulumu raia, kwa kuwanyang'anya chakula chao na kuwalazimisha kubeba mizigo wakati wa vita.[65] Misafara ya wafungwa ilipelekwa katika maeneo ya vita. Baada ya Vita vya Kwanza vya Dunia, Lettow-Vorbeck alisherehekewa kama Jenerali Mjerumani asiyekubali kushindwa. Kwa Wajerumani, wafuasi wa Ufalme, waliompenda Kaisari, walimhesabu kama shujaa wa kitaifa, na mtu maarufu wa enzi za Ukoloni wa Kijerumani. Katika majira ya kuchipuka na majira ya joto, mwaka 1919, wakati Pompeckj akifanyia utafiti wa kisayansi visukuku vya *Dysalotosaurus*, Lettow-Vorbeck aliamrisha vikundi vya kujitolea kunyamazisha ghasia za njaa zilizotokea Hamburg. Muda mfupi baadaye, aliamua kujiunga na mapinduzi ya Kapp (Kapp-Putsch) pamoja na kikosi chake, ili kuiangusha Jamhuri mpya ya Weimar (Weimarer Republik).[66]

Huku kuchagua jina hili kwa Pompeckj, kunaonyesha mwelekeo wake wa kisiasa wakati wa hali ya mgogoro wa kisiasa wa Ujerumani, baada ya kushindwa kwenye Vita vya Kwanza vya Dunia. Mwelekeo wa wakati huu uliathiriwa na kuanguka kwa Dola la Kaisari wa Ujerumani na nguzo zake. Kwa ufupi: Kaisari alijiuzulu, jeshi lilishindwa, walipoteza makoloni, uchumi ulianguka na haukuweza kuupatia umma ruzuku za kutosha. Katika hali hii, sayansi ya miji mikubwa aghalabu ilisalia katika uzalendo wa kisiasa. Hasira kuhusu Mkataba wa Versaille zilienda sambamba na maombi ya kuendeleza makoloni ya Wajerumani. "Unafiki wa mwenye kuanzisha vita" na "Unafiki wa Ukoloni" ndivyo vilivyokuwa vilio vya uasi katika kuiunga mkono hali hii ya kisiasa.[67] Mwaka 1919, Lettow-Vorbeck alikuwa maarufu kwa kuchukia na kupinga demokrasia mpya ya Weimar. Alijulikana kama "Shujaha wa Afrika Mashariki" anayewakilisha jeshi ambalo lilibebwa na familia za kifalme; anayewakilisha makoloni katika Afrika na Asia na anayewakilisha msimamo wa kupinga haki za kisiasa. Kwa kuipatia spishi ya dinosaria jina la Lettow-Vorbeck, taaluma ya kipaleontolojia inatukumbusha kuhusu ile tamaa ya kurudisha ukoloni na jinsi heshima kwa mhalifu wa kivita zilivyokuwa mwaka 1919.

Historia ya kumpa *Dysalotosaurus lettowvorbecki* jina la mtu huyu ni changamoto kwa upande wa siasa, na pia kwa upande wa historia ya sayansi: Hasa katika maandishi pendwa na maandishi mapyamapya ya kisayansi. Hans Virchow, profesa wa anatomia wa Chuo Kikuu cha Friedrich-Wilhelm, Berlin (Friedrich-Wilhelms-Universität zu Berlin), anajulikana kuwa wa kwanza kumuainisha na kumpatia jina

63 Pompeckj 1920, uk. 121 (maelezo ya 9).

64 Schulte-Varendorff 2006, uk. 33.

65 Ibid., kr. 50–59.

66 Michels 2008, uk. 277–287.

67 Laak 2003.

68 Maier 2003, uk. 148, pia linganisha maelezo juu ya "Dysalotosaurus" katika: wikipedia, https://de.wikipedia.org/wiki/Dysalotosaurus, 30.5.2018.

Dysalotosaurus lettowvorbecki.[68] Josef Pompeckj, ambaye mpaka katika miaka ya 1970, alijulikana kwamba yeye ndiye aliyemuainisha na kumpatia jina mara ya kwanza, karibu alisahaulika kabisa.

Ilikuwaje hivyo? Sababu ni mfuatano wa mambo yaliyotokea, ambayo yalisababisha kutofuata kanuni na taratibu za kawaida za kuainisha kisukuku, kisayansi, na za kuchapisha maelezo ya kuainishwa kwake. Oktoba mwaka 1919, Virchow alitoa hotuba mbele ya Chama cha Marafiki wa Utafiti wa Asili (Gesellschaft Naturforschender Freunde zu Berlin) kuhusu pingili la uti wa mgongo la kwanza (atlas) na pingili la pili (axis or epistropheus) la kutoka kwenye kobe. Kutokana na marejeo kwenye kumbukumbu za maktaba ya Oktoba 1919, tunajua kwamba, kwa ajili ya hotuba yake, Virchow aliazima kutoka kwenye mikusanyo ya Taasisi na Makumbusho ya Jiolojia, mapingili ya uti wa mgongo matatu, uti wa mgongo mmoja na *dens epistropheus* moja ya "Dysalotosaurus Lettow-Vorbecki Pomp. kutoka kwenye tabaka la ardhi la Kimmeridge (udongo wa dinosaria) la Tendaguru, Ujerumani ya Afrika ya Mashariki".[69] Baada ya muda mfupi, Disemba 1919, hotuba ya Virchow ilichapishwa pamoja na ripoti za mikutano ya Chama cha Marafiki wa Utafiti wa Asili. Mwishoni mwa hotuba yake, Virchow aliwaonyesha wasikilizaji mifano ya utafiti wake kwa kutumia kisukuku cha pingili la pili na la tatu la uti wa mgongo wa *Dysalotosaurus lettow-vorbecki.* Alisema: "Kwa hisani ya Bwana Pompetzkj [sic] nilipata fursa hii ya kutafiti pingili la pili la dinosaria wa spishi ya ornithopoda kutoka Afrika Mashariki, anayeitwa *Dysalotosaurus* na anayetoka katika tabaka la Jurasi ya juu (Kimmeridge) la Tendaguru; ambalo kwa muktadha wetu ni muhimu sana, kwa sababu pingili hili la pili, kama nimetafsiri sawasawa, linaonyesha alama za ndege, za mjusi na za kobe katika mchanganyiko wa ajabu."[70] Katika hotuba yake yote, Virchow hakudai kuwa yeye ndiye aliyekuwa mtu wa kwanza kuieleza spishi ya dinosaria huyu na kuchagua jina la spishi. Pompeckj alikwisha kuiainisha na kuipatia jina spishi hii kabla Virchow hajaviazima visukuku hivyo. Tunayajua haya kutokana na marejeo kwenye kumbukumbu za maktaba. Lakini hakuweza kuendelea, mpaka baada ya miezi kadha, labda pia kwa sababu Virchow alichelewa kuvirudisha visukuku alivyoazima Makumbushoni. Hatimaye Pompeckj alitoa hotuba juu ya uainishi wake mwezi wa Machi 1920, na kuchapisha mwezi wa Mei – hivyo kutangaza na kudai yeye ndiye aliyeainisha kwa mara ya kwanza na kutia kifupi cha saini yake "POMP" baada ya jina la kisayansi la dinosaria huyo. Dai hili la Pompeckj lilikubaliwa mpaka takriban miaka ya 1970.[71] Lakini kuanzia hapo, katika michapisho yote, ni Virchow ambaye hutajwa kuwa muainishaji wa kwanza na mtoa jina wa dinosaria huyu.

Kutokana na maandishi ya Virchow mwenyewe, ni wazi ya kuwa alipotaja jina la *Dysalotosaurus lettowvorbecki* ilikuwa si makusudi yake kuainisha spishi ya dinosaria ambaye hajajulikana au hajaainishwa bado. Pia, kutokana na marejeo kwenye kumbukumbu za maktaba, tunajua kuwa Virchow hakulibuni hilo jina la dinosaria mwenyewe, bali alipewa jina hilo na Pompeckj, pale alipoazima visukuku. Tungetarajia kuwa Virchow hakufikiria athari, katika kanuni za kutoa majina ya kisayansi, ikiwa yeye atachapisha hotuba yake kabla Pompeckj hajachapisha uainishaji wake wa kisayansi wa kwanza wa spishi hii. Ilikuwa wazi kwamba dhamira ya waandishi wote wawili ilikuwa kumtambua Pompeckj kuwa mhusika mkuu wa jina la *Dysalotosaurus lettowvorbecki.* Kanuni za majina ya kisayansi kisayansi ya kimataifa hazina utata hapa. Kipengee 50.1.1 cha kanuni kinasema: "Ikiwa muktadha [...] unaonyesha wazi ya kwamba ni mtu mwingine ambaye amechagua jina, kulingana na kanuni, na siyo mwandishi wa makala, basi mtu huyo mwingine ndiye mtoaji wa jina"[72]. Kwa maoni yetu kipengee hiki kinaamua kuhusu kesi hii ya *Dysalotosaurus lettowvorbecki*; hivyo bila shaka Pompeckj ndiye mtoa jina la spishi hii ya dinosaria. Maoni yetu hayapingani na vile walivyokusudia Virchow na Pompeckj.

Elaphrosaurus bambergi Janensch, 1920

Elaphrosaurus alipata jina lake kutokana na muonekano wa mwili wake. Alikuwa ni mnyama mwepesi anayetembea kwa miguu miwili. Janensch aliandika: "Kutokana na miguu yake ya nyuma ambayo inaonekana ilimwezesha mnyama huyu kukimbia

69 Tiketi ya maktaba ya kuazima kwa muda wa majuma matatu mpaka tarehe 15.11.[1919], kumbusho la kuregesha la tarehe 20.10.1920 na kurekodiwa tarehe 29.10.1922, katika: MfN, HSBS, Pal. Mus. S II, Tendaguru-Expedition 10.2, uk. 77.

70 Virchow 1919, uk. 329.

71 Fischer 1970, uk. 203.

72 Kraus 2000, uk. 95 (Kipengee 50.1.1).

73 Janensch 1920, uk. 229.

kasi, nitamwita Coeluresaria huyu wa Tendaguru *Elaphrosaurus* (ἐλαφρός/elaphrós = mwenda kasi)"[73], kwa Kijerumani maana yake ni "Mjusi mwepesi wa kwenda". Mwandishi wa kwanza kuainisha spishi hii, Werner Janensch, alitabaruku jenasi hii ya kipekee ya *Elaphrosaurus* "rafiki yake mwaminifu na mwenye akili na mfadhili wa Msafara wa Tendaguru, tajiri wa viwanda, Paul Bamberg, mkazi wa Wannsee, Berlin."[74] Tajiri wa viwanda, Paul Adolf Bamberg, alikuwa mmiliki wa viwanda vinavyoitwa Berliner Bamberg-Werke (tangu 1912 viliitwa Askanier-Werke), na ambavyo wakati wa Dola la Kaisari wa Ujerumani viliongoza katika kutengeneza vifaa vya kusafiria baharini na angani na vifaa vya kuangalia, kama miwani na hadubini.[75] Walisifiwa na wanasayansi hasa kwa usahihi wa vifaa vyao vya kupimia vipimo vya aina mbalimbali. Bamberg alichangia kwenye Msafara wa Tendaguru Mark 15,000 na hivyo, kuwa mmoja katika wafadhili wakubwa wa Uchimbuaji wa Kisayansi wa Tendaguru.[76]

Labrosaurus stechowi Janensch, 1920
Ostafrikasaurus crassiserratus Buffetaut, 2012

Jino moja lenye urefu wa sentimita nne na pointi tisa lililopatikana Tendaguru, mwanzoni, Werner Janensch alilitambulisha kwamba limetokana na jenasi ya *Labrosaurus*, ambayo ni moja katika jenasi za dinosaria wala-nyama. Mwanapaleontolojia Mwamerika, Othniel Charles Marsh, alisajili jenasi hii kutokana na visukuku vilivyopatikana Marekani Kaskazini mwaka 1879; baadaye alisajili spishi zaidi katika jenasi hii.[77] Marsh hakueleza kwa nini alichagua jina hilo la jenasi. Inawezekana Labro inatokana na neno la Kilatini *Labra* (mdomo).

Kwa kubuni kiainishi: *stechowi*, Janensch alimtabaruku daktari wa jeshi na mtaalamu wa kupiga picha ya eksrei, Walther Stechow, kwa kusema "Kwa jina la Spishi hii yenye umbo la kusisimua kutoka Tendaguru, ninamtabaruku anayepaswa kuheshimiwa kwa sababu ya msaada wake katika Msafara wa Tendaguru, Daktari-Jenerali Mkuu Dr. Stechow wa kutoka Munich."[78] Stechow alikuwa daktari wa Jeshi la Kiprusi na aliingiza uchunguzi wa kitabibu kwa kutumia picha za mionzi ya eksrei kwa wingi katika utabibu wa wanajeshi. Alikuwa mwanachama wa vyama vyingi vya kisayansi na alichangia katika Msafara wa Tendaguru kwa ufadhili wa kuridhisha wa Mark 8,000.

Mwaka 2011, mwanapaleontolojia Oliver Rauhut, kutoka Munich, alirekebisha matokeo ya uchunguzi wa *Labrosaurus stechowi* na kumtambulisha kama ni wa jenasi ya *Ceratosaurus*.[79] Kwa kuwa hakupata sifa maalum ya spishi katika uchunguzi wa visukuku vya asili, basi, kulingana na kanuni za Majina ya Kisayansi, jina la spishi hili linachukuliwa kama *nomen dubium*, yaani jina lenye mashaka.[80]

Mwaka 2012 mwanapaleontolojia Mfaransa, Eric Buffetaut, kwa kutegemea uchunguzi wa jino moja, ambalo mwanzoni Janensch alilitambua kuwa ni jino la *Labrosaurus stechowi*[81], alitambulisha jenasi yenye spishi moja tu, nayo ni: *Ostafrikasaurus crassiserratus*. Kwa kutumia neno la Kijerumani katika sehemu ya jina, Buffetaut alikusudia kuakisia kuwa kisukuku hiki kilipatikana Koloni la Ujerumani ya Afrika ya Mashariki ya zamani; kiainishi cha jina kinaunganisha maneno ya Kilatini crassus (pana) na serratus (mikunjo/miinuko), yaani: "Mjusi wa Afrika Mashariki mwenye mikunjo minene".[82]

Megalosaurus ingens Janensch, 1920

Msingi wa kumpatia *Megalosaurus ingens* jina lake, ulikuwa ni meno peke yake, ambayo jino kubwa kati yao, lilikuwa sentimita 15. Katika uainishi wake wa mwanzo, Janensch aliyatambulisha meno hayo kwamba ni kutoka jenasi ya *Megalosaurus*. Alisema: "Kwa tahadhari ninaitambulisha spishi hii kutoka Ujerumani ya Afrika Mashariki kuwa mojawapo katika jenasi ya *Megalosaurus*, kwa sababu ya ukubwa wake wa ajabu, ninamwita *Megalosaurus (?) ingens* n. sp."[83] Aliweka alama ya kuuliza baada ya jina la jenasi ili kuonyesha kwamba bado kulikuwa na mashaka

74 Ibid.

75 Deutscher Wirtschaftsverein 1930/31, kr. 58–59.

76 Orodha ya mchango wa pesa ya watu binafsi, 1913, katika: GStA PK, I. HA, Rep. 76, Va, Sekt. 2, Tit. X, Nr. 21 adh AI, uk. 200v.

77 Marsh 1884, uk. 333; Marsh 1879, uk. 91.

78 Janensch 1920, uk. 234.

79 Rauhut 2011, uk. 202–205.

80 Ibid., uk. 202.

81 Janensch 1920, uk. 232.

82 Buffetaut 2012, uk. 2.

83 Janensch 1920, uk. 232.

kama kweli spishi hii mpya huhesabika kuwa ndani ya jenasi hiyo. Jina la jenasi hiyo linatokana na neno la Kigiriki μέγας/mégas (kubwa). Maana ya jina la Kilatini la spishi, ingens ni: kubwa sana; kwa hivyo jina lilikuwa ni uziada (tautology) wa jina la jenasi: "Mjusi adhimu mkubwa sana". Siku hizi, spishi hii, ambayo visukuku havionyeshi sifa maalum, huhesabiwa kuwa spishi ya Carcharodontosauridae (Mijusi wenye Meno ya Papa). Kwa hivyo, *Megalosaurus* (?) *ingens,* kulingana na Kanuni za Majina ya Kisayansi, ni *nomen dubium*: jina lenye mashaka.[84]

Ceratosaurus roechlingi Janensch, 1925

Jina la jenasi linaloitwa *Ceratosaurus* linatokana na Kigiriki κέρας/κέρατος (kéras / kératos) na σαῦρος/saúros na maana yake "Mjusi-Pembe". Jenasi imeitwa hivyo kwa sababu mla-nyama huyu aliyetembea kwa miguu miwili ana pembe maalum kwenye fuvu la kichwa, maungoni na kwenye mkia wake.

Katika kiainishi cha jina, Janensch alimtabaruku dinosaria huyu, "kwa kumkumbuka mfadhili mkubwa wa Msafara wa Tendaguru, Bwana Geh. Kommerzienrat Mshauri wa Kibiashara, Aug. Röchling"[85]. Wakati wa Dola la Kaisari wa Ujerumani, tajiri huyu wa viwanda vya madini kutoka Völklingen, alijulikana kama mshabiki na mdhamini mkubwa wa mambo ya sanaa na sayansi.[86] Alikuwa mmoja katika wafadhili binafsi wa Msafara wa Tendaguru katika michango kadha, na alichangia Mark 12,000 kwa jumla.[87] Kulingana na utafiti mpya wa visukuku vya C. *roechlingi*, jina hili la spishi lazima pia lihesabiwe kama *nomen dubium* kulingana na Kanuni za Majina ya Kisayansi, kwani visukuku havionyeshi sifa maalum ya spishi hii.[88]

Veterupristisaurus milneri Rauhut, 2011

Mwanapaleontolojia wa Munich, Oliver Rauhut, alifanyia utafiti, tena, baadhi ya visukuku ambavyo tayari viliainishwa na Janensch katika muktadha wa kumuainisha *Ceratosaurus roechlingi*. Mwaka 2011, aliainisha jenasi na spishi mpya, ambayo ni: *Veterupristisaurus milneri*.

Jina la jenasi hii linatokana na lugha ya Kilatini veterus (mzee) na pristis (nunda la baharini au papa) na kutokana na lugha ya Kigiriki σαῦρος/ saúros (mjusi) na maana yake: Mjusi-Papa mzee. Jina hili hutambulisha jenasi hii na wakilishi wa mijusi ya *Jino la Papa* (*Carcharodontosauridae*). Kiainishi cha jina kinamtabaruku mwanapaleontolojia Mwingereza Angela C. Milner kutoka Makumbusho ya Mambo ya Asili ya Uingereza jijini London.

Allosaurus (?) tendagurensis Janensch, 1925

Werner Janensch alitambulisha kisukuku cha muundi (tibia) mwanzoni, kama cha jenasi ya *Allosaurus*. Jenasi hii tayari ilishasajiliwa mwaka 1877 na Othniel Charles Marsh, alipoainisha visukuku vya dinosaria vilivyopatikana Marekani Kaskazini. Ili kumtenga dinosaria huyu na dinosaria wengine ambao wanajulikana kuwa wala-nyama, Marsh aliita jenasi hii mpya kwa visukuku vya dinosaria huyu, kwa kutumia neno la Kigiriki ἄλλος/állos (= mwingine).[89]

Katika kiainishi cha jina, Janensch anapalenga mahali alipopatikana kisukuku, yaani, karibu na mlima wa Tendaguru; jina ambalo pia liliupatia msafara wa kisayansi jina lake. "Ninauita muundi huu kwa jina jipya la spishi ambalo ni *Allosaurus (?) tendagurensis*."[90] Jina la mlima wa *Tendaguru* linatokana na neno la Kimwera *Tendegulu*. Kimwera ni lahaja ambayo hutumika eneo za Tendaguru. Kwa lahaja ya Wamwera, ambao huishi katika kijiji karibu na mlima Tendaguru, neno Tendegulu lina maana ya "Mguu wa kitanda".[91] Lakini haijulikani kwa nini mlima ulipewa jina hili. Kawaida, Wamwera huita mahali kwa majina ambayo hutokana na miti au viongozi wao.[92] Jina la spishi la *Allosaurus tendagurensis*, kwa hivyo ni mchanganyiko wa maneno ya Kigiriki, Kilatini na Kimwera. Kwa hivyo maana yake hasa ni: "Mjusi mwengine wa, paitwapo mguu wa kitanda", lakini Janensch, hakika, alimaanisha

Picha 12: *Tendegulu* (mguu wa kitanda) kutoka Mtapia, Mpiga picha: Holger Stoecker, 2018.

84 Rauhut 2011, uk. 220.

85 Janensch 1925, uk. 65.

86 Deutscher Wirtschaftsverein 1930/31, uk. 1539.

87 Orodha ya mchango wa pesa ya watu binafsi, 1913, katika: GStA PK, I. HA, Rep. 76, Va, Sekt. 2, Tit. X, Nr. 21 adh AI, uk. 201.

88 Rauhut 2011, uk. 199.

89 Marsh 1877.

90 Janensch 1925, uk. 76.

91 Taarifa zilizopatikana kutokana na mahojiano na mazungumzo ya Holger Stoecker na mzee wa mji, Juma Issa Lituli, na Mareike Vennen na Abdallah Juma Kiwambu; yaliyofanywa mjini Mtapia tarehe 14.7.2018.

92 Reuster-Jahn 2002, uk. 17.

93 Rauhut 2011, uk. 209.

kusema "Allosaurus wa Tendaguru". Kulingana na Rauhut, spishi hii haina alama maalum hakika, kwa hivyo jina la *Allosaurus (?) tendagurensis* pia, kwa mujibu wa Kanuni za Majina ya Kisayansi, ni *nomen dubium*, yaani jina lenye mashaka.[93]

Pterodactylus arningi Reck, 1931

Jina la jenasi la dinosaria mdogo anayeruka, linatokana na neno la Kigiriki πτεροδάκτυλος/pterodáktulos na maana yake ni "Kidole chenye mabawa". Dinosaria huyu amepewa jina hili kwa sababu ngozi yake inayomwezesha kuruka, inatandazwa kwenye kiganja kuanzia kwenye kidole cha mkono kimoja, ambacho ni kirefu zaidi kuliko vingine, mpaka maungoni. Kiainishi cha jina hili kinamtabaruku daktari, mwanasiasa wa ukoloni na mwandishi wa vitabu vya safari, Wilhelm Arning. Baada ya masomo yake ya udaktari, Arning alikuwa daktari wa upasuaji, katika Jeshi la Kaisari la Koloni la Ujerumani ya Afrika ya Mashariki, kuanzia mwaka 1892 hadi 1896. Halafu alifanya kazi za udaktari wa macho katika miji ya Göttingen na Hannover. Mwaka 1903, Arning alikuwa mmoja wa waanzilishi wa Shirika la Kuchimba Madini la Lindi (Lindi-Schürfgesellschaft m.b.H.), lililokuwa na makao makuu katika mji wa Koblenz, na baadaye Berlin. Aliteuliwa kuwa mmoja wa mameneja wawili wa shirika hilo. Tarehe 16, Januari 1904, Makao Makuu ya Dola (Reichskanzlei) yalilipatia shirika, kibali cha kutafuta ardhi yenye madini, kusini mwa Koloni la Ujerumani ya Afrika ya Mashariki kwa muda wa miaka mitano.[94] Mnamo Aprili ya mwaka 1904, Arning alitumwa na Shirika hilo kufanya msafara wa kijiolojia wa kutafiti sehemu zenye madini katika nchi iliyoko nyuma ya mji wa Lindi, kusini mwa Koloni.[95] Katika kura za Bunge, Januari mwaka 1907, Arning alichaguliwa kuwa mbunge wa Chama cha Nationalliberale Partei; alikuwa mbunge wa chama hicho mpaka mwaka 1912. Kura hizo zilipigwa kutokana na matatizo ya kisiasa yaliyosababishwa na vita vya makoloni, katika Ujerumani ya Afrika ya Kusini Magharibi na katika Ujerumani ya Afrika ya Mashariki, na ziliitwa "Kura za Wakhoikhoi", kwa sababu watu walioishi Afrika Kusini Magharibi na waliokuwa waasi wa utawala wa Kijerumani waliitwa Wakhoikhoi.. Kuanzia mwaka 1908 hadi 1918, Arning pia alikuwa mbunge katika Bunge la Prussia.[96]

Mwanzoni mwa mwaka 1907, Arning alipopewa taarifa na mfanyakazi wake Bernhard Sattler, ambaye alikuwa mtafuta madini wa Shirika la Kuchimba Madini la Lindi (Lindi-Schürfgesellschaft), kuhusu visukuku vilivyopatikana Tendaguru, katika eneo la shirika hilo, hapo hapo, alipeleka taarifa hizo kwa Tume ya Bajeti ya Bunge na kwenye Idara ya Elimu ya Tume ya Upimaji Ardhi katika Koloni. Hivyo, alikuwa mwanzilishi wa msafara huo wa kisayansi kwa kupitia kwenye uwanja wa siasa za koloni. Bungeni, Arning aliwakilisha siasa ya kupendelea ukoloni na, katika hotuba zake, kila wakati alisisitiza manufaa yaliyoko kwa Dola la Ujerumani kuwa na makoloni. Katika mifano aliyoitoa, mojawapo ni visukuku vilivyopatikana Tendaguru. Kwa mfano alisema: "Mifupa ya dinosaria wakubwa sana [...], wakubwa kuliko iliyopatikana Marekani [...] tunatarajia manufaa gani zaidi ya hili, kutokana na Koloni!"[97] Vita vya Kwanza vya Dunia vilianza mwaka 1914, Arning alipokuwa safarini katika Koloni la Ujerumani ya Afrika ya Mashariki. Alijiunga na Jeshi la Koloni kama daktari na, mwaka 1917, alifungwa na Waingereza hadi mwaka 1920, aliporudi Ujerumani. Masaibu kama hayo yalimpata Hans Reck, mkurugenzi wa Msafara wa Kisayansi wa Tendaguru na mwanasayansi wa kwanza kumuainisha *Pterodactylus arningi*. Majaliwa yanayofanana kwa watu hawa wawili, ama urafiki wao ambaowaliujenga tangu siku hizo, labda ndiyo sababu ya Reck kumtabaruku Arning kwenye jina la dinosaria huyo. Baina ya mwaka 1927 na 1933, wakati ambao Reck alichapisha utafiti wake wa marekebisho juu ya *Pterodactylus arningi*, Arning alikuwa mkuu wa Shule ya Ukoloni ya Ujerumani (Deutschen Kolonialhochschule) mjini Witzenhausen, ambamo wakulima wa Kijerumani waliokubali kuhamia katika Koloni, walielimishwa kwa kujiandaa na kazi yao mpya.[98] Ndivyo tabaruku ya Reck ilivyolenga iliposema: "Spishi hii mpya, nimemtabaruku kwa kumbukumbu za shukrani Dr. W. Arning, ambaye hivi sasa ni mkuu wa Shule ya Ukoloni ya Ujerumani, mjini Witzenhausen, kwa sababu ya utendaji wake katika Ujerumani ya Afrika ya Mashariki na kuhusika katika uchimbuaji visukuku kutoka eneo la Tendaguru."[99]

94 BArch Berlin, R 1001–503, kr. 42a–42b; Hellmann 1914, kr. 223–224.

95 Arthur von Osterroth-Schönberg kwa Gavana wa Kaisari ya Ujerumani ya Afrika ya Mashariki, Graf von Götzen, 25.9.1903, katika: BArch Berlin, R 1001–503, uk. 11.

96 Stolowsky 1953.

97 Arning 1909, http://www.reichstagsprotokolle.de/Blatt_k12_bsb00002845_00257.html, 2.5.2018.

98 Baum 1997, kr. 101–103; Linne 2017, kr. 120–121.

99 Reck 1931, kr. 334–335.

Tendagurodon janenschi Heinrich, 1998

Kwa kutumia jino moja peke yake, mwanapaleontolojia kutoka Berlin, Wolf-Dieter Heinrich, aliainisha jenasi na spishi ya dinosaria mpya. Jina la jenasi *Tendagurodon* linaunganisha neno Tendaguru, yaani jina la Kiswahili la mahali palipopatikana visukuku (kwa Kimwera lina maana ya: mguu wa kitanda), na neno la Kigiriki οδοντικός /odontikos (jino). Jina la jenasi ni jina la kubuniwa kisanaa, kwa sababu katika Kigiriki, neno "Odon" halitumiki mwisho wa neno, lakini hutumika hivyo katika kanuni za majina ya kisayansi ya wanyama. Katika kiainishi, Heinrich anamtabaruku mkurugenzi wa Msafara wa Kisayansi wa Kijerumani wa Tendaguru, Werner Janensch, kwa maandishi yake bora, angavu, maarufu ya kuelimisha kuhusu dinosaria wa Afrika.[100] Kwa hivyo, kwa maneno yanayosomeka, maana ya neno hili la muungano ni: "Jino la Mguu wa Kitanda la Janensch". Ilhali Heinrich alimaanisha "Jino la Tendaguru la Janensch".

Australodocus bohetii Remes, 2007

Mpaka siku hizi, wanasayansi wanaendelea kuainisha spishi mpya za dinosaria kutokana na utafiti kwenye visukuku vya Tendaguru. Mwanapaleontolojia, Kristian Remes, alichagua jina la *Australodocus* kwa jenasi mpya ya dinosaria. Jina linaunganisha neno la Kilatini, *australis* (kusini) na neno la Kigiriki δοκός/dokós limaanishalo upau au boriti. Sehemu ya kwanza ya jina la jenasi "Upau wa kusini" huakisia sehemu kisukuku kinapotoka, yaani kusini mwa bara la dunia la zamani linaloitwa Gondwana na sehemu ya pili huakisi kuwa jenasi hii huhesabika kama familia ya Diplodocidae (Mwenye pau mbili), ambayo imepata jina hili kwa sababu ya mifupa ya vipingili vya uti wa mgongo yenye muundo wa V katika sehemu ya mkia. Mwakilishi maarufu wa jenasi hiyo ni *Diplodocus carnegii* wa kutoka Marekani Kaskazini.[101]

Katika kiainishi cha spishi, Remes, kwa mara ya kwanza baada ya miaka mia moja, tangu uchimbuaji wa visukuku Afrika, anamtabaruku Mwafrika kwenye jina la kisayansi. Boheti bin Amrani (Picha 9) aliishi sehemu za Lindi na anajulikana kama Mwafrika maarufu katika muktadha wa uchimbuaji wa Tendaguru. Alichangia katika mafanikio ya msafara wa kisayansi huu kwa kazi yake ya miaka mingi kama msimamizi na mwandaaji wa visukuku mkuu.[102] Yeye pia alishiriki katika msafara wa kisayansi wa Tendaguru wa Kiingereza, ambao ulifuata ule wa Kijerumani, uliofanywa na Makumbusho ya Mambo ya Asili ya London, baina ya mwaka 1924 na 1931. Kwa hivyo, yeye ndiye mtu aliyefanya kazi katika uchimbuaji wa Tendaguru kwa muda mrefu zaidi kuliko mtu yeyote mwingine.

HITIMISHO

Visukuku vilipewa majina ya Waafrika na ya mahali vitokapo, ndani ya Afrika, wakati wa uchimbuaji, katika miaka ya 1910, kama majina ya muda tu. Na majina hayo, bandia, yalitumika pale Tendaguru peke yake. Ni katika kumbukumbu za maandishi ya mkono tu, ambapo kuna alama kuwa yalikuwapo majina hayo ya mpito; hayatajwi katika vyanzo vingine na hayana maana tena kwa maandishi ya kisayansi yaliyochapishwa na taaluma ya kipaleontolojia katika miji mikubwa. Ilibidi ipite karibu karne nzima, mpaka Mwafrika ambaye alishiriki katika uchimbuaji wa Tendaguru, atabarukiwe katika uainishaji wa visukuku. Kwa hivyo, kutoa jina la *Australodocus boheti*, mwaka 2007, kwa kulenga jina la Mwafrika mtendaji, ni tukio jipya. Kumheshimu mtu huyu, pia ni namna ya kudhihirisha milele, mchango wa Waafrika katika mafanikio ya kisayansi, mfano mmojawapo ukiwa katika mafanikio ya uchimbuaji wa Tendaguru. Lakini pia inadhihirisha mchango wao katika mafanikio mengineyo ya kisayansi, wakati wa ukoloni; ambayo kawaida ulionyesha utendaji wa watu wa Ulaya peke yake.[103]

Tajiriba ya kubuni majina ya kisayansi inayoendelea mpaka leo, ni njia inayokubaliwa ya kuonyesha heshima na ridhaa; kuenzi msaada wa hali na mali, wa watu waliowezesha kazi za utafiti na za uvumbuzi zilizofanywa; na ambazo bado

100 Heinrich 1998, uk. 271.

101 Remes 2007, uk. 655.

102 Ibid., uk. 656; Maier 2003, uk. 25.

103 Shepherd 2015.

zitaendelea kufanywa. Majina ya visukuku vya dinosaria yaliyobuniwa wakati wa uchimbuaji na majina ambayo yamekubaliwa kisayansi, yanatuonyesha na kutuelimisha kuhusu mambo mengi mbalimbali. Kupitia kwenye haya majina tunaweza kuona, kwa namna gani: muktadha wa kibaguzi, misimamo ya kisiasa na mitandao ya kiasasi inajiingiza katika msingi wa sayansi ya biolojia – yaani, katika kuainisha na kupatia spishi majina.

Majina ni nguzo za kisayansi katika kutofautisha baina ya spishi nyingi, ambazo zinajulikana tayari, na ambazo zimejulikana hivi karibuni; majina pia ni alama za siasa, inayoonyesha misimamo ya waainishaji; na taratibu za kubuni majina ni muhimu kuzingatiwa wakati wa kuingiza kitu kipya katika kinachojulikana tayari. Zaidi ya hapo, majina ya kisayansi, ambayo humtabaruku mtu aliyestahili heshima hiyo, ni fursa nzuri ya kuwatakarimu wahusika na wasaidizi wao, kwa njia ambayo itajulikana hata nje ya sayansi. Katika mfano huu wa visukuku vya Tendaguru, majina yalipatikana kwa kuzingatia wavumbuzi, wanasayansi, wadhamini, wakurugenzi, na hata jenerali mkatili wa Jeshi la Koloni la Kijerumani, Lettow-Vorbeck. Mara ya kwanza Mwafrika kutabarukiwa kwenye jina la kisayansi, ilikuwa ni mwaka 2007. Na mwanasayansi wa kike kutabarukiwa kwa mara ya kwanza kwenye jina la kisayansi, ilikuwa ni mwaka 2011. Hii inaonyesha kuwa, hata tajiriba ya taksonomia inabadilika kwa mujibu wa mabadiliko ya mitazamo. ■

MAREJEO

Anderson, Hans-Joachim: Kentrosaurus oder Kentrurosaurus. Eine Bemerkung zur Nomenklatur [Anmerkung des Herausgebers], katika: Geologica et Palaeontologica 15 (1982), uk. 147.

Anonymus: Dem Andenken Sattlers, katika: Deutsch-Ostafrikanische Zeitung (Morogoro) 14.12.1915

Anonymus: Biographische Mitteilungen [pamoja na mengine inahusu kifo cha Bernhard Sattler], katika: Leopoldina. Amtliches Organ der Kaiserlichen Leopoldinisch-Carolinischen Deutschen Akademie der Naturforscher 10, LII (1916), uk. 75.

Arning, Wilhelm: Rede im Reichstag am 27.2.1909: Verhandlungen des Reichstages. XII. Legislaturperiode. I. Session, Berlin 1909, uk. 7219.

Baum, Eckhard: Daheim und überm Meer. Von der Deutschen Kolonialschule zum Deutschen Institut für Tropische und Subtropische Landwirtschaft in Witzenhausen, Witzenhausen 1997.

Benton, M. J.: Fossil Quality and Naming Dinosaurs, katika: Biology Letters 4, 6 (2008), kr. 729–732.

Böhme-Kaßler, Katrin: Gemeinschaftsunternehmen Naturforschung. Modifikation und Tradition in der Gesellschaft naturforschender Freunde zu Berlin 1773–1906, Stuttgart 2005.

Brown, James H. / Lomolino, Mark V.: Biogeography, Sunderland, Massachusetts 1998.

Buffetaut, Eric: An Early Spinosaurid from the Late Jurassic of Tendaguru (Tanzania) and the Evolution of the Spinosaurid Dentition, katika: Oryctos 10 (2012), kr. 1–8.

Deutscher Wirtschaftsverein (mhariri): Reichshandbuch der deutschen Gesellschaft. Das Handbuch der Persönlichkeiten und in Wort und Bild, Berlin 1930/31.

Fischer, Karlheinz: Riesensaurier, Urvogel und Ursäuger – drei Endzweige am Reptilienstammbaum, katika: Wissenschaftliche Zeitschrift der Humboldt Universität zu Berlin, Mathematisch-naturwissenschaftliche Reihe 19, 2/3 (1970), kr. 191–205.

Fraas, Eberhard: Ostafrikanische Dinosaurier, katika: Palaeontographica 55, 2 (1908), kr. 105–144.

Freud, Siegmund: Totem und Tabu. Einige Übereinstimmungen im Seelenleben der Wilden und der Neurotiker, Wien 1913.

Galton, Peter M.: The postcranial Anatomy of Stegosaurian Dinosaur Kentrosaurus from the Upper Jurassic of Tanzania, East Africa, katika: Geologica et Palaeontologica (1982), kr. 139–160.

Heinrich, Wolf-Dieter: Late Jurassic Mammals from Tendaguru, Tanzania, East Africa, katika: Journal of Mammalian Evolution 5, 4 (1998), kr. 269–290.

Heinrich, Wolf-Dieter: The Taphonomy of Dinosaurs from the Upper Jurassic of Tendaguru (Tanzania) Based on Field Sketches of the German Tendaguru Expedition (1909–1913), katika: Mitteilungen aus dem Museum für Naturkunde in Berlin, Geowissenschaftliche Reihe 2 (1999a), kr. 25–61.

Hennig, Edwin: Am Tendaguru. Leben und Wirken einer deutschen Forschungs-Expedition zur Ausgrabung vorweltlicher Riesensaurier in Deutsch-Ostafrika, Stuttgart 1912.

Hennig, Edwin: Kentrosaurus aethiopicus, der Stegosauride des Tendaguru, katika: Sitzungsberichte der Gesellschaft naturforschender Freunde zu Berlin (1915), kr. 219–247.

Hennig, Edwin: Zweite Mitteilung über den Stegosauriden vom Tendaguru, katika: Sitzungsberichte der Gesellschaft naturforschender Freunde zu Berlin (1916), kr. 219–247.

Janensch, Werner: Übersicht über die Wirbeltierfauna der Tendaguru-Schichten nebst einer kurzen Charakterisierung der neu aufgeführten Arten der Sauropoden, katika: Archiv für Biontologie 3, 1 (1914b), kr. 79–110.

Janensch, Werner: Ueber Elaphrosaurus Bambergi und die Megalosaurier aus den Tendaguru-Schichten Deutsch-Ostafrikas, katika: Sitzungsberichte der Gesellschaft naturforschender Freunde zu Berlin (1920), kr. 225–235.

Janensch, Werner: Das Handskelett von Gigantosaurus robustus und Brachiosaurus brancai aus den Tendaguru-Schichten Deutsch-Ostafrikas, katika: Centralblatt für Mineralogie, Geologie und Paläontologie (1922), kr. 464–480.

Janensch, Werner: Die Coelurosaurier und Theropoden der Tendaguru-Schichten Deutsch-Ostafrikas, katika: Palaeontographica, Supplement VIII (1925), kr. 1–100.

Janensch, Werner: Material und Formengehalt der Sauropoden in der Ausbeute der Tendaguru-Expedition, katika: Palaeontographica. Supplement VII 1. Reihe, Teil 2 (1929), kr. 1–34.

Kraus, Otto: Internationale Regeln für die Zoologische Nomenklatur, angenommen von der International Union of Biological Sciences. Offizieller deutscher Text, Keltern-Weiler 2000.

Laak, Dirk van: Ist je ein Reich, das es nicht gab, so gut verwaltet worden? Der imaginäre Ausbau der imperialen Infrastruktur in Deutschland nach 1918, katika: Birthe Kundrus (mhariri): Phantasiereiche. Zur Kulturgeschichte des deutschen Kolonialismus, Frankfurt am Main / New York 2003, kr. 71–90.

Linne, Karsten: Von Witzenhausen in die Welt. Ausbildung und Arbeit von Tropenlandwirten 1898 bis 1971, Göttingen 2017.

Lull, Richard Swann: The Sauropod Dinosaur Barosaurus Marsh, katika: Memoirs of the Connecticut Academy of Arts and Sciences 6 (1919), kr. 1–42.

Maier, Gerhard: African Dinosaurs Unearthed. The Tendaguru Expeditions, Bloomington 2003.

Marsh, Othniel Charles: Notice of New Dinosaurian Reptiles from the Jurassic Formation, katika: American Journal of Science and Arts, Serie 3 14 (1877), kr. 514–516.

Marsh, Othniel Charles: Principal Characters of American Jurassic Dinosaurs, Part II, katika: American Journal of Science and Arts, 3, 17 (1879), kr. 86–92.

Marsh, Othniel Charles: Principal Characters of American Jurassic Dinosaurs, Part VIII: The Order Theropoda, katika: American Journal of Science and Arts, 3, 27 (1884), kr. 329–340.

Mayr, Ernst u. a.: Methods and Principles of Systematic Zoology, New York / Toronto / London 1953.

Michels, Eckard: "Der Held von Deutsch-Ostafrika". Paul von Lettow-Vorbeck. Ein preußischer Kolonialoffizier, Paderborn / Munich / Vienna 2008.

Ohl, Michael: Die Kunst der Benennung, Berlin 2015.

Paul, Gregory Scott: The Brachiosaur Giants of the Morrison and Tendaguru with a Desciption of the New Subgenus, Giraffatitan, and a Comparison of the World's Largest Dinosaurs, katika: Hunteria. Societas Palaeontographica Coloradensis 2, 3 (1988), kr. 1–14.

Pompeckj, Josef F.: Das angebliche Vorkommen und Wandern des Parietalforamens bei Dinosauriern, katika: Sitzungsberichte der Gesellschaft naturforschender Freunde zu Berlin (9.3.1920) 3 (1920), kr. 109–129.

Rauhut, Oliver: Theropod Dinosaurs from the Late Jurassic of Tendaguru (Tanzania), katika: Palaeontology 86 (2011), kr. 195–239.

Reck, Hans: Die deutschostafrikanischen Flugsaurier, katika: Centralblatt für Mineralogie, Geologie und Paläontologie, Abteilung B: Geologie und Paläontologie 7 (1931), kr. 321–336.

Remes, Kristian: Revision of the Tendaguru Sauropod Tornieria africana (Fraas) and its Relevance for Sauropod Paleobiogeography, katika: Journal of Vertebrate Paleontology 26, 3 (2006), kr. 651–669.

Remes, Kristian: A Second Gondwanan Diplodocid Dinosaur from the Upper Jurassic Tendaguru Beds of Tanzania, East Africa, katika: Palaeontology 50, 3 (2007), kr. 653–667.

Remes, Kristian: Taxonomy of Late Jurassic Diplodocid Sauropods from Tendaguru (Tanzania), katika: Fossil Record 12, 1 (2009), kr. 23–46.

Reuster-Jahn, Uta: Erzählte Kultur und Erzählkultur bei den Mwera in Südost-Tansania, Köln 2002.

Riggs, Elmar S.: Brachiosaurus altithorax, the Largest Known Dinosaur, katika: American Journal of Science, 4, 15 (1903), kr. 299–306.

Schulte-Varendorff, Uwe: Kolonialheld für Kaiser und Führer. General Lettow-Vorbeck – Mythos und Wirklichkeit, Berlin 2006.

Schwarz-Wings, Daniela: Die Tendaguru-Sammlung, katika: Ferdinand Damaschun pamoja et al. (wahariri): Klasse, Ordnung, Art. 200 Jahre Museum für Naturkunde, Rangsdorf 2010a, kr. 188–191.

Shapiro, Thelma L.: Das Dinosaurier-Dilemma. De Dulcibus Sauris. Wissenschaftliches Großtier-Recycling als Paradigma multikultureller Forschung, Lengwil 1993.

Shepherd, Nick: When the Hand that Holds the Trowel is Black, katika: Nick Shepherd (mhariri): The Mirror in the Ground. Archaeology, Photography and the Making of a Disciplinary Archive, Jeppestown 2015, kr. 35–46.

Sternfeld, Richard: Zur Nomenklatur der Gattung Gigantosaurus Fraas, katika: Sitzungsberichte der Gesellschaft naturforschender Freunde zu Berlin (1911), uk. 398.

Stolowsky, Alfred: Arning, Wilhelm, katika: Neue Deutsche Biographie 1, https://www.deutsche-biographie.de/pnd116349786.html#ndbcontent, 3.7.2018.

Taylor, Michael P.: A Re-evaluation of Brachiosaurus altithorax Riggs 1903 (Dinosauria, Sauropoda) and its Generic Separation from Giraffatitan brancai (Janensch 1914), katika: Journal of Vertebrate Paleontology 29, 3 (2009), kr. 787–806.

Virchow, Hans: Atlas und Epistropheus bei den Schildkröten, katika: Sitzungsberichte der Gesellschaft naturforschender Freunde (1919), kr. 303–332.

Wild, Rupert: Janenschia n.g. robusta (E. Fraas 1908) pro Tornieria robusta (E. Fraas 1908) (Repitila, Saurischia, Sauropodomorpha), katika: Stuttgarter Beiträge zur Naturkunde, Serie B: Geologie und Paläontologie 173 (1991), kr. 1–4.

Zepernick, Bernhard: Die Mitglieder der Gesellschaft Naturforschender Freunde zu Berlin 1773 bis 1973, katika: Sitzungsberichte der Gesellschaft Naturforschender Freunde zu Berlin 48 (2009), kr. 1–405.

Archiv

der

Humboldt-Universität zu Berlin

Aktenabgebende Stelle:

Rektorat

Aktenzeichen	Aktentitel bzw. Akteninhalt
	Schriftwechsel mit der Mathematisch-Naturwissenschaftlichen Fakultät

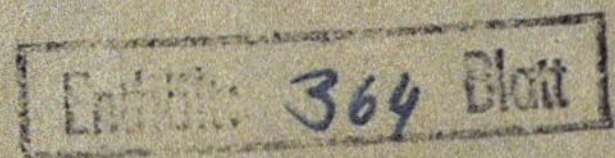

Zeitlicher Umfang: 1945 - 1960

Aufzubewahren bis:

Archivzugangsnummer: 547
(Wird vom Archivar ausgefüllt)

Archiv-Signatur:
(Wird vom Archivar ausgefüllt)

(92)

DINOSARIA NA UTAFITI KUHUSU CHIMBUKO

HALI YA UKOLONI, 1909–2018

Ina Heumann, Holger Stoecker na Mareike Vennen

Mwezi Januari mwaka 1954, mkuu wa Taasisi ya Jiolojia-Paleontolojia na wa Makumbusho ya Mambo ya Asili Berlin, alimwandikia barua mkuu wa Chuo Kikuu cha Humboldt Berlin, Walter Gross, akieleza kuhusu tukio ambalo tayari lilishamsumbua kwa miezi kadha:

> "Mheshimiwa, niruhusu nikuletee katika kiambatisho, maandishi ya mwanafunzi wa jiolojia F. Schust. Nakuomba utoe ushauri na uamuzi wako kuhusu maandishi haya, ama, labda utume kwenye ofisi ya elimu ya juu. Hoja ni hii: Bwana Schust analalamika kuhusu jina: Ujerumani ya Afrika ya Mashariki, katika lebo za vibati zilizoko kwenye viunzi vya dinosaria ambavyo zinavielezea; kwenye Makumbusho ya Mambo ya Kipaleontolojia."[1]

Ulalamishi wa mwanafunzi wa jiolojia, Friedrich Schust, juu ya lebo hizo katika maonyesho, halikuhusu chumba chochote cha maonyesho ya Makumbusho ama vitu vyovyote, bali lilihusu kiini cha Makumbusho chenyewe: kwanza lilihusu ukumbi mkuu wa mwangaza, yaani kitovu cha sehemu za maonyesho, na pia lilihusu dinosaria wa Tendaguru waliosimamishwa humo; hasa kiunzi cha *Brachiosaurus brancai*, ambacho kilisimamishwa mwaka mmoja tu uliopita – baada ya kurekebisha madhara na uharibifu uliotokana na Vita Vikuu vya Pili vya Dunia. Sisi tungependa kutumia tukio hili la mwaka wa 1953/1954 ili kuuliza, ni kwa namna gani tunaweza kujadiliana kuhusu historia ya ukoloni na ya visukuku vya Tendaguru? Utafiti wa nyakati za ukoloni wa chimbuko la visukuku vya Tendaguru ulikuwa muhimu wakati na mahali gani? Kwa nini vitu hivi vilitajwa kwa kusisitizwa kwamba vilitoka sehemu yenye jina rasmi, na kwa nini mara nyingine asili yao ilifichwa? Historia ya visukuku vya Tendaguru inaeleza nini kuhusu umuhimu wa mabadiliko ya utawala tangu Ukoloni? Katika muktadha upi, chimbuko na historia ya ukoloni, ilikuwa muhimu kwa kutambulisha kuhusu namna ya upatikanaji wa vitu vilivyoko kwenye maonyesho? Kwa kifupi: Pamoja na umuhimu wa muktadha wa kipaleontolojia, ni lini historia ya vitu hivi kwenye maonyesho ilikuwa muhimu?

Picha 1 upande wa kushoto: Archivakte „Rektorat", katika: HUB-Archiv, Rektorat nach 1945, 547, Schriftwechsel mit der Mathematisch-Naturwissenschaftlichen Fakultat, 1945–1960, picha: Yvonne Reimers/MfN.

1 Barua ya Walter Gross kwa Mkuu wa Chuo Kikuu, pamoja na maandishi ya mkono ambayo yanaamrisha kutaja chimbuko. Lakini amri halikufuatiliwa kwa ukamilifu, katika: HUB-Archiv, Rektorat nach 1945, 547, Schriftwechsel mit der Mathematisch-Naturwissenschaftlichen Fakultat, 1945–1960, uk. 359r/v.

UKOLONI: DINOSARIA KAMA KIKOMBE CHA USHINDI WA UKOLONI

Berlin, mwaka 1908. Kabla ya Msafara wa Tendaguru, tayari mkuu wa Taasisi ya Jiolojia-Paleontolojia na ya Makumbusho, Wilhelm von Branca, alisisitiza kuhusu umuhimu wa dinosaria waliopatikana Afrika Mashariki kwa sayansi ya paleontolojia ya Kijerumani na vile vile umuhimu wake kuwa kama ishara ya fahari ya Ukoloni wa Kijerumani. Ati, uchimbuaji wa visukuku ulidaiwa kuwa ni "kazi ya kufanywa na taifa" na ni "ya wajibu na ya heshima"[2]. Hata David von Hansemann, mwenyekiti wa Chama cha Marafiki wa Utafiti wa Asili Berlin, na mtetezi mkubwa wa uchimbuaji wa visukuku hivyo, pia alisisitiza uhusiano baina ya Msafara wa Tendaguru na "utukufu wa Koloni letu":

> "Kweli ninaamini ya kuwa, visukuku vilivyopatikana wakati wa Msafara wa Tendaguru vitakuza umaarufu wa Makumbusho yetu na kusaidia kuelimisha taifa. Na zaidi ninaamini hii pia itakuza umaarufu wa Koloni letu."
> Kwa maoni ya Hansemann, visukuku vya *Brachiosaurus brancai* vilikuwa na "thamani ya kitaifa", kwa sababu kupatikana kwake "kwa mara ya kwanza kulikuwa kwenye ardhi ya Kijerumani".[3]

Hansemann aliunganisha sayansi pamoja na siasa za elimu na siasa za ukoloni. Pia, alitumia Msafara wa Tendaguru kama 'sera ya kujitambulisha na taifa', na kama 'makumbusho ya ukoloni wake'. Pia Branca alisisitiza kuwa chimbuko la visukuku ni katika "ardhi ya Kijerumani iliyopo Afrika"[4]. Nahau ya "ardhi ya Kijerumani" ilifanya Msafara utazamwe kama Mradi wa Kitaifa. Kwa namna hii, vitu vya Makumbusho viliinufaisha sayansi ya Kijerumani na hapohapo vikitumika kulinganishwa na Makumbusho ya Marekani yenye utajiri wa visukuku na hasa kulinganishwa na Makumbusho ya Ulaya na Marekani Kusini ambayo yanamiliki vipande vya kiunzi-nakala cha "Dinosaria wa Kimarekani"[5] *Diplodocus carnegii.* Kwa hivyo tangu mwanzo, vitu vya kipaleontolojia vilichochewa na hamasa ya malengo na maana za siasa za ukoloni. Hoja kama hii ambayo hutumia fikra ya utaifa ili kufahamu sayansi, haikutumika katika shauri la Msafara wa Tendaguru peke yake, bali lilikuwa ni moja wapo ya gumzo la kawaida wakati ule, ili kuvutia upenzi kwa sayansi. Balagha hii ilisisitiza kuhusu hadhi ya juu ya sayansi katika mashindano baina ya mataifa makubwa , kabla ya Vita vya Kwanza vya Dunia; pia balagha hii ilihalalisha mradi wa Wajerumani wa kuwa na Koloni katika Afrika; na ililenga kuvutia wafadhili binafsi wa kusimamia miradi ya utafiti.

Lindi/Dar es Salaam, 1913/14. Baada ya kusafirisha tani 225 za visukuku kwenda Berlin mwisho wa Msafara, katika Koloni walianza kufikiria kuhusu maonyesho ya baadhi ya visukuku vilivyopatikana. Baada ya Msafara, mkurugenzi wa mwisho wa Msafara, Hans Reck, alipewa kazi nyingine na Gavana wa Koloni la Ujerumani la Afrika ya Mashariki. Muda mfupi tu kabla ya kufunga uchimbaji, Reck, alipata sehemu nyingine ambayo "ilionyesha matumaini ya kuwa chimbuko lenye visukuku vya dinosaria la kuvutia na la thamani"[6]. Alipendekeza, kutosafirisha Ujerumani visukuku vitakavyopatikana mahali hapo, bali kuviacha huko huko katika Koloni. Mpango wake ulikuwa ni kuviandaa visukuku pale pale vitakapochimbwa na kuonyesha baadhi ya viunzi vya dinosaria kwenye maonyesho ya mikoa mjini Dar es Salaam, mwaka 1914. Baada ya maonyesho walipanga kupeleka viunzi vya dinosaria katika Makumbusho ya Mkoa, ambayo yalitaka kuanzishwa wakati ule na Hans Meyer, msafiri mashuhuri kwenye bara la Afrika, mdhamana na mwanajiografia wa Koloni. Katika kufaulu kwa mpango huu, Gavana wa Kijerumani alikuwa na nia ya "kuwavutia wageni mjini Dar es Salaam, ambako mpaka hivi sasa bado hapakuwa na sehemu nyingi maarufu na za kuvutia"[7]. Lakini kule kuzuka Vita vya Kwanza vya Dunia mwezi wa Agosti mwaka 1914 kuliharibu mpango huo, na hapakuwa na maonyesho wala hapakufunguliwa Makumbusho ya Mkoa. Kwa hivyo hapakubakia visukuku vyovyote vyenye maana pale Tendaguru na katika nchi visukuku vilipochimbwa.

2 Aufruf zur Fortsetzung der Tendaguru-Expedition (Mwito wa kuendeleza Msafara wa Tendaguru), katika: MfN, HBSB, Pal. Mus. S II, Tendaguru-Expedition 10.1, uk. 2.

3 David von Hansemann: Hotuba ya 14.2.1911, katika: MfN, HBSB, Pal. Mus. S II, Tendaguru-Expedition 10.4, uk. 4.

4 Aufruf für weitere Fortsetzung der Tendaguru-Expedition, katika: MfN, HBSB, Pal. Mus. S II, Tendaguru-Expedition 10.1, uk. 2.

5 Linganisha Anonymus: A Great American Dinosaur for the Kaiser and Germany, katika: The New York Times 21.4.1907. Mgusano baina ya dinosaria na uzalendo, tayari ulikwishaanza katika karne ya 19, Marekani na pia Uingereza. Linganisha Semonin 2000; pia linganisha Owen 1842.

6 Gavana Heinrich Schnee kwa Wizara ya Makoloni, 20.6.1913, katika: GStA PK, I. HA Rep. 76, Va, Sekt. 2, Tit. X, Nr. 21 adh A I, kr. 233–234.

7 Ibid. Pia linganisha mkataba baina ya Wizara ya Ukoloni na Hans Reck, 23.3.1914, ibid., kr. 277–278.

UZALENDO NA UREJESHAJI WA UKOLONI: DINOSARIA KAMA MNARA WA MAKUMBUSHO

Berlin, 1925. Zaidi ya muongo mmoja baada ya Msafara kumalizika, ndipo wataalamu walifaulu kusimamisha katika Makumbusho ya Berlin, kiunzi cha kwanza cha dinosaria ambaye alitoka Tendaguru. Dinosaria huyu alikuwa ni *Kentrurosaurus* (leo anaitwa *Kentrosaurus) aethiopicus*. Mkurugenzi wa msafara wa zamani Edwin Hennig mwaka 1925, kwa ajili ya tukio la maonyesho ya kiunzi hicho, aliandika kuwa mifupa ya dinosaria huyu "iliyopatikana katika ardhi ya Koloni la Ujerumani" iliunganishwa na vifusi na vipandevipande vya kujazia ili kusimamisha kiunzi kizima cha dinosaria "mbele ya macho yetu"[8].

Wakati huo makoloni ya Ujerumani hayakuwapo tena. Baada ya Vita vya Kwanza, mkataba wa Versailles uliamua kuwa Koloni la Ujerumani litakuwa chini ya usimamizi wa Ushirika wa Mataifa. Baada ya muda mfupi tu, sehemu iliyokuwa koloni la Ujerumani ya Afrika ya Mashariki ilikuwa chini ya usimamizi wa Ushirika wa Mataifa ya Uingereza na Ubelgiji; kipande kidogo kiliunganishwa na koloni la Ureno la Afrika ya Mashariki. Kwa hivyo visukuku vilivyochimbwa katika Koloni la Ujerumani, sasa viliweza kukumbusha tu, kuwa kitambo kilichopita kulikuwa na Koloni. Katika miaka ya 1920, wakati sera za Urejeshaji wa Ukoloni zikiongezeka nchini Ujerumani, Werner Janensch aliandika kuhusu chanzo cha "visukuku" vya *Kentrurosaurus* vilivyoko katika Makumbusho ya Mambo ya Asili Berlin, kuwa "ilipatikana kutoka katika Ujerumani ya Afrika ya Mashariki yetu nzuri ambayo wakati huu, wengine wametupokonya"[9]. Kwa kutumia usemi huo huo, Hans Reck, ambaye mwaka 1912 alikuwa mkurugenzi wa Msafara baada ya Werner Janensch, alisema yafuatavyo katika *Afrika-Nachrichten* (*Habari za Afrika*):

> "Sasa pia [...] Ujerumani imefaulu kusimamisha mojawapo ya viunzi vya dinosaria, kiunzi kilicho kizuri ulimwenguni mzima. Kwa vile kimechimbwa kutokana na ardhi ya Ujerumani ya Afrika ya Mashariki, daima kitakuwa ukumbusho wa kazi za utamaduni zilizofanywa na Wajerumani katika nchi za Ujerumani ya ng'ambo; Ulimwenguni tutaweza kujivunia mnara huu wa ukumbusho wa mawazo ya ukoloni."[10]

Afrika-Nachrichten ni jarida lililoanzishwa mwaka 1920, mjini Leipzig, kama jarida kuhusu makoloni ya Ujerumani. Kwa hivyo jarida hili lilichapisha maandishi ya sera za urejeshaji wa makoloni kipindi cha miaka baina ya Vita viwili vya Dunia.

Siku za katikati ya Vita Vikuu viwili vya Dunia, visukuku vya Tendaguru vilikuwa ukumbusho wa ukoloni. Visukuku vilikuwa sehemu ya "ukumbusho wa Koloni la zamani la Ujerumani ya Afrika ya Mashariki [...], ambalo kwa kupatikana kwa visukuku vya Tendaguru, limetunuku sana uchumi wa Kijerumani"[11], ndivyo alivyoandika Ina Reck, ambaye alimsindikiza mumewe kwenda Tendaguru mwaka 1912, katika ripoti yake ya safari iliyochapishwa mwaka 1924. Kama alivyosema Josef Felix Pompeckj, mkurugenzi wa Makumbusho ya Jiolojia-Paleontolojia, katika barua kwa Waziri wa Utamaduni, alisema vitu vya Tendaguru ni kama "ushahidi wa utendaji na uhodari wa Kijerumani"[12]. Kama Hansemann alivyokwishasisitiza mwanzoni mwa Msafara wa Tendaguru, kwamba kwa mara ya pili, Pompeckj aliinua "matumizi ya kisayansi" na maonyesho ya Makumbusho ya "hazina ya mwisho, tuliyobakishiwa kutokana na koloni la Ujerumani la Afrika ya Mashariki," kuwa ni "wajibu wa heshima".[13]

Masimulizi haya kuhusu visukuku hujirudia pia katika mawasiliano baina ya Makumbusho ya Mambo ya Asili, Chuo Kikuu na Wizara ya Utamaduni ya Prussia. Mwaka 1913, tayari wakurugenzi wa siku hizo wa Makumbusho ya Zoolojia na ya Jiolojia-Paleontolojia, walikubaliana kuwa viunzi vya Tendaguru vitaonyeshwa katika ukumbi mkuu wenye mwangaza, wakati viunzi vya nyangumi na mamalia wengine ilibidi vihamishiwe katika chumba kingine.[14] Mwaka 1928, nyangumi bado wakiwemo katika ukumbi huo, Pompeckj alimkumbusha mkuu wa Usimamizi wa Chuo Kikuu, kuwa "ni muhimu kuwaonyesha dinosaria wa Afrika ya Mashariki

8 Hennig 1925, uk. 109.

9 Janensch 1924, uk. 251.

10 Reck 1924b, uk. 259. Pia linganisha Reck 1924a; na pia Anonymus: Riesensaurier vom Tendaguru, katika: Berliner Illustrierte 24.11.1933.

11 Reck 1924a.

12 Josef Pompeckj kwa Wizara ya Utamaduni ya Prussia, 31.5.1921, katika: BArch Berlin, R 4901-1332.

13 Josef Pompeckj kwa Wizara ya Utamaduni ya Prussia, 13.9.1922, katika: BArch Berlin, R 4901-1332.

14 Nyangumi walipatiwa chumba chao chenyewe katika moja ya nyua za Makumbusho.

kwa kupewa heshima ya pekee, siyo tu, kwa sababu ya kusisitiza umuhimu wao kwa sayansi, bali pia kwa sababu ya kuwavutia watu kujikumbusha kuhusu koloni lao la zamani na kuamsha tena wazo la ukoloni katika fikra zao".[15] Tofauti na nyangumi, dinosaria wa Afrika ya Mashariki, walikuwa na uhusiano na wakati ule kwa sababu chimbuko lao lilitokana na koloni. Dinosaria hawakudhihirisha tu, ukale wa ardhi waliyokalia zama za miaka milioni 150 iliyopita, bali pia walitumika kudhihirisha zama za hivi karibuni – yaani zama za Koloni la Ujerumani ya Afrika ya Mashariki. Baada ya kupoteza koloni hilo katika Mkataba wa Versailles, Wajerumani waliona kwamba kusimamisha viunzi vya Tendaguru katika Makumbusho ya Berlin ni ushahidi kamili wa mafanikio na maendeleo ya kisayansi yaliyopatikana katika koloni la zamani. Kwa kujadili kwa namna hii, Wajerumani walijaribu kuonyesha kwamba ardhi iliyoko Afrika ya Mashariki bado ni milki yao, hivyo walijaribu kurejeshewa koloni hilo.

Balagha hii iliendelea kujitokeza katika miaka ya 1930. Mwaka 1934, wakurugenzi wa Taasisi ya Zoolojia na ya Paleontolojia kwa pamoja, waliandika barua kwa Wizara ya Sayansi na Elimu ya Umma, ili kuhimiza usimamishaji wa kiunzi cha *Brachiosaurus*. Hivi ndivyo barua ilivyosema:

> "Usimamishaji wa viunzi vya dinosaria wa Msafara wa Tendaguru ni wajibu tulionao kwa umma; na pia ni ushahidi kamili kwa yale Wajerumani waliyoyachuma ndani ya koloni, kwa njia ya sayansi."[16]

Fikra hizi za Ukoloni zilisalia kuhusu kiunzi hiki cha *Brachiosaurus*, lile "jitu la chuma na mifupa", – kabla hajasimamishwa *Brachiosaurus* tayari alionekana kuwa mnara wa ukumbusho wa Taifa la Ujerumani wa madai ya kuwa na koloni.[17] Makala katika gazeti la *Berliner Volkszeitung* yalionyesha jambo kuu la fikra hii: Saa hii ndani ya Makumbusho ya Mambo ya Asili, jamaa "wanatengeneza mnara wa ukumbusho, yaani mnyama, jitu la kale, kutokana na mifupa yake mwenyewe, Brachiosaria. Mpaka sasa hapajakuwa na mnara wa ukumbusho, mkubwa kama huu, katika mji wowote dunia nzima."[18]

Ukuu na umashuhuri wa kudumu wa vitu vya Tendaguru tangu awali ulikuwa ni muhimu. Lakini mwanzoni mwa miaka ya 1930, visukuku havikuwa tu, vikiingizwa katika gumzo la Ukuu na Umashuhuri, kama vilivyokuwa vikifanywa katika miaka ya kwanza ya uchimbuaji na uandaaji wa visukuku. Bali sasa vitu vya Makumbusho vyenyewe viliitwa nguzo za makumbusho. Kama tukitafsiri mnara wa makumbusho kama "nguzo ya sanaa ambayo imesimamishwa hadharani kwa muda fulani", ili kukumbusha kuhusu watu ama matukio na "kuweza kudai kuwa mwanzilishi, au kufunza, kuelemisha au kuwa ni mwito fulani kwa jamii ambao umethibitishwa na historia"[19], basi visukuku vilivyopatikana Tendaguru hutimiza haya yote baada ya nchi kupoteza koloni la Ujerumani ya Afrika ya Mashariki. Vitu hivyo vilithibitisha historia ya dunia ambayo ina mamilioni ya miaka. Vilevile viunzi vilivyotoka Koloni la zamani, baada ya kusimamishwa, vilitarajiwa kudhoofisha dai la Mataifa ya Muungano kwamba Ujerumani ilishindwa kwa nguvu za ukoloni.[20] Kwa hivyo historia ya zama za kale za dunia na historia ya ukoloni ya hivi karibuni zilienda sambamba. Kuhusisha visukuku na historia kulianza kipindi cha wasiwasi katikati ya Vita Vikuu viwili vya Dunia. Kutaja mahali pa chimbuko la visukuku ilikuwa ni muhimu. Kwa hivyo katika ripoti za Msafara wa Tendaguru ndani ya Makumbusho na hadharani, mara nyingi hawakuzungumza kuhusu "dinosaria wa Afrika Mashariki" peke yake, bali walizungumza hasa kuhusu "dinosaria wa Ujerumani ya Afrika ya Mashariki"[21]. Gumzo la kisiasa liliingiza visukuku vya Tendaguru katika topografia ya urejeshaji wa ukoloni.

Berlin, mwaka 1937. Karibu miaka 26 baada ya uchimbuaji, kiunzi kizima cha *Brachiosaurus brancai* kiliweza kusimamishwa katika Makumbusho. Wakati huo Weimar, Demokrasia ilikuwa ni historia. Wanazi walipokea muundo wa utawala wa kikoloni na kuendeleza madai ya kurejesha ukoloni. Lakini baada ya muda, siasa yao ilibadilika. Usimamishaji wa *Brachiosaurus brancai* mwezi Novemba mwaka 1937,

15 Josef Pompeckj kwa msimamizi mkuu wa Chuo Kikuu cha Berlin, 24.3.1928, katika: HUB-Archiv, Zoologisches Museum, 122, Bauliche Anlagen und innere Einrichtung der Sammlungsräume.

16 Wakurugenzi wa Taasisi ya Zoolojia na Paleontolojia kwa Waziri wa Sayansi, Sanaa, Elimu ya Umma, 13.11.1934, katika: HUB-Archiv, Zool. Königliches Museum für Naturkunde zu Berlin, Geologisch-paläontologische Sammlung.

17 Linganisha Kretschmann 2011; Stoecker 2018.

18 Anonymus: Der Lichthof des Museums für Naturkunde wird für den Brachiosaurier erweitert. Ein Riesenbau aus Stahl und Knochen, katika: Berliner Volkszeitung 6.12.1934.

19 Mittig 1984, uk. 54.

20 Linganisha Laak 2003, uk. 74.

21 Linganisha Hennig: Deutsch-Ostafrikanische Saurier-Riesen. An der Fundstätte der gewaltigen Knochen – Die Schätze des Berliner Museums für Naturkunde, katika: Deutsche Allgemeine Zeitung 16.11.1934; linganisha pia Reck 1931.

ambaye siku hizo aliitwa "Dinosaria wa Berlin"[22], kwa upande mmoja ulipokelewa kwa pongezi na kusifiwa na magazeti ya Berlin na ya Kijerumani .[23] Lakini kwa ujumla, gazeti la kila siku liliyataja mambo haya pembeni, peke yake.[24] Picha ya *Brachiosaurus*, kwenye ukumbi maalum wa mwangaza, uliopambwa kwa bendera za msalaba wa swastika (picha 2), ilichapishwa mara nyingi na ilidokeza aina fulani ya uvamiaji wa visukuku vya Tendaguru uliofanywa na Wanazi baina ya miaka ya 1933 na 1945, lakini vyanzo havisemi hasa, kama Wanazi pia waliukamata uongozi ndani ya Makumbusho.

Kulikuwa na sababu nyingi tofauti kwa vyombo vya habari na siasa kutojali kuhusu visukuku vya Tendaguru. Kwa upande mmoja ilikuwa ni maendeleo ya kisayansi, ambayo yalibadilisha hadhi ya dinosaria kuwa kama vitu vya sayansi na vya Makumbusho. Kwa hivyo wakati wa miaka ya 1930 hadi 1940, umuhimu kwa utafiti wa kipaleontolojia wa kimataifa haukuwa tena ni uchimbuaji wa visukuku vya dinosaria, ujenzi vya viunzi vyao, ama uainishaji wa kitaksonomia. Muhimu zaidi sasa, katika sayansi ya biolojia ilikuwa kuunganisha nadharia ya Charles Darwin ya mageuzi ya kijenetiki ya spishi; matokeo mapya na hatua mpya ya sayansi ya jenetiki, botaniki na kipaleontolojia; na hivyo kupanua nadharia ya mageuzi ya kijenetiki (evolution). Kwa malengo haya, mifupa ya dinosaria ilikuwa haina maana. Kwa hivyo palikosekana lile jukwaa pana la kimataifa ambapo mifupa mikubwa ya dinosaria iliwezekana kuonyeshwa kisayansi.

Baada ya mabadiliko haya ya ki-ufahamu (epistemic), kuna sababu nyingine ambayo ilisababisha dinosaria kupoteza umaarufu wao tangu katikati ya miaka ya 1930. Tunaweza kudhania kwa nini wanyama hawa wa zama za kale wenye uti wa mgongo, ambao wakati mmoja walikuwa wakiongoza duniani kwa ukubwa wao, hawakuwa rahisi kutumika kwa siasa na propaganda za Kinazi? Kwa vile walikuwa ni wanyama ambao tayari walishatoweka duniani, hawakufaa kuwa ishara ya matumaini ya kisiasa za siku hizo, ambazo zilikuwa zikiahidi uhuisho (modernisation). Kwa mfano Konrad Lorenz, mfuasi na mwenye kutoa mawazo ya Kinazi, alieleza kuwa, kutoweka kwa dinosaria ni ishara mbaya ya kumalizikia kwa ubinadamu, ambapo "umma wa Kijerumani" unapaswa ujiepushe nayo:

> "Inavyoonekana, katika historia ya dunia mara nyingi, aina tofauti tofauti ya viumbe vya hali ya juu vimeshatoweka. Pia binadamu anaweza kupatikana na hayo, kwani hakuna sheria maalum ya asili ambayo itawakinga na maafa haya. Ikiwa tutamalizika kama dinosaria, ama kama tutasitawi kuwa viumbe bora, kwa namna ambayo leo bado hatuwezi kudhania, hutegemea nguvu zetu za kibiolojia na tamaa ya umma wetu kuishi."[25]

Pamoja na itikadi hii ya Udarwini wa Kijamii (Social Darwinism), mwanzoni mwa miaka ya 1940, pia kulitokea mabadiliko katika malengo ya fikra za kikoloni. Viongozi wa Nazi sasa walikuwa na tamaa ya kupanua utawala wao kwenye nchi za Ulaya ya Mashariki. Mpango wa kujenga ukoloni wa kinazi katika Afrika uliachiliwa.[26] Hivyo dinosaria na chimbuko lao kwenye koloni la Kijerumani katika Afrika, havikupoteza umuhimu wao kwa jumla, lakini vilipoteza umuhimu wao katika sera za kukuza ukoloni za "Serikali ya Nazi" (Third Reich). Ni wazi kwamba mifupa ya Tendaguru haikufaa kupewa "kipaumbele cha visukuku" kwa serikali ya Kinazi.

Picha 2:
Brachiosaurus pamoja na bendera za msalaba wa swastika katika ukumbi wa dinosaria, katika: MfN, HBSB, Pal. Mus. B III 134.

22 Anonymus: Der Saurier von Berlin, katika: Darmstädter Tageblatt, 18.8.1937.

23 Anonymus: Der Knochen-Riese ist da, katika: Berliner Lokal-Anzeiger 26.11.1937; Anonymus: Der Titan von Berlin ist fertig. Das größte Säugetier [!] der Welt im Naturkunde-Museum, katika: Kreuz-Zeitung 26.11.1937.

24 Anonymous: Das größte Landtier der Welt. Eine einzigartige Sehenswürdigkeit im Museum für Naturkunde, katika: Berliner Beobachter. Tägliches Beiblatt zum Völkischen Beobachter 26.11.1937; Anonymous: Der Riese von Berlin, katika: Der Angriff 27.11.1937.

25 Lorenz 1940, uk. 29.

26 Linne 2008, kr. 154–159.

DINOSARIA KATIKA BERLIN YA MASHARIKI BAADA YA VITA: KUPOTEA KWA UMUHIMU WAO WA KIHISTORIA NA WA KISIASA

Berlin, mwaka 1951. Kuhusu hali ya uhifadhi katika Makumbusho ya Mambo ya Asili katika miaka baada ya vita, mwaka 1951, mwanajiolojia Wilhelm O. Dietrich alisema:

> "Hali ya Makumbusho [...] hivi sasa hairuhusu uboreshaji mkubwa wa mikusanyo ya maonyesho, kwa sababu vyumba, ukumbi maalum wa mwangaza, makabati, mabweta (showcases), na vitu vya maonyesho viliharibiwa mara kadhaa kutokana na matukio ya maafa katika historia ya ulimwengu, hata sasa hivi havifai tena."[27]

Baada ya madhara ya kwanza, katika Makumbusho, kutokea baada ya mashambulizi ya ndege ya vita katika majira ya mpukutiko mwaka 1943, sehemu za viunzi vya *Brachiosaurus* na *Kentrosaurus* ambazo ziliwezekana kutengwa, zilihamishiwa katika ghala, chini ya jengo la Makumbusho. Uharibifu wa bomu mkubwa kabisa ulitokea tarehe 3 Februari mwaka 1945. Watu wengi wa Makumbusho, ambao walijificha katika handaki la kujikinga na mabomu waliuwawa, upande wote wa mashariki wa jengo, uliporomoka.[28] Mizinga na mabomu ya siku za mwisho za mwezi wa Aprili ilisababisha moto kwenye sehemu za jengo la Makumbusho na kubomoa tundu kubwa kwenye kuta za vyumba ambavyo, hadi hapo, vilikuwa vimesalimika. Tarehe 7 Mei 1945, siku tano baada ya mapigano ya sehemu za Berlin, kazi katika Makumbusho ziliendelea. Theluthi moja ya vitu ambavyo vilikuwa katika maonyesho, mpaka Makumbusho kufungwa mwezi wa Novemba mwaka 1943, havikuwepo tena, na vifaa vya maonyesho na picha za diorama zilipatwa na madhara.[29]

Mwaka 1951, jengo lilifanyiwa ukarabati mkubwa, hasa katika vyumba vya maonyesho: Ukumbi maalum wa Makumbusho ulitengenezwa kwa kutumia fedha za Ofisi ya Taifa ya Shule za Sekondari na kuwekewa paa jipya la kioo. Sababu ya kuhimiza marekebisho ilikuwa ni maonyesho maalum yaliyoitwa "Mradi wetu wa miaka mitano" ambayo yalitekelezwa na Wizara ya Elimu ya Umma ya GDR (Ujerumani Mashariki), na ambayo ilionyeshwa katika vyumba vya Makumbusho ambavyo bado vilikuwa tupu, kwa sababu baadhi ya vyumba viliharibika sana.[30] Baada ya mwaka mmoja, ukumbi ulipakwa rangi. Hivyo, katika majira ya mpukutiko majani ya mwaka 1952, waandaaji visukuku: Fritz Marquardt na G. Neubauer[31] waliweza kuendelea na kazi yao ya kusimamisha upya kiunzi cha *Brachiosaurus brancai*. Kiunzi kizima kilisimamishwa tena katika muda wa wiki tano peke yake. Katika majira ya kuchipua ya mwaka 1953, ukumbi wa mwangaza uliwezekana kufunguliwa upya kwa watazamaji.[32] Hata hivyo, uhusiano baina ya idara za kitaaluma, zinazojumuika katika Makumbusho, ulikuwa wa upinzani na wasiwasi; hii imeelezwa katika muhtasari kuhusu mipango yao:

> "Zamani, wafanyakazi wengi zaidi kwa kazi kidogo na vyumba vilikuwa sawa, leo vyumba havijarekebishwa na tunahitaji kutafuta msaada wa wafanyakazi. Zamani tuliweza kutegemea Dola la Ujerumani nzima na pia tulikuwa na uhusiano mzuri na mataifa mbalimbali ulimwenguni mzima ambao ulituwezesha kupata vitu vya maonyesho, leo ni vikwazo tu, katika mambo yote haya. Zamani tuliweza kuchota tu, mahitaji yetu yote, mara nyingi hata teknolojia na vifaa adimu vilipatikana, leo katika mambo hayo pia tunaweza kuhisi vizuizi."[33]

Hali ya vitu vya maonyesho ya kipaleontolojia pia ilikuwa hivyohivyo. Katika barua ya msomaji wa gazeti la *Berliner Zeitung* ambalo lilichapishwa mwezi Oktoba mwaka 1953 chini ya kichwa cha habari "Lazima Makumbusho yasiwe na mtindo wa kupitwa na wakati?", mgeni mmoja wa Makumbusho alilalamika kuwa:

> "Visukuku vya rangi nyeupe vimefunikwa na kipande cha selofeni kidogo tu zimebandikwa kwa gluu kwenye maboksi ili kuzuia vumbi, na kuhifadhi nywele za asili za mamothi (wanyama waliotoweka) na sasa vinaingia vumbi pale mvun-

27 Dietrich 1951, uk. 95.

28 Landsberg / Damaschun 2010.

29 Mwaka 1946, vyumba vitano vilikuwa tayari kutumika tena: Ukumbi wa ndege, na kumbi za mamalia, amfibia, reptilia na samaki, na wadudu wa Ujerumani. Linganisha Anonymus: Besuch im Zoologischen Museum. Die zoologische ‚Vorratskammer' restlos erhalten, katika: Berliner Zeitung 27.2.1946. Mwanzoni Makumbusho ilifungua siku tatu kwa wiki, na bila ya kutozwa kiingilio, uliweza kuona baadhi ya mkusanyo wa maonyesho kwa muda wa saa moja nzima: Jumanne saa 15–19, Alhamisi saa 10–14 na Jumapili saa 13–14. Anonymus: Das Museum für Naturkunde, katika: Neues Deutschland 23.4.1946.

30 Awali maonyesho ya Wizara ya Elimu ya Umma ilipangwa kufanywa katika jengo la Zeughaus (tafsiri moja kwa moja: Nyumba ya Vitu), lakini hali ya jengo hilo haikuruhusu maonyesho kufanywa hapo. Kwa hivyo kazi za maonyesho za Makumbusho ya Mambo ya Asili zilisimamishwa na vyumba na ngazi zilirekebishwa kwa ajili ya maonyesho maalum.

31 Jina la kwanza halijulikani bado.

32 Linganisha Gross / Schultze 2004, uk. 29. Mwaka wa pili walirekebisha ghala la mifupa na, wakati huohuo, vitu vilivyohifadhiwa humo vilipunguzwa na kupangwa upya. Linganisha ibid.

33 F. Peus: Abschrift einer Anlage zum provisorischen Perspektivplan des Zoologischen Museums. Betrifft: Zoologisches Museum, Perspektivplan 1959–1965, 22.4.1959, katika: HUB-Archiv, Rektorat, 549.

guni vilipotupwa. Vitu vidogovidogo vimehifadhiwa katika maboksi ya rangi ya hudhurungi, ambayo pia hayapendezi kabisa."[34]

Namna vitu vya maonyesho vinavyoelezwa, inadhihirisha ukosefu na dosari za wakati wa baada ya vita. Vielelezo vya vitu katika maonyesho ya dinosaria pia vilipitwa na wakati, kwani viliandikwa tangu siku za kabla ya vita; bado vilisema viunzi vya dinosaria vilitoka "Ujerumani ya Afrika ya Mashariki" (picha 3).[35]

Kule kutaja "Ujerumani ya Afrika ya Mashariki" ndiko hasa kulileta mzozo ambao barua ya Walter Gross ulieleza (picha 4). Matukio haya yalikuwa tangu mwisho wa mwaka 1953, mwanafunzi wa jiolojia Friedrich Schust alipomwendea Gross, mkurugenzi wa Taasisi ya Jiolojia-Paleontolojia na wa Makumbusho baina ya mwaka 1950 na 1961.[36] Schust alilalamika kuhusu mahali pa chimbuko la visukuku kutajwa kwa jina la "Ujerumani ya Afrika ya Mashariki" katika vibati vya vielelezo kwenye visukuku vya Tendaguru. Schust alisisitiza jina libadilishwe. Katika barua yake ndefu ya ulalamishi, alitaja maendeleo ya siasa za kiulimwengu na dhana ya Urejeshaji wa Ukoloni, ambayo inarudia tena katika Shirikisho la Jamhuri ya Ujerumani: Katika wakati, ambamo "tayari Ujerumani Magharibi ilitaka kupigana na mataifa ya jirani na kudai tena 'mgawanyo sawa' wa makoloni", haya majina ya mahali pa chimbuko la visukuku, katika ukumbi wa dinosaria, ambayo yamepitwa na wakati, bila shaka hudokeza dhana ya urejeshaji wa ukoloni:

> "Kwa kuendelea kutumia majina hayo, watu hujaribu kuwashawishi vijana wa Kijerumani kuhusu 'mwito wa Mjerumani', kuhusu 'nguvu za Dola la Ujerumani' na kuhusu 'Ujerumani Kuu'."[37]

Schust aliendelea kudai kwamba, watu wa kila jamii wana haki ya kuitaja "nchi wanapoishi kwa jina" ambalo wamelichagua wenyewe. Kwa hiyo aliomba, "kubadilishwa jina la 'Ujerumani ya Afrika ya Mashariki' kwa jina lingine ambalo ni sawa na hilo", lakini hakutaja mapendekezo yoyote.[38]

Kwa kuwa Schust alitoa maombi yake kama msimamizi mkuu wa chama cha Wakomunisti SED wa Idara ya Hisabati na Sayansi ya Asili na kwa niaba yao, maombi yake yalikuwa na uzito fulani. Mkuu wa Taasisi, Gross, hakuweza kupuuza barua ya Schust, hata kama alikiri ya kwamba angependa kufanya hivo, kwa sababu alikuwa na maoni mengine kuhusu suala la jina la mahali pa chimbuko la visukuku. Kwa hivyo alimwambia mkuu wa Chuo Kikuu, kwamba alimjibu Schust kama ifuatavyo:

> "katika miaka yote niliyoyafanya kazi katika Makumbusho ya Paleontolojia, mimi, wala wafanyakazi wenzangu, hawajamsikia mtu kukosoa majina ambayo mengine yametakabadhiwa tangu zamani na mtu huyo kutuweka hatiani kwa sababu ya majina hayo. Jina la Ujerumani ya Afrika ya Mashariki hutambulisha kwa ufupi, kuhusu wakati na eneo visukuku vilipochimbuliwa na ni wapi palipopatikana rasilimali iliyotumika kuchimbulia na kusimamisha viunzi vya visukuku. Kwa hivyo sioni sababu yoyote ya kubadilisha jina, kwa kuwa pia hilo litakuwa ni tatizo (kwa sababu vibati vyenye maelezo ni chuma maalumu chenye hati ya sanaa na mpako wa vanishi)."[39]

Gross alipoombwa tena na Schust kubadilisha majina katika vibati vya vielekezo mwisho wa Januari mwaka 1954, aliipeleka barua ya maombi, kwa mkuu, pamoja na kudokeza kwamba, "haya mambo yanaonekana yanahusiana na mafunzo ya kisiasa ya kiujinga", ambayo, yeye Gross, "hakubaliani nayo" na ambayo, anayakataa kwa sababu anahisi "kuingiliwa katika kazi zake".[40] Kwa kuwa Gross mwenyewe hakuwa na mshikamano wa karibu na Chama, basi hakuweza kufahamu, "kama Bwana Schust aliamrisha kubadilishwa kwa majina katika vibati vya vielekezo".[41] Hata hivyo Gross alifahamu ulalamishi na upinzani wa Schust kuwa ulikuwa mjadala wa kimsingi ambao ulistahili uamuliwe na wakuu wa Chuo Kikuu ama hata na Ofisi ya Dola ya Elimu ya Juu.

Picha 3:
Kielelezo cha mifupa iliyoonyeshwa mara ya kwanza ya *Brachiosaurus* mnamo mwaka 1910. Kibao hiki na vingine viliendelea kutumika baada ya Vita vya Dunia vya Pili, ili kueleza vitu vilivyoonyeshwa katika ukumbi wa maonyesho, katika: MfN, HBSB, Pal. Mus. B III 166.

34 Anonymus: Müssen Museen altmodisch sein? Anregungen, wie man das Naturkundemuseum weiter verbessern könnte, katika: Berliner Zeitung 20.10.1953.

35 Vielekezo vya asili kwenye vibati, ambavyo vilieleza viunzi vya Tendaguru katika ukumbi wa mwangaza, havikuonesha mifano wala picha. Kuna picha ambayo huonyesha vitu kwa mifupa mahsusi tu ya *Brachiosaurus brancai* ambayo mwaka 1910 tayari ilisimamishwa katika ukumbi maalum wa mwangaza.

36 Gross / Schultze 2004.

37 Friedrich Schust (SED-Msimamizi wa kikundi) kwa Walter Gross (Mkurugenzi wa Makumbusho ya Jiolojia-Paleontolojia), 24.1.1954 (Nakala), katika: HUB-Archiv, Rektorat, 547.

38 Ibid.

39 Walter Gross kwa Mkuu wa Chuo Kikuu cha Humboldt, 29.1.1954, katika: HUB-Archiv, Rektorat, 547, Schriftwechsel mit der Mathematisch-Naturwissenschaftlichen Fakultät, 1945–1960.

40 Ibid.

41 Ibid.

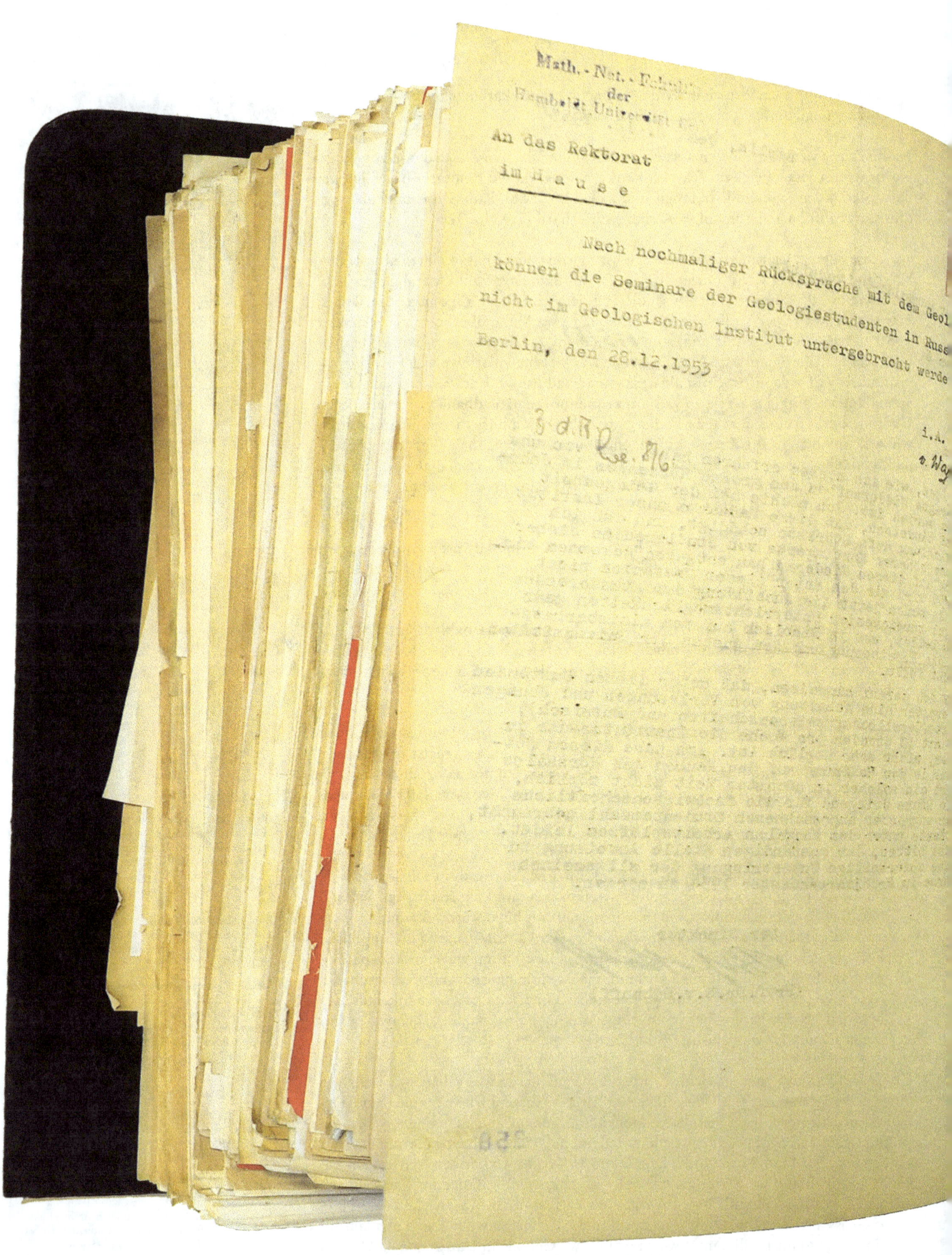
Math.-Nat.-Fakul
der
Humboldt-Universität

An das Rektorat
im Hause

Nach nochmaliger Rücksprache mit dem Geol
können die Seminare der Geologiestudenten in Russ
nicht im Geologischen Institut untergebracht werde
Berlin, den 28.12.1953

i.A.

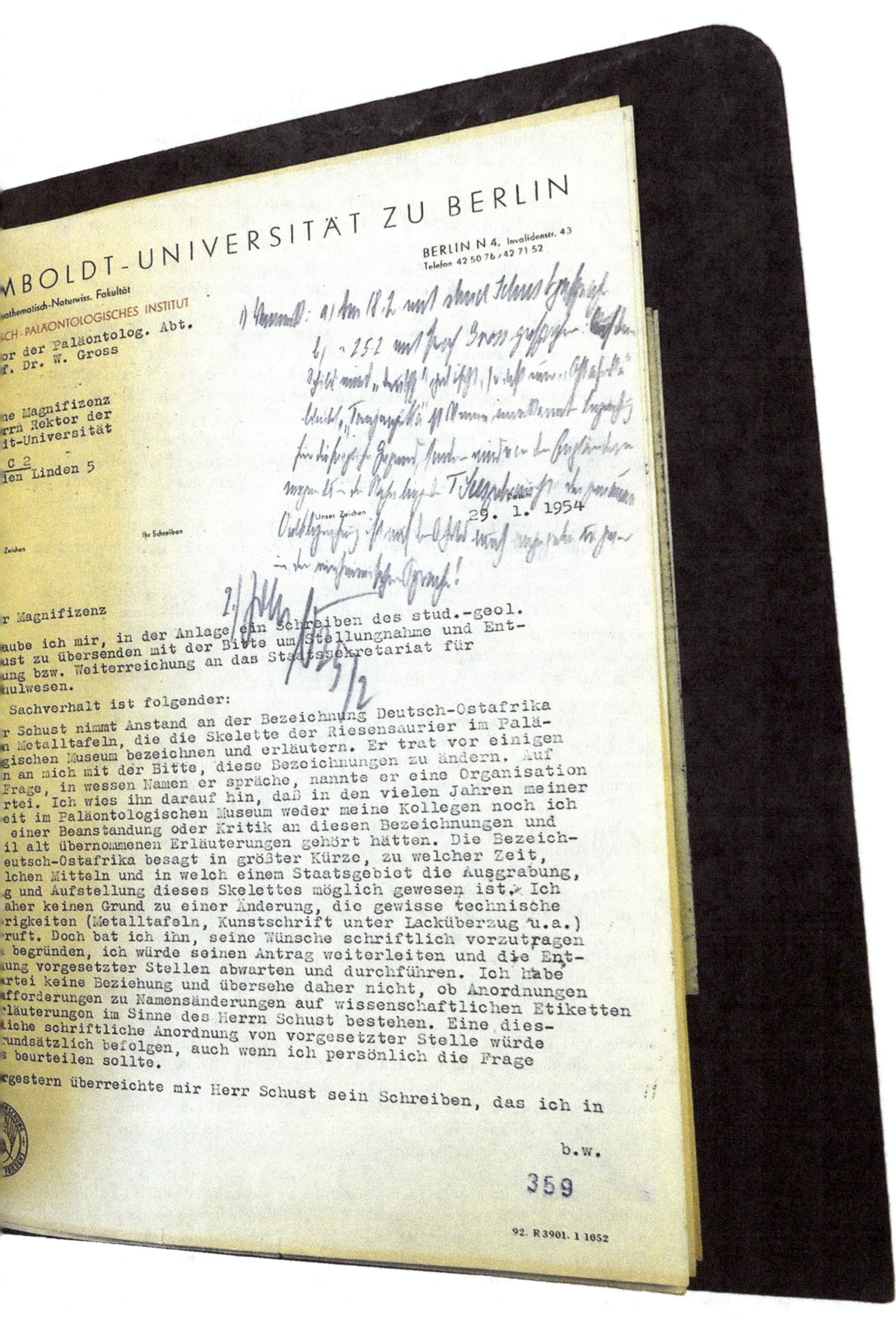

MBOLDT-UNIVERSITÄT ZU BERLIN

athematisch-Naturwiss. Fakultät

CH-PALÄONTOLOGISCHES INSTITUT

BERLIN N 4, Invalidenstr. 43

Telefon 42 50 76 / 42 71 52

or der Paläontolog. Abt.
f. Dr. W. Gross

ne Magnifizenz
rrn Rektor der
lt-Universität

C 2
len Linden 5

Ihr Schreiben

Zeichen

Unser Zeichen

Datum 29. 1. 1954

r Magnifizenz

aube ich mir, in der Anlage ein Schreiben des stud.-geol.
ust zu übersenden mit der Bitte um Stellungnahme und Ent-
ung bzw. Weiterreichung an das Staatssekretariat für
hulwesen.

Sachverhalt ist folgender:

r Schust nimmt Anstand an der Bezeichnung Deutsch-Ostafrika
n Metalltafeln, die die Skelette der Riesensaurier im Palä-
gischen Museum bezeichnen und erläutern. Er trat vor einigen
n an mich mit der Bitte, diese Bezeichnungen zu ändern. Auf
Frage, in wessen Namen er spräche, nannte er eine Organisation
rtei. Ich wies ihn darauf hin, daß in den vielen Jahren meiner
eit im Paläontologischen Museum weder meine Kollegen noch ich
einer Beanstandung oder Kritik an diesen Bezeichnungen und
il alt übernommenen Erläuterungen gehört hätten. Die Bezeich-
eutsch-Ostafrika besagt in größter Kürze, zu welcher Zeit,
lchen Mitteln und in welch einem Staatsgebiet die Ausgrabung,
g und Aufstellung dieses Skelettes möglich gewesen ist. Ich
aher keinen Grund zu einer Änderung, die gewisse technische
rigkeiten (Metalltafeln, Kunstschrift unter Lacküberzug u.a.)
ruft. Doch bat ich ihn, seine Wünsche schriftlich vorzutragen
begründen, ich würde seinen Antrag weiterleiten und die Ent-
ung vorgesetzter Stellen abwarten und durchführen. Ich habe
artei keine Beziehung und übersehe daher nicht, ob Anordnungen
fforderungen zu Namensänderungen auf wissenschaftlichen Etiketten
läuterungen im Sinne des Herrn Schust bestehen. Eine dies-
liche schriftliche Anordnung von vorgesetzter Stelle würde
undsätzlich befolgen, auch wenn ich persönlich die Frage
s beurteilen sollte.

rgestern überreichte mir Herr Schust sein Schreiben, das ich in

b.w.

359

92. R 3901. 1 1052

Katika nyaraka za Chuo Kikuu, hapakupatikana hati yeyote ambayo ilieleza mambo haya yalivyoendelea. Kwenye barua ambayo Walter Gross alimwandikia mkuu wa Chuo Kikuu cha Humboldt, kulikuwa na maandishi ya hati ya mkono, ambayo labda yalikuwa ni ya Mkuu wa Chuo Kikuu mwenyewe (picha 4):

> "Kwenye kibao cha kielelezo tutafuta kwa wazi, neno 'Ujerumani', hatimaye itabakia neno 'Afrika ya Mashariki' peke yake; 'Tanganjika' si jina ambalo limekubalika kwa eneo hilo, bali linatumiwa na Waingereza kwa sababu ya ziwa Tanganyika ambalo liko karibu na mahali hapo. Jina la mahali pa chimbuko linapaswa kutajwa katika kielelezo, na linapaswa litumike jina la asili!"[42]

Hivyo, mzozo wa kisiasa kuhusu namna ya kujadili suala hili na historia ya ukoloni katika Makumbusho, ulitulizwa katika miaka ya mwanzo ya GDR, kwa kubadilisha kidogo tu, jina la chimbuko "Ujerumani ya Afrika ya Mashariki" – nchi ya matumaini, kwa waliotaka kurejesha ukoloni katika miaka ya baina ya vita vikuu viwili – kuwa jina ambalo litafaa zama yeyote na kutambulisha sehemu ya chimbuko kuwa ya kijiografia, yaani: "Afrika ya Mashariki".[43] Mapendekezo ya Schust na ya Mkuu wa Chuo, kutumia jina la wenyeji wa mahala pa chimbuko la visukuku, hayakufuatwa. Hivyo, uhusiano na maarifa yote kuhusu muktadha wa kihistoria wa palipopatikana vitu hivyo vya maonyesho, ulifutwa katika vibati vya vielelezo. Mapendekezo na dhana ya Schust yalitimizwa nusu tu. Jina jipya na fupi la eneo la chimbuko la visukuku – ambalo lilikubaliwa katika miaka ya awali ya GDR na katika hali ngumu ya Vita Baridi – tangu siku hizo lilidumu. Baadhi ya sera za kisiasa zilizotokea Afrika na pia Ujerumani: Vibati vya vielelezo kwenye mifupa mikubwa mikubwa mpaka leo vimebandikwa kwenye maonyesho, hata kama siyo tena katika ukumbi maalum wa mwangaza (picha 5 ya mfupa mmoja na kibati cha maelezo). Ingawa vibati vya kueleza dinosaria wa Tendaguru vilibadilishwa na kuandikwa upya, mara nyingi, jina la "Afrika ya Mashariki" lilibakia hilo hilo.

Katika barua yake, Schust alijaribu kushawishi kutumia jina la eneo la chimbuko ambalo hutumiwa na wenyeji ili kujenga uhusiano wa visukuku na wenyeji, Waafrika wanaoishi mahali pa machimbo. Lakini pendekezo hili halikufuatwa. Kwa hivyo – ufupisho wa jina la chimbuko kuwa "Afrika Mashariki" – ulikuwa kama kufuta masuala ya kisiasa na ya kihistoria juu ya visukuku hivyo vya Makumbusho. Tangu siku hiyo, visukuku vya Tendaguru vilionyeshwa bila ya kudokeza juu ya historia yake na Ukoloni.

Ishara nyingine ya kufuta historia kwenye visukuku vilivyopatikana Tendaguru tangu miaka ya 1950, ni ripoti ya msafara iliyoandikwa na Edwin Hennig. Mwaka 1955, ripoti ya mkurugenzi wa zamani wa msafara, ambaye sasa ni mstaafu wa Jiolojia na Paleontolojia katika Chuo Kikuu cha Tübingen, ilichapishwa tena. Ripoti yake maarufu na pendwa kutoka mwaka 1912, iliongezwa kwenye ripoti ya safari yake ya pili ya mwaka 1934 na kuchapishwa tena kwa kichwa cha habari kinachosema "*Gewesene Welten. Auf Saurierjagd im ostafrikanischen Busch*" *(Ulimwengu uliokuwa. Mawindo ya dinosaria katika msitu wa Afrika ya Mashariki)*. Balagha ya kizalendo ilipunguzwa sana, ndivyo alivyogundua Carsten Kretschmann.[44] Msafara wa Tendaguru, ambao ndio chanzo cha mkusanyo wa vitu vilivyopatikana siku hizo, kisha vikawa Berlin ya Mashariki, havikutambulishwa tena kama wajibu wa kitaifa, kama ilivyofanywa kabla ya vita na kipindi cha katikati ya Vita Vikuu viwili, bali sasa vilitambulishwa kama "wajibu wa kiutamaduni".[45]

Mfumo wa kufuta historia (dehistorization) ya visukuku uliendelea kufuatiliwa hadi uzinduzi wa maonyesho wa mwaka 2007, karibu miaka 30 baada ya Muungano wa Ujerumani ya Mashariki na ya Magharibi. Kwa kutumia kichwa cha habari, "Ulimwengu wa siku za Jurasi ya Juu" visukuku katika maonyesho vilitambulishwa kisayansi; hivyo visukuku vimehusishwa na zama za dunia na jiolojia, miaka milioni 150 iliyopita. Kulingana na mfumo huu maandishi kwenye vielekezo vya visukuku mara nyingi hutoa taarifa za kibiolojia peke yake.

Picha 4 ukurasa uliotangulia:
Barua ya Walter Gross kwa Mkuu wa Chuo Kikuu, pamoja na maandishi ya mkono ambayo yanaamrisha kutaja chimbuko. Lakini amri halikufuatiliwa kwa ukamilifu, katika: HUB-Archiv, Rektorat nach 1945, 547, Schriftwechsel mit der Mathematisch-Naturwissenschaftlichen Fakultät, 1945–1960, uk. 359r/v, Mpiga picha: Yvonne Reimers/MfN.

42 Ibid.

43 Mabango ya vitu ambayo hueleza mifupa maalum ya mkono wa juu ya *Brachiosaurus brancai* yamewekwa mpaka leo. Mabao ya maelezo ambayo yamewekwa ndani ya ukumbi maalum ya mwangaza kwa ajili ya kueleza viunzi vya Tendaguru yalibadilishwa mara kadhaa kadri muda ulivyosonga mbele, lakini jina la "Afrika ya Mashariki" lilidumu.

44 Kretschmann 2011, uk. 202.

45 Hennig 1955, uk. 8.

Lakini katika maonyesho yaliyozinduliwa upya, kuna diorama juu ya historia ya Msafara wa Tendaguru. Chini ya kichwa cha habari: "Msafara wa kwenda Tendaguru mwaka 1909–1913" inaonyesha mahali msafara ulipopangwa, kama machimboni, makala magazetini, picha na vitu (visukuku) vilivyopatikana katika miaka minne ya uchimbuaji. Vitu vya kihistoria ambavyo vimeonyeshwa – yaani, makala ya gazeti ya siku hizo kuhusu uchimbuaji, sanduku la madawa, dawa ya kutibu sumu ya nyoka, ramani ya kijiolojia ya siku hizo, ambayo inaonyesha eneo la Tendaguru na dira la kijiolojia – hutambulisha vitu hivyo vya maonyesho kuwa ni vitu vya kihistoria. Lakini historia hii haielezwi kisawasawa. Badala ya kueleza kwa muktadha wa kihistoria sawasawa, onyesho ni la dira, ramani, na sanduku la madawa; vitu ambavyo kawaida ni vya safari za utafiti na uvumbuzi mahali popote. Pia kichwa cha habari cha "Uwindaji wa dinosaria katika eneo la Tendaguru" huingiza msafara huu wa utafiti katika utanzu wa habari wa simulizi za safari za ushindi na jasura za kusisimua. Muktadha wa kikoloni, ile hali mbaya ya wafukuaji wenyeji, waandaaji, wapishi, wapagazi, watumishi na wafanyakazi wengine hawatajwi katika maonyesho. Vile vile maonyesho hayaelezi habari zozote kuhusu tamko la "Hifadhi ya Serikali" (Kronland) kama mbinu iliyotumika kuhalalisha umiliki wa machimbo. Maelezo kuhusu visukuku vinapotoka ni haba sana, yakitaja "Afrika ya Mashariki" peke yake bila kutaja Tanzania. Kuingiza taarifa za muktadha wa kihistoria katika maonyesho ni hatua muhimu iliyofuata.

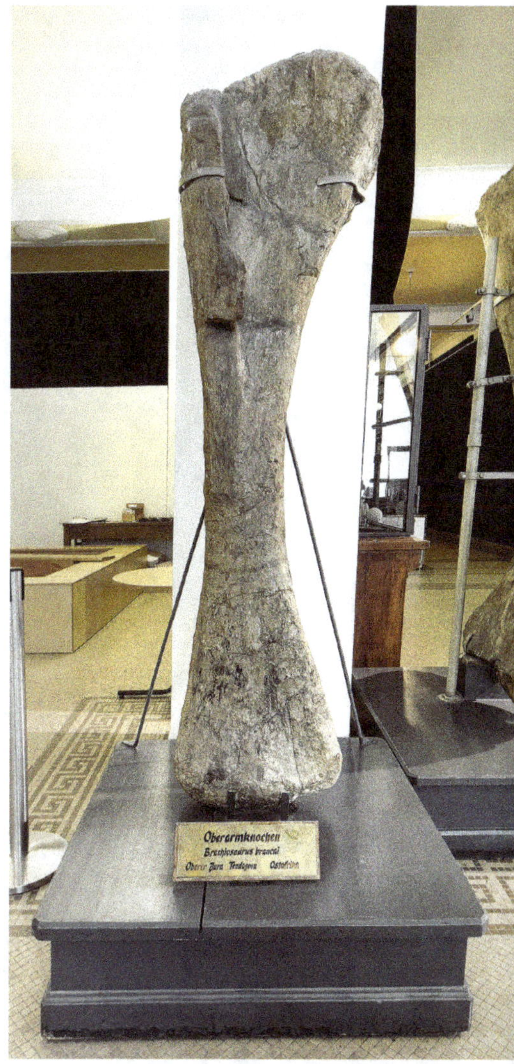

MADAI YA UREJESHAJI FIDIA, UNESCO NA MIFUPA MIKUU YA TENDAGURU

Arusha, mwaka 1987. Mkutano wa mwaka wa Kimataifa wa Kamati ya Makumbusho ya Historia ya Mambo ya Asili, ambayo iko chini ya Shirika la Umoja wa Makumbusho ya Kimataifa ICOM, uliofanywa mwaka 1987 mjini Arusha, kaskazini mwa Tanzania, katika ajenda ya kisiasa, ulizusha tena mjadala wa visukuku vya Tendaguru na shauri la kuzingatia kuhusu nchi ambapo visukuku vilipatikana. Matukio haya yalikuwa maalum katika majadiliano ya kawaida nchini GDR juu ya urithi wa kitamaduni, majadiliano ambayo yameanza kujitokeza tangu miaka ya 1970. Mkutano wa Arusha, nchini Tanzania, ulijihusisha zaidi na hali ya makumbusho ndani ya Afrika Mashariki. Ralf Schummer, mwanabiolojia na karani wa utafiti wa Makumbusho ya Mambo ya Asili ya Berlin, alisafiri kwenda Tanzania kama mwakilishi wa GDR. Katika ripoti yake, ambayo aliiandika kwa Wizara ya Utamaduni, Schummer ananukuu madai ya Watanzania, ambayo yalitolewa katika baadhi ya hotuba:

> "Katika hotuba nyingine tatu kulijadiliwa kuhusu kazi katika maonyesho ya kisayansi na katika Makumbusho ndani ya Afrika. Kwenye hotuba, wawakilishi wa Afrika kutoka nchi zinazoendelea, waliomba msaada wa kutosha wa vitu na wa kifedha, ili kuwezesha maendeleo katika Makumbusho ya Sayansi yaliyoko Afrika. Kwa kuwa vitu vingi vya asili vilisafirishwa kutoka Afrika kupelekwa Ulaya na Marekani kwa muda wa miongo mingi, mikusanyo ya makumbusho ya nchi hizo iliweza kusitawi na kunufaika na matokeo mengi ya utafiti wa kisayansi; wakati nchi za Afrika, ambapo ndipo mahali asili pa vitu hivyo vya makumbusho, hazikunufaika wala kupata mapato yeyote. Sasa maombi yalikuwa kupata msaada ambao utaondosha kasoro hiyo."[46]

Vitu vya mikusanyo ya Makumbusho, katika ripoti ya Schummer, hutajwa kama rasilimali ambazo zinadaiwa na Waafrika. Vitu hivyo vilipaswa kuwa msingi wa kujenga na kukuza Makumbusho na utafiti na, kwa kupitia njia hiyo, kumsaidia raia kujitambulisha na taifa lake. Katika hitimisho lake Schummer anazungumzia hasa kuhusu mambo ambayo yanahusu Tanzania. Pia alitaja matokeo yaliyotokea katika makumbusho ya huko kwa ajili ya ukusanyaji wa Wakoloni: "Tanzania – na bila shaka pia katika nchi nyingine za Afrika – watu wanakumbuka vizuri sana uvamizi na uporaji wakati wa ukoloni na hujitenga na kutotaka kushiriki kabisa wakiona vitu vipya vinakusanywa kwa makumbusho." Hatimaye, katika kipande cha mwisho cha ripoti yake, Schummer anatangaza maombi ya Fidelis Masao, mkuu wa Makumbusho, Tanzania, pia makamu wa rais ICOM, kwa Makumbusho ya Mambo ya Asili na Historia:

Picha 5:
Ubati wa kielelezo, pamoja na jina la chimbuko la visukuku "Afrika ya Mashariki", ambao mpaka leo umewekwa kwenye mfupa mmoja wa *Giraffatitan brancai* uliowekwa katika maonyesho ya Makumbusho ya Mambo ya Asili tangu 1910. Mpiga picha: Hwa Ja Götz/MfN.

46 Ralf Schummer: Bericht über einen Studienaufenthalt und die Teilnahme an der Jahrestagung des Internationalen Komitees für naturwissenschaftlichen Museum ICOM (Dienstreise in die Vereinigte Republik Tansania, 1.8.–2.9.1987), katika: MfN, HBSB, Tansania 1987.

"Dr. Masao kwa ushabaha mwingi, [anauliza] kama Makumbusho ya Mambo ya Asili ya HUB [Humboldt-Universität zu Berlin] itaazima milele, mifupa mikubwa miwili hivi, ya dinosaria wa Tanzania kwa Makumbusho ya Taifa ya Tanzania. Ombi kama hili ambalo lilifanywa zamani lilikataliwa.[47] Kwa maoni yangu, huko kukabidhi vitu vya namna hii kutapokelewa vizuri sana nchini Tanzania. Kwa namna hii, nchi ya ujamaa inafanikiwa kujitokeza kama mfano mzuri bila ya usumbufu."[48]

Kwa kuunga mkono hoja ya Masao, Schummer zaidi, anatoa pendekezo la "kukabidhi nakala pacha ya sanamu lililoigizwa kwenye Brachiosaurus", "inayoonesha ile mifupa ya asili ilipoungika katika sanamu hilo. Nakala au sanamu hilo lingeweza kutengenezwa kwa kuigizwa kwenye lile la asili mara nyingi na kwa njia hii, Makumbusho ya Mambo ya Asili itafaidika, kama itaandaa maonyesho maalum kama hayo, katika nchi nyingine tofauti tofauti za kigeni."[49]

Schummer, ambaye alishauri chuo kikuu kuazima milele mifupa mikubwa ya dinosaria, hakufaulu kuwashawishi waliohoji – ingawa alielimishwa na mwongozo ambao Schummer alipewa na Idara ya Uhusiano wa Kimataifa ya Wizara ya Utamaduni, kuwa, "fursa za fidia kwa njia ya msaada wa kuendeleza na kukuza kazi za Makumbusho" zinapaswa kuchunguzwa katika mazungumzo baina ya wawakilishi wa GDR na Masao. Zaidi ya hayo, ilikuwa ni kujadili kuhusu "namna ya kupata fursa maalum, ambayo Makumbusho ya GDR inaweza kufaidika (kwa mfano katika maswala ya elimu) wakati ikisaidia taasisi za Makumbusho katika mataifa ya Afrika, hata nje ya muktadha wa ICOM"[50].

Ombi la Tanzania kutaka kujibiwa kuhusu GDR kuazima milele visukuku vya Tendaguru lilifufua tatizo kubwa ambalo sera ya utamaduni baina ya GDR na nchi za nje ilipambana nalo tangu mwanzo wa miaka ya 1970. Lengo moja kubwa la sera za kigeni za GDR lilitimizwa baada ya kuhitimisha mkataba wa kimsingi baina ya GDR na BRD (Ujerumani Magharibi) ambao uliiwezesha GDR kukubaliwa na mataifa mengine, ikihesabiwa kama nchi kamili inayojitegemea na kuingizwa (sambamba na BRD) katika Umoja wa Mataifa na katika sehemu nyingine za shirika hilo katika miaka ya 1972/73. Uhusiano mzuri na sera muafaka za nchi za kigeni baina ya GDR na mataifa mengi duniani ulizusha tamaa ya nafasi nzuri katika mjadala kuhusu vitu vya utamaduni na mikusanyo, ambavyo kwa sababu ya Vita vya Pili, vilihamishwa kutoka makumbusho ya Ujerumani ya Mashariki kupelekwa Ujerumani Magharibi ama kupelekwa nchi nyingine za Magharibi. Katika migogoro mashuhuri, kwa mfano mmojawapo ulikuwa ni ule wa vitu vya mikusanyo ya vitu vya asili kutoka makumbusho tofauti Ujerumani ya Mashariki ambavyo viliingizwa katika umilki wa shirika la Ujerumani ya Magharibi lililoitwa Shirika la Kiprussia la Umiliki wa Vitu vya Utamaduni (Stiftung Preußischer Kulturbesitz); GDR daima haikulitambua shirika hilo. Mfano mwingine ulikuwa vitu vya sanaa ambavyo viliibwa na wanajeshi wa Marekani, na ambavyo vingine vilipatikana Marekani katika miongo baada ya vita. GDR ilikuwa na juhudi ya kusuluhisha matatizo haya, na kweli, baadhi ya vitu vilivyodaiwa vilirejeshwa.

Wakati huo huo sera ya utamaduni na siasa ya nchi za nje ya Ujerumani Mashariki, tangu miaka ya 1970 ilipambana na matukio mengine mapya na yasiyotarajiwa: mataifa yaliyoitwa "Third World" yalianza kuomba urejeshaji wa hazina za kiutamaduni, ambazo ziliingia katika makumbusho ya Kijerumani enzi za Dola la Kaisari na ambavyo baadaye vikawa katika eneo la GDR. Kati ya maombi ya urejeshaji wa vitu kutoka kwa "mataifa mapya", ambayo yalifika GDR katika miaka ya 1970 na 1980, lilikuwamo ombi la Tanzania la mwaka 1987 kwa Makumbusho ya Mambo ya Asili, ambalo Schummer alilitaja, ambalo liliulizia kisa cha kuazimwa kwa daima kwa mifupa ya dinosaria.

Maombi ya urejeshaji au ya fidia yalikuwa ni machache tu (si zaidi ya konzi moja). Hata hivyo yalileta vurugu kubwa katika Wizara ya Utamaduni na Wizara ya Mambo ya Nje, katika Tume ya Ulinzi wa Hazina ya Utamaduni (Kulturgutschutz-

47 Ombi kama hili na jawabu la kukataa haijapatikana katika nyaraka.

48 Ralf Schummer: Bericht über einen Studienaufenthalt und die Teilnahme an der Jahrestagung des Internationalen Komitees für naturwissenschaftlichen Museum ICOM ((Dienstreise in die Vereinigte Republik Tansania, 1.8.–2.9.1987), katika: MfN, HBSB, Tansania 1987.

49 Ibid.

50 Direktive für die Teilnahme an der Jahrestagung des Internationalen Komitees für naturhistorische Museen (ICOM) sowie an der Vorbereitung der Tagung in Arusha, Tansania, (Mwongozo kwa wanaoshiriki katika mkutano wa ICOM na kwa kutayarisha mkutano utakaofanywa Arusha, Tanzania) katika: MfN, HBSB, Tansania 1987.

51 Kuhusu Kulturgutschutzkommission (Tume ya Ulinzi wa Hazina ya Utamaduni) linganisha hasa Bischof 2003, kr. 386–405.

kommission)[51], katika Wizara ya Schule za Juu na hata katika Baraza Kuu la Chama cha Wakomunisti SED. Sababu moja ya vurugu hiyo labda ilikuwa ni msimamo wa UNESCO. GDR ilijiunga na shirika hili mwaka 1972. Wakati Amadou-Mahtar M'Bow alipokuwa mwenyekiti wake, kuanzia mwaka 1974 hadi 1987, UNESCO ilisitawi kuwa jukwaa muhimu kwa mataifa kuhojiana kuhusu masharti ya kujadili na maombi ya urejeshaji wa hazina za utamaduni zilizohamishiwa nchi nyingine.[52] Maombi ya urejeshaji yalishughulikiwa katika "Kamati ya Kusaidia Urejeshaji wa Mali za Kiutamaduni kurudi katika nchi za Asili za mali hizo". Kamati hii iliundwa na UNESCO mwaka 1978.[53] Iliwabidi wawakilishi wa GDR wapambane na maombi ya kurejesha mali za kiutamaduni ambazo ziliingizwa katika umilki wa makumbusho ya Ujerumani kutoka nchi za nje ya Ulaya, kwa njia ya wakusanyaji Wajerumani kabla ya Vita Kuu vya Kwanza.

Katika maandishi ya maoni ya Wizara ya Utamaduni ya GDR yaliyoandikwa mwaka 1982, matatizo haya yalitajwa waziwazi: Kwa upande mmoja "makubaliano ya 'wajibu wa urejeshaji' bila ya masharti na bila ya kuulizia shauri la uhalali wa umiliki", urejeshaji unamaanisha,

> "kwamba GDR inapaswa 'irejeshe' katika nchi za asili, hazina za utamaduni wa ulimwengu [...], ambazo, kwa kweli, ni urithi wa kiutamaduni wa GDR. Kwa upande mwingine GDR inapaswa ilinde msimamo wake dhidi ya nchi zinazoendelea, kwani masharti ya uhalali ya umilki, kulingana na sheria ya kibepari na ya kibeberu, hasa kuhusu siasa za nchi za nje, hayakufaa kabisa, kwa sababu yanamalizikia katika kuadhibu mazoea ya mabepari kuvamia na kupora vitu vya nchi nyingine. Hivyo kuna [...] hatari ya nchi zinazoendelea kutuweka sawa pamoja na nchi za kibeberu".[54]

Ilitarajiwa usuluhishi ungepatikana kwa "kusaidia nchi zinazoendelea kujenga taasisi za Makumbusho yao na kuelimisha na kufundisha vikosi vyao vya wataalamu". Mawazo kama haya hutamkwa mpaka leo, hususan Makumbusho ya Ujerumani yanapopambana na madai ya fidia na urejeshaji kutoka nchi za Afrika. Ilitokea wakati mmoja wawakilishi wa ICOM wa GDR "kwenye mikutano ya kimataifa, walazimike kuepuka kimya kimya maombi kama haya kutoka kwa wakurugenzi wa makumbusho ya nchi zinazoendelea", kwani, kama ilivyogunduliwa katika Wizara ya Utamaduni, kulikuwa na ukosefu wa sera thabiti "juu ya mradi huu za kujibu maswali ya nchi zinazoendelea kudai msaada kama fidia, kwa ajili ya kutumia na kuendeleza urithi wao wa kiutamaduni"[55].

Kutokana na maoni ya sera za utamaduni za nchi za nje ya GDR, mradi kama huu ungeonyesha mbinu na njia za kuunganisha majukumu mbalimbali. Lengo moja, bila shaka, lilikuwa ni kubaki navyo ndani ya GDR, vitu ambavyo vinatazamwa kama urithi wa kiutamaduni wa kitaifa, vilivyotoka nje ya Ulaya. Sambamba na hayo ilikuwa ni wajibu kuheshimu mataifa mapya yaliyokuwa makoloni ya zamani, yaliyonyanyaswa na pia kuheshimu haki yao juu ya urithi wa kiutamaduni wa vitu hivyo, ili kutowatisha, na kuwashawishi kuungana nao na kuwa kitu kimoja katika mfumo wote wa ulimwengu mzima kuhusu jambo hili. Juu ya hayo, maombi ya urejeshaji wa vitu uliofanywa na GDR yenyewe kwa nchi nyingine za magharibi wakati wa Vita Kuu vya Pili yalipaswa yaendelee. Msongamano wa utata na pingamizi lililozuia sera ya utamaduni nje ya nchi ya GDR haukubadilika mpaka mwisho wa kuwepo kwa GDR. Pia kikundi cha wizara kilichoanzishwa Oktoba 1989, kikaitwa "Mashauri ya Sera ya Mambo ya Nje kuhusu Urejeshaji wa Mali ya Utamaduni" ("AG Restitution") katika Wizara ya Utamaduni,[56] hakikuweza kubadilisha kitu.

Mambo haya yanaonyesha kwa nini hoja ya Watanzania kuhusu kuazimwa kwa daima mifupa ya dinosaria mwishoni mwa miaka ya 1980, haikushughulikiwa. Baada ya mkutano wa ICNHM mjini Arusha, Chuo Kikuu cha Humboldt, Makumbusho ya Mambo ya Asili na Usimamizi wa vyuo vikuu wote walionyesha kuvutiwa na kuanzishwa tena uhusiano kwa kuwa na ubia wa kisayansi wa historia ya sayansi asili, pamoja na washirika wenzao wa kutoka Tanzania. Makumbusho ya Berlin

52 Meskell 2018; UNESCO-Convention ya tarehe 14.11.1970 juu ya ulinzi wa hazina ya utamaduni (Marufuku ya kuingiza ndani ya nchi na ya kusafirisha nje ya nchi hazina ya utamaduni), GDR iliunga sheria hiyo tarehe 16.4.1974; Azimio la UNO-Resolution la 29.10.1975 juu ya urejeshaji wa hazina ya utamaduni kwa makabila ya Koloni ya zamani (wakiwemo wagiriki/Greece).

53 Hartung 2005, kr. 240–241.

54 Kuhusu msimamo wa Wizara ya Utamaduni katika maswala juu ya "Urejeshaji wa mali ya utamaduni katika nchi za asili", katika: BArch Berlin, DR 136–99, kr. 88–91.

55 Ibid.

56 Maagizo ya ajira kwa ajili ya kuanzishwa kikundi cha "Mashauri ya sera ya mambo ya nje kuhusu urejeshaji wa mali ya utamaduni"("Außenpolitische Fragen der Rückführung von Kulturgütern") yaliyotolewa katika Wizara ya Utamaduni, katika: BArch Berlin, DR 136/99, kr. 37–39.

ilipendekeza kumsafirisha Norbert Kayombo, mwanabiolojia wa Tanzania, kutoka Dar es Salaam kumpeleka GDR kwa kupata elimu zaidi (Mafunzo ya Kivitendo). Lakini, katika mikakati ya ushirikiano wa ubia, shauri la urejeshaji wa mifupa ya dinosaria halikutajwa kabisa. Mnamo mwaka 1988, Schummer alitaja urejeshaji wa mifupa ya dinosaria mara kadha kurudia katika muktadha wa mazingira mbali mbali. Kutoka kwa Werner Schmeichler, mwenyekiti wa Kamati la Usalama wa Mali ya Utamaduni (Kulturgutschutzkommission) katika Baraza la Mawaziri la GDR, ambapo Schummer pia ni mshirika, Schummer alisikia kwamba, kulingana na makadirio ya Wizara ya Utamaduni, "kulikuwa na uwezekano wa kuazima na kurejesha vitu vya utamaduni katika baadhi ya [kesi] maalum, kwa njia ambayo pande zote mbili" zitafaidika.[57] Lakini hapakuwa na vitendo vyovyote vilivyofanyika. Fidelis Masao hakupewa visukuku vya dinosaria kutoka Berlin Mashariki kwa Makumbusho ya Taifa mjini Dar es Salaam.

Mpaka mwaka 2000, ushirikiano baina ya wanasayansi wa Ujerumani na Tanzania ulipoanzisha tena, msafara wa kisayansi kwenda Tendaguru, ndipo kulichimbuliwa visukuku vya dinosaria kwa Makumbusho ya Taifa la Tanzania ya Dar es Salaam; ambavyo, hata hivyo, havijaonyeshwa hadharani mpaka hivi sasa.

VISUKUKU VYA DINOSARIA KAMA VITU VYA MJADALA KUHUSU UREJESHAJI WA MAKUSANYO

Dar es Salaam, mwaka 2016. Gazeti la Tanzania *The Citizen* tarehe 28. Oktoba ya mwaka huo liliweka kichwa cha habari kisemacho: "Germany Set to Return Dinosaur Fossils" ("Ujerumani imeamua kurudisha visukuku vya dinosaria") [58]. Visukuku hivi vilisemwa kuwa ni kiunzi cha *Brachiosaurus brancai* kilicho ndani ya Makumbusho ya Mambo ya Asili ya Berlin. Makala ilidai kwamba palikuwa na maagano na serikali ya Ujerumani kurejesha kiunzi cha dinosaria. Hata kama hapakuwa na maagano yoyote na Ujerumani kuhusu urejeshaji, makala hii ni mfano muhimu wa mdahalo juu ya uasili wa visukuku vya Tendaguru tangu miaka ya 2000.

Makala hii ambayo huzungumzia ombi la urejeshaji wa kitu kimoja tu, cha historia ya asili, ambacho ni *Brachiosaurus brancai*, imewekwa picha moja yenye kuleta maarifa. Picha hiyo inaonyesha fuvu la kichwa la Mkwawa, ambaye alikuwa ni mmoja wa machifu wa Wahehe, aliyekufa mwaka 1898, katika vita dhidi ya jeshi la kikoloni la Kijerumani (picha 6). Inasemekana fuvu hili lilipelekwa Ujerumani kama nyara ya vita na kuchunguzwa kule kwa kupitia mbinu za kianthropolojia ya makabila. Katika Mkataba wa Versailles mwaka 1919, Ujerumani ililazimishwa na mataifa ya ushindi kukirejesha kifuvu hiki. Lakini urejeshaji haukutokea mpaka Gavana wa Kiingereza wa Tanganyika, Edward Twining, katika miaka ya 1953/54, alipochagua kifuvu kilichoonekana kufanana na fuvu la Chifu Mkwawa, katika Makumbusho ya Ng'ambo ya Bremen na kuwarejeshea Wahehe.[59] Picha katika Makumbusho ya Mkwawa mjini Kalenga iliyotumika katika makala ya gazeti juu ya urejeshaji wa dinosaria, inadokeza kuhusu mbinu na utaratibu tofauti wa sera za makumbusho nchini Ujerumani na Tanzania. Kwa upande mmoja, kwa kutumia kielelezo cha 'picha takatifu ya ukumbusho' na shutuma dhidi ya ukoloni ambayo ilirekebishwa kwa urejeshaji wa fuvu, mjadala juu ya *Brachiosaurus* unaingizwa katika historia ya ushindi wa kurejeshewa urithi wa utamaduni. Kwa upande mwingine, sera za picha zinaonyesha kwamba kitu cha mdahalo chenyewe hakikupatikana. Wakati visukuku vya Tendaguru mjini Berlin na nchini Ujerumani, tangu mwanzo, vilipatikana katika picha na kusambazwa katika vyombo vya habari, visukuku hivyo havikuwapo kama vitu halisi, wala havikuonekana katika picha nchini Tanzania. Kanuni za ukumbusho zingelichukua mwelekeo gani Tanzania, kama Hans Reck mwaka 1914 angaliandaa viunzi vya dinosaria na kuvionyesha katika Makumbusho ya Taifa mjini Dar es Salaam, kama ilivyopangwa awali? Pangalikuwa na athari gani kwa desturi ya ukumbusho ya Tanzania kama pangelikuwa na uonekano wa vitu vya Tendaguru katika makumbusho?

57 R. Schummer: Madokezo katika ripoti juu ya mazungumzo Aktennotiz eines Telefongesprächs mit W. Schmeichler am 27.7.1988 Betr.: Saurierknochen nach Tansania, katika: MfN, HBSB, Tansania 1987, uk. 34. Werner Schmeichler mwaka 1989 alijiunga na AG Restitution.

58 Lamtey: Germany Set to Return Dinosaur Fossils, katika: The Citizen 28.10.2016.

59 Baer / Schröter 2001, kr. 185–197; Martin Baer: Eine Kopfjagd (2001); Bucher 2016.

THE CITIZEN Friday, 28 October 2016

national news 7

HISTORY Between 1909 and 1913 the remains of the great reptiles were discovered north of Lindi and shipped out of the country

Germany set to return dinosaur fossils

Adam Abdul Adam Sapi 'Mfwime II', stands next to the skull of Chief Mkwawa who resisted German colonial rule in the 19th century. The young man is a descendant of the freedom fighter PHOTO | SALIM SHAO

It is sometimes called the Age of the Reptiles. Dinosaurs became extinct setting off the Age of Mammals.

Dr Mahiga noted that the Germans informed the government that Lindi Region was endowed with a number of many other dinosaur fossils.

A couple of years ago, the fossilised remains of a new species of the long-necked Sauropod dinosaur were discovered embedded in the wall of a cliff in the Rukwa Rift Basin in southwestern Tanzania.

Paleontologists from Ohio University, who led the excavation, recovered several vertebrae, ribs, limbs and pelvic bones during the course of their dig.

CT scans revealed differences in the species' bone structure to suggest a previously unidentified dinosaur

Dr Mahiga said: "In addition what the country already has in historical attractions we are still unearthing more treasure, that is why the government is willing to collaborate with experts from other countries."

Meanwhile, Tanzania is planning to establish a special unit for cultural exchange as of its broader economic diplomacy strategy to strengthen relationships with countries like China, India, and Oman that have a long history with Tanzania, the Foreign Affairs minister has said.

When tabling budget estimates for his ministry this year, Dr Mahiga reiterated the fifth phase government's desire to boost economic diplomacy.

PRESS RELEASE

APPOINTMENT

CHAIRMAN OF THE BOARD OF KENYA AIRWAYS

We are pleased to announce that at the meeting held on 26th October 2016, Michael Joseph was elected Chairman of the Board of Kenya Airways Limited with effect from 26th October 2016 to replace Amb. Dennis Awori who resigned with effect from 26th October 2016 to pursue other interests.

On behalf of the Board of Directors of Kenya Airways and staff, I wish to take this opportunity to thank Amb. Awori for his able leadership and dedication to the Airline at a very difficult time. Under his leadership, the Board and Management have put in place Operation Pride, our turnaround programme that includes measures that in the long term will enable the airline to strengthen its balance sheet and resume shareholder returns. The initiatives put in

Picha 6: Makala ya The Citizen (Tanzania), 28.10.2016.

Makala hii ya mwaka 2016 imefanana na makala nyingi za magazeti yaliyochapishwa miongo miwili iliyopita ambazo zilihusu urejeshaji wa vitu.[60] Tangu miaka ya 2000 visukuku vya Tendaguru vilivyoonyeshwa Berlin, vilizungumziwa zaidi katika siasa na katika vyombo vya habari nchini Tanzania – na huendelea kuzungumziwa mpaka leo. Msingi wa hoja wakati wote haukubadilika. Tangu mwaka 2003 ingalau, katika makumbusho ya Tanzania, katika mashirika ya serikali na katika bunge la taifa kuna mdahalo juu ya namna gani nchi inaweza "kunufaika" kupitia ule "urithi wa taifa" uliosafirishwa nje ya nchi, hasa wakati wa enzi za Ukoloni.[61] Katika mdahalo huu kiunzi cha *Brachiosaurus brancai* kilichochimbuliwa Tendaguru kinachukua nafasi muhimu.[62]

Katika Bunge la Taifa la Tanzania, hasa wabunge wa kutoka Tanzania magharibi-kusini, walisisitiza kufanya majadiliano na Ujerumani kuhusu urejeshaji wa viunzi; ili vikipatikana tena vionyeshwe katika jengo la makumbusho ambalo litajengwa karibu na eneo la machimbo. Matumaini ni eneo hili kupata umashuhuri na heshima zaidi kutokana na watu ndani ya taifa kutembelea na pia watu kutoka mataifa mengine, na watalii waanze kutembelea eneo hilo na hatimaye barabara nzuri zijengwe ili wakazi wa eneo hilo wapate kufaidika na makumbusho hayo, kwani eneo hilo halijaendelezwa sana.[63] Nguvu za visukuku kuvutia, kama vitu vya maonyesho na uwezo wao wa kuvutia wageni, kama nilivyosema mwanzoni, tayari ilishatambuliwa na gavana wa zamani wa Koloni ya Ujerumani mwaka 1913. Mdahalo wa sera ya mambo ya ndani ya nchi ya Tanzania unahusu maswali ambayo yamefanana nayo. Pamoja na ombi la urejeshaji, pia mara nyingi kuliulizwa kama Makumbusho ya Mambo ya Asili ya Berlin itagawa nusu ya mapato ambayo yamepatikana kwa ajili ya maonyesho ya viunzi vya dinosaria na Tanzania. Lakini hapa haikujulikana kama mapato yatagawiwa kwa namna gani, na kama, katika kugawa, zitazingatiwa zile gharama za ujenzi, uhifadhi na utafiti. Katika mdahalo huu ambao huzidi kuendelea kila mara, husisitizwa tena thamani ya visukuku vya Tendaguru kwa utafiti wa kisayansi na kwa utalii. Wakati serikali ya Tanzania hutazama visukuku vya mifupa ya dinosaria kama rasilimali ya kitaifa, wafuasi wa mikoa ya kusini mwa Tanzania walidai kuwa mifupa ya dinosaria ni rasilimali ya mkoa, ambayo inapaswa kutumika ili kuendeleza eneo hilo la nchi na kushughulikiwa zaidi na serikali ya Tanzania. Katika miaka iliyopita vyombo vya habari vya Tanzania vilirudia kueleza kuhusu mawasiliano baina ya makumbusho ya Ujerumani na ya Tanzania na kuhusu mjadala wa urejeshaji wa visukuku baina ya serikali hizo mbili, pia kuhusu "capacity building" au msaada wa fedha wa kuimarisha uendeshaji wa makumbusho ya Tanzania; na kuhusu kuundwa mtandao wa pamoja wa utafiti;[64] lakini mpaka sasa hivi hapajakuwa na matokeo yoyote ya kuonekana.

Usimamizi wa Utamaduni wa seneti ya Berlin ulishawishi Makumbusho ya Mambo ya Asili mwezi wa Mei mwaka 2011 kuingiza kiunzi cha *Brachiosaurus brancai* – ambacho tangu mwaka 2009 kwa kitaxonomia kinaitwa *Giraffatitan brancai* – pamoja na viunzi vingine ambavyo vimeonyeshwa katika ukumbi wa dinosaria wa makumbusho na ambavyo vinatokana na uchimbaji wa Tendaguru katika Katalogi cha Mali ya Utamaduni yenye Thamani ya Kitaifa.[65] Kulingana na Sheria ya Ulinzi wa Mali ya Utamaduni (Kulturgutschutzgesetz – KGSG) inayofuatwa tangu mwaka 2016, viunzi hivi vimetangazwa kuwa ni "sehemu ya urithi wa kiutamaduni wa Ujerumani" (§ 5 KGSG) na usafirishaji wa visukuku hivyo nje ya nchi ulikuwa mgumu

60 Kwa mfano: Anonymus: Do You Know the Truth about Dinosaurs?, katika: This Day. The Voice of Transparency 22.11.2009; Lamtey: Germany Set to Return Dinosaur Fossils, katika: The Citizen 28.10.2016.

61 Linganisha Bosire: Germany Will Support Dar's Efforts to Reduce Poverty. Interview with the Ambassador of the Federal Republic of Germany to Tanzania, Dr Enno Barker, katika: The East African 20.10.2003.

62 Maelezo ya Erick Soko, mfanyakazi wa Maji-Maji Memorial Museum Songea, katika mazungumzo pamoja na Mareike Vennen na Holger Stoecker, tarehe 24.11.2017.

63 Anonymus: Tanzania: MPs Demand Return of Dinosaur Fossils from Germany Sanctuary, katika: Daily News (Tanzania) 27.5.2016.

64 Ubwani: Kenya Returns Fossils to Tanzania, katika: The Citizen 16.7.2012.

65 http://www.gesetze-im-internet.de/kgsg; http://www.kulturgutschutz-deutschland.de/SiteGlobals/Forms/Suche/DatenbankKulturgueter_Formular-01.html;jsessionid=7A5B36D5BBEF7D13A81906C795B285EE.2_cid340?gtp=8517762_list%253D2&templateQueryString=saurier, 30.8.2018.

zaidi, kama iliwezekana kamwe (§ 21,1 KGSG). Kwa kuingizwa katika katalogi hiyo, kumetamkwa ya kwamba ni "maslahi ya kiutamaduni ya umma, bora vitu hivi vibakie ndani ya Shirikisho la Jamhuri ya Ujerumani" (§7 KGSG).[66]

Hata kama kiunzi cha dinosaria, ambacho kimeonyeshwa katika Makumbusho ya Mambo ya Asili tangu miaka ya 2000, kimevutia tamaa ya vyombo vya habari vya Tanzania na pia kuvutia tamaa ndani ya bunge, serikali ya Tanzania haikutimiza masharti ambayo yalijadiliwa bungeni: nchi ilishindwa kwa sababu ya uwezo na kwa kutokuwa na teknolojia ya kuhifadhi na kusimamisha visukuku kwa utaratibu na ukamilifu unavyotarajiwa.[67] Mwisho wa mjadala huu kwa hivi sasa, uliwekwa na aliyekuwa Waziri wa Mambo ya Nje ya Tanzania Augustine Mahiga, mwezi Mei mwaka 2018, alipomwelezea mwenzake, waziri wa Ujerumani, Heiko Maas, aliyekuja kutembelea Dar es Salaam, kuwa Tanzania imeghairi kuomba urejeshaji wa vitu vya makumbusho ambavyo viliingizwa Ujerumani wakati wa Ukoloni, kama *Giraffatitan brancai* ambaye yupo Makumbusho ya Mambo ya Asili Berlin. Ingawa Tanzania inatarajia msaada wa Ujerumani ili kujenga na kukuza makumbusho nchini na kuandaa miradi ya kiakiolojia.[68]

Katika historia ya visukuku vya Tendaguru kuwa vitu vya makumbusho, ambayo yakaribia miaka mia moja, uonekano na umuhimu wa chimbuko la vitu hivi ulibadilika mara nyingi. Katika maandishi ya historia ya msafara, visukuku kwanza vilikuwa vikisimulia habari za mafanikio ya kitaifa ya Ujerumani na ya kikoloni. Masimulizi ya aina hii yaliendelea mpaka mwisho wa Vita vya Kwanza vya Dunia. Kipindi kilichofuata cha miaka ya katikati ya Vita vya Dunia vya Kwanza na vya Pili, masimulizi yalibadilika kuwa masimulizi ya urejeshaji wa Ukoloni. Vitu vya msafara wa Tendaguru sasa vilitumika kama ushahidi kwa sera ya ukumbusho wa mafanikio yaliyotokea. Wakati wa Unazi na Hitler, masimulizi ya urejeshaji wa Ukoloni yaliendelea, lakini vyombo vya habari vilipunguza kuzungumzia visukuku vya Tendaguru kama mafanikio ya ukoloni.

Mambo yaliendelea hivyohivyo mpaka miaka ya 1950. Majina yaliyotumika zamani kueleza chimbuko au asili ya visukuku yaliendelea kutumika. Lakini sambamba na hayo, uhusiano baina ya visukuku na muktadha wa kihistoria wa uchimbuaji, yaani wakati wa koloni, haukuelezwa tena. Hata hivyo, kwa namna nyingine, hivi karibuni, nchini Tanzania, chimbuko la dinosaria limeanza kujadiliwa tangu miaka michache tu, iliyopita. Suala la, nafasi ipi viunzi vya dinosaria wa msafara wa Tendaguru vingalichukua, katika utamaduni wa ukumbusho (commemorative culture) wa wakazi wa mkoa na wa Taifa la Tanzania huru, kama vingalionyeshwa katika makumbusho, yakijengwa mahali karibu na chimbuko lao, kama ilivyopangwa na Wajerumani mwanzoni, yaani mwaka 1914, haliwezi kujibiwa.

Katika mdahalo wa sasa hivi kuhusu dinosaria wa Berlin, ambao ulianza kuvuta kasi miaka ya 2000, chimbuko la koloni limekuwa muhimu tena. Hasa mjini Berlin mijadala kuhusu mahali vitu vya makumbusho ya sanaa vilipotoka, imekuwa muhimu na ya kuheshimika. Mara nyingi mijadala hii inahusu mikusanyo katika makumbusho ya ethnolojia na anthropolojia ya Ujerumani. Kwa sababu ya umaalum wao, vitu vya asili vya mikusanyo, utafiti na vya maonyesho vinafungua maswali na matatizo yao ya kipekee. Hata hivyo, mbinu kali zilizotumika kuchambua ujuzi kuhusu chimbuko la visalia vya binadamu na vya vitu vya kiethnolojia pia zitafaa kutumika katika utafiti wa chimbuko la vitu vya – angalau kwa "harakati za utafutaji"[69], ambao mwanahistoria wa sanaa Bénédicte Savoy anaeleza kama "Uchunguzi wa historia na utamaduni kujichunguza kihistoria": "Taaluma hii ya utamaduni kujichunguza kihistoria [...] ni jitihada la umma, kuunganisha vitu vilivyoko katika makumbusho yetu na historia ya chimbuko lao na kuunganisha na wale watu, ambao leo huishi pale mahali ambapo vitu vilikuwapo zamani."[70] ■

66 http://www.gesetze-im-internet.de/kgsg/BJNR191410016.html#BJNR191410016BJNG000500000, 28.8.2018.

67 Florence Mugarula: State Won't Bring Back Dinosaur Fossils, katika: Daily News 29.6.2017.

68 dpa: Tansania will keine Entschädigung für deutsche Kolonialzeit, katika: Süddeutsche Zeitung 4.5.2018.

69 Förster / Stoecker 2016, uk. 16.

70 Savoy 2018, uk. 54.

MAREJEO

Anonymus: Der Lichthof des Museums für Naturkunde wird für den Brachiosaurier erweitert. Ein Riesenbau aus Stahl und Knochen, katika: Berliner Volkszeitung 6.12.1934.

Anonymus: A Great American Dinosaur for the Kaiser and Germany, katika: The New York Times 21.4.1907, uk. 10.

Anonymus: Riesensaurier vom Tendaguru, katika: Berliner Illustrierte 24.11.1933.

Anonymus: Der Knochen-Riese ist da, katika: Berliner Lokal-Anzeiger 26.11.1937.

Anonymus: Der Titan von Berlin ist fertig. Das größte Säugetier [!] der Welt im Naturkunde-Museum, katika: Kreuz-Zeitung 26.11.1937.

Anonymus: Besuch im Zoologischen Museum. Die zoologische "Vorratskammer" restlos erhalten, katika: Berliner Zeitung 27.2.1946.

Anonymus: Das Museum für Naturkunde, katika: Neues Deutschland 23.4.1946.

Anonymus: Müssen Museen altmodisch sein? Anregungen, wie man das Naturkundemuseum weiter verbessern könnte, katika: Berliner Zeitung 20.10.1953.

Anonymus: Do You Know the Truth about Dinosaurs?, katika: This Day. The Voice of Transparency 22.11.2009.

Anonymus: Tanzania: MPs Demand Return of Dinosaur Fossils from Germany Sanctuary, katika: Daily News [Tanzania] 27.5.2016.

Baer, Martin / Schröter, Olaf: Eine Kopfjagd. Deutsche in Ostafrika. Spuren kolonialer Herrschaft, Berlin 2001.

Bischof, Ulf: Die Kunst und Antiquitäten GmbH im Bereich Kommerzielle Koordinierung, Berlin 2003, kr. 362–405.

Bosire, Uta: Germany Will Support Dar's Efforts to Reduce Poverty. Interview with the Ambassador of the Federal Republic of Germany to Tanzania, Dr Enno Barker, katika: The East African 20.10.2003.

Bucher, Jesse: The Skull of Mkwawa and the Politics of Indirect Rule in Tanganyika, katika: Journal of Eastern African Studies 10, 2 (2016), kr. 284–302.

Dietrich, W. O.: Museale Arbeit in Berlin, katika: Paläontologische Zeitschrift 24, 1/2 (1951), kr. 95–98.

dpa: Tansania will keine Entschädigung für deutsche Kolonialzeit, katika: Süddeutsche Zeitung 4.5.2018.

Förster, Larissa / Stoecker, Holger: Haut, Haar und Knochen. Koloniale Spuren in naturkundlichen Sammlungen der Universität Jena, Weimar 2016.

Gross, Walter / Schultze, Hans-Peter: Zur Geschichte der Geowissenschaften im Museum fur Naturkunde zu Berlin: Sehemu ya 6: Geschichte des Geologisch-Palaontologischen Instituts und Museums der Universitat Berlin 1910-2004, katika: Mitteilungen aus dem Museum für Naturkunde in Berlin, Geowissenschaftliche mfululizo wa 7 (2004), kr. 5–43.

Hartung, Hannes: Kunstraub in Krieg und Verfolgung. Die Restitution der Beute- und Raubkunst im Kollisions- und Völkerrecht, Berlin 2005.

Hennig, Edwin: Ein Drache aus Deutsch-Ostafrika, katika: Die Umschau 29 (1925), kr. 108–110.

Hennig, Edwin: Deutsch-Ostafrikanische Saurier-Riesen. An der Fundstätte der gewaltigen Knochen – Die Schätze des Berliner Museums für Naturkunde, katika: Deutsche Allgemeine Zeitung 16.11.1934.

Janensch, Werner: Das erste aufgestellte Skelett eines Dinosauriers vom Tendaguru in Deutsch-Ostafrika, katika: Der Naturforscher 6 (1924), kr. 251–252.

Kretschmann, Carsten: Noch ein Nationaldenkmal? Die Deutsche Tendaguru-Expedition 1909–1913, katika: Stefanie Samida (mhariri): Inszenierte Wissenschaft. Zur Popularisierung von Wissen im 19. Jahrhundert, Bielefeld 2011, kr. 191–209.

Laak, Dirk van: Ist je ein Reich, das es nicht gab, so gut verwaltet worden? Der imaginäre Ausbau der imperialen Infrastruktur in Deutschland nach 1918, katika: Birthe Kundrus (mhariri): Phantasiereiche. Zur Kulturgeschichte des deutschen Kolonialismus, Frankfurt am Main / New York 2003, kr. 71–90.

Lamtey, Gadiosa: Germany Set to Return Dinosaur Fossils, katika: The Citizen 28.10.2016, uk. 7.

Landsberg, Hannelore / Damaschun, Ferdinand: Das Museum im Bombenhagel und unter Schutt, katika: Ferdinand Damaschun (mhariri pamoja na wengine): Klasse Ordnung Art. 200 Jahre Museum für Naturkunde, Berlin 2010, kr. 228–233.

Lorenz, Konrad: Nochmals: Systematik und Entwicklungsgedanke im Unterricht, katika: Der Biologe. Monatszeitschrift des Reichsbundes für Biologie und des Sachgebietes Biologie des NSLB 9, I–II (1940), kr. 24–36.

Meskell, Lynn: A Future in Ruins. Unesco, World Heritage, and the Dream of Peace, Oxford 2018.

Mittig, Hans-Ernst: Das Denkmal, katika:Werner Busch (mhariri): Funkkolleg Kunst, Weinheim 1984.

Mugarula, Florence: State Won't Bring Back Dinosaur Fossils, katika: Daily News 29.6.2017.

Owen, Richard: Report on British Fossil Reptiles, katika: British Association for the Advancement of Science (mhariri): Report of the British Association for the Advancement of Science, 1842

Reck, Hans: Das erste rekonstruierte Skelett der Tendaguru-Saurier-Lagerstätte in Deutsch-Ostafrika, katika: Afrika-Nachrichten 17/18 (1924b), kr. 259–260.

Reck, Hans: Die deutschostafrikanischen Flugsaurier, katika: Centralblatt für Mineralogie, Geologie und Paläontologie, Abteilung B: Geologie und Paläontologie 7 (1931), kr. 321–336.

Reck, Ina: Mit der Tendaguru Expedition im Süden von Deutsch-Ostafrika. Reiseskizzen von Ina Reck, Berlin 1924.

Savoy, Bénédicte: Die Provenienz der Kultur. Von der Trauer des Verlusts zum universalen Menschheitserbe, Berlin 2018.

Semonin, Paul: American Monster. How the Nation's First Prehistoric Creature Became a Symbol of National Identity, New York / London 2000.

Stoecker, Holger: Ein afrikanischer Dinosaurier in Berlin. Der Brachiosaurus brancai als deutscher und tansanischer Erinnerungsort, katika: WerkstattGeschichte, 77 (2018), kr. 65–83.

Ubwani, Zephania: Kenya Returns Fossils to Tanzania, katika: The Citizen 16.7.2012.

MJADALA

SIASA NA UCHUMI KUHUSU DINOSARIA WA KUSINI MWA TANZANIA

UTAFITI KWA NJIA YA MASIMULIZI KATIKA ENEO LA TENDAGURU

Musa Sadock na Halfan H. Magani

Tarehe 11 mwezi wa saba mwaka 2018, wanakijiji wa kijiji cha Mnyangara Wilaya ya Lindi Vijijini walikuwa kwenye mjadala mkali kuhusu umiliki wa Tendaguru, eneo ambalo mabaki ya dinosaria wa kale walichimbwa kati ya mwaka 1909 na 1913 kipindi ambacho Tanzania ilikuwa chini ya utawala wa Wajerumani. Mjadala huo ulianza baada ya watafiti[1] kutembelea kijiji hicho wakiwa na lengo la kutafiti maoni ya wanakijiji kuhusu mabaki ya dinosaria ambao, kwa jina jingine, jamii ya Tendaguru inawaita "mijusi."[2] Wanakijiji waliokusanyika katika ofisi ya kijiji waligundua kuwa watafiti waliotembelea kijijini hapo walipanga pia kutembelea kijiji cha jirani kiitwacho Matapwa. Wanakijiji wa Mnyangara walipinga mpango huo kwa madai kuwa eneo la Tendaguru liko katika kijiji cha Mnyangara kwa hiyo watafiti wasiende kijiji cha Matapwa. Katika mjadala huo watafiti waliwaeleza wanakijiji hao sababu zilizowafanya kutembelea kijiji cha Matapwa. Sababu kubwa ilikuwa ni kwamba, kipindi cha ukoloni, misafara ya kwenda na kurudi Tendaguru ilitegemea zaidi wafanyakazi na wapagazi, wakiwamo wa Matapwa, ambao ndio waliobeba mabaki ya mifupa ya dinosaria hadi bandarini Lindi. Kwa hiyo, watafiti walitaka kuwahoji wajukuu wa wafanyakazi na wapagazi waliofanya kazi katika eneo la Tendaguru wakiwamo waliotokea Matapwa. Hatimaye wanakijiji walikubaliana na mpango wa watafiti kwenda kutembelea kijiji cha Matapwa. Lakini wakati wa mjadala huo, watafiti walishangaa kwa nini wanakijiji wa Mnyangara walipinga mpango wao wa kutembelea kijiji cha Matapwa. Kadiri walivyoendelea na utafiti wao, hatimaye jibu lilipatikana, nalo ni kwamba, wanakijiji wa Mnyangara walidhani wanaweza kunufaika kijamii na kiuchumi kutokana na masalia ya dinosaria hao wa kale yaliyohifadhiwa huko Ujerumani kama itakavyoonyeshwa katika sura hii hapo baadaye.

Sura hii inahusu kumbukumbu za uchimbuaji na mijadala kuhusu faida zitokanazo na masalia ya dinosaria wa kale ambao walichimbuliwa na kupelekwa kuhifadhiwa katika Makumbusho ya Asili huko nchini Ujerumani.[3] Sura hii inajikita pia katika kumbukumbu za watu katika matumizi ya eneo la Tendaguru, uchimbuaji wa mifupa ya dinosaria na misafara ya kusafirisha mifupa hiyo. Pia, sura inawasilisha aina tofauti za mijadala inayohusu masalia ya dinosaria hao, katika ngazi tofauti, nchini Tanzania.

Picha 1 upande wa kushoto: Mwanahistoria Musa Sadock akimhoji Said Hemed Mtukwa wa Kijiji cha Mnyangara. Mpiga picha: Halfan H. Magani.

1 Watafiti tajwa ni Musa Sadock, Halfan Magani wa Idara ya Historia ya Chuo Kikuu cha Dar es Salaam; Mareike Vennen na Holger Stoecker wa kutoka Ujerumani, na watafiti wasaidizi: Mtemi Edward na Dora Makwinya kutoka Dar es Salaam. Tunatoa shukrani zetu kwa Makumbusho ya Ujerumani kwa ufadhili wa utafiti huu.

2 Katika sura hii tunatumia neno dinosaria. Neno mijusi linatumika pale tu tunapowakilisha jina kama linavyotumika na wanakijiji na wanasiasa. Hatahivyo, wanakijiji wanatofautisha mijusi hii ya kale na mijusi ya sasa ambayo ni midogo midogo kwani mijusi ya kale ilikuwa mikubwa sana.

3 Ingawa Waingereza walichimba pia masalia hayo baada ya kuchukua koloni kutoka kwa Wajerumani, wananchi hawataji kabisa uchimbaji wa Waingereza. Moja ya sababu ya kukosekana kwa Waingereza ni kuwa vyombo vya habari na wasomi hawajatangaza vya kutosha kuhusu uchimbaji wa Waingereza. Aidha, kuwepo na kutangazwa kwenye mitandao na vyombo vya habari juu ya dinosaria mkubwa aliyopo Berlini, Ujerumani imewafanya wananchi kufufua kumbukumbu za uchimbaji wa Wajerumani.

Utafiti unaonyesha kuwa miongoni mwa wananchi wanaoishi karibu na eneo la Tendaguru, mijadala bado inaendelea hasa kuhusu nani atapata nini kutokana na faida zitokanazo na masalia ya dinosaria. Mijadala ya aina hii kuhusu masalia ya dinosaria imekuwa ikijitokeza katika ngazi tofauti tofauti nchini Tanzania. Imekuwa ikijitokeza katika ngazi ya kijiji, kata, wilaya, mkoa na taifa. Katika ngazi hizo zote, mijadala imekuwa ni kuhusu faida za kiuchumi zitokanazo na masalia ya dinosaria. Katika mijadala kwenye ngazi hizo, uchumi wa masalia ya dinosaria umeunganishwa pia na siasa katika ngazi za kijiji, kata, wilaya, mkoa na taifa kwa ujumla. Pamoja na kuwapo kwa muunganiko wa mashauri ya uchumi na siasa zihusuzo masalia ya dinosaria katika ngazi tajwa utafiti wa kutosha haujafanyika miongoni mwa wasomi nchini Tanzania.[4] Kwa hiyo sura hii ya kitabu ina lengo la kuchangia kuongeza ufahamu kwa kuonyesha kwamba vitu vilivyohifadhiwa kwenye makumbusho ya mambo ya asili, kama hayo masalia ya dinosaria, vina uhusiano wa moja kwa moja na uchumi na siasa za nchi.

Katika kuelezea uhusiano uliopo kati ya masalia hayo ya dinosaria, siasa na uchumi, sura hii imegawanyika katika sehemu mbali mbali. Kwanza, inaelezea kuhusu mbinu zilizotumika katika kufanya utafiti mnamo mwaka 2018. Pili, tutaiangalia sehemu ya Tendaguru na kumbukumbu za jamii zilizopo kuhusu misafara ya wapagazi wakati wa uchimbuaji wa masalia ya dinosaria. Tatu, sura hii itaangalia siasa na uchumi wa dinosaria katika ngazi za kijiji, wilaya, mkoa na kitaifa na mwisho kabisa ni hitimisho.

MBINU ZILIZOTUMIKA KUTAFITI KUMBUKUMBU ZA WATU KATIKA ENEO LA TENDAGURU

Utafiti uliofanyika mwezi Julai mwaka 2018, uliangalia kumbukumbu za watu juu ya dinosaria, siasa, pamoja na madai ya faida za kiuchumi zitokanazo na masalia ya dinosaria yaliyochimbuliwa na Wajerumani kipindi cha ukoloni. Utafiti uliongozwa na maswali matatu: Moja, ni kwa namna gani jamii inakumbuka misafara ya Wajerumani ya kuchimbua masalia ya dinosaria? Pili, ni siasa za aina gani zilihusishwa na masalia ya dinosaria katika ngazi za kijiji, wilaya na taifa? Na mwisho, ni faida gani za kiuchumi zinazodaiwa kutokana na mabaki ya dinosaria hao katika ngazi za chini na ngazi za kitaifa?

Kujibu maswali haya, watafiti waliwahoji watu arobaini na watatu kutoka vijiji vya Mnyangara, Mipingo na Matapwa, viongozi wa wilaya ya Lindi na Mbunge. Wahojiwa muhimu wenye kumbukumbu za muhimu kutoka kwa wazee wao pia walihojiwa. Pia, watafiti walihoji wanakijiji kutoka makundi yote ambayo ni wazee, vijana; akina mama na akina baba.

Kabla ya kuanza utafiti, watafiti walitoa taarifa kwa viongozi wa kijiji kuhusu ujio wao katika vijiji hivyo. Viongozi wa vijiji walitoa taarifa kwa wanakijiji kuhusu ujio wa watafiti hao. Wanakijiji walijitolea wenyewe na walikusanyika katika ofisi ya kijiji tayari kwa kuhojiwa. Kwa upande mwingine wanakijiji waliwadokeza watafiti kuhusu wazee wenye kumbukumbu kuhusu misafara ya wachimbuaji wa masalia ya dinosaria na watafiti waliwafuata wazee hao majumbani kwao kwa mahojiano. Mahojiano yalifanyika kwa lugha ya Kiswahili kwa kutumia maswali yaliyoandaliwa kwa ajili ya utafiti. Wahojiwa walipewa uhuru wa kujieleza kadiri wawezavyo kuelezea wanachokikumbuka kuhusu uchimbuaji wa masalia ya dinosaria. Mahojiano yalirekodiwa na baadaye mahojiano yalipangwa kulingana na maudhui. Sambamba na mahojiano, watafiti walipitia vitabu na tovuti mbalimbali. Ikumbukwe kuwa utafiti huu umejikita zaidi katika ushahidi wa mdomo kutoka kwa wanajamii wa Tendaguru. Uzingatiaji huu wa ushahidi wa mdomo ni muhimu ukilinganisha na tafiti zingine katika eneo la Tengaguru kwa sababu inaleta mitazamo ya wanajamii kuhusu masalia ya dinosaria.

4 Sura hii haijadili siasa za mabaki ya dinosaria huko Ujerumani. Kwa taarifa zaidi kuhusu siasa za mabaki ya dinosaria Ujerumani soma Stoecker 2019.

JIOGRAFIA, JAMII NA UCHUMI WA ENEO LA TENDAGURU

Kipengee hiki cha sura ya kitabu kitaelezea kuhusu eneo la Tendaguru, sehemu ambayo uchimbuaji wa masalia ya dinosaria ulifanyika mwanzoni mwa karne ya 20 na mahali ambapo utafiti ulifanyika mwaka 2018. Aidha, sura hii itaelezea jiografia, mazingira, watu na shughuli za kiuchumi na kijamii za mahali hapo.

Mlima Tendaguru, sehemu ambayo masalia ya dinosaria yalichimbuliwa kati ya mwaka 1909 na 1913 unapatikana kilomita sitini kaskazini-magharibi mwa mji wa Lindi. Kimo cha mlima huu ni mita 239 juu ya usawa wa bahari. Upande wa magharibi wa mlima, umbali wa kilomita nane, kuna Mto Mbwemkuru na upande wa kaskazini, mashariki na magharibi kuna vilima vidogo vidogo.[5] Mlima huu umefunikwa na nyasi na miti. Wakati wa masika, maji hutiririka katika vijito vidogo vidogo na kumwaga maji yake katika mto Mbwemkuru. Lakini vijito hivyo hukauka kipindi cha kiangazi. Mto Mbwemkuru kwa upande mwingine humwaga maji yake katika Bahari ya Hindi.[6] Ikumbukwe pia kwamba mto Mbwemkuru kama ilivyo mito mingine, hukauka kipindi cha kiangazi.

Wakazi wengi wa eneo hili ni Wamwera, Wamakonde na Wangindo. Wanazuoni mbalimbali wanataja makabila haya kama Wabantu. Kwa mujibu wa D. Nurse na T. Spear, Wabantu wa Tendaguru na Mkoa wa Lindi kwa ujumla walifika sehemu hii katika mileniamu ya kwanza Baada ya Kristo, kwa kupitia Ziwa Tanganyika wakitokea sehemu ya mpaka wa sasa kati ya nchi ya Naijeria na Kameruni.[7] Wakazi wa eneo hili ni wakulima na wanalima mazao mbalimbali kama vile: mtama,ulezi, mahindi, kunde, mihogo, minazi, korosho na ufuta.[8]

Mlima Tendaguru umezungukwa na vijiji vitatu ambavyo ni Mnyangara (na kitongoji chake cha Namapuia), Mipingo na Matapwa. Kama ilivyoonyeshwa katika makavazi ya Waingereza, Matapwa ni moja ya vijiji viliyokuwapo tangu kipindi cha ukoloni wa Waingereza. Kumbukumbu za makumbusho ya Waingereza zinaonyesha kuwa Tendaguru ilikuwa na eneo la maili za mraba 120 ambazo ni sawa na kilomita za mraba 311 na ilizungukwa na vijiji vya Matapwa, Mangalingali na Lipugilo.[9] Kwa hiyo, vijiji vilivyopo sasa vya Mipingo na Mnyangara havikuwapo kipindi cha uchimbuaji wa dinosaria na vilianzishwa kipindi cha OpereshenіVijiji vya Ujamaa mwanzoni mwa miaka ya 1970.

Mlima Tendaguru (eneo la uchimbuaji), hauna alama inayowaelekeza wageni wanaotembelea eneo la uchimbuaji. Kwa ujumla, eneo hili hadi mwaka 2018 lilikuwa halijasafishwa kwa hiyo lilikuwa na nyasi na misitu. Aidha, eneo tajwa lilikuwa halijahifadhiwa kama eneo la kihistoria au la asili.[10] Lakini, kipindi cha ukoloni wa Waingereza, Mlima Tendaguru ulitangazwa kama Hifadhi ya Masalia ya Dinosaria.[11] Hii ina maana kwamba serikali ya kikoloni ilizuia watu kuishi katika eneo hilo. Katazo hili liliendelea hadi baada ya uhuru. Watafiti walipotembelea eneo hilo mwaka 2018 waliambiwa hakukuwa na makazi ya watu katika Mlima Tendaguru.[12] Makazi ya watu yaliyopo jirani yalikuwa ni kitongoji cha Namapuia kilichopo umbali wa kilomita tano kutoka mlimani. Sambamba na hilo, tangu miaka ya 1990 wananchi wa kitongoji cha Namapuia na wageni wengine wamekuwa wakilima mazao mbalimbali hasa ufuta kuzunguka Mlima Tendaguru.[13]

Kwa ujumla, hali ya uchumi na huduma za kijamii siyo tu ni mbaya bali pia ni chache ukilinganisha na maeneo mengine ya nchi, ukweli ambao umejitokeza kwenye mijadala mbalimbali inayohusu masalia ya dinosaria.

5 Migeod 1927, http//www.jstor.org/stable/716670, 23.12.2018.

6 Migeod 2018.

7 Nurse / Spear 1995, uk. 37, 41.

8 Mahojiano na Bakari Meno, Hassan Ngonde na Mohmend Shomari, Mnyangara tarehe 12 Julai 2018.

9 John Parkinson kwa Director of the British Museum of Natural History, 12.12.1928, katika: NHM Archives, DF152/1/2/33, British Museum East Africa Expedition Tendaguru correspondences.

10 Mahojiano na Victor Shau, Afisa Ardhi na Maliasili Wilaya ya Lindi tarehe 11 Julai 2018, mahojiano na Bakari Meno, Mnyangara, tarehe 12 Julai 2018.

11 John Parkinson kwa Director of the British Museum of Natural History, 12.12.1928, katika: NHM Archives, DF152/1/2/33, British Museum East Africa Expedition Tendaguru correspondences; Migeod 1930.

12 Mahojiano na Victor Shau.

13 Mahojiano na Bakari Menona Said Bakari Mpande tarehe 14 Julai 2018 Kitongoji cha Namapuia.

KUMBUKUMBU ZA WATU KUHUSU MISAFARA YA TENDAGURU KIPINDI CHA UKOLONI WA WAJERUMANI

Wakazi wanaoishi eneo linalozunguka Mlima Tendaguru hususan wazee, wamehifadhi kumbukumbu mbalimbali zinazohusu uchimbuaji wa masalia ya dinosaria wakati wa kipindi cha utawala wa Wajerumani.[14] Kumbukumbu hizi zimekuwa zikirithishwa kutoka vizazi na vizazi. Juma Issa Lituli, mzee mwenye miaka 65 kutoka kitongoji cha Namapuia alisema alisikia habari za wachimbuaji wa Kijerumani kutoka kwa baba yake ambaye pia alisikia kutoka kwa baba yake.[15] Baba yake alimwambia kuwa Wajerumani walichimbua masalia ya mifupa ya dinosaria katika Mlima Tendaguru na kuyasafirisha hadi Ujerumani. Mzee Juma anakumbuka majina ya watu kumi walioshiriki katika shughuli za uchimbuaji wa masalia ya dinosaria. Majina hayo ni Abadallah Kiwambu, Salumu Mpiliga, Salumu Liwawa, Mzee Mpuye, Mzee Malolo, Mzee Salumu Lichila, Mzee Likwate, Mpeleu Chila, Mzee Likumba, Mzee Saidi Luwindu, Mzee Mkweu, Mzee Chika, Mzee Njinji, Mzee Kapilima, Mzee Kawoja ambaye alikuwa Jumbe na Mzee Ngajuwa.[16] Kumbukumbu kama hiyo hiyo ilitolewa pia na Bwana Seifu Ally wa kijiji cha Matapwa ambaye alisema kuwa baba yake aliyeitwa Abdallah Bakari Liingilie alimwambia kuwa Wajerumani walichimba mifupa ya masalia ya dinosaria katika Mlima Tendaguru na kuipeleka Ujerumani.[17]

Hoja kama hiyo pia ilitolewa na mzee wa miaka themanini Said Mohamedi Kilogwaga kutoka kijiji cha Matapwa aliyesema kuwa baba yake, Bwana Abadallah Ismail Kilogwaga, aliyekuwa mwajiriwa wa misafara ya Wajerumani ya kuchimbua mifupa ya dinosaria, alimwambia kuwa wananchi wa Tendaguru waligundua masalia ya mifupa ya dinosaria na kutoa taarifa kwa utawala wa Wajerumani.[18] Taarifa hii iliyohusu ugunduzi wa masalia ya mifupa ya dinosaria uliofanywa na wananchi wa Tendaguru ni muhimu kwa sababu inapinga baadhi ya maandiko ambayo yanawapa Wajerumani haki ya ugunduzi. Kwa mujibu wa maandiko hayo kuanzia taarifa ya uchimbuaji ya Edward Hennig hadi utafiti wa Gerhard Maier wa mwaka 2003 yanaonesha kuwa Bernhard Wilhelm Sattler, Mkurugenzi wa Operesheni kutoka Kampuni ya Utafutaji Madini Lindi, aliona mifupa mikubwa ikiwa ardhini kando ya barabara karibu na Mlima[19] na hivyo basi ndiye anayedhaniwa kuwa ndiye aliyegundua masalia hayo ya mifupa ya dinosaria.

Mbali na ugunduzi, wananchi wa Tendaguru wanakumbuka kuhusu simulizi ya chanzo cha dinosaria. Katika simulizi inayozungumzia chanzo cha dinosaria ambayo imerithiwa kutoka kizazi kimoja hadi kingine, inaeleza kuwa masalia ya mifupa ya dinosaria ni masalia ya dinosaria waliokufa kutokana na gharika iliyotokea dunia nzima katika kipindi cha Nabii Nuhu. Simulizi inaeleza kuwa gharika ilitokea kama adhabu kutoka kwa Mwenyezi Mungu kwa watenda dhambi. Lakini kabla Mwenyezi Mungu hajaangamiza watu wote alimuamuru Nabii Nuhu ambaye alikuwa akiwaambia watu kuacha kutenda dhambi, kutengeneza Safina kwa ajili yake na familia yake, waamini Mungu na viumbe vya dunia. Nabii Nuhu alikusanya viumbe wawili wawili – jike na dume kwa kila aina ya kiumbe na kuviweka kwenye Safina isipokuwa dinosaria ambao kutokana na ukubwa wao hawakutosha kwenye Safina. Hivyo, gharika iliua dinosaria wote duniani wakiwamo dinosaria wa Tendaguru ambao masalia ya mifupa yao ndiyo yaliyochimbuliwa na kuchukuliwa na kwenda kuhifadhiwa Ujerumani.[20]

Lakini kuna simulizi nyingine ambayo haihusishi chanzo cha dinosaria na gharika. Badala yake, inaeleza kuwa dinosaria walitoka baharini. Kabla ya miaka ya 1980 na mwanzoni mwa miaka ya 1990, wananchi wa Tendaguru walitambua kuwa mifupa ya dinosaria ilitokana na Nyangumi, samaki wakubwa wa baharini ambao kwa Kimwera waliwaita *Nangumi*. Ilikuwa ni baada ya watafiti na wageni kutoka Ulaya ambao waliwaambia wananchi kuwa mifupa hiyo ilitokana na dinosaria na kuanzia hapo ndipo jina la "mjusi au mjusi mkubwa" lilipoanza kutumika miongoni mwa wananchi. Kwa mfano, ukubwa wa dinosaria mmoja, kwa mujibu wa wananchi wa kijiji cha Mnyangara ulikuwa sawa na uzito wa tembo kumi na urefu wake ulikuwa ni sawa na urefu wa paa la jengo la zahanati ya kijiji cha Mnyangara.

14 Ingawa Waingereza pia walichimba masalia ya dinosaria baada ya kuchukua koloni kutoka kwa Wajerumani baada ya Vita Kuu ya Kwanza ya Dunia, wananchi wa Tendaguru hawakumbuki kwa kiwango kikubwa uchimbaji huo. Sababu moja wapo ni kuwa wasomi na vyombo vya habari havijatangaza sana juu ya uchimbaji huo. Kwa upande mwingine, uchimbaji wa Wajerumani unakumbukwa kutokana na kutangazwa sana kwenye vyombo vya habari na mitandao ya kijamii na pia ukweli kwamba masalia ya dinosaria mkubwa kupita wote duniani alichimbwa na Wajerumani Tendaguru.

15 Mahojiano na Juma Issa Lituli wa Manyangara tarehe 12 Julai 2018.

16 Mahojiano na Mzee Juma Issa Lituli Kitongoji cha Namapuia tarehe 12 Julai 2018.

17 Mahojiano na Seifu Ally Kawawa Mnyangara tarehe 11 Julai 2018.

18 Mahojiano na Said Mohamed Kilogwagawa Mtapwa tarehe 13 Julai 2018.

19 Maier 2003, uk. 1; Hennig 1912, uk. 8.

20 Mahojiano na Twahil A. Liingile, Yahaya A. Mchopoti wa Mnyangara tarehe 12 Julai 2018, na Said B. Mpande wa Kitongoji cha Namapuia tarehe 14 Julai 2018.

Wakati mtu anaweza kutafsiri simulizi hizi zinazoelezea chanzo cha dinosaria kama ni hadithi za kusadikika (*myths*)[21] uchambuzi wa kina unaonyesha falsafa, mila na imani ya jamii husika. Hadithi ya kuhusianisha dinosaria na gharika ya wakati wa Nabii Nuhu inaonyesha uwapo wa dini za Kiislamu na Kikristo katika eneo la Tendaguru.[22] Pia, simulizi inayohusianisha chanzo cha dinosaria na bahari inaonesha ukaribu wa eneo la Tendaguru na Bahari ya Hindi.

Wananchi wa Tendaguru wanakumbuka pia nyimbo zinazohusu dinosaria. Moja ya nyimbo hizo inayoimbwa kwa lugha ya Kimwera inasema:

Nangumi, Nangumi atola agendako X3
Kiitikio: Eeeh X3
Mjusi, mjusi, umepelekwa wapi X3
Kiitikio: Eeeh X3[23]

Tafsiri mojawapo ya wimbo huo hapo juu ni kwamba, unaonyesha kupotea kwa mifupa ya dinosaria ingawa wimbo hausemi moja kwa moja mifupa hiyo ilipelekwa wapi. Maana nyingine ya wimbo huu ni kwamba unatunza kumbukumbu ya upotevu kwa sababu wimbo unarithishwa kutoka kizazi kimoja kwenda kingine. Utunzaji wa wimbo huu, kama zilivyo kumbukumbu nyingine ni muhimu kwa sababu unatumika katika madai ya kisiasa na kiuchumi kuhusu faida zitokanazo na masalia ya dinosaria.

Bila kujali kumbukumbu zilizotajwa hapo juu, wakati wa utafiti iligundulika kuwa baadhi ya wanakijiji wa eneo la Tendaguru hawakuwa na taarifa sahihi kuhusu masalia ya dinosaria. Kwa mfano, wakati wa mahojiano katika kijiji cha Mnyangara, baadhi ya wazee na vijana walikuwa na uelewa mdogo sana kuhusu masalia ya dinosaria hao; pia, hawakufahamu chochote kuhusu wapi masalia ya dinosaria yalichimbuliwa na yalikohifadhiwa. Lakini walikuwa wakidai faida za kiuchumi zitokanazo na mapato ya masalia hayo ya dinosaria.

SIASA ZA MABAKI YA DINOSARIA KUSINI MWA TANZANIA KATIKA NGAZI YA MITAA, KATA NA WILAYA

Mlima Tendaguru umezungukwa na vijiji vya Mnyangara, Mipingo na Matapwa. Katika kipindi cha wiki mbili za utafiti mwezi Julai mwaka 2018, watafiti waligundua kuwa mlima Tendaguru unadaiwa kumilikiwa na watu wa kijiji cha Mnyangara. Katika vipindi tofauti, wanakijiji wamekuwa wakijadili kuhusu masalia ya mifupa ya dinosaria. Katika mahojiano na wahojiwa kadhaa kwenye kijiji cha Mnyangara, wamethibitisha kuwepo kwa mijadala inayohusu masalia ya mifupa ya dinosaria. Mijadala hiyo imekuwa ikiendelea kwa miongo kadhaa sasa. Kwa mfano, katika mahojiano na mzee mmoja katika kijiji cha Mnyangara, alisema tangu kipindi akiwa mwenyekiti wa kijiji, miaka ya 1970, suala la masalia ya dinosaria limekuwa likijitokeza mara kadhaa miongoni mwa wanakijiji. Wanakijiji wamekuwa wakilalamika kwamba hawanufaiki na masalia ya dinosaria.[24] Mhojiwa mwingine, Seifu Mohamedi Sepetu, mkulima wa kijiji cha Mnyangara alisema kwamba aliambiwa na babu yake, ambaye aliwahi kuwa mwenyekiti wa kijiji, kuhusu mijadala iliyohusu madai ya masalia ya dinosaria. Mbali na kuambiwa na babu yake, Bwana Seifu Mohamedi Sepetu alishuhudia mwenyewe mijadala hiyo katika moja ya mikutano ya kijiji mwaka 2005.[25]

Mijadala hii kuhusu masalia ya dinosaria miongoni mwa jamii, imejikita katika mitazamo mikuu miwili. Mtazamo wa kwanza ni kuwa wananchi wa Tendaguru wanaona masalia ya dinosaria kama rasilimali inayoweza kuwapatia huduma za jamii kama vile maji, shule na afya lakini pia kuboresha uchumi wao kupitia utalii.[26] Kwa upande mwingine, wanakijiji walidai kurudishwa kwa masalia ya dinosaria kutoka Ujerumani kuja Tanzania. Sababu ya madai haya ni mawazo waliyokuwanayo

21 Wanahistoria kama, Berke (1992) anaeleza kuwa hadithi za kusadikika ni hadithi ambazo hazina ukweli wowote. Hata hivyo, wataalamu wa utamaduni wanasema hadithi hizo zinabeba falsafa na maadili ya jamii husika. Angalia kazi ya Berke 1992, kr. 101, 102–103.

22 Chowdhubury 2016, kr. 45–48; mahojiano naT-wahil. A. Liingile wa Mnyangara tarehe 12 Julai 2018.

23 Mahojiano na Abdallah Said Ngomelawa Mnyangara tarehe 12 Julai 2018.

24 Mahojiano na Mzee Zuberi Mshamu Mngojwike wa Mnyangara tarehe 11 Julai 2018.

25 Mahojiano na Seifu Mohamedi Sepetu wa Mnyangara tarehe 12 Julai 2018.

26 Mahojiano na Victor Shau.

kuwa hawakunufaika kwa namna yoyote na masalia ya dinosaria yaliyohifadhiwa huko Ujerumani. Madai ya kurudishwa kwa masalia ya dinosaria yalijikita kwenye faida za kiuchumi, miundombinu na kupata huduma za kijamii kama vile shule, maji na hosipitali. Kiuchumi, wananchi walitaka kurudishwa kwa masalia ya dinosaria kutoka Ujerumani kuja Tendaguru ili kuvutia watalii. Wanakijiji walitegemea kunufaika kupitia shughuli za utalii. Mtazamo huu ulitawala mahojiano na baadhi ya wahojiwa katika kijiji cha Mnyangara na kitongoji cha Namapuia. Kwa mfano, katika majadiliano ya kikundi[27] na wakazi wa kitongoji cha Namapuia, wahojiwa walidai kurudishwa kwa masalia ya dinosaria ili jamii iweze kunufaika kiuchumi na kijamii. Akitoa mfano wa matatizo ambayo kitongoji kilikumbana nayo, mhojiwa mmoja alisema:

> Hatuna maji safi na salama, hatuna shule, na zahanati. Pia hatuna barabara nzuri kutoka hapa kwenda Nanjirinji. Watoto wetu hawasomi kwa sababu shule iko mbali kutoka hapa. Kipindi cha kiangazi, mtu anaweza kukaa hadi siku tano bila kuoga kwa sababu ya shida ya maji. Huwezi kuoga wakati maji ya kupikia ni shida.[28]

Nukuu ya hapo juu inaonyesha sababu ya madai ya kurudishwa kwa masalia ya dinosaria katika ngazi ya chini. Ni matatizo ya kijamii na kiuchumi ambayo wanakijiji walikumbana nayo yaliyowafanya wafikiri kuwa kurudishwa kwa masalia ya dinosaria kunaweza kuwa suluhisho la matatizo yao. Mawazo haya ya wananchi wa kijiji cha Mnyangara yalishabihiana na mtazamo wa wakazi wa kitongoji cha Namapuia. Bwana Ally Mohamedi Kayoyo (miaka 39) na Twahili Abdallah Liingilie (miaka 57) ni mifano ya wanakijiji hao. Wahojiwa hawa wawili katika nyakati tofatuti za mahojiano walidai kurudishwa kwa masalia ya dinosaria kutoka Ujerumani kuja Tanzania. Hoja yao kuu ni kwamba jamii haikuona faida za kuwa sehemu ya historia ya masalia ya dinosaria wakati Serikali ya Ujerumani ilikuwa ikipata fedha nyingi zitokanazo na watalii waliokwenda kuangalia masalia hayo ya dinosaria katika makumbusho yao.[29] Msingi wa hoja hii ni dhana kwamba Makumbusho ya Asili ya Ujerumani ilikuwa inapata manufaa ya kiuchumi kutokana na masalia hayo ya dinosaria.Tutarudi na kuifafanua hoja hii baadaye.

Mtazamo wa pili miongoni mwa jamii ya eneo la Tendaguru unajikita katika kurudishwa kwa masalia ya dinosaria. Kwa mtazamo wao, wanachohitaji ni faida zitokanazo na masalia ya dinosaria bila kujali sehemu yalipohifadhiwa masalia hayo. Kama ilivyokuwa kwa mtazamo wa kwanza, watu wenye mtazamo huu pia walilalamika kuwa vijiji vinavyozunguka Mlima Tendaguru vilikabiliwa na matatizo mengi, hasa huduma duni za jamii. Wanachofanana na wale watu ambao wana maoni kwamba masalia ya dinosaria yanapaswa kurudishwa Tendaguru ni madai ya "faida." Madai hayo yalitokana na maoni ya jinsi gani wanakijiji wangefaidika kutokana na masalia ya dinosaria. Huduma duni ya kijamii ilikuwa ajenda yao kuu. Mtazamo huu wa pili unaungwa mkono pia na wajumbe wa Bunge la Jamhuri ya Muungano wa Tanzania kama itakavyojadiliwa katika sehemu inayokuja.

Tukitoka katika ngazi ya kijiji na kwenda ngazi ya kata, tunaona pia madai ya masalia ya dinosaria yaliibuliwa na baraza la kata.[30] Katika mahojiano na Mtendaji Kata wa kata ya Mipingo, Bwana Paulo Rafael Kambona, alisema kuwa suala la masalia ya dinosaria limekuwa likijadiliwa mara kadhaaa katika kata yao miaka ya 2015, 2016 na 2017.[31] Maazimio kadhaa yalipitishwa na Halmashauri ya Kata kuwa Mtendaji Kata na Diwani wa Kata "wachukuwe jambo hilo na kuripoti kwa viongozi wa juu" na kwamba wanakijiji walitaka kuona faida ya mabaki ya dinosaria. Mtendaji kata alisema kwamba maazimio ya mikutano kadhaa yanaonyesha kuwapo kwa madai ya faida. Iliripotiwa pia na Diwani wa Kata ya Mipingo wakati wa utafiti kwamba kabla ya kuapishwa kushika madaraka, suala la masalia ya dinosaria lilikuwa kitovu cha majadiliano.[32]

27 Haya yalikuwa mahojiano ya kikundi cha watu sita wenye umri kati ya miaka 20 na 40. Katika mahojiano hayo, mtaftiti Halfan Magani aliwauliza maswali ambayo ndiyo yalikuwa msingi wa majadiliano. Kazi ya mtafiti ilikuwa ni kusikiliza na kuongoza mjadala tu.

28 Mahojiano ya kikundi Kitongoji cha Namapuia, kijiji cha Mnyangara tarehe 14 Julai 208.

29 Mahojiano na Ally Mohamedi Kayoyo na Twahili Abdallah Liingilie wa Mnyangara tarehe 12 Julai 2018.

30 Baraza la kata ni chombo katika ngazi ya kata chenye majukumu ya kupanga mipango ya maendeleo katika ngazi ya kata. Chombo hiki kina wajumbe wafuatao: wenyeviti wa vijiji vilivyopo kwenye kata, Mtendaji kata, Diwani na wajumbe wanaowakilisha vikundi au viti maalum kutoka vyama mbalimbali vya siasa.

31 Mahojiano na Paulo Rafael Kambona, Mtendaji kata Mipingo tarehe 13 Julai 2018.

32 Mahojiano na Saidi Abdulrahman Naomari, Diwani kata ya Mipingo tarehe 18 Julai 2018.

Sambamba na ngazi ya kata, kumekuwa na mjadala juu ya mabaki ya dinosaria kwenye ngazi ya wilaya. Katika ngazi hii, sawa na ngazi zingine, hakukuwa na jibu la wazi juu ya jinsi gani faida za dinosaria zitazifikia jamii za Tendaguru. Kwa mfano, mnamo mwaka 2016, ilikubaliwa na baraza la wilaya kwamba eneo la Tendaguru "litangazwe kuwa eneo lililohifadhiwa."[33] Moja ya changamoto ambayo wilaya ilikabiliwa nayo ni kwamba Serikali ya Jamhuri ya Muungano wa Tanzania ilitoa majibu tofauti kwa nyakati tofauti kupitia kwa mawaziri wa Wizara ya Maliasili na Utalii juu ya masalia ya dinosaria. Kwa mfano, wakati fulani serikali iliahidi, kama Mbunge wa jimbo la Mchinga, Hamidu Bobali, alivyoeleza, kujenga makumbusho katika eneo la Tendaguru. Wakati mwingine serikali iliahidi kujenga chuo cha Utalii.[34]

Changamoto ya pili ambayo wilaya ilikabiliwa nayo ni kwamba kulikuwa na mabadiliko ya mawaziri katika Wizara ya Maliasili na Utalii. Mabadiliko haya yaliathiri juhudi za kuendeleza eneo la Tendaguru. Hii ni kutokana na ukweli kwamba kila waziri alikuja na uamuzi wake juu ya eneo la Tendaguru. Kwa maneno mengine, kila waziri alikuja na maono na vipaumbele tofauti katika wizara. Aidha, utekelezaji wa vipaumbele vyake ilikuwa ni tatizo. Kaw mfano, mnamo mwaka wa 2017, Ofisi ya Wilaya ya Lindi iliarifiwa na serikali kuu kuwa Serikali ya Ujerumani italeta wanaakiolojia katika eneo la Tendaguru kufanya utafiti zaidi. Lakini, ni miaka miwili ilipita bila wilaya kumuona mwanaakiolojia hata mmoja akija kwa kazi hiyo.[35] Kwa mujibu wa Hamidu Bobali (Mbunge), tabia kama hizo za kutoa taarifa tofauti juu matumizi ya eneo la Tendaguru zilisababisha eneo hilo kubaki bila kuendelezwa kwa sababu hata wawekezaji waliogopa kuwekeza katika eneo hilo. Kwa maoni ya Bobali, hii ilitokana na ukweli kwamba serikali ingeweza kuja na mpango tofauti au kutokuwa na mpango wowote juu ya eneo hilo na hivyo kusababisha hasara kwa mwekezaji.[36]

MIJADALA KUHUSU MABAKI YA DINOSARIA KATIKA NGAZI YA KITAIFA

Katika ngazi ya Taifa, mijadala kuhusu mabaki ya dinosaria iliibuka katika miktadha miwili. Muktadha wa kwanza ni katika Bunge na wa pili ni wakati wa kampeni za uchaguzi mkuu. Kwenye Bunge la Jamhuri ya Muungano wa Tanzania, wabunge, kwa nyakati tofauti waliibua suala la mabaki ya dinosaria. Kwa mfano, mwaka 2018 mbunge wa jimbo la Mchinga, Mheshimiwa Hamidu Bobali, alisema katika mahojiano kwamba, alisukuma ajenda hii tangu alipoapishwa kuwa mbunge mnamo mwaka wa 2015. Hata hivyo, mbunge alikiri kuwa jambo hilo halikuanza mwaka 2015. Mbunge aliyemtangulia, kwa mfano, Mhe Saidi Mtanda, mbunge wa zamani wa Jimbo la Mchinga, aliwahi kutembelea Makumbusho ya Asili ya Berlin kuona mabaki ya dinosaria yaliyohifadhiwa kwenye jumba hilo.

Katika mahojiano ambayo yalifanywa baina ya watafiti na Mbunge Mheshimiwa Bobali, mbunge alithibitisha kwamba aliibua suala la dinosaria bungeni mara kadhaa. Pia, mbunge huyo alisema kuwa, kwa muda mrefu sana jamii, kwa kushirikiana na viongozi wao walikuwa wakipambana kuhakikisha kuwa jamii zinanufaika na masalia ya dinosaria. Swali lao kuu ilikuwa kwa jinsi gani jamii ingefaidika na rasilimali ya masalia ya dinosaria hao yaliyohifadhiwa Ujerumani.

Swali hili limeibua maoni tofauti kuhusu mabaki ya dinosaria. Kama ilivyosemwa mapema katika sura hii, wakati kundi moja la watu linatoa hoja ya kurudishwa kwa masalia ya dinosaria kutoka Ujerumani kuja Tanzania, kundi lingine linapinga hoja ya kurudishwa kwake na badala yake linadai kupata faida za kiuchumi kutokana na mapato ya mabaki ya dinosaria bila kujali ni wapi masalia hayo yalipo.

Katika mahojiano na Mheshimiwa Hamidu Bobali mwaka 2018, ilionekana wazi kuwa yeye pamoja na baadhi ya wakazi wa eneo linalozunguka kilima cha Tendaguru walikubali mabaki ya dinosaria kubaki Ujerumani. Lakini kulingana na yeye lazima kuwe na mifumo ambayo ungehakikisha kwamba jamii za eneo la

33 Mahojiano na Naomari.

34 Mahojiano na Hamidu Bobali, Mbunge wa jimbo la Mchinga, Lindi tarehe 17 Julai 2018.

35 Ibid.

36 Ibid.

Tendaguru zingefaidika na mabaki ya dinosaria hao. Kwa mfano, "ni budi wananchi wapate gawio kutoka kwa Serikali ya Ujerumani ambayo kwa sasa [2018] inamiliki na kuhifadhi mabaki hayo."[37] Kwa ujumla, maoni ya Mheshimiwa Mbunge yalijikita katika faida za moja kwa moja kwa jamii za Tendaguru. Hata hivyo, faida kama hizo si lazima kuwa katika mfumo wa pesa. Badala yake zingeweza kuwa katika mfumo wa uboreshaji wa huduma za kijamii kama vile shule, barabara na huduma za afya ambazo zingenufaisha jamii nzima.

Katika ngazi ya kitaifa, katika Bunge la Jamhuri ya Muungano wa Tanzania, wabunge kuanzia mwaka 2000 hadi 2017 walijadili juu ya mabaki ya dinosaria. Kipindi kimoja muhimu ni mwaka 2016, ambao wakati wa kikao cha bunge, Mheshimiwa Hamidu Bobali alisema kuwa alikuwa akifuatilia suala la mabaki ya dinosaria. Alidai, kwamba alikwenda kwa Waziri wa Mambo ya Nje na Uhusiano wa Kimataifa kupata maelezo kuhusu mabaki ya dinosaria. Kwa mujibu wa Mheshimiwa Bobali, jibu kutoka kwa Katibu Mkuu wa Wizara lilikuwa kwamba Serikali ya Jamhuri ya Muungano wa Tanzania bado ilikuwa ikikokotoa kiasi cha pesa ambacho mabaki ya dinosaria yalizalisha huko Ujerumani. Wiki mbili baadaye, alipokea barua kutoka wizara hiyo hiyo ikielezea kwamba Serikali ya Jamhuri ya Muungano wa Tanzania ilikubaliana na Serikali ya Ujerumani kuanzisha ushirikiano katika uhifadhi wa masalia ya dinosaria. Hata hivyo, mwaka 2018 ushirikiano huo ulikuwa bado kutekelezwa.

Hata hivyo, ikumbukwe kuwa Hamidu Bobali hakuwa mbunge wa kwanza kusukuma ajenda ya dinosaria bungeni. Wabunge wa zamani wa Jimbo la Mchinga, Mhe Saidi Mtanda (2010–2015) na Mudhihiri Mudhihiri (2005–2010), waliibuwa pia hoja hiyo bungeni. Aidha, Fatma Mikidadi, mbunge wa viti maalum-wanawake- kutoka Lindi, alikuwa akisukuma ajenda hiyo hiyo bungeni mara kadhaa hadi wabunge wengine walimbatiza jina la "mama mjusi."[38] Mbunge mwingine, Riziki Lulida pia alikuwa akisukuma ajenda ya dinosaria bungeni lakini serikali haikutoa majibu ya wazi.[39]

Wabunge hawa wote walikuwa wanadai faida za mabaki ya dinosaria zigawanywe ili jamii za Tendaguru zijione kuwa ni sehemu ya urithi huu wa dinosaria. Kwa hivyo suala la dinosaria lilikuwa ajenda ya wanasiasa wengi kwa nyakati tofauti.[40] Hii lilidhihirika katika kipindi cha maswali na majibu bungeni. Kwa mfano, mwaka 2017 Mheshimiwa Hamidu Bobali aliuliza swali lifuatalo:

> Mheshimiwa Waziri, unaelezea vipi kuhusu ahadi ambayo ilitolewa na mgombea wa urais ambaye kwa sasa ni Rais wa Jamhuri ya Muungano wa Tanzania wakati wa kampeni za uchaguzi mkuu wa mwaka 2015 kwamba wananchi wa Tendaguru watafaidika na masalia ya mjusi? [mjusi mkubwa wa Makumbusho Berlin] Je! unafikiri kwamba mifupa hii ilipatikana nchini Tanzania kwa bahati mbaya? Ikiwa kuna mtu yeyote ambaye anafaidika na masalia ya mjusi tuambie?[41]

Akijibu swali hilo, Naibu Waziri wa Maliasili na Utalii, Mheshimiwa Ramo Makani, alisema kuwa Serikali ya Ujerumani ilikubali kushirikiana na Serikali ya Jamhuri ya Muungano wa Tanzania katika kufanya utafiti zaidi katika eneo la Tendaguru. Kwa kuongezea, waziri huyo alisema kwamba Serikali ya Ujerumani ilikubali pia kujenga jumba la Makumbusho ambalo lingewavutia watalii katika eneo la Tendaguru. Aliongeza kuwa Serikali ya Ujerumani pia ilikuwa imekubali kufadhili Idara ya Mambo Kale na Utafiti wa Urithi wa Chuo Kikuu cha Dar es Salaam ili kuijengea uwezo wa kupata Wanaakiolojia zaidi ili kukuza utalii wa urithi.[42]

Mbunge mwingine aliyechangia ajenda ya dinosaria ni mheshimiwa Esther Matiko Mbunge wa Jimbo la Tarime. Mwaka 2017, Mhe. Esther Matiko alimuuliza Naibu Waziri wa Maliasili na Utalii:

37 Ibid.

38 Ibid.

39 Ibid.

40 Ibid.

41 Hamidu Bobali, Mbunge akiuliza swali Bungeni tarehe 29 Juni 2017, tazamahttps://www.youtube.com/watch?v=juLjne8zeEc.

42 NaibuWaziri wa Maliasili na Utalii Mhe. Ramo Makani, Dodoma, tarehe 29 Julai 2017, tazama, https://www.youtube.com/watch?v=5FIHCuUHrhw.

Ahadi tatu ambazo zimetolewa na Serikali ya Ujerumani bado ni kidogo kwa sababu mabaki ya mjusi yaliyochukuliwa kutoka Tanzania zamani sana na kwa sasa Serikali ya Ujerumani imekuwa ikipata pesa nyingi kutokana na mabaki haya. Je! Kwa nini Serikali ya Jamhuri ya Muungano wa Tanzania isiingie mkataba na Serikali ya Ujerumani ambayo itaelezea waziwazi asilimia ya faida ambayo Tanzania itapata kutoka kwa mapato ya masalia ya mjusi?[43]

Makani alijibu kwa kukubali kwamba mabaki ya dinosaria "ni sehemu ya vivutio vya watalii kwenye Jumba la Makumbusho ya Asili la Ujerumani."[44] Lakini alipinga madai kwamba serikali ya Tanzania inapata faida ndogo. Naibu Waziri alisema kwamba ikiwa nchi itawafundisha wataalam wake wenyewe katika fani ya mambo ya kale, faida itakuwa zaidi ya kupata gawio kutoka Serikali ya Ujerumani. Naibu Waziri alihitimisha kuwa kitu ambacho Serikali ya Ujerumani ilitaka kufanya ilikuwa kutufundisha Watanzania "jinsi ya kuvua samaki badala ya kutupa samaki kwa chakula cha siku moja."[45]

Majadiliano yaliyotangulia hapo juu yanaonyesha kiwango kikubwa cha mjadala wa dinosaria bungeni. Wabunge kutoka mikoa, siyo tu ule wa Lindi, bali pia kutoka sehemu zingine za nchi, walikuwa wakisukuma ajenda ya dinosaria. Wabunge hawa walitaka majibu ya wazi juu ya lini na kwa namna ipi watu wa Tanzania wangefaidika na mabaki ya dinosaria. Katika bunge, wabunge pia walikuwa na maoni tofauti kuhusu wapi mifupa ya dinosaria inapaswa kuhifadhiwa. Baadhi ya wabunge walitaka kurudi kwa mifupa ya dinosaria nchini Tanzania. Kwa mfano, Mbunge wa Jimbo la Ulanga alitaka kurudishwa mara moja kwa mifupa ya dinosaria nchini Tanzania. Alikuwa tayari hata kutoa sehemu ya posho yake ya siku ili serikali ipate pesa za kurudisha mifupa. Katika michango yake Mhe. Goodluck Mlinga alisema: "Mheshimiwa Spika, wabunge wanazungukazunguka juu ya suala hili la mjusi. Ikiwa kuna shida ya kurudisha mifupa, niko tayari kutoa posho yangu ya siku ili mifupa irudishwe."[46]

Mbali na Wizara ya Maliasili na Utalii, mjadala juu ya mabaki ya dinosaria ulijitokeza pia wakati wa majadiliano ya bajeti ya mwaka 2016/2017 ya Wizara ya Mambo ya Nje na Ushirikiano wa Kimataifa. Wakati wa mjadala huo, Mheshimiwa Susan Lyimo, mbunge kupitia viti maalum (Wanawake) kutoka chama cha upinzani, Chama Cha Demokrasia na Maendeleo (CHADEMA), alitaka kujua kwa mwaka 2017 kiasi cha pesa ambacho masalia ya dinosaria yalizalisha kupitia shughuli za kitalii nchini Ujerumani. Kwa kuongezea, alitaka kujua mikakati ambayo iliwekwa na Wizara ya Mambo ya Nje na Ushirikiano wa Kimataifa na Wizara ya Maliasili na Utalii kupata pesa hizo.[47]

Akijibu maswali hayo, Waziri wa Mambo ya Nje na Ushirikiano wa Kimataifa, Mheshimiwa Augustino Mahiga alisema kuwa serikali ilipaswa kufuatilia faida ya mabaki ya dinosaria. Mheshimiwa Mahiga aliliambia Bunge kuwa tayari alikutana na Waziri wa Mambo ya Nje wa Ujerumani Heiko Maas ambaye aliahidi kwamba kutakuwa na ujenzi wa barabara katika maeneo ambayo mifupa ya dinosaria ilichimbwa. Kwa kuongezea, Mahiga alisema kuwa Serikali ya Ujerumani ilipendekeza kwamba iundwe kamati maalum kuchambua na kushauri juu ya miradi ambayo Serikali ya Ujerumani ingeweza kufadhili.[48]

Majadiliano ya bunge hapo juu yanaonyesha masilahi anuwai katika mijadala ya dinosaria bungeni. Maswali tofauti kwa nyakati tofauti yaliulizwa siyo tu na Mbunge kutoka Jimbo la Mchinga (sehemu ambayo eneo Tendaguru liko) lakini pia yaliulizwa na Wabunge wengine kutoka maeneo tofauti ya nchi. Huu ni ushahidi kuwa mjadala wa masalia ya dinosaria ulikuwa na masilahi ya nchi. Sambamba na hilo, suala la dinosaria halikuwa ajenda ya mtu binafsi; bali ilikuwa ajenda ya kitaifa. Ni kwa sababu ya umuhimu wake kitaifa, ndiyo maana wanasiasa walibeba ajenda ya masalia ya dinosaria kwenye kampeni za uchaguzi mkuu wa 2015.

43 NaibuWaziri, Mhe. Ramo Makani.

44 Ibid.

45 Ibid.

46 Mhe. Goodluck Mlinga, mbunge wa Ulanga, akiwa bungeni Dodoma. tarehe 29 Julai 2017, tazama, https://www.youtube.com/watch?v=XKwWeP-25D6U, tovuti hii imepitiwa tarehe 16 Agosti 2018.

47 Mhe. Susan Lyimo, mbunge waviti maalumu – CHADEMA akiwa bungeni Dodoma 20 Juni 2017, https://www.youtube.com/watch?v=XKwWeP-25D6U, tovuti hii ilipitiwa tarehe 16 Agosti 2018.

48 Mhe. Augustino Mahiga, Waziri wa Mambo ya Nje na Ushirikiano wa Kimataifa, bungeni Dodoma tarehe 20 Juni 2017, tazama https://www.youtube.com/watch?v=XKwWeP25D6U, tovuti hii imeptiwa tarehe 16 Agosti 2018.

SUALA LA MASALIA YA DINOSARIA KATIKA KAMPENI ZA UCHAGUZI MKUU WA MWAKA 2015

Wakati wa kampeni za Uchaguzi Mkuu wa 2015, ajenda ya masalia ya dinosaria iliibuka. Wananchi wa Jimbo la Mchinga waliweka mabaki ya dinosaria kama ajenda yao kuu wakati wa uchaguzi. Katika mahojiano na Mbunge wa jimbo la Mchinga Mheshimiwa Hamidu Bobali, alisema kwamba aliweka kipaumbele ajenda ya dinosaria wakati wa kampeni zake za kuwania kiti cha bunge. Hata hivyo, ajenda hii haikuwa ya Bobali peke yake. Hata mgombea wa Urais wa chama tawala – Chama Cha Mapinduzi (CCM) alipokelewa na wanakijiji wakiwa wamebeba mabango ambayo yalisomeka "*Mrudishe Mjusi Wetu.*"[49] Akijibu madai ya wananchi hao, mgombea wa urais wa chama tawala (Dkt. John Pombe Magufuli) wakati wa mkutano mkuu wa kampeni za uchaguzi, katika kijiji cha Nangalu alisema kuwa alijua kuwa Serikali ya Tanzania ilikuwa ikipoteza pesa nyingi kupitia mabaki ya mjusi. Katika kutatua suala hili, aliahidi kwamba atakapokuwa Rais wa Jamhuri ya Muungano wa Tanzania, serikali yake itahakikisha kwamba pesa ambazo masalia ya mjusi yalizalisha zingewafikia wananchi wa Lindi ili ziweze kusaidia katika kuboresha huduma za jamii.[50]

Madai ya wananchi hao ni muhimu kwani yanaonyesha kuwa ajenda ya dinosaria haikuishia katika ngazi ya kijiji, badala yake wanakijiji waliamua kuchukua ajenda hadi ngazi za juu za kisiasa kwa kutuma ujumbe huo kwa mgombea wa urais ambaye baadaye alichaguliwa kuwa Rais wa Jamhuri ya Muungano wa Tanzania.

Mbali na mgombea wa urais, suala la dinosaria lilikuwa muhimu kwa wagombeaji wa kiti cha ubunge katika Jimbo la Mchinga. Mhe Hamidu Bobali, Mbunge wa sasa (2018) wa Jimbo la Mchinga, aliliambia Bunge katika moja ya vikao vya Bunge kwamba moja ya ajenda ambayo ilimfanya kuchaguliwa kama mbunge ni suala la masalia ya mjusi. Pia, aliliambia Bunge kuwa wananchi wa Jimbo la Mchinga hawakuchagua mbunge kutoka chama tawala (CCM) kwa sababu chama hicho, kwa miaka mingi, kilishindwa kutatua suala la faida ya mabaki ya mjusi.

Kwa kuongezea, katika kipindi hicho hicho cha kampeni za Uchaguzi Mkuu wa Mwaka 2015, wagombea wa ubunge waliotembelea vijiji vya Mipingo, Mnyangara, Lihimilo na Matapwa walikutana na ajenda ya mjusi. Wanakijiji walikuwa wakiuliza mikakati ambayo imewekwa na wagombea hawa ili kuhakikisha kuwa huduma za kijamii zingeboreshwa kupitia faida za mjusi. Pia Wananchi walikuwa wakiuliza kwa nini barabara zao ziko katika hali mbaya wakati eneo lao lina mabaki ya mjusi ambayo ni muhimu kihistoria siyo tu kwa Tanzania bali duniani kote?[51]

DINOSARIA, UCHUMI NA HUDUMA ZA JAMII ZA TENDAGURU – MATUMAINI YA "FAIDA"

Kama ilivyooneshwa hapo juu, msingi wa madai ya wanasiasa na wananchi ya kurudishwa kwa masalia ya dinosaria ni mahitaji ya kiuchumi na ya miundombinu. Mahojiano yalionesha kuwa wananchi wengi wa Tendaguru waliamini kuwa faida zitokanazo na masalia ya dinosaria yaliyoko Ujerumani zitaleta maendeleo katika kuongeza mapato yao na upatikanaji wa huduma za kijamii kama barabara, maji, elimu na afya. Wananchi waliamini kuwa Jumba la Makumbusho la huko Berlin hupata mapato kupitia ada ya viingilio vya watalii. Kwa maoni yao mgao wa mapato yatokanayo na mabaki ya dinosaria yangeweza kuchangia ukuaji wa uchumi wa eneo hilo kwa njia tatu: Kwanza, kama ilivyo sehemu zingine za Tanzania, zenye maliasili kama madini, wananchi wa Tendaguru ilipaswa kupata faida itokanayo na masalia ya dinosaria.[52] Serikali ya Ujerumani ilipaswa kutoa sehemu ya faida hiyo. Pili, wahojiwa walisema kwamba Serikali ya Ujerumani ilipaswa kutenga sehemu ya ada ya viingilio inayokusanywa kutoka kwa watalii au wageni kwenye Jumba la Makumbusho na kuweka pesa hizo katika akaunti ya kijiji.[53] Hoja hii juu ya kupata sehemu ya ada iliyokusanywa kutoka Jumba la Makumbusho ya Asili huko Ujerumani ilienea miongoni mwa wananchi wa Tendaguru, na wanasiasa katika ngazi za kijiji,

49 Mahojiano na Mhe. Hamidu Bobali, mbunge wa Mchinga Lindi, tarehe 17 Julai 2018.

50 Mhe. Hamidu Bobali.

51 Ibid.

52 Mahojiano na Twahili A. Liingilile, Mnyangara, tarehe 12 Julai 2018, na Aisha M. Mpalanga- (DiwaniVitiMaalumu-Wanawake) Mnyangara, tarehe 12 Julai 2018.

53 Mahojiano na Bakari S. Meno, Mwenyekiti wa Kijiji, Mnyangara, tarehe 12 Julai 2018, na Hassan S. Ngonde, tarehe 12 Julai 2018.

kata, wilaya na taifa. Lakini, taarifa kutoka Makumbusho ya Ujerumani zilionesha kuwa Makumbusho ya Asili ya Berlin ilikuwa haipati faida yoyote kutokana na ada ya kiingilio. Badala yake, kama ilivyo kwa taasisi nyingi za makumbusho ya umma nchini Ujerumani, ziara za wananchi kwenye Jumba la Makumbusho ya Asili zilifadhiliwa na bajeti ya serikali.[54]

Mbali na madai ya ada, baadhi ya watu waliohojiwa walidai Tendaguru ilipaswa kuwa kivutio cha watalii ambapo watu wa eneo hilo wangeweza kupata pesa za kuwasaidia kujenga barabara na utoaji wa maji na huduma ya afya.

Ili kuelewa vizuri madai tofauti ya "faida" na maono yaliyoambatana na madai hayo, ni muhimu kuangalia kwa karibu hali ya kijamii, kiuchumi na miundombinu na shida ambazo mkoa wa Lindi unakabiliwa nazo. Kutokuwapo au kuwapo kwa barabara mbovu ni moja ya kikwazo kikubwa cha maendeleo ya kiuchumi wa Tendaguru na kusini mwa Tanzania kwa ujumla. Ingawa mkoa wa Lindi umepitiwa na barabara kuu ya kutoka Dar es Salaam kwenda Mtwara, mwaka 2018 barabara nyingi ndogo ndogo zilizoenda vijijini katika mkoa huo zilikuwa haziwezi kupitika wakati wa masika na maeneo mengine hayakuwa na barabara kabisa. Mfano mmoja wa barabara ambayo haikuweza kupitika wakati wa masika ilikuwa ni barabara kutoka Mkwajuni (Nkwajuni) kwenda kijiji cha Mnyangara. Mkwajuni ni njia panda kutoka barabara kuu ya kutoka Dar es Salaam kwenda Mtwara. Wakazi wa kijiji cha Mnyangara walitamani barabara ya Mkwajuni hadi Mnyangara ijengwe kutokana na "mapato ya mjusi."[55]

Hali ya barabara siyo tu kwamba ilikuwa ni mbaya sana katika eneo la Tendaguru, bali pia katika sehemu nyingi hakukuwa na barabara zinazounganisha kijiji kimoja na kingine. Kwa kuzingatia hali za barabara kama ilivyoelezwa hapo juu, mwaka 2018 wanakijiji wa Mnyangara walitamani faida itokanayo na mapato ya masalia ya dinosaria ingetumika kujenga barabara ya kutoka Mkwajuni hadi kijiji cha Mnyangara kwa kiwango cha lami. Pesa hizo pia zingeweza kutumika kujenga barabara kutoka Mnyangara hadi kilima cha Tendaguru na kuiunganisha na barabara iliyoenda wilayani Ruangwa. Kutokuwapo kwa barabara kutoka Mnyangara kwenda kilima cha Tendaguru inamaanisha kuwa, mtu aliyetaka kwenda kwenye kilima kwa gari alilazimika kusafiri umbali mrefu kupitia wilaya ya Kilwa kwa kupitia kijiji cha

Picha 2:
Uvukaji Mto Mbwemkulu,
Mpiga picha: Mareike Vennen.

54 Tunashukuru Makumbusho ya Asili ya Ujerumani kwa kutupa taarifa juu ya ada na viingilio kwenye makumbusho. Pia tazama chapisho la Josephine Christopher: Tanzania 'natural treasure' draws crowds far from home, katika: The Citizen, 19.9.2019, https://www.thecitizen.co.tz/news/1840340-5279386-9cmj0j/index.html, 22.9.2019.

55 Mahojiano na Said Abdalla Mkwapu wa Mnyangara tarehe 11 Julai 2018.

Nanjilinji na kuvuka mto Mbwemkulu ambao, hata hivyo, hauna daraja ; kwa hivyo, gari lililazimika kuingia ndani ya maji ili kuvuka mto (tazama picha Na. 2 hapa chini). Kwa ujumla, hakukuwa na barabara yoyote kutoka mji wa Nanjilinji kwenda Namapuia na kilima cha Tendaguru. Mbali na wanakijiji wa Mnyangara, wanakijiji wa Matapwa pia walitamani pesa za mjusi zitumike katika kukarabati barabara iliyojengwa wakati wa ukoloni na ambayo ilipita kijiji hicho kutoka katika kilima cha Tendaguru. Kutokuwepo kwa barabara fupi kutoka Matapwa kwenda Tendaguru ilimaanisha kuwa wanakijiji wa Matapwa walilazimika kutumia njia ya mzunguko kufikia Tendaguru. Kwa hiyo, ili kwenda Tendaguru wananchi wa Matapwa walilazimika kutumia njia ya mzunguko kupitia Mipingo, Mchinjidi, Mangalanganda, Mtapaya, Lulanji na mwisho walifika kwenye kilima cha Tendaguru.[56]

Mbali na barabara, wakaazi wa Tendaguru wangependa pesa itokanayo na mjusi itumike katika kutatua uhaba wa maji. Mwaka 2018 kama ilivyokuwa kwa miaka mingine kabla , uhaba wa maji ndio ilikuwa shida kubwa kwa wananchi wa Namapuia, kitongoji cha kijiji cha Mnyangara. Wakazi wa Namapuia hawakuwa na maji ya kisima wala bomba, kwa hivyo waliteka maji kutoka mto Mbwemkuru au kutoka kwenye mito ya msimu iliyopo katika eneo hilo. Hatahivyo, vijito hivyo pamoja na mto Mbwemkulu vilikauka kipindi cha miezi Septemba hadi Disemba kila mwaka ; kwa hivyo, wakaazi walipata kiwango kidogo cha maji kwa kuchimba chini visima vidogo vidogo kando kando ya mto Mbwemkuru.[57]

Kwa hivyo, ilipendekezwa kuwa suluhisho la kudumu la uhaba wa maji katika eneo hilo lilikuwa ni kuchimba visima vya maji ya bomba, lakini ilikuwa gharama kubwa sana kuchimba visima hivyo kwa sababu kina cha kuyafikia maji ya eneo hilo ni kati ya mita 90 hadi 100 aridhini. Kwa hivyo, mwaka 2018, gharama ya kuchimba kisima kimoja ilikuwa karibu dola za kimarekani 10,000. (sawa na shilingi milioni 23 za kitanzania).[58] Shida ya maji, hata hivyo, haikuwa kwa wananchi wa kitongoji cha Namapuia pekee, lakini pia ilikuwapo katika kijiji cha Matapwa na

Picha 3:
Kisima kwenye mto uliokauka wa Mtshinyiri. Mpiga picha: Halfan H. Magani.

56 Mahojiano na Saidi Mohamed Kilogwaga wa Mnyangara tarehe 13 Julai 2018.

57 Mahojiano na Mhe. Hamidu Bobali (Mbunge), Lindi tarehe 16 Julai 2018.

maeneo mengine mengi ya kijiji cha Mnyangara. Kwenye baadhi ya sehemu za kijiji cha Matapwa, wakazi walipata maji kwa kuchimba kando kando ya mto Mtshinyiri (tazama picha Na. 3 hapa chini) ambao pia hukauka kipindi cha kiangazi.

Hata hivyo, ni vema kufahamu kwamba siyo sehemu zote za kijiji cha Matapwa zilikuwa na uhaba wa maji. Eneo karibu na shule ya msingi ya Matapwa ilikuwa na maji ya visima vya bomba vilivyochimbwa kwa msaada kutoka kwa Mustapha Sabodo, mfanyabiashara mkubwa kusini mwa Tanzania. Wakati upungufu wa maji ulikuwa kidogo katika kijiji cha Matapwa, hali ilikuwa mbaya katika kijiji cha Mnyangara.[59] Kijiji hakikuwa na visima vya bomba; kwa hiyo, wanakijiji walipata maji kutoka kwenye mito inayotumiwa na wanyama wa porini na ndege[60] (tazama picha Na. 4 hapa chini).

Hata hivyo, usalama wa maji kwa matumizi ya binadamu kutoka kwenye vijito hivyo uliacha mashaka kwa watafiti. Akielezea kutoridhishwa kwake juu ya usalama wa maji kwa matumizi ya binadamu kutoka kwenye vijito hivyo, Yahya Abdallah Mchopoti (miaka 42) mkaazi wa kijiji cha Mnyangara, alisema:

> "Maji tunayotumia [wanakijiji wa Mnyangara] hutoka kwenye mito, lakini maji hayo ni machafu. Tunakunywa maji machafu kama wafanyavyo nguruwe wa mwituni. Sisi siyo tofauti na wanyama wa porini. Miaka minne iliyopita [2014] tulifanya mkutano wa kijiji na tukaamua kwamba tunapaswa kufaidika na mabaki ya mjusi kwa kupata huduma za kijamii pamoja na maji. Tulipeleka maazimio yetu serikalini, lakini bado hatujapata majibu yoyote hadi sasa."[61]

Mbali na kuonyesha shida ya uhaba wa maji, nukuu ya hapo juu inaonyesha jinsi wanakijiji walivyochoshwa na ahadi ambazo hazitekelezwi ili kupunguza shida za ukosefu wa huduma za kijamii katika eneo la Tendaguru. Akielezea hali hiyo ya kuchoshwa na ahadi, zikiwamo ahadi kutoka kwa wageni, Mohamed Kayoyo, mkazi mwingine wa kijiji cha Mnyangara alisema:

> "Wageni wengi wanaokuja kijijini kwetu wanatuambia kwamba [wanakijiji] tutafaidika na uwepo wa eneo la Tendaguru. Lakini hadi sasa hatujaona faida yoyote. Kwa mfano, Agosti mwaka 2016 Wajerumani watano walifika kijijini hapo na kutuahidi kuwa watatuletea huduma tofauti za kijamii kama vile maji. Lakini hadi hivi sasa hatujasikia chochote kutoka kwao. Kwa hiyo, kwa maoni yangu, ili kufaidika na eneo hili, serikali inapaswa kujenga jumba la makumbusho huko Tendaguru na hiyo ingeifanya eneo hilo kuwa kivutio cha watalii."[62]

Picha 4:
Kijito katika Kijiji cha Mnyangara,
Mpiga picha: Holger Stoecker.

58 Mhe. Hamidu Bobali.

59 Mahojiano na Paulo Rafael Kambona (Mtendaji Kata-Mipingo) tarehe 13 Julai 2018.

60 Mahojiano na Sadi Bakari Meno wa Mnyangara tarehe 12 Julai 2018.

61 Mahojiano na Yahya Mchopoti (umri miaka 42) Mnyangara tarehe 12 Julai 2018.

Nukuu ya hapo juu inaonyesha shida ya maji imekuwa ni kero kubwa kwa wananchi. Pia, inaonyesha matarajio ya kupata faida itokanayo na mabaki ya dinosaria. Wananchi wa kijiji cha Mnyangara pia walitamani pesa ambazo zingepatikana kutokana na mabaki ya dinosaria zingepaswa kutumiwa katika kutoa huduma zingine za kijamii kama vile elimu na afya. Katika kuelezea hitaji hilo, Mohamed Ally Mayuni alibainisha kuwa wakazi wa Mnyangara walipaswa kupata faida za mabaki ya mjusi kwa kupata huduma za kijamii, hasa elimu.[63] Twahili Abdallah Liingilile (miaka 57) mkazi wa Mnyangara aliunga mkono maoni ya Mayuni kwa kusema kwamba, "sisi [Wanakijiji] wa Tendaguru tunapaswa kufaidika na mapato yatokanayo na mabaki ya mjusi na kuyatumia kwa ujenzi wa barabara na utoaji wa huduma za afya na elimu."[64]

Changamoto nyingine ambayo wananchi wa kijiji cha Mnyangara walikumbana nayo ni ukosefu wa kituo cha afya kijijini hapo. Kuanzia muda Tanzania ilipopata uhuru mwaka 1961 hadi mwaka 2018 wakati utafiti huu ulipofanywa, kijiji hakikuwa na zahanati. Hata hivyo, mwaka 2018 Halmashauri ya Wilaya ya Lindi ilianza kujenga zahanati na ujenzi bado ulikuwa unaendelea. Ukosefu wa zahanati ulimaanisha kuwa wanakijiji walilazimika kupata matibabu katika kijiji cha Mipingo ambako ndiko zahanati ilikuwapo. Lakini, kijiji cha Mipingo kiko umbali wa kilomita 10 na hali ya barabara ni mbaya[65] na hivyo kuwawia vigumu wanakijiji wa Mnyangara kufika eneo hilo kupata matibabu. Hospitali ya wilaya ilikuwa Lindi mjini ambako ni mbali zaidi.

Hali mbaya ya barabara ililaumiwa kwa kusababisha vifo vya wagonjwa kadhaa, wakiwa njiani kwenda zahanati iliyopo katika kijiji cha Mipingo. Akithibitisha uhusiano huu kati ya hali mbaya ya barabara na vifo, mkazi wa kijiji cha Mnyangara alisema katika mahojiano kuwa: "sisi [wanakijiji wa Mnyangara] tunahitaji zahanati au hospitali ijengwe hapa Mnyangara kwa sababu kati ya watu watatu na wanne hufa kila mwaka wakiwa njiani kuelekea Zahanati ya Mpingo kwa sababu ya hali mbaya ya barabara." Akiongezea hilo alisema, "Wakati wa msimu wa mvua tunashindwa kabisa kuwapeleka wagonjwa zahanati kupata matibabu."[66]

Ni kwa sababu ya shida hii ndiyo maana wanakijiji wa Mnyangara waliamua kwamba pesa ambayo wanaamini hupatikana kutokana na uwapo wa masalia ya dinosaria zinapaswa kutumika kujenga kituo cha afya na huduma zingine za kijamii katika kijiji hicho. Kama ilivyo kwa ahadi hewa za kumaliza shida ya maji, ushahidi wa wanakijiji,unaonesha kuwa matarajio yao ni kupata msaada katika sekta ya afya kutoka kwa wageni wa Ujerumani. Kwa mujibu wa mahojiano yaliyofanywa na wakazi wa kijiji cha Mnyangara, Asha Mohamed Mpalanga na Said Bakari Meno, mwaka 2016, Mbunge wa viti maalum (wanawake) alikuja na Wajerumani kijijini Mnyangara ambao waliahidi kumaliza ujenzi wa zahanati ya kijiji, lakini hadi kufikia mwaka 2018 walikuwa hawajatimiza ahadi yao.[67]

Pendekezo lingine la wanakijiji wa Mnyangara lilikuwa ni ujenzi wa makumbusho katika mlima Tendaguru ili kuvutia watalii. Wenyeji walikuwa na maoni kwamba Makumbusho inapaswa kujengwa na Serikali ya Tanzania, kwa kushirikiana na Serikali ya Ujerumani. Akisisitiza kuhusu hili, Bwana Twahili Abdallah Liingilile, mkazi wa Mnyangara, alisema kuwa "serikali inapaswa kukubali kuwa Tendaguru ndiyo sehemu muhimu sana katika historia ya mjusi mkubwa duniani na ikishatambua hilo, inabidi ichukue hatua madhubuti za kuendeleza eneo hili kwa kujenga makumbusho na nyumba ya kulala wageni watakaotembelea eneo hili."[68] Alisisitiza pia kwamba ujenzi wa makumbusho na nyumba ya kulala wageni unapaswa kuambatana na ujenzi wa barabara inayoweza kupitika mwaka mzima. Endapo serikali itachukua hatua hizo zilizotajwa hapo awali, alisema, watu wa Tendaguru watafaidika na uwapo wa sehemu ya machimbo ya masalia ya mjusi. Katika mtazamo huo huo, Yahya Mchopoti, mkazi wa kijiji cha Mnyangara, alipendekeza kwamba, "mahali hapa [Tendaguru] panapaswa kuwa na Makumbusho ili kuuonyesha ulimwengu kuwa Tendaguru ni eneo ambalo limetoa masalia ya mjusi mkubwa zaidi [*Gigantosaurus brancai*] ulimwenguni."[69]

62 Mahojiano na Mohamed Kayoyo, Mnyangara, tarehe 12 Julai 2018.

63 Mahojiano na Mohamed A. Mayuni, Mnyangara, tarehe 12 Julai 2018, Abdallah J. Kiwambu, Mnyangara, tarehe 11 Julai 2018.

64 Mahojiano na Mohamed Ally Mayuni wa Mnyangara tarehe 12 Julai 2018.

65 Barabara tajwa ni ile ya kutoka Mkwajuni kwenda Mnyangara ambayo inagawanyika na nyingine yakuelekea Mipingo.

66 Mahojiano na Said A. Mkwapu, Mnyangara, tarehe 14 Julai 2018.

67 Mahojiano na Asha Mohamed Mpalanga na Bakari Said Meno, wa Mnyangara tarehe 12 Julai 2018.

68 Mahojiano na Twahil Abdallah Liingile wa Mnyangara tarehe 12 Julai 2018.

69 Mahojiano na Yahya Abdallah Mchopoti wa Mnyangara tarehe 12 Julai 2018.

Lakini swali moja la muhimu ni kwamba je, watu wa Tendaguru wangeweza kupata huduma za kijamii zilizotajwa hapo juu bila kutegemea faida ya mabaki ya dinosaria? Akijibu swali hili mkazi mmoja wa Mnyangara alisema kuwa, "ingawa wangeweza kupata huduma za jamii na maendeleo mengine ya kiuchumi bila kuhusisha mabaki ya mjusi, lakini bado walipaswa kunufaika na mabaki ya mjusi."[70]

HITIMISHO

Kilichoonekana kutokana na mahojiano kati ya watafiti na wanakijiji wa vijiji vya Mnyangara, Mipingo na Matapwa ni kwamba mwaka 2018 mabaki ya dinosaria katika ngazi zote yalionekana kama rasilimali muhimu. Aidha, masalia hayo ya dinosaria yalikuwa pia matumaini na ndoto za maisha bora kwa wananchi kwa kupata miundombinu na huduma za jamii kama elimu na afya. Faida zilizotajwa hapo juu ndiyo chanzo cha madai ya kurudishwa Tendaguru kwa masalia ya dinosaria kutoka Ujerumani.

Madai ya kutaka kurudishwa na au kunufaika na mabaki ya dinosaria yaliyohifadhiwa nchini Ujerumani yanapaswa kuonekana katika muktadha wa utalii unaokua nchini Tanzania ambao ulianza mapema miaka ya 2000. Aidha, mahitaji ya watu kupata huduma za kijamii kutokana na mabaki hayo ya viumbe wa kale ni muhimu, kwani inaonyesha kiwango ambacho eneo hilo limetelekezwa kiuchumi na kijamii ukilinganisha na sehemu zingine za nchi kama vile kaskazini mwa Tanzania.[71]

Matokeo ya utafiti yaliyoripotiwa katika sura hii ya kitabu, yanayoonesha madai ya faida za masalia ya dinosaria na kumbukumbu za masalia ya dinosaria ni muhimu kwani yameibua sauti za watu wa kawaida katika ngazi ya vijiji. Sauti kama hizo zinakosekana katika tafiti zingine zihusuzo masalia ya dinosaria wa Tendaguru.[72] Utafiti huu ulitumia sana njia ya mahojiano. Zaidi ya hayo, matokeo ya utafiti yaliyoripotiwa katika sura hii yanaonyesha njia ambazo vitu vya asili na vya kisayansi kama masalia ya dinosaria yaliyohifadhiwa kwenye Jumba la Makumbusho ya Asili huko Berlin zimeunganishwa na siasa na uchumi wa watu katika ngazi ya vijiji na Taifa la Tanzania kwa ujumla. ■

70 Ibid.

71 Swantz 1997, uk 16; Koponen 2010, kr. 31, 58.

72 Kwa ujumla utafiti mwingi wa dinosaria wa Tendaguru umejikita kwenye uhusiano kati ya mazingira, sayansi na dinosaria. Kwa mfano tazama kazi Migeod 1927; Heinrich 1999; Heinrich et al. 2000.

MAREJEO

Burke, Peter: History and Social Theory, New York 1992.

Chowdhubury, Farjan S.: Noah and the Story of Flood in the Bible and the Quran, MA Thesis, University of Bergen 2016.

Heinrich, Wolf-Dieter: The Taphonomy of Dinosaurs from the Upper Jurassic of Tendaguru (Tanzania) Based on Field Sketches of the German Tendaguru Expedition 1909–1913, katika: Mitteilungen aus dem Museum für Naturkunde in Berlin, Geowissenschaftliche Reihe 2 (1999), kr. 25–61.

Heinrich, Wolf-Dieter et al.: The German-Tanzania Tendaguru Expedition 2000, katika: Mitteilungen aus dem Museum für Naturkunde in Berlin, Geowissenschaftliche Reihe 4 (2000), kr. 233–235.

Hennig, Edwin: Am Tendaguru. Leben und Wirken einer deutschen Forschungsexpedition zur Ausgrabung vorweltlicher Riesensaurier in Deutsch-Ostafrika, Stuttgart 1912.

Koponen, Juhani: Maji Maji and the Making of the South, katika: Tanzania Zamani 7, 1 (2010).

Maier, Gerhard: African Dinosaurs Unearthed. The Tendaguru Expeditions, Bloomington 2003.

Migeod, Frederick William Hugh: The Dinosaur of Tendaguru, katika: Journal of the Royal African Society 26, 104 (1927), kr. 232–1340.Nurse, Derek / Spear, Thomas: The Swahili: Reconstructing the History and Language of an African Society 800–1500, Philadelphia 1995.

Stoecker, Holger: The *Brachiosaurus brancai* in the Museum für Naturkunde Berlin: A Star Exhibit of Natural History as a German and Tanzanian Realm of Memory?, https://boasblogs.org/humboldt/the-brachiosaurus-brancai-in-the-natural-history-museum-berlin/, 2019.

Swantz, Marja-Liisa: Sharing in Community-Based Social Services in Rural Tanzania: A Case Study of Mtwara and Lindi Regions, Research in Progres 8, UNU World Institute for Development Economic Research 1997.

TANI 225 ZA VISUKUKU

MAZUNGUMZO NA DANIELA SCHWARZ, MTUNZAJI WA HIFADHI YA TENDAGURU

Ina Heumann, Holger Stoecker na Mareike Vennen

Daniela Schwarz ni mwanapaleontolojia. Tangu mwaka 2008, amekuwa mtunzaji wa mabaki ya visukuku vya reptilia kwenye Jumba la Makumbusho la Naturkunde Berlin. Anawajibika kwa utafiti na kuchimbua mabaki ya wanyama wa kale kutoka kwenye mapande ya udongo wa kutoka Tendaguru. Baada ya kusoma jiolojia na paleontolojia katika Chuo Kikuu Huria huko Berlin, Daniela Schwarz alibobea kwenye visukuku vya mabaki ya mamba, na baada ya kukamilisha shahada yake ya udaktari, alianza kufanya utafiti wa dinosaria. Tangu wakati huo, mwanamke huyo mwenye asili ya Thuringia ambaye, tangu utotoni, alikuwa na shauku kubwa ya kuwa mtaalamu wa paleontolojia, siyo tu kama mtaalamu wa visukuku vya mamba wakubwa na Kretasia kutoka zama za Jurasi, bali pia dinosaria katika zama hizo za Jurasi. Kwa miaka mingi amekuwa akitafiti historia ya kabila la kitaksonomia la dinosaria na amekuwa akifanyia kazi maswali mbalimbali juu ya maumbo ya dinosaria. Zaidi ya hayo, pia ni mwakilishi kuhusu visukuku vilivyo nje ya nchi. Kwa maneno mengine, ni msimamizi wa watafiti kutoka duniani kote, wanaokuja Berlin kufanya tafiti za visukuku na kuongoza wageni wa Makumbusho kutembelea mabaki ya paleontolojia. Katika mazungumzo na Ina Heumann, Holger Stoecker na Mareike Vennen, Daniela anazungumzia kuhusu matumizi ya kila siku ya visukuku vya Tendaguru na umuhimu wao katika utafiti wa paleontolojia.

Visukuku vilivyochimbuliwa katika ardhi ya Tendaguru vina umuhimu na malengo gani?

Daniela Schwarz: Idadi ya visukuku vya Tendaguru ni zaidi ya nusu ya visukuku vilivyomo kwenye makusanyo ya visukuku vya reptilia (picha 1).[1] Hivyo, masalia ya kale ya reptilia hapa nyumbani, pia kimataifa, yana kipaumbele cha juu kwa kuhesabika kwa kila kipande, kadhalika kwa manufaa na jitihada ya kazi. Ni mifupa mikubwa, ambayo daima inahitaji kufanyiwa kitu fulani. Pia maswali mengi kutoka kwa wageni wa kisayansi au kutoka kwa umma, yanahusiana na visukuku vya Tendaguru. Pamoja na mimi, wapo watunzaji wengine wawili katika eneo la visukuku vya viumbe wenye uti wa mgongo: meneja wa makusanyo na watunza makusanyo wawili, ambao pia wanafanya kazi kwenye bodi. Idara ya maandalizi ya visukuku ina wafanyakazi watatu. Aidha tangu mwaka 2008, kumekuwa na jumuiya ya maprofesa katika nyanja ya palaentolojia ya viumbe wenye uti wa mgongo[2]. Hivyo, wafanyakazi wa kisayansi wameongezeka tangu nilipoanza kazi hapa.

Picha 1 upande wa kushoto: Picha ya visuskuku vya viumbe wenye uti wa mgongo wa *Dicreaosaurus sattleri* kutokaa kwenye makusanyo ya Makumbusho ya Kihistoria ya Berlin, Mpiga picha: Hwa Ja Götz/MfN.

1 Kwa mabaki ya Tendaguru katika Makumbusho ya Historia ya Berlin, Soma Schwarz-Wings 2010a.

2 Jumuia ya Maprofesa katika Chuo Kikuu cha Humboldt, huko Berlin, (ambapo yamo Makumbusho kwa muda mrefu) bado kuna sehemu za kufanyia kazi na makundi ya kazi kwenye Makumbusho ya Historia za Asili.

Tangu lini na kwa namna gani umekuwa ukitafiti visukuku kutoka kwenye masalia ya kale ya Tendaguru?

Kipindi nikiwa nasomea shahada yangu ya udaktari katika Makumbusho ya Historia ya Tamaduni huko Basel, ambako nilifanya utafiti kwa kipindi cha miaka minne, kabla ya hapo nilikuja Berlin mnamo mwaka 2008; tuliweza kufanya mradi wa kwanza kwa kutengeneza mifupa ya uti wa mgongo wa *Giraffatitan* (zamani akijulikana kama *Brachiosaurus*) kwa kutumia msaada wa tomografia ya kompyuta (CT Scan) (picha 3)[3]. Nimetafiti jinsi dinosaria wakubwa wala majani, sauropods wenye mifupa ya uti wa mgongo yenye uwazi ndani, jinsi wanavyoonekana. Nimeielezea anatomia ya visukuku hivi vilivyofukuliwa na kuvifananisha na ndege wanaoishi leo.

Katika kazi yangu ya kwanza iliyochapishwa mwaka 2006, ilionesha kifuko cha hewa cha *Giraffatitan*.[4] Ukweli kwamba jenasi hii ya *saurian* ilikuwa na vifuko vya hewa ulifahamika, lakini bado ilikuwa haijaelezwa vizuri kisayansi. Kazi hii ya kwanza ilifanywa na Werner Janensch, kiongozi wa Msafara wa Tendaguru wakati huo.[5] Alielezea uwapo wa kifuko cha hewa katika pingili za mifupa zilizovunjika, lakini hakuweza kutumia tomografia ya kompyuta au njia nyingine za kisasa kwa wakati huo. Hata tulipokuwa tukifanya kazi kwa tomografia ya kompyuta mwaka 2006, bado kwa kiasi fulani, utaalamu huu ulikuwa mpya kwenye ujuzi wa paleontolojia. Tulikuwa na bahati na uwezo wa kutumia skana ya CT kuchunguza wanyama wakubwa wa Taasisi ya Anatomia ya Mifugo katika Chuo Kikuu Huria cha Berlin.

Pamoja na mbinu hizi za kidijitali na kufanyia kazi makusanyo ya visukuku moja kwa moja (picha 2), wakati mwingine tuliunda nyenzo za kusaidia ili kutafiti matukio fulani au kurekebisha tena taratibu. Mnamo 2007 kwa mfano, mimi na msimamizi wangu Eberhard Frey, tulifanya mlolongo wa majaribio kujua, ni kiasi gani cha mgandamizo ambacho vifuko vya hewa viliweza kubeba kwenye shingo ndefu ya sauropodi na bado vifuko vikaweza kuustahimili[6] (picha 4 na 5).

Je, vipo vitu katika visukuku vya Tendaguru ambavyo vimekuvutia hasa na vinavyojibu maswali hasa yenye manufaa kwako?

Mnyama wangu kipenzi, kwa kweli ni *Dicraeosaurus*, kwa sababu anatofautiana kwa kiasi fulani na sauropodi wengine: kwa urefu wake wa mita kumi na mbili, kwa kiasi fulani ni mdogo kuliko sauropodi wengine ambao wengi wao ni warefu zaidi ya mita 20. *Dicraeosaurus* ana uti wa mgongo wenye ncha za ajabu (picha 1) na shingo fupi, ambayo inamruhusu kula kwenye vichaka vifupi na majani mengine, wakati sauropodi wengine kama *Giraffatitan* walikuwa na shingo ndefu hadi mita kumi, na waliweza kujipatia chakula kwenye vilele vya miti. *Dicraeosaurus*, ni adimu kuwapata. Katika makusanyo ya Tendaguru, hupatikana mabaki mengi ya aina hii ya dinosaria, lakini kwa Afrika, wanapatikana Tendaguru peke yake. Bila shaka hapo Tendaguru walipata hali nzuri ya kuishi ambayo haikuweza kupatikana sehemu nyingine walizoishi viumbe wa zama za Jurasi, na waliweza kupumzika miongoni mwa sauropodi wengine katika mfumo huu wa ikolojia. Masalia ya *Dicraeosaurus*

Picha 2:
Picha ya Daniela Schwarz katika mabaki ya kipaleontolojia akiwa na taya la juu la meno kutoka kwenye mfupa wa fuvu la *Giraffatitan brancai*, Mpiga picha: Hwa Ja Götz/MfN.

3 Schwarz / Fritsch 2006.

4 Katika kitabu.

5 Janensch 1947.

6 Schwarz-Wings / Frey 2008.

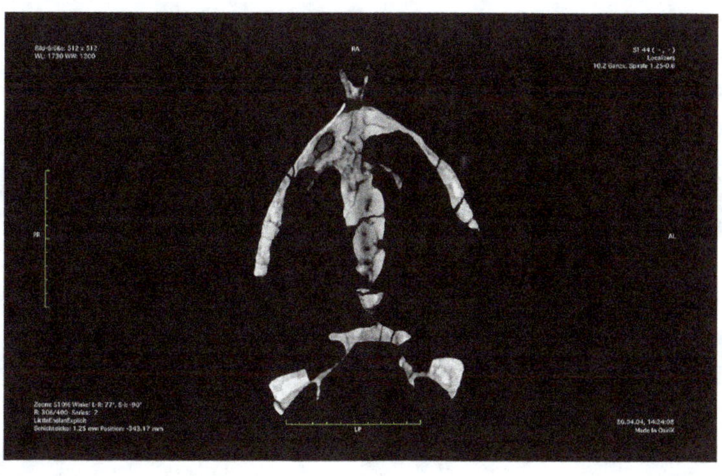

(ndugu wa karibu wa *Dicraeosaurus*) yote yalipatikana kutoka Amerika ya Kusini, na hayo siyo mengi. Kwa namna yoyote, *Dicraeosaurus* ni kiumbe wa tofauti kutokana na shingo yake fupi na umbile dogo la mwili; haendani na viwango vya sauropodi wa kawaida, ambao wana sifa ya shingo zao ndefu mno na miili yao mikubwa, jambo ambalo linanivutia sana.

Visukuku ni muhimu kwangu pia kwa sababu mifupa ya mabaki ya sauropodi ina thamani kubwa kwangu (picha 6). Ni ya kipee sana, kwa sababu imetunzwa kikamilifu ingawa ni rahisi kuvunjika. Katika mabaki ya mifupa ya *Dicraeosaurus sattleri*, aina yetu ya pili ya *Dicraeosaurus*, inapatikana katika Ghala la Mifupa (picha 1). Nyenzo zote zitarejewa miaka michache ijayo. Kwa kuongeza, tunayo mifupa asilia ya shingo ya *Giraffatitan* kutoka kwenye maonyesho, na pia kwenye mabaki ya *Kentrosaurus*, vipo vipande vingine safi, kwa mfano kimoja ambamo mkia wa *Kentrosaurus* na mifupa kadhaa ya mgongo vimehifadhiwa na pia baadhi ya mifupa (picha 7 na 8).

Pia navutiwa na mabaki ya Tendaguru kwa sababu ya uhusiano miongoni mwa diplodocidi, ambazo ni sauropodi. Zaidi ya hilo, maswali ya kiutendaji yanavutia sana. Bado nashangazwa na vifuko vya hewa ambavyo sauropodi wote wanavyo. Itapendeza sana kuchunguza kwa kina hasa, jinsi sauropodi walivyosambaa katika kanda. Pia uundaji upya wa misuli ni swali la muhimu. Ni misuli gani ya mgongo ilimpatia sauropodi ustahimilivu wa kiwiliwili? Shingo zao pia zinasisimua – walitembezaje shingo zao ndefu? Umakanika wa utembeaji wake ilionekanaje? Swali hili limekuwa likijadiliwa mara kwa mara miongoni mwa wanapaleontolojia wa wanyama wenye uti wa mgongo, kama ilivyo kwa mjadala wa mpangilio wa meno ya dinosaria: Jinsi gani mabadiliko ya meno hutokea miongoni mwa wale waliokula mimea, na nini hasa walikula?

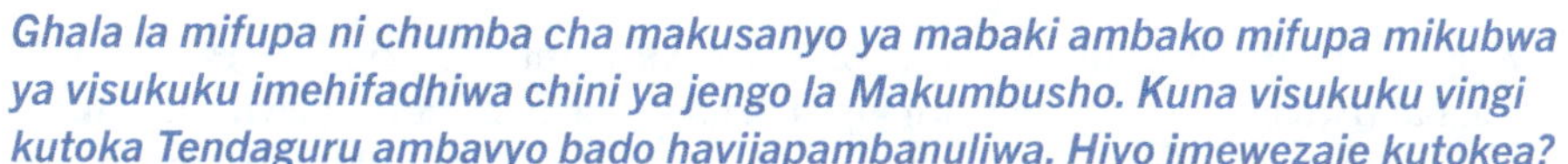

Ghala la mifupa ni chumba cha makusanyo ya mabaki ambako mifupa mikubwa ya visukuku imehifadhiwa chini ya jengo la Makumbusho. Kuna visukuku vingi kutoka Tendaguru ambavyo bado havijapambanuliwa. Hiyo imewezaje kutokea?

Vipande hivyo vilipochukuliwa kutoka katika eneo vilipotoka kipindi hicho, vilipangwa kulingana na kipaumbele cha waliovileta. Wanapaleontolojia katika eneo la kazi walijua dhahiri, sehemu ya ugunduzi wa kiumbe mkubwa *Brachiosaurus* au leo hii ajulikanaye kama *Giraffatitan*, ni sharti uzingatie hali zote alizokuwa kwanza, na visukuku vyake lazima viandaliwe kwanza. Hivyo basi, mifupa ya kiumbe husika iliwasilishwa kwanza. Vyote vilivyobaki, ni vipande ambavyo havikuwa na mwelekeo

Picha 3:
Picha ya safu kutoka kwenye tomografia ya kompyuta. Hii ni moja ya mbinu za kazi za Paleontolojia.. Hapa, ni mwonekano wa pingili za shingo ya *Girafatitan brancai*. Miundo myeusi inaonyesha ilipo mifupa, na inayong'ara ni sehemu ya kisukuku iliyojazwa na mwamba. Mpinga picha: Daniela Schwarz.

Picha 4 na 5:
Picha zinaonyesha utafiti kuhusu ufanyaji kazi na uwezo wa kubeba wa vifuko vya hewa vya *Sauropodi* kwa kutumia vipimo vya mgandamizo. Mpiga picha: Daniela Schwarz.

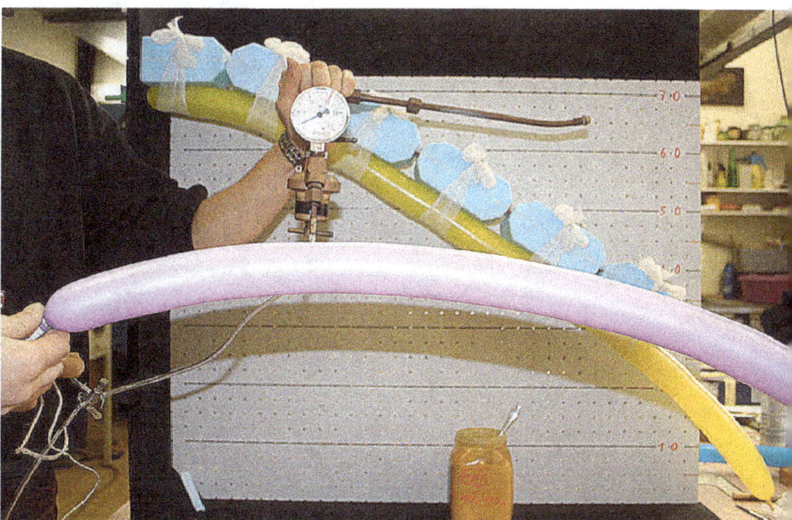

wowote wa kupata chochote kipya kutoka kwenye miamba. Lakini huwezi kuwa na hakika. Bado kunaweza kutokea kitu kipya, hata kwa viunzi ambavyo vimeandaliwa tayari. Daima kunaweza kuwa na mabadiliko madogo. Kama ukitafiti kiunzi kwa maswali mapya au mbinu mpya au kama kuna mahali dinosaria wapya wanapatikana na imebainika kuwa mchanganyiko wa sifa ni lazima ufanyiwe tena tathmini kwa namna tofauti kidogo. Hiyo hutokea mara nyingi. Mabadiliko ya makusanyo ya mabaki hayaishi kamwe. Kiuhalisia wakati wote ni kama kutafuta kitu fulani ziwani na huwa napenda sana jambo kama hilo.

Dazeni za ngoma za mianzi, zipatazo urefu wa sentimita 60 ambazo zimefungasha vitu visivyochakatwa bado, zilipatikana kutoka Tendaguru na kusafirishwa na zimekuwa zikifanyiwa kazi kwa zaidi ya miaka mia moja.

Haya ni mabaki asilia ambayo hayajapanguliwa na hayajafanyiwa uchambuzi (picha 9). Bila shaka makusanyo haya yana thamani kubwa na pia nyaraka ambazo zinaelezea namna ya usafirishaji wa visukuku hivi katika nyakati hizo, zina thamani kubwa. Japokuwa bado visuskuku vimo kwenye hali zao asilia, sasa tunajua ni vipande gani vimebebwa ndani ya ngoma za mwanzi. Niliziskani ngoma hizi mwaka 2010, kwenye CT ya Taasisi ya Zuolojia na Tafiti za Wanyamapori.[7] Jambo la kuvutia ni kwamba, visukuku vilivyomo ndani yake, vyote vimetoka kwenye chimbuko moja. Vipande vyote havikupatikana, kila kimoja kutoka kwenye eneo lililojitenga, bali vikiwa vimeungana na vingine vingi. Hivyo basi, hatuanzi kuchukua na kuandaa kipande kimoja-kimoja, kwa sababu kwa kufanya hivyo tutapoteza muunganiko.

Sababu nyingine: ni kwa nini ngoma za mwanzi zinavutia ni kwamba vilivyomo ndani yake vinatoka kwenye kumbukumbu na hiyo inatoka kwenye kipidi cha kwanza cha uchimbuaji. Pia kulikuwa na vitu vilivyoitwa, "Fungu la Mifupa" (kwa

Picha 6:
Picha ya maonyesho ya fuvu la *Giraffatitan brancai* wa Afrika Mashariki kwenye Makumbusho Asilia ya Kihistoria. Mpiga picha: Hwa Ja Götz/MfN.

7 Schwarz-Wings / Fritsch 2010b.

maana ya mpangilio wa mifupa kijiolojia) vitatu au vinne katika mpangilio, vilivyojaa vibanda vya mifupa, ambavyo vyote ni vya *Dysalatosaurus*. Tunakisia kwamba makundi kadhaa ya wanyama yaliuawa au kwa namna nyingine, inawezekana walizama kwenye matope na kufa kwa kiu, takribani miaka milioni nyingi iliyopita. Kwa sasa hatuwezi kukadiria muda.

Kitu gani kinayafanya mabaki yaliyomo ndani ya ngoma za mianzi kuwa ya kipekee namna hii katika paleontolojia?

Tunazo taarifa muhimu sana kuhusu tafonomia; ya utokeaji wa visukuku katika sehemu vilivyopo; na muundo wake na makundi. Muunganiko huu umehifadhiwa katika namna ambayo haijapangwa kama ilivyokuwa imejipanga kwenye mwamba. Inaweza kudhaniwa kuwa mifupa ya wanyama ilikuwa katika namna sawa kilongitudi ikiongozwa na mkondo wa maji au ilipangwa kulingana na ukubwa kwenye mwamba. Itakuwa na uhakika zaidi, bila shaka, kuandaa mabaki ambayo hayajachimbuliwa. Lakini hilo linatakiwa kufanywa taratibu na kwa mpangilio wa kimantiki kwa sababu tunahitaji kuwa makini kutunza taarifa nyingi kadiri iwezekanavyo. Kwa mfano, utahitaji pia kutunza kalibu vilimotoka, (mwamba unaozunguka shimo vilimotoka visukuku), kwa sababu bado inawezekana hata leo hii kupata mabaki ya viumbe wadogo sana kama Ostrakodi, (kaa wadogo wenye misuli), ambao kuwapo kwao kunatufahamisha kuhusu mazingira na tabia ya nchi ya wakati huo wa kale.

Tunapokea wageni wengi sana kwenye masalia ya wanyama wa kale ambao wanakuja kuuliza. Kwa nini?

Awali tuliwaza tu, kuwafikia wasimamizi na wasaidizi wao na mameneja wasimamizi wa visukuku. Wanasayansi huwa wanakuja na maswali yao maalumu. Kawaida wanatuma barua pepe ya maombi ya ruhusa ya utafiti, kisha wanaweza kufanya utafiti moja kwa moja kwenye visukuku. Maombi huja kutoka sehemu zote duniani, mengi yanatoka Marekani kwa sababu kuna idadi kubwa ya Wanapaleontolojia kwenye vyuo vikuu na taasisi za utafiti. Lakini pia tunapata maombi kutoka Australia na Afrika ya Kusini. Katika Tanzania, kwa sasa hakuna elimu ya paleontolojia kwenye vyuo vikuu. Ndiyo maana wajumbe wa kisiasa wa Tanzania wanakuja hapa, lakini hasa wanatembelea ukumbi wa viunzi vya dinosaria.

Matatizo ya kisayansi yameongezeka miaka ya hivi karibuni, na utofauti wa kimethodolojia umeongezeka. Mbali na mbinu za picha, uchambuzi wa kutumia isotopu na uchambuzi wa enamel kwa kutumia mionzi ya sinkrotroni, vimeongezwa ili kutoa taarifa juu ya aina ya chakula cha wanyama hao au mabadiliko ya mfumo wa meno yao. Kama zilivyo mashine za eksrei, sinkrotroni hufanya kazi kwa elektroni za kasi na kupata picha zinazoonekana vizuri zaidi. Kwa lengo hili, kwa mfano , sampuli ndogo sana zimechukuliwa kutoka kwenye kisukuku kwa ajili ya uchunguzi wa sinkrotoni kwenye taasisi nyingine, vipande hivyo vinahitaji kuhamishiwa kwenye taasisi hizo.

Picha 7:
Picha ya vipande vya mifupa vya *Kentosaurus* ambavyo, vilipohifadhiwa kwenye plastazoti, viliwekwa kwenye droo katika makusanyo ya kipaleontolojia. Mpiga picha: Hwa Ja Götz/MfN.

Picha 8:
Picha ya mfupa wa bega la Kentosaurus, Mpiga picha: Hwa Ja Götz/MfN.

Kwa muda kiasi, sasa, makumbusho yana kompyuta ndogo ya tomografia ambayo inaweza kutumika kutafiti mabaki ya dinosaria wadogo. Kuna uhitaji mkubwa wa mashine za digitali za 3D ambazo tunalazimika kuziunda wenyewe. Ukaribu, yaani mahusiano baina ya dinosaria, ni mada ambayo mara zote watafiti wanavutiwa nayo. Mwanasayansi yeyote anayefanyia kazi visukuku vya dinosaria, na hasa sauropodi, atakuja kwenye makusanyo yetu kulinganisha na vipande vyetu kama sehemu ya marejeo (au sehemu ya kulinganishia). Hii hasa ni kwa sababu mabaki yetu yametunzwa vizuri sana na yana upekee.

Wakati mwingine pia, watu wasio na elimu ya paleontolojia, kwa mfano, wasanii, huja kwenye mikusanyo ya mabaki ili kuangalia vitu fulani. Pia tunajitahidi kujibu maombi haya haraka iwezekanavyo. Zaidi ya hayo, wanafunzi kutoka Ujerumani kote huja kufanya sehemu ya tafiti ya shahada zao za uzamivu na wanafunzi wa shahada ya udaktari kutoka nchi za nje, ambao tunawapa nyenzo za utafiti (visukuku) kama inawezekana. Na hata hivyo, wapo wanafunzi au watafiti ambao wanafanya kazi hapa kwenye makusanyo ya visukuku katika Makumbusho ya Historia Asilia ya Berlin.

Je, taarifa za mabaki yaliyokusanywa kutoka Tendaguru zinapatikana pia katika mfumo wa kidigitali?

Picha tunazopiga na data tunazokusanya ni kwa ajili ya kazi binafsi za kisayansi. Hivyo basi, vitabaki kwetu au kwa mwanasayansi mgeni mwenyewe. Kwa vitu vilivyowekwa katika muundo wa digitali ya 3D, mara zote ni natunza nakala. Kwa sasa hatuna *kanzi data* (mfumo wa uhifadhi wa data), kwa hiyo ninahifadhi data mwenyewe. Kwa kawaida data zinafungiwa kwa miaka mitatu au minne. Na kama mtu akiziomba kutaka kufanyia kazi, basi nawaomba wale waliotengeneza data kama wanaruhusu zitumike. Tunajitahidi siku moja tuwe na hifadhi ya nyenzo za utafiti katika mfumo wa 3D, kwa mfano kupitia kanzi data ya mtandaoni, ambako pia unaweza kuweka nyaraka za kihistoria na kuziunganisha na vyanzo vingine. Kwa bahati mbaya, jambo hili linahitaji kazi kubwa na pia gharama za kifedha. Hata hivyo, hatua za awali zipo kwenye mpango na tunatumaini tutaweza kupiga hatua miaka ijayo.

Picha 9:
Picha ya ngoma za mianzi kwenye sela. Mpiga picha: Hwa Ja Götz/MfN.

Hebu turudi nyuma kwenye miaka ya karne ya 20, ambapo masanduku yenye visukuku vya Tendaguru yaliwasili hapa kwenye makumbusho. Jinsi gani mifupa ya dinosaria ilitunzwa kipindi hicho na jinsi gani inatunzwa leo?

Wakati wa Msafara wa Tendaguru, masanduku ya mifupa yaliyoingia mwanzoni yaliwekwa kwenye kitu kilichoitwa sela ya mifupa au ghala la mifupa lililoko chini ya ukumbi wa maonyesho (picha 9). Walifanyia kazi mifupa hasa katika karakana ya maandalizi (picha 10). Kawaida, na hata leo – vipande vya mifupa vinatolewa moja kwa moja kutoka eneo la uchimbuaji vikiwa vimefungwa kwa plasta kuvihifadhi wakati wa usafirishaji. Katika Tendaguru, udongo wa mfinyanzi ulitumika kama mbadala mara nyingi kwa sababu ya gharama nafuu na ulipatikana kwa kiwango kikubwa. Katika makumbusho, ilibidi kukata kwa umakini vifurushi ili kuondoa tabaka la udongo uliotumika kuhifadhia. Hii ilikuwa rahisi kiasi fulani, kwa sababu bado kulikuwa na tabaka la mabaki baina ya udongo na visukuku (picha 11).

Hatua iliyofuata ilikuwa kutenganisha mfupa kutoka kwenye mwamba uliouzunguka. Kazi hii ilikuwa ikifanywa kwa nyundo na patasi, kazi ambayo ilikuwa ikichukua muda mrefu sana (picha 10). Baadaye, kisagio cha kukandamiza, mfano, mashine ya kuendeshwa kwa nguvu ya upepo, zilitumika kuondoa sehemu ya juu ya mwamba (picha 12). Siku hizi unaweza kufanya kazi hiyo kwa kutumia mashine ya kompresa na kuondoa taratibu tabaka la mwamba, ambayo inafanya vizuri zaidi kwani miamba ya Tendaguru ni laini kiasi. Mara kwa mara ni muhimu kuwa maki-

Picha 10:
Picha ya mtaalamu wa zamani wa kurudisha sura ya mnyama kwa kujaza vitu ndani ya ngozi, Johannes Schoberer alifanya kazi kwenye karakana ya ugunduzi wa mifupa kutoka Tendaguru, kati ya miaka ya 1910 na 1930, katika: MfN, HBSB, Pal. Mus. B III 69. Mpiga picha: Scherl Verlag.

Picha 11:
Picha ya kisukuku kilichofungwa kwa kitambaa na udongo tifutifu wenye rutuba na kalibu la mwamba kutoka Tendaguru. Mpiga picha: Hwa Ja Götz/MfN.

ni ukiwa kwenye darubini, kuhakikisha hugongi sura ya mfupa (picha 13). Baadhi ya mifupa hufunikwa na tabaka jembamba na gumu la chokaa, ambayo inafanya maandalizi kuwa magumu zaidi. Kwa ujumla kuondoa mabaki ya mwamba karibu na mfupa mara nyingi ni mchakato unaochosha.

Wakati mwingine unaweza kuumwagia maji mwamba ili uweze kulainika vizuri. Kutoka katika mtazamo wa kijiolojia, visukuku ni mawe, mifupa iliyohifadhiwa tu kwenye umbo lake, lakini muundo wake wa kikemikali umebadilika: hali ya asili ya kikaboni imebadilika na kuchukuliwa na madini magumu. Hivyo basi, unaweza kutofautisha mabaki yanayozunguka kwa muundo wake kutoka kwenye mfupa pekee. Wakati mwingine mifupa hutofautiana ugumu, kwa sababu madini ya mfupa huo hubadilika au kuwa katika hali nyingine ya kugeuka kuwa jiwe. Kwa sababu hii, waandaaji hujifunza kanuni za kikemia kwenye mafunzo yao. Rangi hubadilika pia. Mwanzoni, kama ilivyo kwa wanyama wengine wenye uti wa mgongo, rangi nyeupe ya mifupa hubadilika wakati wa kuundwa kwa visukuku, kutegemeana na madini yaliyomo katika mmumunyiko wa mwamba majini. Hivyo, baadhi ya mifupa ya visukuku inaweza hata kuakisi rangi nyeusi wakati mifupa ya Tendaguru kwa kawaida ni rangi ya hudhurungi au wekundu wa kahawia.

Baada ya mifupa kutenganishwa na mwamba unaoizunguka, mtaalamu hupanga kila mfupa peke yake. Siku za nyuma, visukuku vilitobolewa kuunganisha vipande kwa nondo za chuma, ambapo baadhi yake zilikuwa kubwa sana. Siku hizi, kwa upande mwingine, majaribio yamefanywa, kutumia mbinu hii kwa kiasi kidogo iwezekanavyo wakati wa maandalizi. Mwishowe, mapengo yanazibwa kwa gundi, au kwa nyenzo bora zaidi za kuzibia na mifupa na kuifanya kuwa migumu zaidi ambapo supagluu au utomvu uliotengenezwa kwa Paraloid hutumika. Paraloid ni imara zaidi kuliko vigandishaji vingine vilivyotumika zamani.

Picha 12:
Picha ya mtaalamu Siegert, ambaye mwaka 1920 aliandaa visukuku vya Tendaguru aliweza kufanya kazi miaka ya 1950 kwa kutumia kisagio cha kukandamiza. Filamu bado ya picha ambazo bado hazijachapishwa za "ushahidi wa macho", 1951, "Makumbusho ya Historia Berlin" Na. 1058, 1953, katika: BArch, 23846. Haki za picha: DEFA-Stiftung.

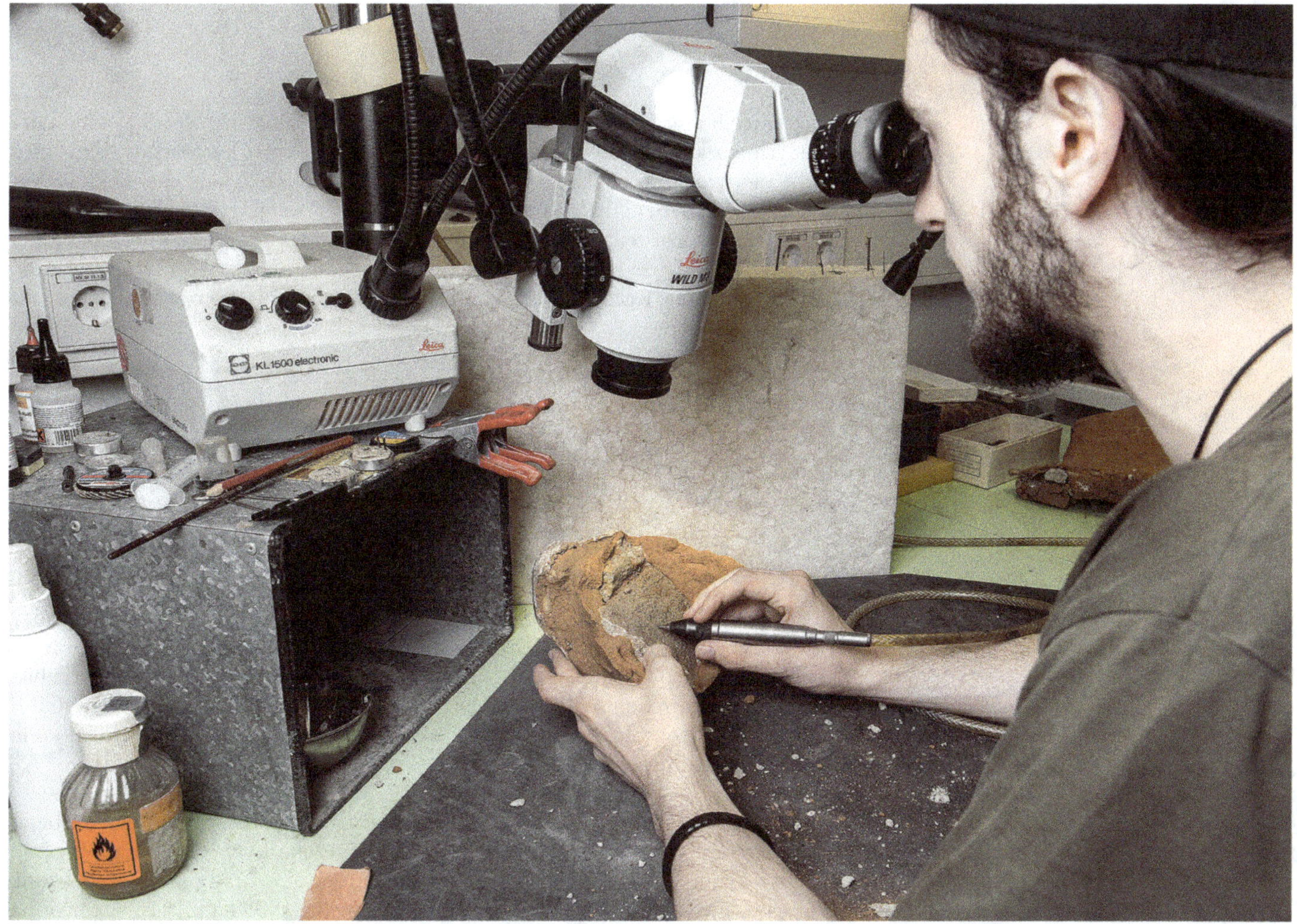

Nini kinahitaji kufanyika kuhifadhi mifupa iliyokwisha kuandaliwa?

Mtaalamu wa kurudisha umbo la kiunzi cha mnyama kwa kujaza vitu ndani ya ngozi ndiye anayehusika. Kwa upande mwingine, vitu vilivyomo kwenye maonyesho na kwenye ghala ya mifupa ni sharti vihamishwe mara kwa mara, kwa maana ya kufutwa vumbi. Mara kwa mara, vifungio vya zamani hulegea. Kazi hizi za uhifadhi mara nyingi huchukua sehemu kubwa ya kazi yetu ya kila siku. Hutokea kwa bahati mbaya kipande cha kukazia mifupa kudondoka na sehemu moja ikalegea. Kipande hicho ni lazima kigandishwe upya haraka iwezekanavyo.

Visukuku vingi katika makusanyo ya Tendaguru vimehifadhiwa, lakini si vyote kabisa. Katika Vita vya Pili vya Dunia, ghala ya mifupa haikupigwa na bomu. Lakini baada ya hapo, kila kitu kilikuwa katika hali mbaya kutokana na masizi, plasta na mabaki ya milipuko. Hivyo basi, ilikuwa ni muhimu kufanya usafi wa haraka na kupanga kila kitu upya tena. Katika kipindi hiki mengi yamerekebishwa, lakini kwa idadi kubwa ya visukuku, kazi hiyo ilichukua miongo kadhaa ingawa ilifanyika mfululizo. Kwa mfano, vile vilivyomo katika maonyesho vilikamilika kuhifadhiwa kabisa mwaka 2005, na baadhi ya mifupa mikubwa ambayo tulipaswa kuhamishia sehemu nyingine kwa sababu ya nafasi, sasa tayari imeshawekwa kwenye sehemu nyingine.

Je, kuna manufaa yoyote yatokanayo na Msafara wa Tendaguru na historia ya uanzishaji wa makusanyo ya visukuku?

Naam, hasa wananchi wanafaidika na Msafara huo. Ninapofanya ziara kwenye ghala ya mifupa au kwenye maonyesho, daima ninaulizwa swali: Vipande hivi vimefikaje hapa? Hicho si kitu kinachopaswa kukaliwa kimya. Pia tunazo picha za ziara ya ghala ya mifupa ambazo watu wanavutiwa nazo. Pia wengi huuliza mifupa hii ina uhusiano gani na historia ya ukoloni. Pia wageni wameuliza mara nyingi kama makumbusho yanapaswa kurejesha visukuku vilikotoka na wakati fulani wanauliza jinsi vilivyoandaliwa. Wataalamu wa paleontolojia wanaofanya kazi hapa, pia huuliza

Picha 13:
Picha inaonesha jinsi ya kufukua kisukuku kutoka kwenye tabaka ya mwamba inayokizunguka kwa msaada wa hewa yenye presha na Moritz Mairer mwaka wa 2018, Mpiga picha: Hwa Ja Götz/MfN.

kama tutarudi tena Tendaguru kuchimbua. Kwa sasa, kuna sheria kali za kimataifa za kuagiza na kuuza visukuku nje ya nchi na duniani kote; kwa mfano, wito kwa ushirikiano wa utafiti halisi. Hiyo ni kama tunataka kufanya kazi ugenini, kwa kushirikiana na taasisi, mahali pa utafiti na watafiti wao.Vinginevyo hatuna kibali cha kwenda kuchimbua tena. Ingawa inawezekana kuandaa visukuku vilivyopatikana hapa na kuvichunguza kisayansi, vitarejeshwa baada ya uchakataji au kubaki katika nchi vilikopatikana. Kufanya kazi pamoja na wenzetu kwenye eneo la kazi si muhimu kwetu sisi pekee.

Je, historia ya Msafara wa Tendaguru ina mchango wowote katika paleontolojia?

Bila shaka inao mchango.Tunapofanya kazi za kipaleontojia na wanapaleontolojia, ni muhimu kujua kila kitu mahali kinapotoka hasa; ili kuweza kutathmini vitu hivyo kijiolojia kwa usahihi, kutambua umri wa vitu hivyo na safu gani za ardhi zinavizunguka. Kwa visukuku vya Tendaguru, historia ya uchimbaji ni muhimu sana kwa sababu imeandikwa vizuri sana. Tunakuwa na machimbo machache sana ya namna hii. Aidha, mtu yeyote anayefanyia kazi na vipande hivi hatimaye atauliza: Je, Unaweza kuniambia kitu kuhusu mabaki? Kutoka eneo gani kitu hiki kilipatikana? Je, kuna taarifa zozote katika maandishi ya kisayansi? Maswali haya, hata hivyo, yanalenga zaidi hali ya uhifadhi au baadaye uchakataji wa kisayansi. Nadhani historia ya visukuku na muktadha wa upatikanaji, una mchango mdogo katika utafiti halisia wa kipaleontolojia; hata hivyo kuna manufaa pia kwa wanapaleontolojia kujua usuli wa kihistoria.

Katika miaka ya hivi karibuni, mvuto katika muktadha wa ukoloni, ambapo visukuku vya Tendaguru vilichimbuliwa, umeongezeka kwa wengi, na mtazamo umekuwa tofauti. Kwa sasa nina hisia kwamba mtizamo wa utafiti unarudi chanzoni. Kutoka kwenye kumbukumbu za zamani tangu mwaka 1909 hadi 1913, inaonyesha kuwa mwanzo wa uchimbaji katika eneo la utafiti, viunzi vilipewa majina ya watu wa Afrika wa kale. Baadaye, katika machapisho ya kisayansi, majina haya ya Kiafrika yalipotea, hayaonekani hata kwa viunzi ambavyo sasa vimo kwenye ukumbi wa dinosaria. Lakini kwa sasa, paleontolojia na wanapaleontolojia hutumia majina ya wataalamu wa Kiafrika mara nyingi kwa majina mapya katika vitu hivyo, nami naona jambo hilo ni zuri sana.[8] Nadhani hapa, pia ufahamu umeongezeka kwamba utendaji wa kazi njema za Waafrika wenyeji zinastahili kuthaminiwa na kutambuliwa zaidi. Kwa hali yoyote, mtu anaweza kusema kwamba maslahi ya picha nzima na hali ya mambo ya uchimbuaji yameongezeka. Utandawazi unaweza kutusaidia kuifanya sehemu hiyo isiwe mbali tena, isiyofikika na ya kuchosha kama ilivyokuwa wakati wa kazi yenyewe ya uchimbuaji. Pia taarifa kuhusu uchimbuaji zimechapishwa mara kadhaa na imekuwa rahisi zaidi kuzifikia. Labda hiyo ndiyo namna tunayoweza kujitambulisha nayo leo na kujaribu kuielezea.

Katika makadirio yako, ni matokeo gani muhimu zaidi ya kisayansi yatapatikana kutoka kwenye tafiti za makusanyo ya visukuku vya Tendaguru?

Eneo linaloizunguka Tendaguru yenyewe, ambalo ni zaidi ya kilomita mraba themanini (80 km), ni la ajabu sana kwa sababu kulikuwa na mabaki ya dinosaria wengi sana wa aina tofauti-tofauti waliopiga kambi mahali hapo zama za kale. Si kuwapo kwa wingi pekee wa dinosaria, lakini kuna dinosaria wengi wa aina mbalimbali. Kama ukiangalia mabaki yote ya visukuku katika eneo hilo la kiakiolojia, mfumo kamili wa kiikolojia – ulikuwapo. Sauropodi wakubwa, hadi dinosaria wawindaji, mpaka *Dysalotosaurus* na *Kentrosaurus*, ndugu wa karibu wa *Stegosaurus walikuwapo*. Na hata sauropodi nao wenyewe wanatofautiana wao kwa wao. Kila kitu kimeelezewa kwa kina na Werner Janensch na kimehaririwa vizuri – bila shaka kulingana na kiwango cha sasa cha maarifa. Lakini hayo ndiyo matokeo muhimu zaidi, na ndivyo ilivyo hata leo. Visukuku vya sauropodi tulivyo navyo hapa vimechangia kwa kiasi kikubwa kujibu maswali mengi tofauti-tofauti. Kwa mfano mwendo na utembeaji wa wanyama. Awali, dinosaria hawa walielezewa kuwa viumbe mfano wa reptilia, wenye miguu iliyosambaa, wanaotembea kivivu na kilegevu. Leo hii inaaminika kuwa

8 Kwa mfano, angalia Remes 2007.

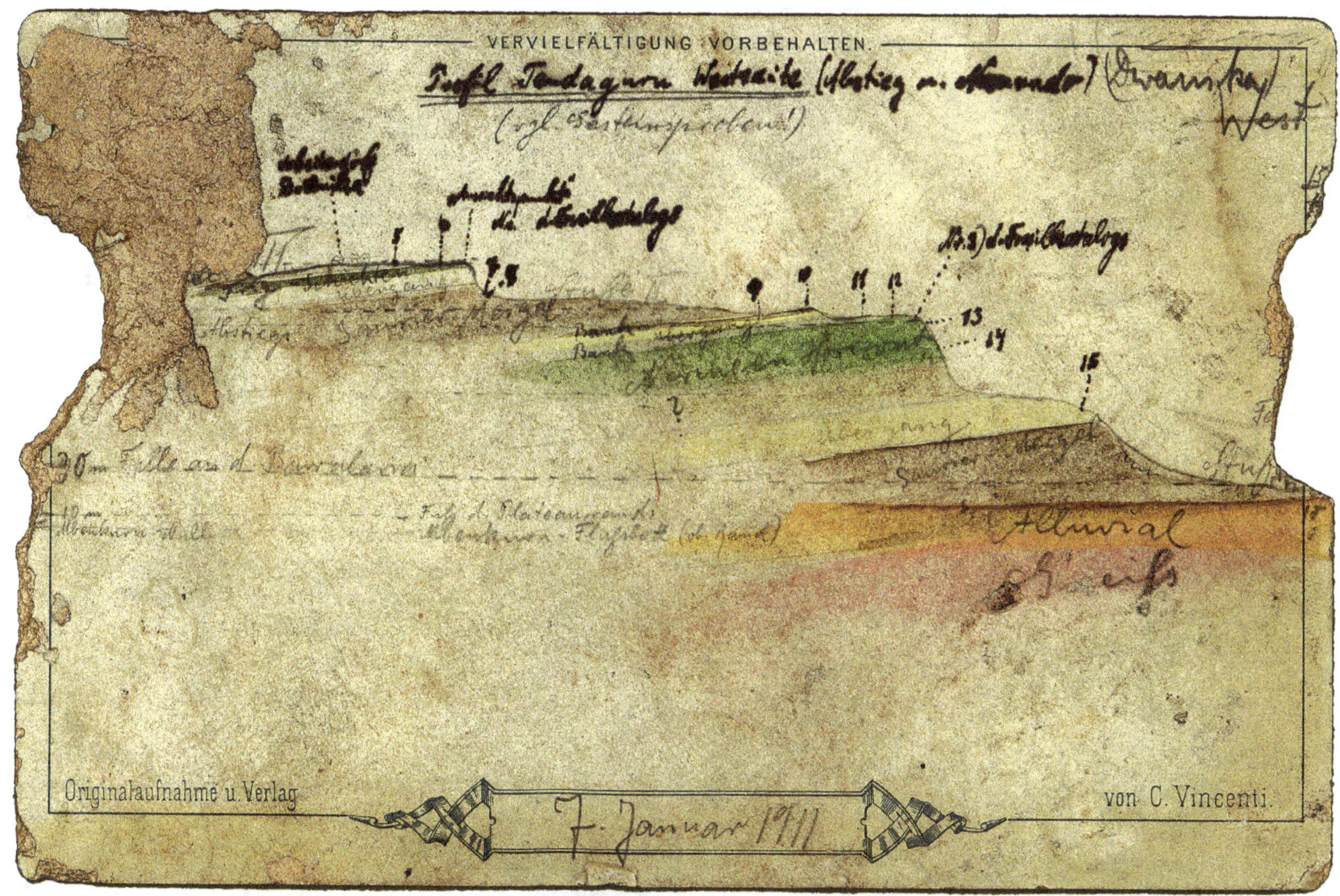

msimamo wa miguu yao ni wima kama ndege na mamalia. Kuhusiana na mwendo wa *sauropodi*, linapokuja suala la kupanga miguu au kuunda upya ubongo wa dinosaria, swali huibuka juu ya uwezo wao wa kufikiri, mtazamo umebadilika sana miaka ya hivi karibuni. Kwa maelezo mengi haya mapya, vitu kutoka kwenye makusanyo yetu vina mchango. Hata linapokuja suala la uainishaji wa spishi mbalimbali za dinosaria vipande vyetu vya mabaki navyo hujumuishwa.

Je! mtu anaweza kuufikiriaje uchimbuaji wa kipaleontolojia leo hii? Nini kimebadilika ikilinganishwa na nyakati za Msafara wa Tendaguru?

Leo hii, uchimbaji wa aina hii ungefanyika kwa namna tofauti kabisa. Kwa upande mwingine, kwenye kazi nyingi utahitaji kutumia vifaa vya kielektroniki, kama mfumo wa nafasi ya kijiografia, ili kubainisha kwa usahihi, yalipo mabaki. Kwa wakati wa msafara huo mchoro wa eneo la ugunduzi ulifanywa kwa mkono (picha 14), na pia iliwezekana kuonyesha maeneo kwa mifano ya dijitali ya 3D. Leo, unaweza kupata saruji ya kutosha au nyenzo za ufungaji kuanzia mwanzo kama unakwenda safari. Bila shaka, bado inategemeana na vyanzo vya mapato. Kwa mfano, wakati wa safari ya Tendaguru, udongo ulitumika kama mbadala wa kufungashia visukuku, kwa sababu ulikuwa ukipatikana katika eneo la uchimbaji, ulikuwa nafuu kuliko jasiya kuagizwa kutoka mbali iliyokuwa na gharama. Udongo haukudumu. Jasi bado inaendelea kuwa nyenzo ambayo inatumika kwenye karakana, kwani inapimika na huwa inapatikana wakati wote.

Bila shaka sasa namna za usafiri zimebadilika. Wakati huo, mabaki yalifungashwa kwenye mifuniko ya plastiki na masanduku ya mbao yaliyoundwa vizuri kwa ajili ya kusafirishwa (picha 9). Hata hivyo, kwa mfano, Tendaguru bado ni sehemu ngumu kufika kwa gari. Kwa hiyo unaweza pia kufikiria leo mazingira ya hapo zamani wakati wa ufungaji na kusafirisha (picha15). Kwa njia nyingine, tofauti na usafiri wa meli zamani, sasa usafiri wa ndege hutumiwa kama njia ya usafiri.

Picha 14:
Mchoro wa shamba, ambao haujachapishwa, na Werner Janensch au Edwin Hennig juu ya wasifu wa kijiografia katika eneo linalochimbuliwa, katika: MfN, chanzo haijulikani.

Kingine kilichobadilika ni utajiri wa uzoefu. Zamani hapakuwa na uzoefu mkubwa wa uchimbuaji wa dinosaria hapa kwenye Makumbusho na kwingine kote. Siku hizi tuna kiasi kikubwa cha uzoefu kutoka kwa watu kutoka ulimwenguni kote. Hata kama, mtandao mpana wa watafiti ungeunganika na wakusanyaji wa visukuku wakawa wana, mabadilishano ya data na uzoefu, siku hizi watu hufanya kazi kwa ufanisi zaidi. Zaidi ya yote, mawasiliano kama haya hufanyika kwa haraka.

Kama ilivyo katika taaluma nyingine za kisayansi, utafiti katika paleontolojia hubadilika mara kwa mara. Mtafiti anakabilianaje na sintofahamu hizi?

Naam, unaweza kuona hilo kwa mfano kwenye hadithi ya *Giraffatitan*. Kwa muda mrefu *Brachiosaurus* alifahamika kutoka Afrika kuwa jamaa ya ile ya Amerika Kaskazini hadi mwaka 2009 alipotangazwa kuwa aina mpya ya *Giraffatitan*.[9] Tangu 2007, ametolewa kwenye maonyesho akiwa katika mkao mpya kabisa. Naona hili ni jambo la kusisimua, kwa sababu unalazimika mara zote kujiuliza na kutafuta majibu. Hali haikuwa hivyo mara zote. Nilipokuwa natafiti, mara zote nilijiambia: "Ulizoea kufikiri, sasa leo unajua", lakini si kweli hata kidogo. Nadhani hiyo ndiyo sayansi. Watafiti ambao walianza kuwapa dinosaria majina ya kisayansi miaka ya 1840/41 walikuwa na usuli tofauti na tulio nao leo. Kuona kile kinachoongezwa kwenye maarifa mwaka baada ya mwaka ni jambo kubwa, na ni dhahiri kuwa utahitaji kurejea upya taarifa za ugunduzi wako.

Je, kazi ya makusanyo imebadilika tangu mabaki ya Tendaguru yageuke kuwa kitovu cha mabishano kwa umma?

Kwa yakini, hili linakufanya uhofu, ni aina gani ya vitu unavyoshughulika navyo. Kuna elimu mpya iliyoongezeka, kwa mfano wakati wa kumalizika kwa uchunguzi, au kile kilichonivutia hasa, kwa Tamko la Koronland (Ardhi ya hifadhi ya serikali), ambalo ardhi na kile kilichokuwa chini yake, nchi ilikifanya miliki yake. Nadhani maelezo haya yamenifanya nifahamu zaidi habari iliyo nyuma ya visukuku hivi, na pia haja ya kushughulika na mabaki ya kihistoria ya asili katika siku zijazo. Kama wanasayansi, sasa tunakabiliwa na swali hili: Dhana yangu kwa makusanyo yangu binafsi inaonekanaje? Tunataka tuendeleeje kufanya kazi kisayansi na kuwasilisha dhana hiyo kwa ulimwengu wa nje? Mjadala kuhusu historia ya makusanyo ya Tendaguru kwenye midomo ya kila mmoja, umetusaidia kuyashughulikia maswali haya kwa mtazamo mpya. ■

Picha 15:
Picha ya masanduku ya usafirishaji wa zamani wa Msafara wa Tendaguru katika pishi ya mifupa ya makumbusho ya historia ya asili, Mpiga picha: Hwa Ja Götz /MfN.

9 Taylor 2009.

MAREJEO

Janensch, Werner: Pneumatizität bei Wirbeln von Sauropoden und anderen Saurischiern, katika: Palaeontographica, Supplement VIII 1, 3 (1947), kr. 1–25.

Remes, Kristian: A Second Gondwanan Diplodocid Dinosaur from the Upper Jurassic Tendaguru Beds of Tanzania, East Africa, katika: Palaeontology 50, 3 (2007), kr. 653–667.

Schwarz-Wings, Daniela: Collections of Tendaguru,katika: Ferdinand Damaschun et al. (wahariri): Klasse, Ordnung, Art. 200 Jahre Museum für Naturkunde, Rangsdorf 2010a, kr. 188–191.

Schwarz-Wings, Daniela: Is there a way to feed for Sauropodi's necks? Experimental and Atomic Method, katika: Palaeontologia Electronica 11, 3 (2008), kr. 1–26.

Schwarz-Wings, Daniela / Fritsch, Guido: Contents of Old Tendaguru Bamboo Corsets from Quarry IG revealed by Computed Tomography, katika: Zitteliana. International Journal of Paleontology and Biology, Serie B / Reihe B. Abstraction of the Exhibition and Exercise for the Poetry and Geologie 29 (2010b), uk. 109.

Schwarz, D. / Fritsch, G.: Architectural Structures on the Bones of the Old Skeletons of the Old Age (Kimnidgian-Tithonian) Sauropodi of Tendaguru Brachiosaurus Brancai and Dicraeosaurus, katika: Eclogae Geologicae Helvetiae 99 (2006), kr. 65–78.

Taylor, Michael P.: The new references to Brachiosaurus altithorax Riggs 1903 (Dinosauria, Sauropoda) and its genetic separation from Giraffatitanbrancai (Janensch 1914), katika: Journal of Vertebrate Paleontology 29, 3 (2009), kr. 787–806.

SAUTI DHIDI YA URITHI ULIOHAMISHWA KUTOKA KWENYE CHIMBUKO LAKE: MFANO WA TANZANIA[1]

Bertram B.B. Mapunda

Ukoloni, ukiwa ni mfumo wa kihistoria wa kijamii-tamaduni na kiuchumi, kama ilivyo mifumo tangulizi ikiwa ni pamoja na utumwa na ukabaila, umeacha alama nyingi zinazopaswa kushughulikiwa na vizazi vijavyo katika nchi zilizotawaliwa na zile zilizotawala. Baadhi ya athari hizi, hususan zile za kiuchumi na kisiasa, zimejadiliwa vya kutosha katika nyanja za kisiasa, kiuchumi na kihistoria, ilhali zingine zimeongelewa kidogo sana au kutoguswa kabisa. Hizi za kundi la mwisho kiujumla, zimekuwa zikichukuliwa kuwa ni siri kuu, zikisubiri muda stahiki wa kuziweka bayana. Sura hii inahusika na athari zile za kundi la pili, zilizojadiliwa kidogo. Inazichambua rasilimali za kiurithi zilizochukuliwa na mawakala mbalimbali kutoka kwenye makoloni kama vile Ujerumani ya Afrika Mashariki, kipindi cha ukoloni, ambazo leo hii ama zinaoneshwa kwenye makumbusho au zingali zimefungwa na kuhifadhiwa kwenye maghala huko Ulaya Magharibi au ziko kwa mabwana wengine wa kikoloni. Sauti mbalimbali zimetolewa duniani kote juu ya sheria na uhalali wa kuzihifadhi raslimali hizi mbali na machimbuko yake ya asili. Sura hii inachambua na kutoa mitazamo ya Watanzania.

Utafiti mdogo ulifanyika kwa kutumia mbinu mbalimbali ikiwa ni pamoja na maongezi na mahojiano yasiyo rasmi na wanafunzi wa vyuo vikuu, wanataaluma, wanavijiji, na wafanyakazi wa makumbusho. Utafiti huu uliofanyika katika nusu a kwanza ya mwaka 2019 jijini Dar es Salaam na mkoani Morogoro, mashariki mwa Tanzania, umebaini misimamo minne tofauti juu ya nini kifanyike kuhusu mali za kiurithi zilizotwaliwa kutoka Afrika kiujumla na kwa namna ya pekee, Tanzania, kipindi cha ukoloni. Mtafiti ameiita misimamo hiyo kuwa ni: Msimamo wa Kiulaya, Msimamo Mkali, Msimamo wa Wastani, na Msimamo wa Kudai Fidia. Hali hii inaweza kuwa ni kweli kwa Afrika nzima kama siyo kwa makoloni yote ulimwenguni.

Picha 1 upande wa kushoto
Kijana Mtanashati
Kinyago cha Makonde ambacho kwa sasa kinajulikana kama "Handsome Boy", kiliwahi kuibwa kutoka katika Makumbusho ya Taifa miaka ya 80 na baadaye kupatikana katika makumbusho binafsi nchini Uswisi na kisha kurejeshwa Tanzania mwaka 2010.

URITHI WA MAKUMBUSHO YA KIKOLONI: MDAHALO UKUAO TANZANIA

Tanzania Bara (Tanganyika), kama tu, zilivyokuwa nchi nyingi barani Afrika, inayo historia ya ukoloni. Lakini Tanganyika ni miongoni mwa nchi chache barani ambazo zilitawaliwa na zaidi ya bwana mmoja wa kikoloni; Wajerumani na Waingereza, kwa mfululizo na kwa mfuatano huo. Wajerumani walianza mara baada ya Mkutano wa Berlin mwaka 1884/5 na walitawala hadi mwishoni mwa Vita vya Kwanza vya

1 Nakala ya awali ya kazi hii ilihudhurishwa katika mkutano kuhusu *Sanaa Zilizoporwa, Urithi wa Kitamaduni, Mali ya Kitaifa*? Vitu katikati ya Sheria na Maadili, ulioandaliwa na Evangelische Akademie Tutzing, Ujerumani, na kufanyika tarehe 8–10 Februari, 2019. Nawashukuru waandaaji wa mkutano huo kwa kunialika na kulipa gharama za kuhudhuria mkutano huo maridhawa katika maudhui hayo. Nakala ya pili ilihudhurishwa kama mhadhara wa wazi Chuo Kikuu Dar es Salaam, tarehe 9 Aprili, 2019, ulioandaliwa na Idara ya Akiolojia na Stadi za Urithi. Nawashukuru wote walionishirikisha maoni yao.

Dunia, ambapo Waingereza wakapokea na kuendelea hadi Uhuru mwaka 1961. Kwa kipindi hiki chote, ambacho kinafikia takriban robo tatu ya karne, Tanzania ilipoteza kiasi kisichohesabika cha vitu vyenye thamani ya kiurithi kwa kupitia uporaji na usafirishaji nje, uharibifu, matumizi mabaya, kutokuvithamini, na upotezwaji wa uasili wake kiujumla.

Ukilinganisha, Wajerumani walipora kiwango kikubwa zaidi cha mali za kiurithi kuliko Waingereza, ingawa hawa wa pili walikaa Tanganyika kwa muda mrefu zaidi kuliko watangulizi wao. Tofauti hii ilitokana na sababu mbali mbali, lakini ya muhimu zaidi ni kwamba Wajerumani walikuwa wamejiwekea sera maalum ya kuongoza na kuhimiza ukusanyaji wa kile walichokiita "mikusanyo ya kiethnografia". Walianzisha pia makumbusho, mjini Berlin, iliyojulikana kwa Kijerumani kama Königliches Museum für Völkerkunde, (yaani Makumbusho ya Kileo ya Ethnolojia) mahsusi kwa ajili ya kuweka mikusanyo kutoka kwenye makoloni. Wakiongozwa na falsafa ya kizushi na potofu ya ubabebaba ya kuwasaidia Waafrika, wanaethnologia wa Berlin walikichukulia kitendo chao cha kuanzisha makumbusho kama "kulinda ... 'haki-miliki na haki-gunduzi' za jamii za Kiafrika ... zilizofikiriwa kuwa katika tishio la kuharibiwa kabisa, kutokana na kupanuka kwa ukoloni na upokeaji wa 'mitindo mipya' ya maisha inayoendana na ukoloni huo"[2]. Azma yao ilikuwa kukusanya "vitu vingi 'vya asili' iwezekanavyo, zaidi hasa kutoka katika jamii zilizodaiwa kuonesha ushahidi mdogo zaidi wa 'maingiliano' au mabadiliko, na kwa jinsi hiyo, wakidhani wanavisalimisha"[3]. Ili kulielewa hili vizuri zaidi, msomaji unahitaji kutambua kuwa kipindi hicho, wanaethnolojia wa Kijerumani waliwachukulia Waafrika kuwa ni watu ambao hawajabadilika, kwa Kijerumani: *Naturvölker* yaani, "watu wa asili" ambao "waliaminiwa kuwa ndiyo mahali pa kuanzia katika kukuza uelewa wa vigezo vya msingi vya kiakili vya jamii ziitwazo 'changamani', kwa Kijerumani, *Kulturvölker* (watu waliostaarabika)"[4]. Pasi na kuathiriwa na upendeleo wowote, hakuna shaka kuwa Wajerumani walipata fursa ya kukutana na kile tunachoweza kukiita urithi wa asili usiochafuliwa, na kwa maana hiyo, kile walichokipora kilikuwa ni uwakilishi bora zaidi wa utamaduni-yakinifu na halisi wa Kiafrika.

Ni dhahiri kuwa Wajerumani, kwa vyovyote vile, hawakuwa Wazungu wa kwanza kuhusiana na watu waliokuwa wanaishi eneo lijulikanalo leo kama Tanzania. Ripoti iitwayo *Periplus of the Erythrean Sea*, iliyoandikwa na baharia wa Kigiriki ambaye jina lake halijulikani, bado katikati ya karne ya kwanza Baada ya Kristo, inabaini uhusiano wa biashara nono ya kimataifa iliyofanyika katika jiji moja lililojulikana kama Rhapta, ambalo lilikuwepo katika mlango wa mto, pwani ya eneo ambalo leo ni Afrika Mashariki[5]. Ukisiaji wa kihistoria na kiakiolojia wenye mashiko zaidi unaiweka Rhapta katika mlango wa Mto Rufiji, pwani ya kati ya Tanzania[6]. Hii historia ndefu ya kibiashara inaonesha kuwa Wagiriki, Warumi, na Waajemi wamekuwapo katika ardhi hii zaidi ya milenia mbili kabla, ambayo baadaye ikawa 'mali ya Wajerumani'. Baadaye, Waarabu na Wachina pia walijiunga kabla ya Wareno, waliotanguliwa na Vasco da Gama, kuwasili mnamo katikati ya milenia ya pili Baada ya Kristo.

Wakati uhusiano huu wote uliotajwa ukiendelea, hatuoni ushahidi wowote unaoonesha kuwa hao wageni walikuwa na shauku ya kupora vitu vya kiurithi, iwe wa kitamaduni ama wa kiasilia, isipokuwa bidhaa kama vile madini, mazao yatokanayo na wanyama, na hata binadamu-kama watumwa. Shauku juu ya vitu vya kiurithi, iwe wa kitamaduni ama kiasilia, katika kiwango cha kutisha, inaonekana kwa mara ya kwanza, kipindi cha utawala wa kikoloni wa Kijerumani. Miongoni mwa rasilimali za kiurithi asilia ni masalio ya spishi kadhaa za dinosaria, za kipindi cha Jurasiki, yaani miaka milioni 145–150 iliyopita, yaliyochimbuliwa na watafiti wa Kijerumani eneo la Tendaguru, kusini-mashariki mwa Tanzania kati ya mwaka 1909 na 1912 na yakasafirishwa Ujerumani. Miongoni mwa masalio hayo ni *Giraffatitan brancai*, kisukuku maarufu kinachooneshwa katika Makumbusho ya Historia ya Vitu Asilia, Berlin.

2 Ivanov / Weber-Sinn 2018, uk. 66.

3 Ibd., uk. 66, 68.

4 Ibd., uk. 68.

5 Casoon 1989.

6 Chami 2006.

Hata hivyo, hadi leo hii, hatuna uhakika wa idadi kamili ya vitu vya kitamaduni vilivyosafirishwa nje. Jitihada za kupata idadi hiyo inaishia kwenye kutoa makadirio tu, ya kiujumla kuwa ni makumi ya maelfu. Kiasi kidogo cha vitu hivyo, imeoneshwa tayari katika makumbusho mbalimbali nchini Ujerumani, lakini shehena kubwa bado hata haijafunguliwa katika makasha au kuondolewa kutoka kwenye maghala[7].

Kinachoshangaza ni kwamba, pamoja na kupoteza kiasi kikubwa cha rasilimali za kiurithi, hatusikii malalamiko kutoka Tanzania, kipindi cha kupigania uhuru na mara baada ya hapo, kama vile tunavyosikia kuhusu upotevu wa uchumi. Tunachokiona tofauti kidogo kipindi hicho ni kurudishwa kwa fuvu linalosemekana kuwa ni la Mkwavinyika Mwamuyinga, Mutwa wa Wahehe, mwaka 1954, lililopelekwa Ujerumani miaka ya mwisho ya 1890[8] (Ngasapa 2011); na kurejeshwa kwa fuvu la Zinjanthropus (*Australopithecus boisei*) pamoja na masalio ya kiakiolojia yaliyokusanywa na Madaktari Louis na Mary Leakey kutoka kwenye Korongo la Olduvai, na kupelekwa Kenya kwa minajili ya uchanganuzi wa kisayansi.

Kiukweli, baada ya miaka ya kati ya 1960, vuguvugu la kudai urejeshwaji wa vitu vilivyoporwa lilipoteza nguvu, hadi linapojitokeza tena miaka ya mwisho ya 1990, wakati Makumbusho ya Taifa ilipoweka juhudi za kurejesha vitu vilivyoibwa kwenye maonesho ya Makumbusho hiyo mwaka 1984. Kusema kweli, Makumbusho iliamshwa na taarifa kwamba baadhi ya vitu vilivyoibwa vimepatikana katika makumbusho ya binafsi nchini Uswisi. Juhudi zao zilizaa matunda mwaka 2010, miaka 26 baada ya wizi huo.[9]

Ni muhimu kukumbuka kuwa hii hali ya kukosa msukumo haijitokezi katika taasisi zinazohusika na uhifadhi wa rasilimali za kiurithi kama vile Makumbusho na Idara ya Malikale peke yake, bali pia katika mitaala ya shule. Wakati historia ya ukoloni imechukua sehemu muhimu ya mitaala ya somo la Historia ya Tanzania, kutoka shule za msingi, sekondari hadi vyuo vikuu, mada kuhusu oporwaji wa mali za urithi au urejeshwaji wake hazitajwi popote.

Ingawa mtaala umebaki vilevile hadi leo, mambo yamebadilika katika miongo miwili iliyopita kwenye mijadala ya kijamii. Wanasiasa, wanazuoni, wataalamu wa malikale na wa makumbusho na jinsi siku zinavyopita pia jamii kiujumla, kwa namna mbalimbali na kwa uzito zaidi wanaonesha kujali kuhusu raslimali za kiurithi zilizopotea kipindi cha ukoloni. Labda mfano wa wazi zaidi wa mchango wa kisiasa katika jambo hili ni lile tukio la mapema mwezi Januari 2019 ambapo Waziri wa Mali Asili na Utalii alipovunja papo kwa papo Bodi ya Makumbusho ya Taifa. Hii ilikuja baada ya kugundua kuwa Bodi hiyo ilishindwa kuisimamia Makumbusho ya Taifa katika kutekeleza maagizo ya Serikali, ikiwa ni pamoja na yale ya Waziri mwenyewe. Katika hotuba yake ya kuvunja bodi hiyo, Waziri aliwakumbusha wajumbe kuwa mwishoni mwa mwaka 2017 aliiagiza Makumbusho ya Taifa kuhakikisha kuwa raslimali za urithi za Tanzania, ikiwa ni pamoja na dinosaria wa Tendaguru waliohifadhiwa Ujerumani, zinarudishwa. Kwa namna ya pekee, Waziri alikuwa ametaka Makumbusho ya Taifa, kama taasisi, ijadiliane na wenzao wa Ujerumani ili itengenezwe sanamu ya yule dinosaria mkubwa (*Giraffatitan brancai*, zamani akijulikana kama *Brachiosaurus brancai*) aliyehifadhiwa katika Makumbusho ya Historia ya Vitu Asilia, Berlin. Sanamu hiyo, pamoja na visukuku vya dinosaria wadogo wadogo kutoka Tendaguru ambao bado hawajawekwa kwenye maonesho virudishwe Tanzania. Maagizo hayo hayakutekelezwa, ndipo akachukua hatua hii kali.

Vyovyote iwavyo, tukiangalia hali ya kutojali iliyojitokeza kabla, inabidi tushangae, je nini kimetokea katika kipindi hiki cha karibuni kilichoamsha hamu juu ya urithi uliopelekwa nje? Uchambuzi wa haraka haraka unabaini sababu kadhaa. Kwanza, uamuzi wa Serikali wa kuhamisha Idara ya Malikale na Makumbusho ya Taifa kutoka Wizara ya Elimu na kuzipeleka Wizara ya Mali Asili na Utalii: uamuzi huu, uliotekelezwa mwaka 2002, uliamsha shauku ya utalii wa kitamaduni, hasa ndani ya taasisi hizi mbili, na kwa Tanzania kiujumla. Hii ni kwa sababu utalii siyo tu kwamba ni shughuli ya msingi ya Wizara, bali pia ni moja ya vyanzo vikuu vya

7 Ivanov / Weber-Sinn 2018.

8 Tarehe 16 Agosti, 1891, miaka saba kabla ya kujiua kwake mwaka 1898, Chifu Mkwavinyika Mwamuyinga, maarufu kama Mkwawa, alikiangamiza vibaya kikosi cha kivita cha Kijerumani, ikiwa ni pamoja na kumuua kamanda wake Emil von Zelewsky, Wajerumani wengine tisa na askari wengine takriban 300. Baada ya hapo alibaki huru kwa miaka mitatu kabla ya kuvamiwa na jeshi la Wajerumani kwa mara nyingine na kupigwa mwaka 1894. Baada ya hapo aliamua kupigana vita vya msituni vilivyodumu kwa miaka minne. G. Gwassa (1969) anabaini kuwa Gavana wa Kijerumani, von Liebert alitangaza zawadi ya rupia 5,000 kwa kichwa cha Mkwawa. Lakini hakuna aliyepata zawadi hiyo kwani Mkwawa alijipiga risasi mwezi Juni 1898 wakati askari wa doria Sajenti Merkl, alipoyakaribia maficho yake. Merkl alikata kichwa cha Mkwawa. Kadiri ya ripoti za wakati huo, fuvu lake baadaye lilipelekwa Ujerumani. Baada ya Vita vya Kwanza vya Dunia ilijidhihirisha katika Makubaliano ya Versailles kwamba fuvu la Mkwawa lirudishwe kwa Wahehe. Jambo hilo halikufanyika hadi mwaka 1954, na hasa hutokana na juhudi za Gavana wa mwisho wa utawala wa Waingereza nchini Tanganyika, Sir Edward Twinning (Musso / Ngassapa 2011; Gwassa 1969).

9 Masao 2010.

mapato kitaifa; ukichangia zaidi ya asilimia tisa (9%) ya pato la Taifa (WTTC 2018). Kwa hiyo, hii iliongeza shauku kwa rasilimali za kiurithi kwani ni vivutio vya utalii, na hivyo, kusukuma Idara ya Malikale na Makumbusho ya Taifa kuanza kutafuta mali ya kiurithi zilizokuwepo nje ya Tanzania. Hali hii pia imekuzwa na shauku inayozidi kukua ulimwenguni ya utalii wa kitamaduni[10].

Pili, kumbukizi ya karne moja ya Vita vya Maji Maji (2005–2007): Itakumbukwa kwamba uanzishwaji wa utawala wa kikoloni wa Kijerumani nchini Tanganyika, au *Deutsch-Ostafrika*, halikuwa jambo rahisi. Wenyeji walipigana kufa na kupona, na walimwaga damu kupinga kutawaliwa na wageni. Hapo juu tayari tumeishaongelea kuhusu Wahehe chini ya Mkwava. Mapigano mengine, na ambayo kwa kiasi kikubwa yalikuwa makali kuliko mengineyo nchini, yalikuwa ya Vita vya Maji Maji. Vita hivi vilianza Umatumbini na vilidumu kwa miaka miwili, 1905–1907. Takriban makabila kumi na tano yaliungana kuwaondoa Wajerumani, lakini hatimaye wenyeji walishindwa. Kushindwa kwao kulitokana na sababu mbalimbali, lakini mbili muhimu zaidi ni: tofauti za teknolojia ya kivita; na matumizi ya mbinu katili za kivita walizotumia Wajerumani. Wenyeji, wakipigana kwa mikuki na mishale, hawakufua dafu kwa Wajerumani waliotumia bombomu na mizinga. Hatimaye wenyeji waligeukia vita vya msituni. Uzoefu wao wa maeneo yao uliwasaidia sana katika mbinu hii ya kivita. Hata hivyo, Wajerumani, wakisukumwa na hamu kubwa ya kutaka kuitawala Tanganyika, na kwa kutokuwa tayari kuzuiwa na Waafrika, waliamua kutumia mbinu ya kikatili ya kuchoma moto kila kitu cha wapinzani wao, na hivyo kuwatumbukiza wenyeji; watoto wachanga na vikongwe, vijana na wazee, walemavu na wasiowalemavu, wanaume kwa wanawake wote katika janga la njaa kubwa, na mwishowe vifo vya watu wengi; hali ambayo imefanya baadhi ya watafiti kuviita vita hivi mauaji ya halaiki.[11].

Bila kujali kushindwa, mapambano dhidi ya ukoloni, imekuwa ni mada muhimu ya historia ya ukoloni wa Tanzania. Zaidi ya hilo, Watanzania wakati wote wamejivunia kuhusu Vita vya Maji Maji, na hivyo kuvitumia vita hiyo kama ushahidi kwamba ukoloni ni jambo ovu katika historia ya binadamu. Kwa mfano, Julius Nyerere ilivitumia Vita hivyo kama kumbukumbu ya mfano wa kujivunia kipindi cha kupigania uhuru wa Tanganyika miaka takriban 40 baadaye. Katika hotuba yake kwa Kamati ya Nne ya Umoja wa Mataifa, mwezi Desemba mwaka 1956, alitamka yafuatayo kuhusu Vita vya Maji Maji[12]:

> "Wajerumani walianza kutawala nchi [Tanganyika] mwaka 1885. Kwa miaka kumi na tano, kati ya 1885 na 1900, watu wangu wakiwa na pinde na mishale, marungu, visu na magobori yenye kutu, walipigana kufa na kupona kuwaondoa Wajerumani. Lakini bahati haikuwa yao. Mwaka 1905 katika Maasi maarufu ya Maji Maji walijaribu tena kwa mara ya mwisho kuwaondoa Wajerumani. Kwa mara nyingine tena, bahati haikuwa yao. Wajerumani, kwa kutumia ukatili wao wa kawaida, wakazima maasi, wakaua watu takriban 120,000. ... Wenyeji walipigana kwa sababu hawakuamini katika haki ya mtu mweupe kutawala na kumstaarabisha mtu mweusi. Waliyaanzisha maasi makubwa ... kutokana na wito asilia, wito wa dhamiri, unaogonga katika mioyo ya watu wote, na wa nyakati zote, waliosoma na wasiosoma kupinga kutawaliwa na wageni. Ni muhimu kulitia hili akilini, Bi Mkubwa, ili kuweza kuelewa aina ya chama cha kitaifa cha kupigania uhuru [TANU] kama cha kwangu."[13]

Ni kutokana na umuhimu wake kwa historia ya nchi, ndipo tukaadhimisha kumbukizi ya karne moja ya Vita hivyo hapo 2005–2007. Sherehe hizi ziliamsha upya shauku ya Vita hivyo miongoni mwa Watanzania, ikiwa ni pamoja na kudai kurejeshwa kwa mali za kiurithi zilizoporwa huko nyuma. Mfano mzuri unaweza kuchukuliwa kwa Wangoni wa Songea, kusini mwa Tanzania, ambao ni miongoni mwa makabila kumi na tano yaliyopigana Vita vya Maji Maji. Kwao majadiliano na midahalo ilijikita katika urejeshwaji wa fuvu la Nduna wao, Songea Mbano. Wangoni wanadai kuwa fuvu la Mbano, ambaye alinyongwa peke yake, baada ya wengine zaidi ya 60, ikiwa ni pamoja na Chifu Mputa Gama, walinyongwa pamoja na kuzikwa katika kaburi la

10 Lwoga 2015.

11 Rushohora 2015.

12 Nyerere 1966, uk. 40–41.

13 Tafsiri ya Kiswahili (kutoka Kiingereza) ni ya mwandishi.

halaiki, lilisafirishwa na Wajerumani na bado fuvu hilo limehifadhiwa mahali fulani nchini Ujerumani. Hadi leo suala hili halijapatiwa ufumbuzi. Wangoni, ambao mwaka 2018 walirasimisha mahusiano ya utani[14] na Wajerumani, wanaendelea kupambana bila msaada kupata fuvu la Nduna wao.

Tatu, mwamko wa historia ya ukoloni barani Ulaya: Hivi karibuni, kumejitokeza ongezeko la jumla la shauku na msukumo wa kisiasa katika makumbusho barani Ulaya wa kupenda kushughulika na historia ya kwao ya ukoloni. Msukumo huu umezaa miradi kadhaa ya utafiti ambayo inaendeshwa kwa ushirikiano kati ya mataifa ya Ulaya yaliyotawala kipindi cha ukoloni na makoloni husika barani Afrika, ili kuanzisha miktadha sahihi ya baadhi ya malikale zilizoporwa kipindi cha ukoloni na ambazo leo hii zinapatikana katika makumbusho barani Ulaya. Mfano mzuri wa utafiti wa ushirikiano ni mradi wa Humboldt Lab Tanzania.[15] Kupitia mradi huu, Watanzania, ikiwa ni pamoja na wanazuoni, wataalamu wa urithi, wasanii, na wengineo, wamealikwa kutembelea makumbusho mbali mbali nchini Ujerumani ambayo yanahifadhi mikusanyo ya kiurithi kutoka Tanzania, na makoloni mengine ya Ujerumani. Mwandishi wa sura hii amebahatika kukutana na kuongea na baadhi ya waalikwa, ambao walikiri kuwa, kabla ya safari, walikuwa hawajui kwamba kulikuwa na mikusanyo hiyo, achia mbali uwingi wake. Ingawa wanashukuru mwaliko huo na kushangaa utajiri wa mikusanyo, wanabaki na sintofahamu juu ya mstakabali wa mikusanyo hiyo.

Mradi huo pia ulihusika na maonesho matatu ya muda yaliyojikita katika picha zilizotumika katika utafiti ulioongelewa hapo juu. Maonesho mawili yalifanyika jijini Dar es Salaam, la kwanza kwenye Makumbusho ya Taifa na Nyumba ya Utamaduni na la pilli Chuo Kikuu cha Dar es Salaam; ilhali la mwisho lilifanyika katika Makumbusho ya Kumbukumbu ya Maji Maji mjini Songea. Maonesho haya yaliwatambulisha Watanzania walio wengi sampuli za vitu (nyara) vilivyowahi kuporwa. Kwa mara nyigine tena, pamoja na kushukuru kwa kupata kutambulishwa nyara hizo kwa mara ya kwanza, hali ya sintofahamu ilitawala. Maswali kama vile, '*kwa nini wametuletea picha badala ya vitu halisi? Lini watarudisha vitu vyetu?*' na mengine ya aina hiyo, yalitawala.

Katika sehemu inayofuata, najaribu kutoa baadhi ya majibu ya maswali haya katika namna ambavyo Watanzania wangependa kusikia kutoka kwa wanazuoni, watafiti, na mameneja wao wa urithi.

KUONGEZEKA KWA SHINIKIZO LA KUTAKA KURUDISHWA RASILIMALI ZA KIURITHI ZILIZOPORWA

Majadiliano kuhusu mali za kiurithi zilizoporwa yanajikita katika urudishaji wa mali hizo nchini Tanzania. Kwa kuzingatia hoja zilizotajwa hapo juu na nyinginezo, madai ya kutaka kurudishwa nyumbani raslimali za kiurithi zilizoporwa, umekuwa ni wito wa kawaida miongoni mwa kada mbalimbali za Watanzania, kuanzia wanafunzi wa shule za msingi na wa vyuo; wakazi wa vijijini na wa mijini; wanazuoni na wanasiasa. Na kiukweli, ni kundi hili la mwisho (wanasiasa) kuliko hata mengine, ambalo kwa hivi karibuni limeongoza, siyo katika kuhoji kuhusu urithi uliopelekwa nje pekee, bali pia katika kupigania kurudishwa kwake. Hii imeongezewa uzito na midahalo Bungeni, ambayo iliongeza kasi kipindi cha kumbukizi ya karne moja ya Maji Maji, na imekuwa ikizidi, kadiri muda unavyopita. Haishangazi, kama tulivyoona hapo juu, kwamba kinyago cha Kimakonde (picha ya sura hii) kilichoibwa kutoka Makumbusho ya Taifa Dar es Salaam mwaka 1984 hatimaye kilirejeshwa mwaka 2010. Kadhalika, shehena ya mwisho ya vitu vya kiakiolojia vilivyochimbuliwa na Louis na Mary Leakey kwenye Korongo la Olduvai na penginepo Tanzania, tangu miaka ya 1930 na kupelekwa nchini Kenya kwa minajili ya "uchanganuzi wa kisayansi", vilirejeshwa Tanzania mwaka 2011. Ni dhahiri, Makumbusho ya Taifa, pamoja na

14 *Utani* ni uhusiano uliozoeleka sana nchini Tanzanai, kwawo mtu mmoja mmoja au jamii za watu, ambao siyo ndugu, wanakubaliana kuanzisha uhusiano wa karibu hata zaidi ya ule wa marafiki wa karibu. Sababu mbali mbali zinaweza kuyafikisha makundi wa watu katika uhusiano wa utani, lakini inayoongoza ni vita vya muda mrefu kati yao; ambapo utani huwa ni njia ya kurejesha uelewano kati yao. Utani ukiishaanzishwa hurithishwa. Wakati wa sherehe za kumbukizi ya Vita vya Maji Maji mwaka 2018, sherehe ambazo hufanyika tarehe 25-27 Februari kila mwaka, Wangoni, chini ya kiongozi wao wa kimila, Chifu Emannuel Zulu Gama walizindua uhusiano wa utani na Wajerumani ambao waliwakilishwa na Balozi wa Ujerumani nchini Tanzania kwa wakati huo Mtukufu Egon Kochanke. Hii iliashiria kukoma kwa hasira na fikra zozote za visasi, iwe halisi ama vya kufikirika, ambavyo vilikuwapo ama vingekuwapo kati ya jamii hizi mbili na kuanza kwa uhusiano mpya wa amani.

15 Kwa yeyote mwenye haja ya taarifa zaidi tafadhali asome kitabu chao kiitwacho *Humboldt Lab Tanzania*, kilichohaririwa na Lili Reyels, Paola Ivanov, na Kristin Weber-Sinn. Kitabu hiki kimechapishwa katika lugha tatu pamoja: Kiingereza, Kijerumani na Kiswahili.

Idara ya Malikale walichukua hatua hizi kutokana na shinikizo la Bunge. Hii ni kwa sababu taasisi zote mbili walifahamu, tangu mapema kabla ya miaka ya 2000, kuwa vitu hivi vilistahili kurejeshwa Tanzania lakini hakuna hatua madhubuti iliyochukuliwa; hii ilikamilika tu baada ya Bunge kuweka shinikizo juu ya urejeshwaji wake.

Kwa kifupi, msimamo wa Watanzania wengi ni kwamba rasilimali za kiurithi zote zilizoporwa, iwe ni za kiasili au za kiutamaduni, zinatakiwa kurudishwa Tanzania. Kwa bahati nzuri, msimamo huu ndio unaoungwa mkono na UNESCO kupitia Mapatano yake ya Urithi wa Dunia ya mwaka 1972, ambayo kati ya kanuni zake nyingi, yanapinga uhamishwaji wa mali za kiurithi kutoka kwenye miktadha yake[16]. Kwa hakika, mali za kiurithi za Afrika zilizohifadhiwa katika makumbusho Ujerumani na nchi nyingine za Magharibi, ziko nje ya muktadha na hivyo zinastahili kurudishwa kwenye maeneo yake ya chimbuko. Mbaya zaidi ya hilo, mali nyingi zimepewa maana potofu. Katika nchi za Ulaya zilizokuwa na makoloni, ikiwa ni pamoja na Ujerumani, utakuta vitu vya kitamaduni vinaoneshwa sehemu zinazoitwa "Makumbusho ya Sanaa". Dhana inayotawala hapa ni kwamba vitu kama vile vinyago vya sura ya binadamu au sanamu za udongo vyote vilitengenezwa kwa lengo la sanaa, na watu wanaotembelea makumbusho hizi, wanaaminishwa hivyo, ilhali hilo siyo kweli wakati wote. Japokuwa vitu hivi vinaonekana vya kisanii au vya kiurembo, vingi vyao vilikuwa ni vitendeakazi vya matambiko, vilitumika kwa malengo ya ibada. Kutokana na hilo, baadhi yake havitakiwi hata kuoneshwa hadharani. Vililengwa kwa ajili ya haki ya kimatabaka, kwa wateule tu.

Tukiri kuwa kosa hili halifanywi na makumbusho za Ulaya peke yake, bali pia wenzao barani Afrika; ikiwa ni pamoja na Makumbusho ya Taifa Tanzania (kwa undani angalia Maligisu 2018). Sababu kubwa ya mfanano huu ni kwamba dhana ya makumbusho kama itumiwavyo leo, ilikuja Afrika kama sehemu ya ukoloni. Kabla ya hapo, baadhi ya jamii Afrika, zilikuwa na namna fulani ya taasisi zilizofanana na makumbusho za leo, lakini zilipangwa na kuendeshwa kwa namna tofauti. Vingi vya vitu vilivyooneshwa kwenye makumbusho hizo vilikuwa na wakfu fulani au vilikuwa vitu vilivyothaminiwa sana, mathalani zana za kifalme au vitu vyenye kubeba thamani fulani ya kihistoria ya jamii husika. Mwanajamii alijisikia kupendelewa akipata nafasi ya kuviona vitu hivi na wakati mwingine watu fulani tu, ndio walioruhusiwa kuviona[17].

Hata hivyo, makumbusho nyingi zinazofanyakazi barani Afrika leo zilianzishwa kipindi cha ukoloni na ni wazi kuwa ziliongozwa na kanuni na nadharia za Kiulaya, na ziliwalenga watazamaji wa Kizungu. Kwa mfano, vitu vya kiethnografia vilivyooneshwa ni wazi vilikuwa ni vile vilivyowaburudisha na kuwashangaza Wazungu na siyo wenyeji, ambao walikuwa ndio wazalishaji au watumiaji wa vitu hivyo. Hali kadhalika, nyara zilizowekwa katika makumbusho za historia ya vitu asilia kama vile pembe za nyati au choroa zilikuwa hazina mvuto kwa mwenyeji ikilinganishwa na mgeni wa nje. Baada ya kuathiriwa na ukoloni mamboleo na utandawazi, wataalamu wa makumbusho Afrika wanaendelea kwa upofu kukumbatia viwango na mitazamo ya Kiulaya na kudharau kanuni stahiki za kiutamaduni za asili ya Afrika. Haipingiki kuwa hali hii, kwa kiwango kikubwa, imechangia kuzifanya makumbusho zionekane ni vitu vigeni kwa Waafrika, na hivyo kuwafanya washindwe kuutambua umuhimu wake, na hivyo kupoteza shauku ya kuzitembelea.

MITAZAMO KUHUSU URUDISHAJI

Baada ya kuangalia suala la muktadha kiujumla, sasa tuangalie mawazo ya baadhi ya Watanzania kuhusu hivi vitu vilivyosafirishwa nje ya nchi. Kwa malengo ya awali ya kazi hii, (mkutano na mhadhara wa wazi) mwandishi alifanya utafiti usiokuwa rasmi kati ya mwezi Januari na Aprili 2019. Lengo lilikuwa kukusanya maoni kutoka kwa Watanzania kuhusu nini wanafikiria kifanyike juu ya mali ya kiurithi, ya asili na ya kitamaduni, yaliyoporwa kutoka Tanzania kipindi cha ukoloni na ambayo yangali mikononi mwa waliokuwa wakoloni, Ulaya. Kwa kutumia mtindo wa kiuandishi wa

16 UNESCO 1972.

17 Van Wyk 2013.

habari, mwandishi aliwahoji watu 94 kutoka makundi tofauti tofauti, 82 kati yao walikutana ana kwa ana na 12 aliongea nao kwa simu. Makundi hayo ni pamoja na wanavyuo (42), wafanyakazi wa makumbusho (2), wahadhiri (9), wanavijiji (7), na wakazi mbali mbali wa mjini (tulikutana mtaani au vijiweni, Morogoro na Dar es Salaam (34)). Sehemu hizi mbili, Morogoro na Dar es Salaam, zilichaguliwa kwa urahisi wa mtafiti; ilhali sifa za wahojiwa zilitokana na haja ya mtafiti ya kutaka kupata mawazo ya wananchi wa kawaida na siyo ya makundi rasmi kama vile wanasiasa, watunza makumbusho, maofisa wa Malikale, au wataalamu wa menejimenti ya urithi. Hata hivyo, mtafiti alikutana na watu wa makundi haya rasmi na kuyafahamu maoni yao kupitia mikutano na mazungumzo ya ana kwa ana na mhusika au kwa kusikia maoni yao kupitia vyombo vya habari. Vyovyote iwavyo, maoni yao ya kijumla pia yametumika katika kutengeneza mitazamo iliyoorodheshwa hapa chini.

Kiujumla, utafiti umegundua shule nne tofauti za fikra miongoni mwa Watanzania kuhusiana na mali za kiurithi zilizopelekwa nje ya nchi. Wakati, sawa, tatu zinatetea urejeshwaji wa vitu hivyo lakini zinatofautiana katika mbinu, moja, ingawa ni ya wachache, inatetea hali iliyopo sasa. Ifahamike pia kuwa misimamo ya shule hizi haihusiani moja kwa moja na makundi ya wahojiwa yaliyotajwa hapo juu. Yaani, utakuta wasomi wanatofautiana kati yao, wanachuo pia, hali kadhalika wanakijiji au watu wa kijiweni mjini. Ifuatayo ni misimamo hiyo minne.

Mtazamo Mgando au wa Ki-Ulaya: Hawa ni watu ambao wanataka vitu hivyo vibaki Ulaya; visirudishwe Tanzania. Wanasema kuwa Tanzania haitavitendea haki vitu hivyo kwa sababu haina uwezo wa kipesa kuvitunza ipasavyo. Japo kuwa vimehamishwa kutoka kwenye chimbuko lake, viko salama kule viliko. Fauka ya hayo, vitu hivyo vimeshapoteza moja kwa moja uasili wake wa kimahali, kijamii na kitamaduni. Haiwezekani kuirejesha hali hiyo tena hata kama vitu hivyo vitarudi. Wanaendelea kutetea hoja kwa kusema kuwa baadhi ya vitu vioneshwavyo katika makumbusho zetu nchini havipewi uzito stahiki. "Tuanze kwanza kwa kuboresha vile tulivyonavyo kabla hatujavirudisha vile vilivyopo Ulaya", mmoja alisema. Msimamo huu unashabikia msimamo wa makumbusho nyingi za Ulaya zenye vitu kutoka Afrika, hivyo unaweza kiusahihi kabisa kuitwa mtazamo wa Ki-Ulaya au mtazamo Mgando, kwa vile hautaki mabadiliko.

Mtazamo Mkali: Shule ya pili ya fikra ni ya wale ambao wangependa vitu hivyo virudishwe mara moja pasi na majadiliano au sababu za kupinga. Wanataka vitu hivyo virudishwe bila masharti, iwe Tanzania inaweza ama haiwezi kumudu teknolojia stahiki ya kuvihifadhi. Wanatoa hoja kwamba vitu hivi vilikuwa vijijini, wakati Wajerumani wanavichukua, iweje leo mtu ahangaikie uhifadhi wa gharama? Zaidi ya hayo, vitu hivyo vilichukuliwa kwa nguvu bila ridhaa ya wamiliki na vipo Ulaya ambako ni nje ya muktadha wake wa kitamaduni. Wanauliza, "je inawezekanaje mwizi akishikwa na mwenye mali apewe muda wa kujadili na mwenye mali kama anaweza au la kurudisha mali aliyoiba; au anawezaje kumweleza mwenye mali aandae kwanza mazingira ya kutunzia mali hiyo? Siyo kwamba ni wazi kuwa mali hiyo ikirudi itawekwa pale ilipokuwapo kabla ya kuibwa?"[18]

Mtazamo wa Kiliberali: Shule hii ya fikra ingependa kuona vitu vilivyopelekwa nje vinarudishwa baada ya Tanzania kubainisha kwamba inao uwezo wa kuvitunza. Japo kuwa vitu hivi vilitoka Tanzania na kimuktadha ni vya Tanzania, shule hii inaviona kuwa, baada ya uporwaji, vimetwaa thamani ya kimataifa au kiulimwengu, na hivyo basi usalama wake ni wa muhimu zaidi kuliko umiliki na hata muktadha. Watu hawa wangependa, kabla vitu hivyo kurudishwa nchini, serikali iandae mazingira stahiki (majengo, vyumba vyenye viyoyozi, na majukwaa ya kuoneshea) sawa sawa na yale yanayovihifadhi vitu hivyo Ulaya. Kinyume na hapo, vitu hivyo vitatumbukia katika uharibifu usioweza kurekebishika; na hivyo upotevu wa kujutia.

Mtazamo wa Kifidia: Shule ya nne ya fikra inafanana na ile ya kiliberali katika mambo mengi kwa maana kwamba inataka Tanzania kuandaa mazingira ya kuvipokea vitu hivyo kabla havijarudishwa. Hata hivyo, inatofautiana na ile ya tatu katika namna

18 Katika majadiliano mchangiaji alitoa mfano wa mwizi wa TV ili kuwasilisha hoja yake.

ya kubeba mzigo wa gharama ya usafirishaji na uandaaji mazingira ya kupokelea vitu hivyo. Hawa wanapenda kuona kuwa gharama za kuandaa mazingira nchini Tanzania zinabebwa sawa, asilimia 50 kwa 50, kati ya pande mbili: Ujerumani na Tanzania. Zaidi ya hayo, wanataka Ujerumani ikiwa ni mkoloni, ibebe gharama ya kurudisha vitu Tanzania. Uhalali wa kufanya hivyo ni kwamba vitu hivi viliporwa na Wajerumani pasi na ridhaa ya Watanzania. Kwa vile sasa inafahamika kuwa hicho walichofanya hakikuwa sahihi, inatakiwa, kwa hiyo iwe ni wajibu wao wa kimaadili na kiungwana kurudisha vitu hivyo na kuisaidia Tanzania kuvihifadhi, kuvitunza na/au kuvionesha kama inavyostahili. Hoja hii inapewa mashiko na dhana kwamba baadhi ya raslimali hizi zimekuwa zikiingiza mapato zikiwa Ujerumani kwa njia ya viingilio vya makumbusho. Hivyo, Wajerumani watakuwa wanaigawia Tanzania sehemu tu ya pato hilo kwa kulipia gharama ya usafirishaji na uandaaji wa mahali pa kuvipokelea. Shule hii inatoa hoja za kimantiki kuwafanya Wazungu kufidia kwa namna fulani uharibifu waliousababishia urithi wa kitamaduni wa Afrika na hiyo ndiyo sababu tunaweza kiusahihi kabisa kuuita msimamo huu kuwa ni wa kifidia.

HITIMISHO

Sura hii imebaini misimamo minne tofauti juu ya swali la, nini kifanyike kuhusu mali za urithi zilizoporwa Afrika na, hususan Tanzania: msimamo mgando, msimamo mkali, msimamo wa kiliberali, na msimamo wa fidia. Kila mmoja umebebwa na hoja, matumaini na madai. Ni muda mwafaka sasa kuchagua msimamo bora kuliko mingine. Binafsi, kama mtafiti na Mwafrika, naukubali mtazamo wa nne. Hoja zitolewazo na shule hii zina mvuto. Ingawa ni muhimu kurudisha vitu hivyo kwenye maeneo yake ya asili, tunahitaji pia kutambua ukweli kwamba vitu hivi vimeishapata hadhi ya urithi wa ushirika. Kwa hiyo, ni muhimu kwamba pande mbili husika zishirikiane kuchangia usalama wa mali hizi za urithi kwa ajili ya vizazi vijavyo.

Tunahitaji kutambua kuwa kuvifikisha vitu hivyo katika nchi ya chimbuko ni mwanzo tu wa mchakato mrefu wa kufikia utambuzi kamili wa thamani ya vitu hivyo kijamii, kitamaduni na kisayansi. Baada ya kuondolewa kutoka kwenye muktadha wake wa asili miaka zaidi ya 100 iliyopita, vitu hivyo vimeshakuwa vya kigeni tayari kwa wale ambao hapo awali walikuwa wamiliki wake. Ebu tufikirie kinyago cha Kimakonde kilichotumika katika sherehe za jando mwaka 1905, kikaporwa na askari wa Kijerumani kijijini Nanyamba (Umakondeni) wakati huo na kupelekwa Ujerumani na sasa kirudishwe Nanyamba; itakuwaje? Je, kinyago hicho kitabeba hadhi ile ya kiimani kilichokuwa nayo miaka 115 iliyopita? Bila ubishi, jibu ni hapana. Hii ni kwa sababu mifumo ya kitamaduni iliyokuwapo kabla ya ukoloni ambayo ndiyo ingewajibika kubeba thamani za kitamaduni kutoka kizazi kimoja hadi kingine tangu hapo hadi leo ilivurugwa na ukoloni na dini za kigeni, na kisha kuendelea kubomolewa na utandawazi, sayansi, na teknolojia. Haya yote kwa pamoja, ama yamefuta kabisa kumbukumbu muhimu au yamebadilisha moja kwa moja thamani za kimatumizi ya vitu husika. Kwa hiyo, kama tutataka kile kinyago cha Kimakonde au mali zingine za aina hiyo viweze kurejeshewa hadhi yake iliyopotea tunahitaji kufanya kazi ngumu ya kuwaelimisha warithi sahihi kabla ya kukabidhi mali hizo zilizoporwa, vinginevyo tunaingia katika hatari ya kujutia, ya kuzipoteza kabisa.

Kuna changamoto kubwa zaidi kwa vitu asilia vilivyochimbuliwa au vinginevyo kukusanywa katika tafiti za kisayansi. Hebu tuchukue *Giraffatitan brancai* kwa mfano, ambaye sehemu yake ya chimbuko ni Tendaguru, kwenye mapori yaliyopo magharibi mwa mji wa Lindi, kusini mwa Tanzania. Tufikirie kuwa anarudishwa Tanzania, je tumpeleke Tendaguru na kumzika pale alipochimbuliwa au tujenge jumba (makumbusho) huko Tendaguru la kumwoneshea? Huenda hicho sicho tunachofikiria. Wengi wa wale wanaotetea kurudishwa kwa *G. brancai* wanafikiria kumweka Dar es Salaam au labda Dodoma. Je hiyo itakuwa ni halali? Jibu ni HAPANA, LAKINI ni wazi kuwa hapo angalao patakuwa karibu na eneo lake la asili kuliko Berlin.

Bado kuna ugumu wa ziada kwa vitu vya asili, iwe ni vya kipaleontolojia au kianthropolojia, vilivyochimbuliwa ardhini. Wataalamu wa paleontolojia na wale wa tafonomia wanafahamu vizuri zaidi kuliko mwandishi huyu ni kwanini masalio ya vitu hai (au baadhi ya metali) vikishafukiwa na udongo (au kuzama majini) vinabadilika katika kiwango ambacho tunaweza kusema ni cha wastani, kikidhibitiwa na hulka yenyewe. Lakini ikitokea vitu hivyo vikaondolewa kutoka sehemu hiyo asilia kasi ya 'uharibifu' inaongezeka. Aghalabu kutahitajika sayansi au teknolojia ya gharama kubwa ili viweze kudumu katika mazingira nje ya yale ya asili. Ni wazi kuwa, mbinu kama hizi za uhifadhi zilitumika pia katika kumwandaa *Giraffatitan brancai*[19]. Kwa hiyo swali ni je, ni kwa kiwango gani yule *G. brancai* anayesimama katika Makumbusho ya Historia ya Vitu Asilia ya Berlin ni wa asili? Mtu anaweza kwenda mbali zaidi na kuhoji kuwa hata jina limebadilika kutoka *Branchiosaurus brancai* kuwa *Giraffatitan brancai*! Lakini kwa maoni yangu ni kwamba yale masalia ya asili ndiyo tunayopaswa kuyazingatia tunaposhughulika juu ya chimbuko la vitu vilivyoondolewa kwenye miktadha yake.

Pale ambapo kwa sababu za kiutendaji, urejeshaji wa vitu hivyo unashindikana, pendekezo lililotolewa na Waziri wa Mali Asili na Utalii wa Tanzania litumike, ingawa kwa maboresho kidogo. Kwa uhakika, Waziri alijaribu kutumia diplomasia na upole alipopendekeza kuwa sanamu zitengenezwe na nchi ya chimbuko ichukue sanamu na waporaji wabaki na vitu asilia. Ningependekeza mgawanyo uende kinyume cha huo; mporaji abakiwe na sanamu.

Mwisho, natoa wito kwa watunza-makumbusho, iwe Ulaya au Afrika, kufanya utafiti makini kuhusu miktadha ya matumizi ya vitu vioneshwavyo katika makumbusho zao na ikibidi, makumbusho zibadilishwe majina na maonesho yapangwe upya ili kutoa maudhui stahiki iliyokusudiwa na watumiaji wa mwanzo wa vitu husika. Kwa mfano, vitu vya kiimani au kimatambiko vingeweza kuwekwa sehemu maalum na vikaonwa na watu maalum. Wangeweza kuteuliwa watunza-makumbusho wachache wa kuzisimamia sehemu hizo. Hawa wangeweza kupata ruhusa na baraka maalum kutoka kwa mamlaka za kitamaduni zinazohusika na vitu hivyo. Hawa ndio wangeweza kusimamia uingiaji wa wageni katika sehemu hizo. Wale wageni ambao mila husika zinawaruhusu kuviona vitu hivyo ndio ambao wangepewa kibali, na kwa sababu hiyo wangepaswa kulipa kiingilio kikubwa zaidi ya kile cha kawaida. Ingawa inaonekana kuwa na uchangamano mkubwa, inabaki kuwa ndiyo njia bora ya kutenda haki kwa vitu husika na kwa wageni wanaotembelea makumbusho kwa kuwapatia thamani halisi ya kitamaduni ya vitu hivyo.

Kuna mapungufu pia yanayoonekana katika vitu vya urithi wa asili ambayo yanatakiwa kurekebishwa. Pamoja na kwamba vitu hivi vinaoneshwa katika makumbusho za 'historia ya vitu asilia' havipewi uhistoria stahiki. Watazamaji wanalazimika kuvikubali vitu hivi kama wavionavyo; hata miktadha ambamo vitu hivyo vilipitia wakati vinasafirishwa haitolewi. Wageni wanaachwa wabuni wenyewe mazingira ya asili vilikochukuliwa vitu hivyo na hali halisi iliyovifanya hatimaye viwepo hapo vilipo sasa. Taarifa ya aina hii ni muhimu sana kwa kuwa inamsaidia mgeni wa makumbusho kupata uelewa kamili, ikiwa ni pamoja na taarifa za kisayansi, kijamii na kitamaduni ya kitu husika. Ni hapo tu ndipo suala la muktadha kama linavyosisitizwa na Mapatano ya Urithi wa Dunia ya mwaka 1972[19] itatimizwa kikamilifu. ■

19 UNESCO 1972.

MAREJEO

Casson, Lionel: Periplus Maris Erythraei. Text with Introduction, Translation, and Commentary, Princeton 1989.

Chami, Felix A.: The Unity of African Ancient History: 3000 BC to AD 500, Dar es Salaam 2006.

Gwassa, Gilbert: The German Intervention and African Resistance in Tanzania, katika: Kimambo Isaria N. / Temu, A.J. (wahariri): A History of Tanzania, Nairobi 1969, kurasa 85–122.

Ivanov, Paola / Weber-Sinn, Kristin: Collecting Mania and Violence: Objects from Colonial Wars in the Depot of the Ethnologisches Museum, Berlin, katika: Reyels, Lili / Ivanov, Paola / Weber-Sinn, Kristin (wahariri): Humboldt Lab Tanzania, Berlin 2018, kr. 66–149.

Kimambo Isaria N. / Temu, A. J. (wahariri): A History of Tanzania, Nairobi 1969.

Lwoga, Noel B: Tourism: Meaning, Practices and History, Dar es Salaam 2011.

Maligisu, M.C.P.: The Role of the National Museum of Tanzania in Fostering National Identity in the Post-Colonial Period: A Pan-African Perspective, Dar es Salaam: Tasnifu ya Shahada ya Udhamili, Chuo Kikuu cha Dar es Salaam 2018.

Masao, Fidelis T.: Museology and Museum Studies: A Handbook of the Theory and Practice of Museums, Dar es Salaam 2010.

Musso, Michael / Ngassapa, Davod: Mukwavinyika Mwamuyinga na Kabila Lake la Wahehe, Dar es Salaam 2011.

Nyerere, Julius K.: Freedom and Unity / Uhuru na Umoja, Dar es Salaam 1969.

Reyels, Lili / Ivanov, Paola / Weber-Sinn, Kristin (wahariri): Humboldt lab Tanzania. Mikusanyo ya vita vya ukoloni katika Ethnologisches Museum, Berlin – Majadiliano ya Tanzania-Ujerumani, Berlin 2018.

Rushohora, Nancy A.: An Archaeological Identity of the Majimaji: Towards an Historical Archaeology of Resistance to German Colonisation in Southern Tanzania. Tasnifu ya Shahada ya Uzamivu, Chuo Kikuu Pretoria 2015.

Tanzania Institute of Education: History Syllabus for Secondary Schools Form 1–IV. Dar es Salaam: Ministry of Education and Vocational Training 2010.

UNESCO: World Heritage Convention, Paris 1972.

Van Wyk, Gary (mhariri): Shangaa Art of Tanzania, New York 2013.

WTTC: Travel and Tourism Economic Impact: Tanzania, 2018, https://www.wttc.org/.

HERUFI ZA MKATO

BArch	Bundesarchiv, Berlin *(Nyaraka za Jamhuri ya Ujerumani, Berlin)*
GStA PK	Geheimes Staatsarchiv Preußischer Kulturbesitz, Berlin *(Nyaraka Siri za Serikali ya Urithi wa Utamaduni wa Prussia, Berlin)*
HUB-Archiv	Humboldt-Universität zu Berlin, Universitätsarchiv *(Nyaraka za Chuo Kikuu cha Humboldt Berlin)*
ICNHM	International Committee of Natural History Museums of the ICOM *(Kamati ya Kimataifa ya Makumbusho ya Mambo ya Asili)*
ICOM	International Council of Museums *(Shirika la Umoja wa Makumbusho ya Kimataifa)*
IfL	Leibniz-Institut für Länderkunde Leipzig, Archiv für Geographie *(Nyaraka za Taasisi ya Leibniz ya Jiografia)*
MfN, HBSB	Museum für Naturkunde Berlin, Historische Bild- und Schriftgutsammlungen *(Makumbusho ya Mambo ya Asili ya Berlin, Mkusanyiko wa Picha na Maandishi ya Kihistoria)*
NHM Archives	Natural History Museum Archives, London *(Nyaraka za Makumbusho ya Historia ya Mambo ya Asili ya London)*
PA AA	Politisches Archiv des Auswärtigen Amts, Berlin *(Nyaraka za Kisiasa za Wizara ya Nchi za Kigeni, Berlin)*
SGN	Senckenberg Gesellschaft für Naturforschung, Frankfurt am Main *(Kampuni ya Utafiti wa Mambo ya Asili Senckenberg, Frankfurt am Main)*
SMNS	Staatliches Museum für Naturkunde, Stuttgart *(Makumbusho ya Taifa ya Historia ya Mambo ya Asili, Stuttgart)*
SUB	Niedersächsische Staats- und Universitätsbibliothek, Göttingen *(Maktaba ya Taifa na ya Chuo Kikuu, Göttingen)*
TNA	Tanzania National Archives, Dar es Salaam *(Nyaraka za Taifa la Tanzania, Dar es Salaam)*
UAT	Universitätsarchiv, Tübingen *(Nyaraka za Chuo Kikuu, Tübingen)*

WAANDISHI WENGINE

Oliver Hampe ni mwanasayansi katika Jumba la Makumbusho ya Historia ya Asili katika idara ya utafiti „Mabadiliko kijenetiki ya spishi na mifumo ya kijiolojia" pia ni mtunzaji wa visukuku vya wanyama wa zama za kale na vitu vya kijio-lojia. Ni Mkufunzi kwenye Kitivo cha Sayansi ya viumbe hai, Chuo Kikuu cha Humboldt Berlin, akihusika na utafiti wa mlingano na utofauti wa anatomia ya viumbe na Mabadiliko ya kijenetiki ya spishi katika jamii za wanyama wenye uti wa mgongo.

Halfan H. Magani alikuwa mtafiti kwenye mradi wa historia simulizi na mahojia-no ya eneo la Tendaguru uliofanyika mwaka 2018. Ni mhadhiri msaidizi katika idara ya Historia ya Chuo Kikuu cha Dar es salaam, Tanzania. Maeneo ya tafiti zake yanahusu historia ya leba (Kazi) na ufahamu wa mazingira.

Bertram B.B. Mapunda alikuwa mtafiti kwenye mradi wa historia simulizi na ma-hojiano ya eneo la Tendaguru uliofanyika mwaka 2018. Ni mhadhiri msaidizi katika idara ya Historia ya Chuo Kikuu cha Dar es salaam, Tanzania. Maeneo ya tafiti zake yanahusu historia ya leba (Kazi) na ufahamu wa mazingira.

William Mkufya ni mwandishi wa Kitanzania, mfasiri na mhariri. Ndiye aliyeli-hakiki na kulihariri toleo la Kiswahili la Vipande vya Dinosaria (Dinosaur Frag-ments), na hivi sasa, anaandika kazi yake ya Kiswahili ya Tungo Tatu itakayoitwa Maua. Anaishi Dar es Salaam.

Michael Ohl ni Mwanabayolojia, anafanya kazi katika Jumba la Makumbusho ya Historia ya Asili, Berlin. Eneo la tafiti zake ni pamoja na taaluma za taxomia na historia ya bayolojia.

Musa Sadock alikuwa mtafiti kwenye mradi wa historia simulizi na mahojiano ya eneo la Tendaguru uliofanyika mwaka 2018. Musa Sadock ni mhadhiri katika Idara ya Historia ya Chuo Kikuu cha Dar es Salaam, Tanzania. Tafiti zake zime-jikita katika kumbukumbu zinazohusu mifupa ya kale ya dinosaria iliyochimbu-liwa wakati wa ukoloni, nchini Tanzania, pamoja na uhusiano kati ya mifupa ya dinosaria na uchumi, siasa na utamaduni katika Tanzania ya sasa.

Daniela Schwarz ni mwanapaleontolojia katika Jumba la Makumbusho la Histo-ria ya Asili, Berlin na mtunzaji wa visukuku vya reptilia, ndege na mabamba ya nyayo. Utafiti wake umejikita kwenye paleobiolojia na uanishaji wa kisayansi wa dinosaria, jamii ya sauropodi, hasa wale wa kutoka eneo la Tendaguru.

Marco Tamborini ni mwanafalsafa na mwanahistoria wa sayansi asili. Anafanya kazi katika Jumba la Makumbusho ya Historia Asili, Berlin kwenye kitengo cha Dinosaria, Berlin, katika historia ya paleontolojia ya Ujerumani. Utafiti wake umejikita katika maendeleo ya kihistoria na mahitaji ya kifalsafa kuhusu mofo-lojia ya dinosaria na mabadiliko yake katika karne ya ishirini.

Wahariri Ina Heumann, Holger Stoecker, Mareike Vennen pamoja na Marco Tambo-rini tangu mwaka 2015 hadi 2018 wamekuwa kwenye mradi wa pamoja ulioju-likana kama „Dinosaria katika Berlin", ambao ulifadhiliwa na Wizara ya Elimu na Utafiti ya Shirikisho la Ujerumani. *Brachiosaurus brancai* mwanasiasa, mwa-nasayansi na mhusika mashuhuri, alishirikishwa.

Ina Heumann aliongoza mradi wa "Dinosaria huko Berlin". Anafanya kazi kama mwanahistoria wa sayansi na mweledi wa Historia ya Kipindi Tulichonacho sasa, katika Jumba la Makumbusho ya Historia ya Asili, Berlin. Utafiti wake umejikita katika Siasa ya Historia ya Asili Katika Karne ya Ishirini.

Holger Stoecker ni mwanahistoria na alifanya uchunguzi akiwa Idara ya Masomo ya Kiafrika ya Chuo kikuu cha Humboldt, Berlin, kuhusu historia ya wakati wa ukoloni inayoohusu dinosaria wa Afrika walioko Berlin. Vilevile anashughulika na uchunguzi kuhusu historia ya ukoloni na sayansi kati ya Afrika na Ujerum-ani na pia utafiti kuhusu asili ya nyara zilizokusanywa kutoka Afrika wakati wa ukoloni.

Mareike Vennen alifanya kazi kwenye mradi huu kama mshiriki kutoka katika Taasisi ya Masomo ya Sanaa na Masomo ya Historia ya Miji, ya Chuo Kikuu cha Ufundi cha Berlin. Yeye ni mwanasayansi wa tamaduni na anatafiti historia ya ufahamu na nyenzo za habari na mawasiliano katika historia ya asili na vile vile anatafiti kuhusu ukusanyaji wa nyara na tamaduni za makumbusho wakati wa karne ya kumi na tisa na ishirini.

www.ingramcontent.com/pod-product-compliance
Lightning Source LLC
LaVergne TN
LVHW060511100826
845148LV00007B/955

* 9 7 8 9 9 8 7 0 8 4 1 9 7 *